LỊCH SỬ VIỆT NAM
THỜI TỰ CHỦ
[TẬP BA]

LỊCH SỬ VIỆT NAM
THỜI TỰ CHỦ

- HỒ BẠCH THẢO -

Thiết kế bìa: UYÊN NGUYÊN TRẦN TRIẾT

Dàn trang: ĐỖ HUỲNH ĐĂNG NGỌC

Nhà Xuất Bản
NHÂN ẢNH, 2023
ISBN: 9798869019967

HỒ BẠCH THẢO

LỊCH SỬ VIỆT NAM

THỜI TỰ CHỦ

TẬP BA

NHÂN ẢNH
2023

68.
Thời Giản Định Đế, Trần Quý Khoáng khởi nghĩa. [1407-1413] (1)

Sau khi đại quân của Trương Phụ dẹp tan nhà Hồ, bắt cha con Hồ Quí Ly tại cửa biển Kỳ La thuộc tỉnh Hà Tĩnh vào tháng 6 năm 1407; thì chiến tranh cũng chưa hoàn toàn chấm dứt. Tại Cao Bằng, Lạng Sơn, dư đảng nhà Hồ vẫn ra vào nơi rừng núi chống cự; giết viên Tiền quân Đô đốc Cao Sĩ Văn:

Ngày 29 tháng 8 năm Vĩnh Lạc thứ 5 [30/9/1407]

Ngày hôm nay Tiền Quân Đô đốc Thiêm sự Cao Sĩ Văn mang binh đến Quảng Nguyên, giao tranh ác liệt với giặc tử trận. Lúc bấy giờ tuy đã bình định xong, nhưng các vùng khe núi tại các châu Thất nguyên [Tràng Định, Lạng Sơn], *dư đảng giặc họ Hồ vẫn ra vào cướp phá. Quan Tổng binh Tân thành hầu Trương Phụ sai Cao Sĩ Văn đến đánh bắt. Đến Quảng Nguyên bọn giặc chặn đánh, bị Sĩ Văn đánh bại chém vài chục tên. Bọn chúng bèn tập trung lại, dựa vào núi lập trại cố thủ. Sĩ Văn ngày đêm công kích, trại sắp bị phá, giặc đột nhiên xuất hiện rồi bỏ chạy. Sĩ Văn mang lính cảm tử truy kích, giao tranh mãnh liệt, giặc dựa vào núi cao dùng tên và đá bắn xuống, Sĩ Văn trúng phi đạn chết. Bộ tướng tiếp tục truy kích rồi giao tranh, giặc bỏ trốn vào châu Thất Nguyên. Phụ bèn sai Đô Chỉ huy Trịnh Sảng tiếp tục mang quân đến, bình định được.*

Sĩ Văn người huyện Hàm Dương, Thiểm Tây. Vào thời Hồng Vũ [Minh Thái Tổ] *xuất thân từ Tiểu hiệu, tòng chinh tại Vân Nam và Kim Sơn, có công được thăng lên Yên Sơn Tả Hộ vệ Bách hộ. Lúc Thiên tử dẹp loạn trong nước, Sĩ Văn hăng hái đi đầu tham gia chiến trận, lập công mấy lần được thăng Tiền quân Đô đốc phủ, Đô đốc Thiêm sự. Khi đánh Giao Chỉ, ra sức cần lao phấn đấu, nhưng rốt cuộc bị tử trận. Văn là người cương trực, giỏi cưỡi ngựa, bắn cung; tử trận mọi người đều tiếc.* (**Minh Thực Lục. Quan hệ Trung Quốc Việt Nam**, tập 1, trang 276)

Vào tháng 10, con thứ của Vua Trần Nghệ Tông tên là Ngỗi, trước được phong là Giản Định vương, tránh lệnh Trương Phụ bắt về Trung Quốc, bèn chạy trốn đến Mô Độ, châu Trường Yên thuộc tỉnh Ninh Bình. Người trong vùng là Trần Triệu Cơ chiêu mộ dân lập lên làm Vua, vẫn dùng tên hiệu cũ gọi là Giản Định đế:

"*Mùa đông, tháng 10, ngày mồng 2* [1/11/1407], *Giản Định Đế lên ngôi ở Mô Độ, châu Trường Yên, dựng niên hiệu là Hưng Khánh. Trước đó, Trương Phụ yết bảng bắt các tôn thất họ Trần và đầu mục quan lại cũ để đưa về. Vua trốn chạy đến Mô Độ. Người Thiên Trường là Trần Triệu Cơ đem quân đến lập lên ngôi, xưng theo tên hiệu cũ*" **Toàn Thư**, Bản Kỷ quyển 9, trang 8a.

Bấy giờ tại Đông Triều [tỉnh Quảng Ninh], viên Thổ hào Phạm Chấn lập Trần Nguyệt Hồ làm vua tại Bình Than, đề cờ là Trung Nghĩa quân. Nhà Minh sai quân đến đánh,

Phạm Chấn chạy trốn; quân của Nguyệt Hồ tan rã. Tháng chạp, Giản Định đế sai bọn Trần Nguyên Tôn, thu thập số quân của Nguyệt Hồ còn lại, hội họp ở Bình Than. Quân nhà Minh đến đánh, lại tan vỡ; bèn cùng nhau chạy vào Nghệ An. Viên đại tri châu ở Hóa Châu là Đặng Tất nghe tin, liền giết quan nhà Minh, đem quân đến họp. Tất dâng con gái cho Giản Định, Giản Định phong cho Tất làm quốc công, cùng nhau mưu tính việc khôi phục.

Phong trào chống quân Minh xâm lược dấy lên nhiều nơi, theo tự sự của Thượng thư Hoàng Phúc trong tác phẩm **Hoàng Trung Tuyên Công Văn Tập** (1), năm Vĩnh Lạc thứ 5 [1407] tại châu Tam Đái [tỉnh Vĩnh Phú] đầu đảng Trần Nguyên Thôi nổi dậy, bị quân Minh bắt rồi giết. Tại châu Hạ Hồng, phủ Tân An [tỉnh Hải Dương], Trần Nguyên Tôn nổi dậy. Tại huyện Tuyên Hoá [tỉnh Bắc Cạn, Thái Nguyên] Trần Nguyên Lộc nổi dậy, bị quân Minh bắt vào chính năm đó. Tại huyện Ma Lung phủ Quảng Oai [tỉnh Hà Tây] Bạch Sư Nhiễm nổi dậy, nhưng chưa dẹp được.

Đối phó với những khó khăn về quân sự trước mắt, Vua Thái Tông tạm thời tỏ ra mềm dẻo, ban chiếu thư hứa tha những người nổi dậy; tỏ ra khoan thứ, hoãn sách hạch dân chúng:

"***Ngày 15 tháng 5 năm Vĩnh Lạc thứ 6* [9/6/1408].** *Ban chiếu xá tất cả tàn dư đảng giặc tại Giao Chỉ, cho trở về làm ăn. Sắc các quan văn võ tại Giao Chỉ cần phải khoan tuất chớ xâm nhiễu, điều gì chưa cần làm cho đình bãi.*" (**Minh Thực Lục. Quan hệ Trung Quốc Việt Nam**, tập 1, trang 295)

Sử nước ta cũng xác nhận Vua Minh ban chiếu thư đại lược như sau:

"Nhà Minh xuống chiếu, đại lược nói:

'Còn nghĩ bọn dư chúng vốn là ngu muội, hoặc vì đói nghèo bức bách, hoặc bị kẻ mạnh bắt ép, hoặc bị bọn gian dụ dỗ, việc không thể đừng, tình cũng đáng thương, nếu nhất loạt bắt tội cả, trẫm thực không nỡ. Khi chiếu thư này tới, đều tha cho cả. Quan lại ở các nha môn, quân dân thuộc đất Giao Chỉ hãy thể lòng chí nhân của trẫm phải khoan hồng thương xót, chớ làm ráo riết, chớ vơ vét của dân, hết thảy những việc không cần kíp phải ngừng bỏ cả". **Toàn Thư**, Bản Kỷ quyển 9, trang 10a.

Mặt khác Vua Thái Tông lệnh cho quân Minh xây chắc các thành trì và cơ sở quân sự cùng lập hàng rào phòng thủ; điều động gấp 1 vạn quân từ Quảng Đông tới tăng cường:

"***Tháng 6 năm Vĩnh Lạc thứ 6* [tháng 6-7/1408].** *Tháng này xây các thành tại Đô ty Giao Chỉ; vệ Thanh Hoá; Giao Chỉ tiền vệ, hậu vệ; vệ Xương Giang, Khâu Ôn; các Thiên hộ sở Thị Cầu, Ải Lưu. Mỗi nơi nên lập hàng rào."* (**Minh Thực Lục. Quan hệ Trung Quốc Việt Nam**, tập 1, trang 299)

"***Ngày 19 tháng 7 năm Vĩnh Lạc thứ 6* [10/8/1408].** *Đô ty Giao Chỉ tâu số quân còn lưu tại các vệ, sở, không đủ để phòng bị. Nay Đô chỉ Huy sứ Tôn Toàn, Quảng Đông, thống lãnh quân hơn 1 vạn, chở bằng thuyền hạm, khí giới đầy đủ; xin cho tạm lưu lại để phòng ngự. Xét chấp nhận."* (**Minh Thực Lục. Quan hệ Trung Quốc Việt Nam**, tập 1, trang 307)

Lúc bấy giờ Giản Định Đế được dân ủng hộ, nên thế lực lớn mạnh mau chóng. Lập căn cứ tại vùng Hoá Châu [Thừa Thiên, Quảng Trị], Nghệ An; tướng của Giản Định là Đặng Tất mang quân đánh giết bọn Phạm Thế Căng tại cửa bể

Nhật Lệ [tỉnh Quảng Bình]. Thế Căng lúc trước hàng quân Minh, được Trương Phụ trao chức Tri phủ Tân Bình [tỉnh Quảng Bình], sau phản lại tự xưng là Duệ Vũ Đại Vương. Rồi đại quân của Giản Định đế tiếp tục xua ra Bắc, lược định vùng đất các tỉnh Ninh Bình, Hà Nam, Hà Tây, Vĩnh Phú ngày nay và uy hiếp thành Đông Đô [Hà Nội]. Tình hình khẩn trương, vua Minh Thái Tông vội ra lệnh Mộc Thạnh giữ chức Chinh Di Tướng quân điều động quân tại các Đô ty Vân Nam, Quí Châu, Tứ Xuyên sang đánh:

Ngày 7 tháng 8 năm Vĩnh Lạc thứ 6 [31/8/1408]. *Đô ty Giao Chỉ cùng ty Bố chánh, Án sát tâu: Nghịch tặc Giản Định cùng bọn Đặng Tất tụ tập dân chúng làm loạn, xin tăng thêm binh để tiễu bình.*

Định là quan cũ của họ Trần, khi đại quân đến dẹp giặc họ Lê, y ra hàng, bèn sai người đưa đến kinh sư. Rồi y cùng Trần Hy Cát bỏ trốn, cùng với ngụy quan đất Hoá Châu là bọn Đặng Tất, Nguyễn Suý mưu nổi loạn. Bọn chúng suy tôn Định làm vua, tiếm xưng kỷ nguyên Hưng Khánh, hoạt động tại các vùng núi non tại Hoá Châu và Nghệ An, chế tạo vũ khí, chiêu tập đồ đảng. Lúc này đại quân đã về nước, bọn Định mang quân ra đánh Bình Than và ải Hàm Tử; chặn đường đi lại tại Tam Giang. Chúng đánh phá gần thành Giao Chỉ [Đông Đô, Hà Nội], *các châu huyện như Từ Liêm, Oai Man, Thượng Hồng, Đại Đường, Ứng Bình, Thạch Thất đều theo chúng; thế giặc càng ngày càng thịnh, quan quân đánh mấy lần nhưng không lập được công, nên xin tăng thêm binh.*

Thiên tử cho rằng Giao Chỉ mới được sáp nhập vào bản đồ, nhân tâm chưa vững vàng, mà bọn dư đảng tiếp tục nổi lên, nếu không kịp thời dẹp tan, sợ tràn lan ra thì không kiềm chế nổi. Mệnh điều Đô Chỉ huy Sứ ty Vân Nam, Quí Châu, Tứ

Xuyên, Thành Đô Tam hộ vệ, tổng cộng 4 vạn binh; ra lệnh Kiềm Quốc công Mộc Thạnh lãnh Chinh Di Tướng quân tổng suất từ Vân Nam sang đánh; vẫn ra lệnh Thượng thư bộ Binh Lưu Tuấn tham mưu quân sự. Sắc dụ Giao Chỉ Đô ty bọn Đô đốc Thiêm sự Lữ Nghị, Hoàng Trung rằng bọn Giản Định làm phản, đã ra lệnh Kiềm Quốc công Mộc Thạnh mang quân sang đánh, các người hãy chỉnh đốn binh lính nghe theo sự điều động; chuẩn bị thủy quân 2 vạn, cùng thuyền bè khí giới để đợi dùng. (**Minh Thực Lục Quan hệ Trung Quốc Việt Nam**, tập 1, trang 307)

Để xoa dịu tình hình, cùng làm kế hoãn binh chờ khi lực lượng tiếp viện sẵn sàng tham chiến, vua Minh Thái Tông sai sứ ban sắc chiêu hàng Giản Định Đế như sau:

"**Ngày 19 tháng 8 năm Vĩnh Lạc thứ 6 [8/9/1408].** *Sai sứ ban sắc dụ cho bọn nổi loạn Giản Định rằng:*

"Mới đây cha con giặc họ Lê gây việc soán đoạt, buông tuồng bạo loạn, độc hại người trong nước, chiếm đoạt biên cảnh; bèn mệnh xuất sư điều phạt, bọn ác đầu sỏ bị bắt, dư đảng bị tiêu diệt; rồi thiết lập quận huyện, vỗ về thiện lương, một phương nhân dân đều được yên nghiệp. Chỉ riêng các ngươi ương ngạnh, lập đảng chống cự triều mệnh, cướp bóc dân chúng. Quần thần xin hưng sư tiêu diệt, Trẫm nghĩ dưới lằn tên mũi đạn, sợ liên lụy đến dân vô tội; mà những kẻ bất thiện như các ngươi cũng còn được cơ hội để có thể sửa đổi, nên ban sắc dụ này. Đại phàm cử sự cần phải hợp đạo trời, cha con giặc họ Lê tội ác đầy rẫy, trời đã phế thì không thể giữ được; các ngươi là đám tàn dư, trái đạo, nghịch mệnh trời, thì cũng đợi để tiêu diệt mà thôi! Tuy nhiên vui được sống, ghét chết là sự thường tình của con người ta. Nếu trước đây các ngươi chưa nghĩ kỹ nên làm việc bội nghịch

trái đạo, hoặc do bọn quan lại hà khắc phải liều lĩnh mưu đồ tự tồn, lòng muốn hối cải nhưng còn nghi ngờ chưa dám quyết! Phàm con người ai mà không sai, sai mà biết sửa, còn gì tốt bằng. Bọn các ngươi hãy nhân lúc này, minh định lẽ nghịch thuận, xem xét cơ duyên họa phúc, tìm yên ổn có lợi cho bản thân, bảo vệ được gia tộc, mưu đồ kế vĩnh cửu. Hãy dốc lòng thành quy phụ, sự sai lầm trong quá khứ được tha hết không hỏi đến, còn được giao chức quan, trả lại đất để cai trị, con cháu đời đời được thế tập. Lời Trẫm phát xuất từ tâm lòng, thông với trời đất; nếu các ngươi chấp mê không theo, họa sẽ đến với bản thân và gia đình, lúc đó hối cũng không kịp!" (**Minh Thực Lục Quan hệ Trung Quốc Việt Nam**, tập 1, trang 309)

Chuẩn bị cho việc đánh dẹp quân khởi nghĩa của Giản Định Đế, ngoài việc điều động đạo quân Vân Nam do Mộc Thạnh chỉ huy sang tăng viện; Minh Thái Tông còn đề ra những phương lược cụ thể như: Thăng thưởng chiều chuộng bọn phản quốc như Mạc Thúy khi chúng sang chầu; để rồi đưa về nước làm tai mắt dẫn đường. Giao cho Lý Bân làm Tổng binh đô chỉ huy thao luyện thủy quân; đặt thêm 37 sở tuần kiểm nhằm kiểm soát dân chúng. Lệnh Đô đốc Lữ Nghị phối hợp chặt chẽ với đạo quân tiếp viện của Mộc Thạnh, cùng tạm thời đình chỉ việc khai thác mỏ vàng, để thao luyện lính thợ vào việc chiến đấu:

"***Ngày 8 tháng 9 năm Vĩnh Lạc thứ 6*** **[27/9/1408].** *Thăng Tri phủ Lạng Giang Mạc Thúy chức Giao Chỉ Bố chánh ty Hữu Tham chính, thưởng bạch kim 50 lượng, tiền 500 quan, lụa nõn trong ngòai 5 tấm. Thăng Giao Châu Trung Vệ Phó Thiên hộ Nguyễn Như Ngẫu chức Chỉ huy Thiêm sự, thưởng giống như Thúy. Thăng Tri châu phủ Lạng Giang*

Mạc Huân chức Bố chính ty Hữu Tham nghị; thăng Giao Châu Tả vệ Chỉ huy Thiêm Sự Trần Nhữ Thạch chức Chỉ huy Đồng Tri; cùng Tri phủ Tân An Mạc Viễn được thưởng so với Thúy giảm một phần năm. Bọn Thúy đều là người Giao Chỉ, khi đại quân vào nước họ là người đầu tiên quy thuận, giúp dẹp giặc chiêu dụ dân chúng có thành tích. Tân thành hầu Trương Phụ do tiện nghi trao chức, đến nay vào triều, luận công lao theo thứ tự mà thăng thưởng. Kỳ dư bọn Bùi Như Long gồm 24 người đều được phong chức Thiên hộ, Bách hộ, cùng ban sắc tưởng thưởng. Thiên tử đích thân làm thơ tặng bọn Thúy." (**Minh Thực Lục Quan hệ Trung Quốc Việt Nam**, tập 1, trang 310)

"***Ngày 26 tháng 10 năm Vĩnh Lạc thứ 6*** **[13/11/1408].** *Mệnh Phong thành hầu Lý Bân sung chức Tổng binh quan Đô chỉ huy; Uông Trị, Thái Bân giữ chức phó Tổng binh thao luyện thủy quân. Đặt 37 sở tuần kiểm tại Giao Chỉ, gồm:*

Phủ Thanh Hoá đặt 26 sở: Ấp Long Quan, Lạc Hà, Lạc Quan, Nhiêu Sơn Quan lệ thuộc vào huyện Cổ Lôi; ấp Lễ, Kinh Khẩu lệ vào huyện Vĩnh Ninh; Cá Câu, Lịch Quan, Ấp Lẫm Quan, Công Sách Quan lệ vào huyện Lỗi Giang; Hiểm Thạch Quan, Đô Trấn lệ vào huyện An Lạc; Bồ Mang Quan, Nga Lạc Quan lệ vào huyện Nga Lạc; Cửa biển Linh Trường, lạch cửa biển Linh Trường lệ thuộc huyện Hà Trung, lạch cửa Chi Nga lệ vào huyện Chi Nga; cửa biển Điển Sử lệ vào châu Cửu Chân; cửa Lạch Hào, cửa Lạch Trầm, Đội Ôi lệ vào huyện Kết Duyệt; cửa Bố Vệ lệ vào huyện Duyên Giác;Yếu, Ông Quan, Lập Quan, Hắc Quan lệ thuộc vào huyện Nông Cống.

Phủ Lạng Giang đặt 1 sở: cửa khẩu Tam Giang lệ vào huyện Thanh viễn.

Phủ Tam Giang đặt 1 sở: trại Động Lâm, lệ vào huyện Hạ Hoa.

Phủ Bắc Giang đặt 2 sở: Thạch Thần, lệ thuộc châu Gia Lâm; cầu Tiểu Giang lệ thuộc vào huyện Đông Ngàn.

Phủ Kiến Bình đặt 2 sở: đồn cửa khẩu Ba Lạt lệ vào huyện An Bản; cửa sông Hổ Hà Đội lệ vào huyện Yên Mô.

Phủ Kiến Xương đặt 1 sở: Tam Khẩu lệ vào huyện Phù Dung.

Châu huyện Tuyên Hóa đặt 1 sở: Quan Hào lệ vào huyện Khoáng.

Châu Quảng Oai đặt 3 sở: Đa Ải, Khả Lẫm lệ vào châu này; Bát Nhai lệ vào huyện Mỹ Lương.

Đặt 2 ty Kinh lịch tại hậu vệ Giao Châu, vệ Tam Giang; mỗi nơi 1 viên Kinh lịch. Đặt thêm Đề cử ty Thị bạc tại Vân Đồn; lại, mục, Đề cử mỗi chức một viên. Đặt 2 Đề cử ty Thị bạc tại phủ Tân Bình và Thuận Hóa. Đặt 3 công trường thuế trừu phân (2) tại Vân Đồn, Tân Bình, Thuận Hóa. Đặt cục, ty cho công trường mỏ bạc tại phủ Tuyên Hóa; đặt Đề cử 1 viên, Phó Đề cử 2 viên; 2 viên Đại sứ, 4 phó Đại sứ cho mỗi trường, cục." (**Minh Thực Lục Quan hệ Trung Quốc Việt Nam**, tập 1, trang 314)"

"***Ngày 21 tháng 12 năm Vĩnh Lạc thứ 6*** **[6/1/1409]**. *Sắc dụ Đô ty Giao Chỉ bọn Đô đốc Thiêm sự Lữ Nghị rằng: nay lo việc điều quân chinh tiễu tàn dư giặc; những chỗ khai mỏ vàng phải đình chỉ, triệu hồi các quan quân dưới cờ hoặc lính thợ cho thao luyện, không được phép chiếm lưu."* (**Minh Thực Lục Quan hệ Trung Quốc Việt Nam**, tập 1, trang 317)

Lúc này tại nước ta lại có thêm cuộc nổi dậy của Nguyễn

Công Trà tại huyện Tuyên Hóa phủ Thái Nguyên. Công Trà xúi dục các Thổ quan các châu huyện tại Thái Nguyên nổi lên chống quân Minh (3). Nhưng mãnh liệt hơn phải kể đến chiến thắng lớn của phe Giản Định Đế tại trận Bồ Cô, trận này quân ta tiêu diệt được bộ chỉ huy quân Minh tại Giao Chỉ, trong đó có Đô đốc Lữ Nghị và Thượng thư Lưu Tuấn. Bồ Cô là tên một bến đò thuộc xã Bồ Cô; nay thuộc huyện Ý Yên, tỉnh Nam Định. ***Đại Việt Sử Ký Toàn Thư*** chép về trận đánh này như sau:

"*Tháng 12, ngày 14* [30/12/1408], *quốc công Đặng Tất cả phá quân Minh tại Bồ Cô hãn. Bấy giờ nhà Minh sai tổng binh Mộc Thạnh mang tước Kiềm quốc công, đeo ấn Chinh di tướng quân, đem 5 vạn quân từ Vân Nam đến Bồ Cô, vừa khi vua Giản Định cũng từ Nghệ An tới, quân dung nghiêm chỉnh, gặp lúc nước triều lên gấp, gió thổi mạnh, sai các quân đóng cọc giữ và lên hai bên bờ đắp luỹ. Thạnh cũng chia quân thuỷ, quân bộ cùng cầm cự. Vua cầm dùi đánh trống, hạ lệnh các quân thừa cơ xông đánh từ giờ Tỵ* [khoảng 11 giờ] *đến giờ Thân* [16 giờ], *quân Minh thua chạy, chém được Binh bộ thượng thư Lưu Tuấn, Đô ty Lữ Nghị, cùng quân mới đến, quân cũ đến hơn 10 vạn tên. Chỉ một mình Mộc Thạnh chạy thoát trốn vào thành Cổ Lộng* (4). **Toàn Thư**, Bản Kỷ, quyển 9, trang 10b.

Sử liệu từ ***Minh Thực Lục*** cũng xác nhận chiến thắng này, còn cho biết rõ hơn về lý lịch các tướng lãnh, quan lại cao cấp của nhà Minh tử trận:

Ngày 24 tháng 12 năm Vĩnh Lạc thứ 6 [9/1/1409]

"*Ngày hôm nay quan Tổng binh Giao Chỉ Kiềm quốc công Mộc Thạnh giao tranh với đầu đảng giặc Giao Chỉ, Giản*

Định, tại sông Sinh Quyết (5) bị thua. Đô đốc Thiêm sự Lữ Nghị, Binh Bộ Thượng thư Lưu Tuấn, Tham chính Giao Chỉ Bố chánh ty Lưu Dục đều chết.

Lữ Nghị người đất Hạng Thành, Hà Nam; khởi đầu giữ chức Bách hộ vệ Tế Dương; thời Hoàng thượng Tĩnh Nạn, Nghị theo chinh phạt mấy lần lập kỳ công được thăng đến chức Đô Chỉ huy Đồng tri. Năm Vĩnh lạc thứ ba thăng Đô đốc Thiêm sự, cùng với Hoàng Trung luyện binh tại Quảng Tây; lại cùng mang binh đem cháu Vương An Nam là Trần Thiên Bình về nước. Vì làm trái chiếu chỉ, nên Nghị không tránh được thất bại ở Kê Lăng; rồi được tha tội cho giữ nguyên chức tòng chinh, mệnh sung Ưng Dương Tướng quân. Giao Chỉ bình, có công được giữ chức Đô ty Giao Chỉ. Nghị tính thâm trầm, dũng lược, đánh trận thâm nhập; bị hãm chết trận.

Lưu Tuấn người đất Giang Lăng, Hồ Quảng; đậu Tiến sĩ năm Ất Sửu; thời Hồng Vũ, giữ chức Chủ sự bộ Binh, rồi được thăng lên Tả Thị lang bộ này. Thời Kiến Văn (6) giữ chức Thị trung; khi Thiên tử [Thành Tổ] *tức vị, được thăng hàm Thượng thư. Tuấn cẩn thận, cần mẫn trong công việc, có mưu trí, giỏi ứng biến, nên được tín nhiệm. Trước đây quan Tổng binh chinh phạt Giao Chỉ, mệnh Tuấn tham mưu quân vụ, góp nhiều công ích, nên sau khi bình Giao Chỉ được ban thưởng. Rồi lại được cử sang Giao Chỉ để tham mưu quân vụ cho Thạnh. Thạnh bại, Tuấn bị vây, bèn thắt cổ tự tử.*

Lưu Dục người Vũ Thành, Sơn Đông; xuất thân từ Lại khoa Cấp Sự trung, thăng Thông chính Sứ ty Tả Thông chính, rồi đến chức Tả Tham chính ty Bố chánh Hà Nam; được đổi đến Giao Chỉ giữ chức Hữu Tham chính. Dục tính hà khắc, ít nói, thiếu ân; tuy nhiên làm việc giỏi, đến nơi nào thuộc lại và dân cũng đều sợ, đến nay cùng chết với Tuấn." (**Minh Thực Lục Quan hệ Trung Quốc Việt Nam**, tập 1, trang 317)

Trận Bồ Cô là một thảm bại của quân Minh, nên Phó Ngự sử Lý Khánh đàn hặc Mộc Thạnh với lời lẽ nặng nề:

Ngày 29 tháng 1 năm Vĩnh Lạc thứ 7 [13/2/1409]

Đô sát viện phó Ngự sử Lý Khánh hặc tấu quan Tổng binh Giao Chỉ Kiềm quốc công Mộc Thạnh mang quân dẹp bọn nổi loạn tại Giao Chỉ, không phấn đấu dõng cảm chế ngự giặc để đến nỗi quân tan, khiến bọn Đô đốc Lữ Nghị, Thượng Thư Lưu Tuấn, Đô chỉ huy Liễu Tông bị hại; chiếu pháp luật đáng trị tội. Thiên tử phán:

"Làm tướng để quân tan không trị tôi sao được! Hãy tạm để đó, cho cố gắng báo đền. " (**Minh Thực Lục Quan hệ Trung Quốc Việt Nam**, tập 1, trang 322)

Tuy nhiên sau chiến thắng này, quan điểm về tiến, thủ của vua Giản Định và Quốc công Đặng Tất hoàn toàn khác nhau. **Toàn Thư** chép:

"Vua bảo các quân:

- Hãy thừa thế chẻ tre, đánh cuốn chiếu thẳng một mạch, như sét đánh không kịp bịt tai, tiến đánh thành Đông Quan thì chắc chắn phá được chúng.

Tất tâu:

- Hãy bắt hết bọn giặc còn sống sót, không nên để mối lo về sau.

Do dự mãi không quyết định được. Quân giữ thành Đông Quan đến cứu viện, đón Mộc Thạnh về." **Toàn Thư**, Bản Kỷ, quyển 9, trang 11a.

Từ sự việc này, nội bộ vua tôi nhà hậu Trần trở nên chia rẽ, mấy tháng sau vua nghe lời gièm giết Nguyễn Cảnh Chân và Đặng Tất. Con Nguyễn Cảnh Chân là Nguyễn Cảnh Dị, con Đặng Tất là Đặng Dung tức giận bỏ đi, phò Trần Quý Khoáng lên làm vua, niên hiệu Trùng Quang.

Chú thích:

1. Dẫn theo Trịnh Vĩnh Thường, **Chinh Chiến Dữ Khí Thủ: Minh Đại Trung Việt Nghiên Cứu**, Đài Nam, Quốc Lập Thành Công Đại Học Xuất Bản Tổ, trang 85-86.

2. Trừu phân: thuế tùy loại, đánh theo phần trăm của hàng hóa.

3. Dẫn theo Trịnh Vĩnh Thường, **Chinh Chiến Dữ Khí Thủ: Minh Đại Trung Việt Quan Hệ Nghiên Cứu**, Đài Nam, Quốc Lập Thành Công Đại Học xuất bản tổ, trang 85-86.

4. Theo chú thích của bản dịch **Toàn Thư**: Thành Cổ Lộng do người Minh đắp, thuộc xã Bình Cách huyện Ý Yên, tỉnh Nam Hà; tục gọi là thành Cách.

5. Sông Sinh Quyết gần núi Thiên Kiện; theo **Cương Mục** núi Thiên Kiện còn có tên là núi Địa Cận; ở xã Thiên Kiện, huyện Thanh Liêm, tỉnh Nam Hà.

6. Kiến Văn: Niên hiệu Vua Huệ đế nhà Minh.

69.
Thời Giản Định Đế, Trần Quý Khoáng khởi nghĩa [1407-1413] (2)

Tháng 3 năm Hưng Khánh thứ 3 [4/1409] Nguyễn Cảnh Dị và Đặng Dung rước Trần Quý Khoáng đến Nghệ An, lập lên làm vua, đổi niên hiệu Trùng Quang năm thứ nhất:

"Quý Khoáng là con Mẫn vương Ngạc và là cháu Nghệ Tông, trước kia Quý Khoáng làm quan Nhập nội thị trung. Cảnh Dị, con Nguyễn Cảnh Chân; Đặng Dung, con Đặng Tất; hai người này bực tức về việc cha họ không có tội gì mà bị giết, nên đem binh lính Thuận Hóa về Thanh Hoá, rước Quý Khoáng đến Nghệ An lập làm vua. Quý Khoáng lên ngôi vua ở Chi La [huyện Đức Thọ, Hà Tĩnh], *đổi niên hiệu là Trùng Quang, dùng Nguyễn Súy làm Thái phó, Cảnh Dị làm Thái bảo, Dung làm Đồng bình chương sự, Nguyễn Chương làm Tư mã."* **Cương Mục**, Chính Biên, quyển 12.

Bấy giờ bọn Nguyễn Súy đánh úp bắt được Giản Định đế, bèn đưa đến gặp Vua Trùng Quang; Trùng Quang bèn tôn Giản Định làm Thái thượng hoàng, cùng lo việc nước:

"Bấy giờ Đế Ngỗi ở thành Ngự Thiên (1), *chống cự với quân nhà Minh; bọn Nguyễn Súy ngầm họp quân đến đánh*

úp, bắt được Đế Ngỗi. Mẹ Đế Ngỗi và bầy tôi là bọn Lê Tiệt, Lê Nguyên Đỉnh bàn nhau khởi binh đánh úp lại Đế Quý Khoáng. Việc bị tiết lộ. Đế Quý Khoáng bắt giết bọn Tiệt và Nguyên Đỉnh, còn thì tha cả. Gặp khi ấy Nguyễn Súy đưa Đế Ngỗi đến Nghệ An, Đế Quý Khoáng thay mặc mũ áo thường ra đón tiếp. Lúc ấy trời u ám đã lâu, bỗng quang đãng, ở trên không bốn mặt đầy sắc mây vàng, mọi người đều kinh ngạc. Đế Quý Khoáng bèn tôn Đế Ngỗi làm thượng hoàng, cùng nhau mưu tính việc khôi phục." **Cương Mục**, Chính Biên, quyển 12.

Riêng Mộc Thạnh sau khi thoát thân, vội tâu về triều việc quân bị bại, Vua nhà Minh bèn điều Trương Phụ sang đánh dẹp:

"Ngày 27 tháng giêng năm Vĩnh Lạc thứ 7 [11/2/1409]

Quan Tổng binh Giao Chỉ Kiềm Quốc công Mộc Thạnh tâu xuất sư bị bại. Mệnh bộ Binh điều thêm quân, cùng mệnh Anh Quốc công Trương Phụ tổng chỉ huy dẹp giặc." (**Minh Thực Lục Quan hệ Trung Quốc Việt Nam**, tập 1, trang 320)

Lần này điều động quân 13 vệ, thuộc 10 đô ty, cùng quân tại Sở, Liêu Ninh, Tam Phủ Hộ vệ. Theo biên chế thời Minh mỗi vệ 5600 quân, vậy tổng số 13 vệ là 72.800, nhưng văn bản dưới đây ghi 4 vạn, phải chăng sử Trung Quốc cố tình bớt quân số tham chiến:

"Ngày 28 tháng giêng năm Vĩnh Lạc thứ 7 [12/2/1409]

Sắc dụ các Đô chỉ huy sứ ty Quảng Tây, Quảng Đông, Hồ Quảng, Tứ Xuyên, Chiết Giang, Phúc Kiến, Giang Tây, Quí Châu, Vân Nam, Trấn Giang gồm 13 vệ, tổng cộng phát binh 4 vạn. Sở, Liêu Ninh, Tam Phủ hộ vệ phát binh 7000. Tất cả theo Anh quốc công chinh tiễu giặc tại Giao Chỉ." (**Minh Thực Lục Quan hệ Trung Quốc Việt Nam**, tập 1, trang 321)

Sắc mệnh về cuộc hành quân của Vua nhà Minh, giao Trương Phụ lãnh chức Tổng binh, Vương Hữu lãnh chức Phó Tổng binh, phối hợp với Mộc Thạnh thi hành việc đánh dẹp:

"Ngày 9 tháng 2 năm Vĩnh Lạc thứ 7 [23/2/1409]

Mệnh Anh quốc công Trương Phụ cầm ấn Chinh lỗ Phó tướng quân sung chức Tổng binh, Thanh viễn hầu Vương Hữu phó Tổng binh, mang quân đánh bọn giặc nổi loạn tại Giao Chỉ. Phối hợp với Chinh di Tướng quân Kiềm Quốc công Mộc Thạnh hiệp lực thi hành phận sự." (**Minh Thực Lục Quan hệ Trung Quốc Việt Nam**, tập 1, trang 323)

Trước khi ra quân, vua Minh Thái Tông cảnh cáo lực lượng tăng viện và trú phòng phải củng cố tinh thần, đánh mạnh, lập mưu sâu; đừng để cho dân bản xứ khinh thường:

"Ngày 19 tháng 2 năm Vĩnh Lạc thứ 7 [5/3/1409]

Sắc dụ bọn quan Tổng binh Anh quốc công Trương Phụ:

'Từ khi Kiềm quốc công Mộc Thạnh ra quân thất luật, bọn giặc trở nên giảo hoạt. Nay nghe rằng tên Đặng Tất thuộc đảng giặc đã chết; mà bọn Lão Qua, Bát Bách (2) vẫn còn cung cấp lương thực, vậy cung cấp cho ai ? Nghe giặc rêu rao rằng có đến 50.000 con voi, và bảo tướng soái ta dễ đánh; đó là do tướng soái ta trước đây thiếu mưu kế, để cho man di khinh lờn. Các ngươi phải lấy đó làm răn, cùng đồng tâm hiệp lực dẹp đám giặc này, để được yên một phương." (**Minh Thực Lục Quan hệ Trung Quốc Việt Nam**, tập 1, trang 323)

Về mối chia rẽ cùng nội bộ tình hình quân ta, thám báo của Trương Phụ đã nắm rõ; nên y cho đóng thuyền bè để chuẩn bị thuỷ chiến tại vùng hạ lưu sông Hồng:

"Ngày 22 tháng 5 năm Vĩnh Lạc thứ 7 [5/7/1409].

Quan Tổng binh Anh quốc công Trương Phụ tâu rằng bọn giặc Giản Định giết hại lẫn nhau. Giặc Nguyễn Súy ôm hai lòng, nay suy tôn Giản Định làm Thượng hoàng Ngụy, riêng lập Trần Quí Khoáng làm vua ngụy, kỷ nguyên Trùng Quang. Bọn chúng ra vào nơi sông nước, gây mối lo; nên phải dùng thủy quân mới thành công. Nay trú quân tại huyện Tiên Du, phủ Bắc Giang, tìm gỗ trong rừng Sất Lãm để đóng thuyền; chiêu dụ dân trốn giặc tại các phủ Lạng Giang, Bắc Giang, Thái Nguyên trở về với nghề nghiệp cũ." (**Minh Thực Lục Quan hệ Trung Quốc Việt Nam**, tập 1, trang 325)

Trong khi chờ đợi quân Trương Phụ sẵn sàng tham chiến, cùng âm mưu giải đãi lòng quân ta; Mộc Thạnh sai sứ đến gặp vua Trùng Quang tại Thanh Hoá:

"Tháng 7, Tổng binh nhà Minh là Mộc Thạnh sai Hoàng La tới. Vua sai người đến tiếp hắn tại Nỗ Giang (3), *Thanh Hoá."* **Toàn Thư**, Bản Kỷ, quyển, trang 13b.

Thượng tuần tháng 9/1909 xảy ra trận giao tranh đầu tiên giữa quân Trương Phụ và quân của vua Trùng Quang do tướng Nguyễn Cảnh Dị chỉ huy, tại Bình Than [Bắc Ninh] (4); trận này quân Minh thua, Đô chỉ huy Từ Chính tử trận:

"Ngày 2 tháng 8 năm Vĩnh Lạc 7 [10/9/1409].

Giặc Giao Chỉ, bọn Đặng Cảnh Dị [Nguyễn Cảnh Dị] *đánh Bàn Than* [Bình Than], *viên quan phòng thủ Từ Chính tử trận.*

Chính người đất Nghi Chân, trước kia làm Phó Thiên hộ vệ Dương Châu. Lúc vua [Minh Thành Tổ] *cử binh tĩnh nạn, Chính mang quân toàn thành theo, được thăng Đô Chỉ huy Đồng tri. Tòng chinh Giao Chỉ đoạt được thuyền giặc tại sông Tam Đái, chở quân đánh Tây Đô, ải Hàm Tử, lập được công. Trần Quí Khoáng làm phản, Bình Than là nơi yếu địa, Anh quốc công Trương Phụ sai Chính đến đóng. Cảnh Dị mang quân vây đánh, Chính xua quân tận lực chống trả, bị đạn xuyên qua sườn, Chính vẫn tiếp tục tử chiến. Rồi giặc rút, Chính bị vỡ bụng mà chết."* (**Minh Thực Lục Quan hệ Trung Quốc Việt Nam**, tập 1, trang 326)

Hạ tuần tháng 9/1409 lại có cuộc giao tranh lớn tại cửa ải Hàm Tử [tỉnh Hưng Yên]. Lần này quân của vua Trùng Quang do Nguyễn Thế Mỗi chỉ huy bị thua to:

"Ngày 21 tháng 8 năm Vĩnh Lạc thứ 7 [29/9/1409].

Ngày hôm nay quan Tổng binh Anh quốc công Trương Phụ đánh bại đảng giặc Nguyễn Thế Mỗi tại ải Hàm Tử. Lúc này Đặng Cảnh Dị đóng tại các xứ châu Nam Sách, sông Lô Độ, cầu Thái Bình; Trương Phụ xuất quân hướng ải Hàm Tử tiến quân. Kim ngô Tướng quân nguỵ lập trại phòng thủ đối diện bờ sông, cho hơn 600 chiếc thuyền bày trận trên sông, lại đóng cọc gỗ phía bờ đông nam để ngăn cản. Lúc bấy giờ gió tây bắc thổi mạnh, Phụ sai Vân dương bá Trần Húc, Đô đốc Chu Quảng; Đô chỉ huy Du Nhượng, Phương Chính dùng thuyền lớn, thuyền nhỏ cùng tiến, hoả khí xé trời, tên bắn như mưa, giặc không đương nổi bị chém hơn 3000 thủ cấp, số chết chìm tính không hết, Bắt sống bọn Giám môn nguỵ, Vệ tướng quân Phan Đê 200 tên, tịch thu 400 chiếc thuyền, kỳ dư giặc bỏ chạy." (**Minh Thực Lục Quan hệ Trung Quốc Việt Nam**, tập 1, trang 327)

Toàn Thư xác nhận trận Bình Than do Vua Trùng Quang chỉ huy; riêng trận Hàm Tử do Đặng Dung chia quân đi thu hoạch lúa, nên bị địch đánh bại:

"Tháng 8, Trùng Quang Đế cầm cự nhau với Trương Phụ ở Bình Than. Vua lệnh cho Bình chương Đặng Dung giữ cửa Hàm Tử. Bấy giờ lương thực rất thiếu thốn, Dung chia quân đi gặt lúa sớm để cấp cho quân. Quân Minh dò biết, dùng thủy quân đánh cửa Hàm Tử, quân của Dung" **Toàn Thư**, Bản Kỷ, quyển 9, trang 14a.

Trương Phụ tiếp tục xua quân xuống tận phía nam lưu vực sông Hồng Hà, Thái Bình; tính từ phía bắc kiểm soát đến các tỉnh Thái Bình, Hưng Yên, Hải Dương ngày nay:

"Ngày 25 tháng 8 năm Vĩnh Lạc thứ 7 [3/10/1409].

Ngày hôm nay bọn quan Tổng binh Anh quốc công Trương Phụ đem quân đến sông Lô Độ, cầu Thái Bình. Đảng giặc Đặng Cảnh Dị, bỏ doanh trại trốn trước; bèn chiêu dụ các tên nghịch tặc trở về với nghiệp cũ. Nên các phủ như Giao Châu, Bắc Giang, Lạng Giang, Tân An, Kiến Xương, Trấn Di; các vệ sở Xương Giang, Thị Cầu đều được chiêu tập yên ổn." (**Minh Thực Lục Quan hệ Trung Quốc Việt Nam**, tập 1, trang 328)

Rồi một trận đánh quan trọng xảy ra tại cửa biển Thái Bình, quân Nguyễn Cảnh Dị thua to, quân Minh hầu như kiểm soát được miền bắc nước ta:

"Ngày 1 tháng 9 năm Vĩnh Lạc thứ 7 [9/10/1409].

Ngày hôm nay quan Tổng binh Anh quốc công Trương Phụ đánh bại đảng giặc, bọn Đặng Cảnh Dị, tại cửa biển Thái Bình. Lúc này bọn Cảnh Dị thường qua lại cướp bóc tại cửa biển, Phụ tiến binh tiễu trừ. Khởi đầu gặp thuyền thám thính của giặc, bèn truy kích giết hết. Sau đó tiến thẳng, thấy đằng xa hơn 300 thuyền giặc đậu bờ phía nam cửa biển. Ngay lúc bọn Đô đốc Phương Chính, Lý Long công kích, giặc phân chia lực lượng, một nửa nghênh địch. Quan quân la hét tiến, tên đá cùng bắn; rồi hăng hái tiến thẳng đánh giáp vào binh thuyền giặc, bọn chúng đại bại chém hơn 500 đầu giặc, chết trôi không kể, bắt sống hơn 300 tên. Số thuyền còn lại không đánh mà tan, bắt Ninh Vệ đại Tướng quân ngụy Phạm Tất Lật, riêng Cảnh Dị trốn thoát." (**Minh Thực Lục Quan hệ Trung Quốc Việt Nam**, tập 1, trang 328)

Tuy vậy tại vùng biển huyện Vạn Ninh [tỉnh Quảng Ninh], vẫn còn quân nổi dậy mang thuyền sang đánh phá tại châu Khâm, Trung Quốc; quan lại Minh tại Quảng Đông phải dùng thuỷ quân truy kích:

"Ngày 22 tháng 9 năm Vĩnh Lạc thứ 7 [30/10/1409]

Tuần biển Quảng Đông Phó Tổng binh Chỉ huy Lý Khuê tâu:

'Thuyền giặc đến thôn Ngư Hồng, châu Khâm [Quảng Đông] *cướp phá trăm họ, thiêu huỷ phòng ốc. Quan quân truy kích đến vùng biển huyện Vạn Ninh, Giao Chỉ. Gặp hơn 20 chiếc thuyền giặc, quan quân đánh hăng; giặc bị giết cùng chết trôi không kể hết. Tịch thu 20 chiếc thuyền Đằng Bộ, bêu đầu giặc trên biển, giải tống đầu sỏ giặc bọn Phạm Nha, Nguyễn Biên cùng người nhà trai gái về kinh đô.'*

Mệnh pháp ty trị theo luật." (**Minh Thực Lục Quan hệ Trung Quốc Việt Nam**, tập 1, trang 329)

Lúc này trên đà chiến thắng, quân Minh lộ rõ bộ mặt gian ác. Mới 3 tháng trước Mộc Thạnh cho Sứ giả đến tiếp xúc với vua Trùng Quang tại Thanh Hoá, nay nhà vua cho Sứ giả Đoàn Tự Thuỷ đến gặp thì Trương Phụ trở mặt, giết Sứ giả rồi tiến quân:

"***Ngày 3 tháng 10 năm Vĩnh Lạc thứ 7*** **[9/11/1409].** *Ngày hôm nay quan Tổng binh Giao Chỉ Anh quốc công Trương Phụ trú binh tại Thanh Hoá. Lúc này tên cầm đầu giặc Trần Quí Khoáng xưng càn là cháu Vương trước, sai nguỵ quan Đoàn Tự Thuỷ mang thư đến quan Tổng binh xin phong tước. Phụ nói rằng con cháu nhà Trần trước đây đã bị giặc họ Lê giết hết rồi, đã cho tìm hỏi khắp nhưng không còn ai. Nay chỉ phụng mệnh dẹp giặc, không biết điều gì khác; bèn đem Đoàn Tự Thuỷ giết, rồi xua binh tiến thẳng. Sai Đô đốc Chu Vinh, Thái Phúc mang bộ binh và kỵ binh đi trước, phụ mang quân đi thuyền tiếp tục. Trước đây tại các cửa sông, cửa biển giặc đều đóng cọc ngăn, lại dùng đất đá làm chướng ngại. Do đó Phụ điều quân từ sông Hoàng Giang* [phần cuối sông Hồng], *A Giang, cửa bể Đại An* [cửa sông Đáy, Ninh Bình] *đến Phúc Thành rồi từ sông đến cửa biển Thần Đầu, di chuyển đến đâu đều phá chướng ngại vật tắc nghẽn, phải mất trên 10 ngày mới đến Thanh Hoá. Quân bộ và thuỷ họp lại, bọn Giản Định phải chạy về Diễn Châu, Trần Quí Khoách đến Nghệ An; bọn giặc như Nguyễn Suý, Hồ Cụ, Đặng Cảnh Dị đều chạy trốn; bèn đóng quân tại Thanh Hoá để diệt hết tay chân đảng giặc."* (**Minh Thực Lục Quan hệ Trung Quốc Việt Nam**, tập 1, trang 330)

Đại Việt Sử ký Toàn Thư còn ghi thêm hành động dã man của Trương Phụ như sau:

"Phụ đi đến đâu, giết chóc rất nhiều, có nơi thây chất thành núi, có chỗ moi ruột quấn vào cây, hoặc rán thịt lấy mỡ, hoặc nướng đốt làm trò, thậm chí có đứa mổ bụng lấy

thai, cắt lấy hai tai để nộp theo lệnh. Kinh lộ các nơi lần lượt đầu hàng. Những dân còn sót lại bị bắt hết làm nô tỳ và bị đem bán, tan tác khắp bốn phương cả.” **Toàn Thư**, Bản Kỷ, quyển 9 trang 14b.

Vua Giản Định tuy được vua mới Trùng Quang [Trần Quí Khoáng] tôn làm Thái Thượng hoàng, nhưng cũng không có thực quyền, rồi chẳng bao lâu bị đạo quân của Trương Phụ tăng viện cho Mộc Thạnh, truy kích và bắt sống. Sự việc được chép trong ***Minh Thực Lục*** như sau:

“Ngày 10 tháng 11 năm Vĩnh Lạc thứ 7 [16/12/1409]

Quan Tổng binh Giao Chỉ Anh Quốc công Trương Phụ, chinh di Tướng quân Kiềm quốc công Mộc Thạnh bắt được bọn giặc Giản Định. Lúc bấy giờ Định tới sách Cự Lặc, rồi từ sách Địa đến trấn Thiên Quan [huyện Nho Quan, Ninh Bình] *tụ tập chống trả. Thạnh mang binh từ Lỗi Giang* [huyện Nga Sơn, Thanh Hoá] *hướng về sách Cự Lặc; bọn Đô đốc Chu Vinh, Đô Chỉ huy La Văn dùng lính đi thuyền theo sông Lỗi Giang lên Ngưu Tỵ quan; Trương Phụ điều bọn Đô đốc Chu Quảng, Đô Chỉ huy Trần Hoài dùng bộ binh và kỵ binh từ Lỗi Giang lên sách Địa để kịp đến trấn Thiên Quan. Giản Định lại từ sách Đông Hoàng hướng đến sách Đa Bôi, quan quân đuổi tới huyện Mỹ Lương* [huyện Chương Mỹ, Hà Tây] (5), *sách Cát Lợi. Giản Định vừa mới trú tại nhà dân, nhìn đằng xa thấy quan quân đến, bèn bỏ các vật như ngựa, ấn tín, chạy trốn vào rừng. Quan quân lục soát không bắt được, bèn vây chặt rừng, rồi bắt sống được Giản Định cùng các tướng giặc Trần Hy Cát, Nguyễn Nhữ Lệ, Nguyễn Yến.”* (**Minh Thực Lục Quan hệ Trung Quốc Việt Nam**, tập 1, trang 331)

Xét về sự thất bại của Giản Định Đế, nguyên do bởi sự

nghi kỵ và chia rẽ. Đối với Nguyễn Cảnh Chân và Đặng Tất là những bậc công thần lập nhiều công lao, lại nghi ngờ nghe lời viên Hoạn quan Nguyễn Quỹ mật tâu rằng "*Nguyễn Cảnh Chân và Đặng Tất chuyên quyền bổ nhiệm quan và cách chức, nếu không tính sớm thì sau khó kiềm chế*". Vua cho gọi hai người đến, bóp cổ giết Tất. Chân chạy lên bờ, lực sĩ đuổi theo chém chết. Việc làm của vua Giản Định đã kéo dài thời gian hy sinh xương máu của đất nước gần 20 năm, mãi đến năm 1428 Bình Định vương Lê Lợi mới quét sạch được quân Minh ra khỏi bờ cõi. Bàn về sự kiện này Sử thần Ngô Sĩ Liên có lời nói như sau:

"*Vua may thoát khỏi vòng vây hãm nguy hiểm, cầu người cứu giúp nạn nước, được cha con Đặng Tất có tài làm tướng, cha con Cảnh Chân giỏi bày mưu lược, đủ để lập công khôi phục, dựng được nghiệp trung hưng. Với trận thắng Bồ Cô, thế nước đã nổi. Thế mà nghe lời gièm pha ly gián của bọn Hoạn quan, một lúc giết hại hai người bầy tôi phò tá, tự mình chặt bỏ chân tay vây cánh của mình, thì làm sao nên việc được!...*" **Toàn Thư**, Bản Kỷ, quyển 9 trang 12b.

Sau khi bắt được vua Giản Định, Tổng binh Trương Phụ cùng Phó Tổng binh Vương Hữu được lệnh mang quan quân trở về Bắc Kinh:

"**Ngày 28 tháng 12 năm Vĩnh Lạc thứ 7 [1/2/1410]**

Triệu các quan Tổng binh Giao Chỉ Anh quốc công Trương Phụ, Phó tổng binh Thanh viễn hầu Vương Hữu điều lãnh Đô đốc Chu Vinh, Thái Phúc, Lâm Thiếp Mộc Nhi, cùng các quan quân đã đưa đi trở về Bắc Kinh." (**Minh Thực Lục Quan hệ Trung Quốc Việt Nam**, tập 1, trang 332)

Vào đầu năm Trùng Quang thứ 2 [1410] Trước khi rút

quân về, Trương Phụ làm một trận càn lớn, đánh dẹp lực lượng nổi dậy của Nguyễn Sư Cối tại châu Đông Triều [Hải Phòng], chém giết hơn 2000 tù binh. Phụ làm một việc tàn bạo mà văn minh con người không cho phép, hành động này được sử Trung Quốc gọi là kinh quán [京 觀, quan đọc là quán], tức chồng chất thây người thành đống lớn như gò núi, rồi lấy đất bùn phủ lên, để khoe khoang vũ công, cùng răn đe quần chúng:

"Ngày 9 tháng giêng năm Vĩnh Lạc thứ 8 [12/2/1410]

Ngày hôm nay quan Tổng binh Giao Chỉ Anh quốc công Trương Phụ đánh bại dư đảng giặc Nguyễn Sư Cối tại châu Đông Triều. Trước đây Sư Cối nguỵ xưng Vương cùng với bọn nguỵ Kim Ngô Thượng Tướng quân Đỗ Nguyên Thố đóng binh hơn 2 vạn tại xã Nghi Dương, huyện An Lão, châu Đông Triều; thường đến sông Hoàng Giang, Ma Lao, cùng cửa biển Đại Toàn cướp phá để hưởng ứng theo Giản Định. Đến ngày hôm nay Trương Phụ cho vây xã Nghi Dương, bọn giặc chống cự, quan quân phấn khởi bắn tên đá như mưa, khiến giặc thua to. Chém hơn 4500 thủ cấp, chết trôi nhiều; bắt sống nguỵ Giám Môn Tướng quân Phạm Chi, nguỵ Vũ Lâm Vệ Tướng quân Trần Nguyên Khanh, nguỵ Trấn Phủ sứ Nguyễn Nhân Trụ hơn 2000 tên bèn chém, chồng chất xác thành bãi tha ma tập thể để thị chúng." (**Minh Thực Lục Quan hệ Trung Quốc Việt Nam**, tập 1, trang 333)

Lúc chuẩn bị rời khỏi nước ta, Trương Phụ và Vương Hữu tâu về triều rằng thực lực của vua Trùng Quang [Trần Quí Khoáng] hiện đóng từ Nghệ An trở về Nam, riêng tướng Đặng Dung lãnh quân tiền tiêu kiểm soát các đường huyết mạch tại Thanh Hoá cùng các cửa sông tại vùng hạ lưu sông Hồng. Bởi vậy Trương Phụ xin lưu lại một số quân lớn cho

Mộc Thạnh sử dụng:

"Ngày 28 tháng giêng năm Vĩnh Lạc thứ 8 [3/3/1410]

Quan Tổng binh Giao Chỉ Anh quốc công Trương Phụ, Phó Tổng binh Thanh viễn bá Vương Hữu tâu:

"Nhận được sắc chỉ mang quân trở về nước, bọn thần tuân mệnh lên đường. Nay đầu sỏ giặc là Trần Quí Khoáng, bọn đồ đảng Nguyễn Súy, Hồ Kỳ, Đặng Cảnh Dị vẫn đóng tại Diễn Châu, Nghệ An, sát Thanh Hoá. Đặng Dung lãnh quân ngăn chặn cửa sông Thần Đầu, Phúc Thành; chiếm cứ đường huyết mạch Thanh Hoá, ra vào vùng cửa biển Đại An cướp phá. Nếu điều động hết số quân trước đây trở về, sợ Kiềm quốc công Mộc Thạnh binh ít không địch nổi, khiến công sắp thành phải bỏ lỡ. Nay muốn lưu lại Đô đốc Giang Hạo, Đô Chỉ Huy sứ Du Nhượng, Hoa Anh, Sư Hữu lãnh 4 Đô ty Vân Nam, Phúc Kiến, Quảng Đông, Giang Tây; 2 hành Đô ty Tứ Xuyên, Phúc Kiến; các binh đoàn Hộ vệ cùng các đơn vị lập công chuộc tội thuộc các xứ Kinh Châu, Nam Xương, Vũ Xương, Quảng Tây dưới quyền điều động của Thạnh. Riêng thần suất lãnh quan quân tuỳ tòng, đơn vị Hổ bôn (6), quan quân tại kinh Trực Lệ, cùng 4 Đô ty Hồ Quảng, Quí Châu, Tứ Xuyên, Chiết Giang trở về. Ngoài ra Thạnh nắm giữ đại quân một mình, xin cho Vân Dương bá Trần Húc giữ chức Phó, để cùng bàn bạc việc quân." Thiên tử xem tờ tấu, ban chỉ dụ cho bọn Phụ, chấp nhận lời xin." (**Minh Thực Lục Quan hệ Trung Quốc Việt Nam**, tập 1, trang 333)

Chú thích:

1. Ngự Thiên: Tên huyện, tức làng Đa Cương xưa, mộ tổ nhà Trần ở đấy, cho nên gọi là Ngự Thiên; nhà Lê gọi tên ấy;

nay thuộc huyện Hưng Hà, tỉnh Thái Bình.

2. Bát bách: tên nước xưa Bát Bách Tức Phụ, nay thuộc phần đất Tiêm La. Tục truyền Tù trưởng nước này có 800 vợ nên có tên này.

3. Nỗ Giang: Khúc sông Mã chảy qua huyện Hoằng Hóa, Thanh Hoá; còn gọi là sông Nguyệt Thường.

4. Bình Than: thuộc tỉnh Bắc Ninh, nằm cuối sông Đuống.

5. Mỹ Lương: Tên huyện, nay thuộc huyện Chương Mỹ, tỉnh Hà Tây; thời Minh thuộc châu Quảng Oai.

6. Hổ Bôn: Đội quân đặc biệt thiện chiến.

70. Thời Giản Định Đế, Trần Quí Khoáng khởi nghĩa [1407-1413] (3)

Sau khi Trương Phụ về nước, Mộc Thạnh nhận chức Tổng binh, tiếp tục mang quân chinh phạt:

"Ngày mồng 1 tháng 2 năm Vĩnh Lạc thứ 8 [6/3/1410]

Sắc dụ Kiềm quốc công Mộc Thạnh vẫn mang ấn Chinh Di Tướng quân sung chức Tổng binh, Vân dương bá Trần Húc sung Phó Tổng binh mang quân chinh tiễu số giặc còn sót lại tại Giao Chỉ." (**Minh Thực Lục Quan hệ Trung Quốc Việt Nam**, tập 1, trang 334)

Về lãnh vực hành chánh, Thượng thư Hoàng Phúc, người đứng đầu ty Bố chánh, tâu xin thi hành mấy điều nhằm khắc phục khó khăn về lương thực và giao thông:

- Xin sử dụng con đường mới sang Trung Quốc; phát xuất từ sông Đuống chạy ra biển, qua châu Khâm, ngược dòng sông đến huyện Linh Sơn, đường thủy 10 trạm. Rồi đi tiếp 3 trạm bằng đường bộ đến sông Uất, tại huyện Hoành, phía đông bắc Nam Ninh, Quảng Tây. Đường này chiều dài so sánh với con đường qua ải Nam Quan thường sử dụng, giảm được một nửa; lại vận chuyển bằng thuyền dễ dàng hơn.

- Xin tự do lưu hành muối và lương thực, khiến thị trường thông thoáng.

- Cấp ruộng đất cho các quan, để họ cho cày cấy thu tô, đỡ phải cấp lương:

"*Ngày 2 tháng 4 năm Vĩnh Lạc thứ 8* [5/5/1410]

Ngày hôm nay bộ Lễ tâu trình thư của của Thượng thư bộ Công Hoàng Phúc giữ chức Bố chánh ty Giao Chỉ, gồm 5 điều:

Điều 1: Trước đây đại quân đánh An Nam do đường Khâu Ôn đến kinh đô của ngụy, sau khi khắc phục vẫn dùng đường này thông hành, phải qua Kê Lăng, Ải Lưu, Khâu Ôn, Bằng Tường (1), *Long Châu* (2), *Thái Bình* (3); *những nơi này nhiều chướng lệ, kẻ đi đường gặp lắm gian nan. Nay hỏi thăm được phía bắc sông Lô có một sông nhỏ đi thẳng phía dưới Bình Than xuống huyện Vạn Ninh, châu Tĩnh An, phủ Tân An; rồi tiếp tục đến châu Khâm* (4), *Quảng Đông; đường thủy gồm 10 trạm. Từ châu Khâm đến huyện Linh Sơn* [Lingshan county], *rồi từ Linh Sơn vào Hoành Châu* [Heng county], *Quảng Tây, đường bộ chỉ 3 trạm. Thống kê tất cả gồm 13 trạm, nếu so sánh với đường cũ, đường thủy giảm được một nửa. Xin ra lệnh cho hai ty Bố chánh Quảng Đông và Quảng Tây sai quan ước lượng đường đi, thiết lập các trạm đường thủy và ngựa, cùng sở chuyển vận; tại các yếu điểm lập ty tuần kiểm để trấn ngự đạo tặc; làm được vậy giúp tránh khỏi chướng lệ và tiện việc đi lại.*

Điều 2: Giao Chỉ mới nhập vào bản đồ, đạo tặc xảy ra thình lình, quân lính lo việc chinh phạt không thể đóng đồn lo việc canh tác; dân nhiều đào vong, không trưng thu được; suốt năm vận tải đường biển mà quân dụng cũng không đủ.

Xin theo lệ các xứ như Vân Nam, mở cửa để muối, lương thực buôn bán thông hành, khiến lương thực không thiếu.

Điều 3: Quan lại và quân dân Giao Chỉ phần lớn mang gia đình đi từ nguyên quán, gặp sự trở ngại muốn quay về làng, đường xa rất khó khăn; xin định lệ cấp cho lương thực đi đường về quê, để khỏi mất chỗ ở.

Điều 4: Mới đây lương thực cho quân lính chứa tại Giao Chỉ không đủ, tâu xin cho quân dân, quan lại phục vụ tại các nha môn được phát lương hàng tháng để khai hoang tự cày cấy. Các quan chức được chi bổng nơi nguyên nhiệm, tại các vệ sở được phát lương thực. Hiện nay không còn lúa dự trữ, xin phát gạo ăn để lo việc khẩn ruộng trồng trọt....". (**Minh Thực Lục Quan hệ Trung Quốc Việt Nam**, tập 1, trang 336)

Lời xin của Thượng thư Hoàng Phúc được chấp thuận, sử Việt cũng chép về việc này như sau:

"Hoàng Phúc xin cấp ruộng cho các thổ quan, tùy theo phẩm trật, để họ cho người cày cấy thu tô thay cho bổng lộc, còn các lưu quan thì cấp lính để cấy ruộng thu thóc, chi cấp lương ăn." **Toàn Thư**, Bản Kỷ, quyển 9, trang 15b.

Mộc Thạnh tiếp tục tổ chức hành quân lớn tại 3 tỉnh; gồm hạ lưu sông Mã thuộc Thanh Hoá, cùng các tỉnh Hà Nam, Ninh Bình ngày nay:

"Ngày 11 tháng 5 năm Vĩnh Lạc thứ 8 [13/6/1410]

Quan Tổng binh Giao Chỉ Kiềm quốc công Mộc Thạnh thống suất quan quân truy tiễu đầu sỏ giặc Trần Quí Khoách đến Ngu Giang, giặc bỏ trại trốn; bèn truy kích đến huyện Cổ Hoằng [huyện Hoằng Hóa, Thanh Hoá] *cùng cửa biển Hội*

Triều, Linh Trường, chém hơn 3000 thủ cấp, bắt sống Phụng thần vệ Thần Long Tướng quân Lê Lộng." (**Minh Thực Lục Quan hệ Trung Quốc Việt Nam**, tập 1, trang 338)

Tuy nhiên sau đó 1 ngày Đô đốc Giang Hạo bị thua to tại sông Lỗ Giang, thuộc tỉnh Hà Nam; viên Chỉ huy Tô Toàn bị tử trận tại sông Tranh thuộc tỉnh Ninh Bình:

"Ngày 12 tháng 5 năm Vĩnh Lạc thứ 8 [14/6/1410]

Ngày hôm nay quan Tổng binh Giao Chỉ Kiềm quốc công Mộc Thạnh sai Trung Quân Đô đốc Thiêm sự Giang Hạo mang binh đến Lỗ Giang [huyện Lý Nhân, Hà Nam] (5) *giao tranh với bọn giặc Đặng Cảnh Dị bất lợi; viên Đô Chỉ huy Tô Toàn cũng bị thua tại sông Tranh* [Gia Viễn, tỉnh Ninh Bình], *trúng thương chết."* (**Minh Thực Lục Quan hệ Trung Quốc Việt Nam**, tập 1, trang 338)

Riêng sử Việt còn cho biết thêm, cũng vào tháng 5 quân Nguyễn Cảnh Dị đuổi bọn Giang Hạo đến tận Bình Than [Bắc Ninh]:

"Mùa hạ, tháng 5, vua đem bọn Nguyễn Cảnh Dị tiến quân đến bến La, Hạ Hồng [Hải Dương], *đánh phá quân của đô đốc Giang Hạo; thừa thắng đuổi theo, tiến quân đến Bình Than, đốt phá gần hết thuyền trại của quân Minh."* **Toàn Thư**, Chính Biên, quyển 9, trang 15a

Riêng các cuộc nổi dậy có tính cách tự phát thì xảy ra khắp nơi trong năm 1410, tính từ bắc vào nam như sau:

- Tại huyện Đồng, phủ Lạng Sơn có Vi Quảng Liêu tuy nhận chức Thổ quan của nhà Minh, nhưng mưu giết quan lại (6).

- Tại châu Hạ Văn, phủ Lạng Sơn có Hoàng Thiêm Hữu

cấu kết với Vi Quảng Liêu (6).

- Tại huyện Thoát ở phía bắc Khâu Ôn [Lạng Sơn], Nguyễn Nguyên Hách từng là Thổ quan cũng nổi lên (6).

- Tại phủ Thái Nguyên lực lượng nổi dậy mang tên là "Giặc áo đỏ " dấy lên từ năm Vĩnh Lạc thứ 8 [1410] đánh phá các làng huyện, liên kết với Ông Lão (6).

- Tại huyện Động Hỷ, Phủ Thái Nguyên Ông Lão nổi dậy vào ngày 10 tháng 5; bị Thổ quan Ma Bá Hổ đánh. Sau đó chiêu tập đồ đảng, ban ngày đánh phá huyện Tư Nông, ban đêm tấn công huyện Động Hỷ; quân Minh mang đại quân tiễu trừ đến 2 năm mới dẹp được (6).

- Tại phủ Trấn Man [tỉnh Thái Bình] Trần Quán nổi dậy, bị Thổ quan Trần Hy Cấp bắt (6).

- Tại phủ Kiến Bình [tỉnh Nam Định] Nguyễn Đa Cấu nổi dậy, quân Minh chưa dẹp được (6).

- Tại huyện Thanh Đàm [Hà Nội] Lê Khang nổi dậy (7)

- Tại Thanh Oai [Hà Tây], Lê Nhị giết cha con Đô ty Lư Vượng tại cầu Ngọc Tân, lại đánh chiếm huyện Từ Liêm khiến quân Minh rất sợ hãi (7).

- Tại Trường Yên [Ninh Bình], Đỗ Cối, Nguyễn Hiệu họp nhau chống quân Minh.(7)

- Tại Thanh Hoá Đồng Mặc, Nguyễn Ngân Hà nổi lên. Riêng quân của Đồng Mặc giết giặc rất nhiều, viên Chỉ huy quân Minh là Tả Địch bị bắt, Vương Tuyên thế cùng phải tự tử; Mặc được vua Trùng Quang cho làm Phủ quản quận Thanh Hoá. (7)

Tuy nhiên phần lớn các cuộc nổi dậy không có sự chỉ huy

chung, hiệu lệnh không thống nhất nên cuối cùng bị tan rã.

Sau khi Trương Phụ rút quân vào tháng 3/1410, quân Minh bị tấn công nhiều nơi, nên vua Thái Tông buộc phải sai Trương Phụ sang xâm lăng lần thứ 3. Tuy nhiên cũng như lần viện binh sang đánh vua Giản Định kỳ trước, khi quân chưa sang kịp, nhà Minh dùng kế hoãn binh bằng cách tiếp Sứ giả của vua Trùng Quang là Hồ Ngạn Thần, và ban cho vua Trùng Quang chức Bố chánh sứ Giao Chỉ:

"**Ngày 26 tháng 12 năm Vĩnh Lạc thứ 8 [20/1/1411]**

Đầu đảng giặc là Trần Quí Khoách sai bọn Hồ Ngạn Thần dâng biểu xin hàng. Thiên tử cho rằng có thể chuyển biến chúng sang con đường thiện nên chấp thuận, ban chức Bố chánh sứ Giao Chỉ. Lại ban cho Trần Nguyên Tôn chức Tham chính; Nguyễn Suý, Hồ Cụ, Đặng Cảnh Dị, Đặng Dung Đô Chỉ huy; Phan Quý Hựu Phó sứ ty Án Sát. Sai bọn Hữu Thông chính Phương Tố Dị mang sắc đến dụ rằng:

'Bọn các ngươi dâng biểu xin hàng, nay chấp nhận lời xin, mỗi người được nhận chức quan, nếu quả thành thực thì một phương hưởng phúc, vĩnh viễn thái bình. Nếu ôm lòng man trá không có lòng thành, đại quân tiến đánh thì chính các ngươi để hoạ lại cho dân chúng, hối cũng không kịp.' (**Minh Thực Lục Quan hệ Trung Quốc Việt Nam**, tập 1, trang 342)

Sử Việt chép thêm, khi Hồ Ngạn Thần tới Nam Kinh, Vua Minh sai Hồ Nguyên Trừng lấy tình quen biết cũ ra gặp, Ngạn Thần đã tiết lộ bí mật quốc gia. Lúc về nước, bị Phó sứ Bùi Nột Ngôn tâu trình; Ngạn Thần chịu tội chết:

"*Đến Yên Kinh, vua Minh sai Hồ Trừng giả vờ lấy ân tình cũ hỏi thăm quốc chủ khoẻ hay yếu, tình hình trong nước thế nào, Ngạn Thần nói hết cả với Trừng. Nột Ngôn thì không chịu khuất phục. Nhà Minh giả cách cho vua làm Giao Chỉ Bố chính sứ, Ngạn Thần làm Tri phủ Nghệ An. Sứ về nước, Nột Ngôn tâu hết việc Ngạn Thần tiết lộ việc nước và nhận lệnh của giặc. Vua sai bắt Ngạn Thần giam ngục rồi giết."* **Toàn Thư**, Bản Kỷ, quyển 9, trang 17a

Chỉ hơn 20 ngày sau khi tiếp Sứ giả, vào đầu năm Trùng Quang thứ 3 [1411] Trương Phụ mang đại quân gồm 6 Đô ty, 14 vệ, sang đánh nước ta:

"Ngày 18 tháng giêng năm Vĩnh Lạc thứ 9 [10/2/1411]

Mệnh Anh quốc công Trương Phụ đeo ấn Chinh lỗ Phó tướng quân sung chức Tổng binh chinh phạt Giao Chỉ; hợp lực với Kiềm quốc công Mộc Thạnh tiễu trừ phản tặc. Sắc cho 6 Đô ty Tứ Xuyên, Quảng Tây, Giang Tây, Hồ Quảng, Vân Nam, Quý Châu; cùng 14 vệ như An Khánh phát 24 000 quân theo chinh phạt.

Sắc cho Đô ty, Bố chánh ty, Án sát ty Giao Chỉ: phàm những kẻ phạm tội trọng nhưng tình có thể thương, đưa cho Anh quốc công Trương Phụ để được lập công chuộc tội." (**Minh Thực Lục Quan hệ Trung Quốc Việt Nam**, tập 1, trang 343)

Chính sách của nhà Minh vừa đánh vừa chiêu dụ, vua Minh Thái Tông ra chiếu dụ với những lời hứa hẹn như sau:

"*Ngày 24 tháng 2 năm Vĩnh Lạc thứ 9* [19/3/1411]

Chiếu dụ Giao Chỉ rằng:

'Trẫm nhận mệnh trời, cai trị muôn phương, vĩnh viễn che chở soi xét tình cảnh kẻ dưới; lòng đầy sự thương yêu, sớm chiều canh cánh. Nghĩ rằng Giao Chỉ đã được sáp nhập

vào bản đồ, nhưng suốt năm chưa được yên ổn nghỉ ngơi, sau buổi khốn khó giặc giã bèn ban ân khoan hồng như sau: Kể từ ngày 24 tháng 2 năm Vĩnh Lạc thứ 9 [3/1411] trở về trước, những người Giao Chỉ tụ tập trong núi rừng đều được xá tội, quân cho trở lại nguyên đơn vị, dân trở lại với nghề cũ, quan lại quân dân phạm tội chưa bị phát giác cũng được tha. Ngoài thuế lương thực, các loại thuế vàng, bạc, muối, sắt, cá, hoa quả được miễn trưng thu trong vòng 3 năm; vàng, bạc vẫn cấm không được khai thác; nội bộ trong dân được phép giao dịch bằng vàng, bạc, tiền đồng; nhưng không được đưa ra khỏi lãnh thổ. Những Thổ quan Giao Chỉ có tài năng rõ ràng về việc cai trị quân dân, hãy tâu lên cho biết tên để thưởng cờ biển làm bằng." (**Minh Thực Lục Quan hệ Trung Quốc Việt Nam**, tập 1, trang 344)

Sử Việt cũng đề cập đến **Chiếu Dụ Giao Chỉ** nêu trên. Trước tình trạng dân chúng nổi dậy như ong, Vua Minh chỉ còn biết nương dựa vào bọn phản quốc như Mạc Thúy, nên tìm cách mua chuộc chúng:

"***Ngày 24 tháng 3 năm Vĩnh Lạc thứ 9** [16/4/1411]*

Thiên tử cho rằng bọn Thổ quan Giao Chỉ như Hữu Tham chính Mạc Thúy đều hết sức lập công, tiễu trừ bọn phản tặc, giữ vững lãnh thổ; nên sai người mang sắc đến ủy lạo, ban cho vải vóc và tiền. Ban cho Mạc Thúy lụa nõn trong ngoài 6 tấm, Hữu Tham nghị Mạc Huân lụa nõn trong ngoài 5 tấm, Tri phủ Tam Giang Đỗ Duy Trung, Tri phủ Giao Châu Đỗ Hy Vọng, Tri phủ Trấn Man Nguyễn Hy Cấp, Tri phủ Tân An Mạc Viễn, Tri phủ Thanh Hoá Lương Nhữ Hốt, Thổ quan Chỉ huy Trần Phong, Trần Nhữ Thạch, Đinh Trạch, Vũ Chính lụa nõn trong ngoài 4 tấm. Đồng tri phủ Tuyên Hóa Lương Sĩ Vĩnh, Đồng tri phủ Thái Nguyên Ma Bá Hổ, Dương Cự Lãm lụa nõn trong ngoài 3 tấm. Mỗi người được ban thêm 1 bộ y phục kim ỷ, 1000 quan bạc giấy." (**Minh Thực Lục Quan hệ Trung Quốc Việt Nam**, tập 1, trang 346)

Bấy giờ viên Tham chính Lưu Bản tâu xin tạm thời chiêu an dân bằng cách giảm bớt sưu dịch, về giáo dục chọn thầy dạy văn hóa lễ nghĩa của Trung Quốc, để biến đổi di tục; không dùng thầy có tư tưởng chống đối như Nguyễn Cảnh Tuân:

***"Ngày 24 tháng 4 năm Vĩnh Lạc thứ 9* [16/5/1411]**

Tham chính Giao Chỉ Lưu Bản tâu 3 điều:

'Điều thứ nhất: Giao Chỉ ở nơi góc biển xa xôi, dân mới quy phụ, chưa biết lễ giáo của triều đình, nên lấy khoan dung mà chiêu phủ; nếu lấy pháp độ câu thúc ngay, lại bắt nhiều sưu dịch, thì không khỏi gây biến. Trước đây mới bình định Giao Chỉ xong, cho xây nhiều nha môn, không khỏi phải điều động nhân lực, nên dân man không được an tâm, Giản Định bèn lợi dụng dụ hiếp, khiến phải mệt nhọc quân lữ. Nay tuy đã bắt được Giản Định, nhưng bọn Trần Quí Khoáng chưa trừ xong, dân chúng vô tri không khỏi còn trông chờ. Nếu như những công việc không gấp cho tạm đình, giáng ân chỉ chiêu an, ngõ hầu dân man bỏ được ý tưởng theo giặc.

Điều thứ hai: Cai trị cốt tại an dân, muốn an dân phải dùng người hiền; chưa hề có việc quan xứng đáng mà dân không được yên chỗ. Huống dân Giao Chỉ mới quy phụ, việc giáo hóa càng cần người giỏi; nay những quan lại được bổ nhiệm tại các quận ấp đều là những người tình nguyện, không rành việc cai trị, không đạt nhân tình, lại có kẻ không đếm xỉa đến liêm sỉ, như vậy muốn được trị an thực rất khó.

Điều thứ ba: Dân Giao Chỉ cũng biết đọc sách, nhưng ưa

điều lợi trước mắt, thích khoe khoang trí trá, bỏ gốc theo ngọn, không để ý đến liêm sỉ. Nay các phủ như Giao Châu đã mở trường học, tuyển con các thổ quan, cùng trẻ em tuấn tú nhà dân sung làm sinh viên. Dùng các giáo quan như Lê Cảnh Tuân người bản xứ, thực ra bọn này chỉ chuộng hư văn, không có hiệu quả thực tế. Nay xin tuyển các lão thành có học, theo khuôn khổ sư phạm, dạy các sĩ tử biết lễ nghĩa của Trung Quốc, biến đổi di tục, ngõ hầu sau này đào tạo được người cho nhà nước dùng.'

Thiên tử vui lòng thâu nạp." (**Minh Thực Lục Quan hệ Trung Quốc Việt Nam**, tập 1, trang 347).

Sử Việt chép rõ hơn việc Giáo thụ Nguyễn Cảnh Tuân viết **Vạn Ngôn thư** đưa cho Tham nghị Bùi Bá Kỳ, phân tách những điều lật lọng của nhà Minh; bị bắt đưa về Kim Lăng:

"Trước đây, Cảnh Tuân là hạ trai học sinh (8) *của họ Hồ. Năm Hưng Khánh thứ 1* [1407], *viết bức thư một vạn chữ* [Vạn Ngôn thư] *dâng cho Tham Nghị Bùi Bá Kỳ, nêu ba phương sách thượng, trung, hạ, đại lược nói rằng:*

'Nhà Minh đã có sắc ban cho ngài theo quân tiến đánh, đợi khi bắt được họ Hồ thì chọn con cháu họ Trần lập làm vua, gia tước cho ngài để ở nước làm phụ tá. Nay thấy thiết lập ty bố chính, phong tước cao cho ngài, mà chỉ cấp người quét dọn đền miếu nhà Trần. Nếu ngài có thể tâu lại, phân tích những lời khai của các quan lại, kỳ lão, nói rõ con cháu họ Trần, đó là thượng sách. Nếu không được như thế, thì xin thôi chức vị hiện nay, nguyên làm quan coi nhà thờ họ Trần, đó là trung sách. Nếu ngài còn tiếc quan tước to, tham bổng lộc nhiều, thì đó là hạ sách. Nếu ngài làm theo thượng sách thì tôi là nhân sâm, cam thảo, chỉ xác, trần bì bổ sung vào ô

thuốc của ngài, tùy ngài sử dụng. Nếu ngài làm theo trung sách, thì tôi xin bưng khay chén hầu hạ ở đó, cũng xin tùy ngài sai khiến. Nếu ngài làm theo hạ sách thì tôi sẽ là kẻ câu vắng cày nhàn [ở ẩn, không hợp tác] *cho hết tuổi thừa mà thôi'.*

Đến khi tịch biên nhà Bá Kỳ, bắt được bức thư ấy, tâu lên, sai bắt Cảnh Tuân để xét hỏi, thì gần đây vì loạn lạc, không biết đi đâu. Đến đây, đặt học hiệu ở Giao Châu, bắt được Cảnh Tuân đưa về Kim Lăng giam xuống ngục của y vệ Cẩm. Cảnh Tuân ở trong ngục 5 năm, cùng con là Thái Điên đều ốm chết." **Toàn Thư**, Bản Kỷ, quyển 9 trang 18b-19a.

Bấy giờ Trương Phụ chỉ mới điều quân đến Nam Ninh, Quảng Tây; đã vội xin bỏ chước chiêu an, ra tay đánh dẹp:

"*Ngày 27 tháng 4 năm Vĩnh Lạc thứ 9* [19/5/1411]

Quan Tổng binh Giao Chỉ Anh Quốc công Trương Phụ đến Nam Ninh tâu rằng phản tặc Giao Chỉ Trần Quí Khoáng ngoài mặt thần phục nhưng trong bụng thì ngụy trá; bọn Nguyễn Súy có bằng cớ phản nghịch đã rõ ràng, cuối cùng cũng không sửa lỗi; xin tiến binh dẹp chúng." (**Minh Thực Lục Quan hệ Trung Quốc Việt Nam**, tập 1, trang 348)

Tháng 8/1411, liên quân Trương Phụ Mộc Thạnh làm cuộc hành quân lớn tại vùng hạ lưu sông Mã, Thanh Hoá; lực lượng của vua Trùng Quang bị thiệt hại nặng:

"Ngày 17 tháng 7 năm Vĩnh Lạc thứ 9 [6/8/1411].

Ngày hôm nay quan Tổng binh Giao Chỉ Anh quốc công Trương Phụ, Kiềm quốc công Mộc Thạnh đánh thắng đảng giặc bọn Nguyễn Suý tại sông Nguyệt Thường [sông Mã]. *Lúc bấy giờ Thạnh điều quân bộ và quân kỵ, Phụ đốc suất thuỷ quân cùng tiến. Khi Phụ đến sông Nguyệt Thường, huyện Kết Duyệt, châu Cửu Chân; giặc chôn cọc gỗ giữa sông dày đến 40 trượng, hai bên bờ tại cửa sông đặt hàng rào liên hoàn đến 2, 3 dặm; bên trong đặt phục binh khoảng hơn 300 chiếc thuyền tại bên phải núi; bọn đầu sỏ gồm Hồ Cụ, Đặng Cảnh Dị, Đặng Dung mang quân đến cự.*

Bèn điều Đô đốc Đồng tri Chu Quảng, Đô đốc Chỉ huy Trương Thắng, Chu Quảng sử dụng thuyền chèo; quan quân nhổ cọc mà tiến. Phụ suất Đô chỉ huy Phương Chính dùng quân bộ đánh phục binh, phá hàng rào gỗ, truy kích đến bờ sông, thuỷ lục cùng tiến công, giặc đại bại. Bọn Nguyễn Suý chạy trốn, bắt sống bọn Kim ngô tướng quân nguỵ quản lĩnh quân Dực hổ Đặng Tông Mục, nguỵ Ninh vệ Tướng quân Lê Đức Phấn, nguỵ Vũ vệ Tướng quân quản lãnh Hùng biên quân Nguyễn Trung, nguỵ Uy vệ Tướng quân Nguyễn Hiên; chém trên 400 tên giặc, số chết trôi không kể xiết; tịch thu hơn 120 chiếc thuyền; bắt được ấn Nhập nội Tư Không của Đặng Cảnh Dị và Diễn Châu Trấn phủ quân đại tướng quân." (**Minh Thực Lục Quan hệ Trung Quốc Việt Nam**, tập 1, trang 351)

Tuy nhiên vào tháng 9, Nguyễn Suý hành quân tại vùng ven biển, bắt được viên Chỉ huy Nguyễn Chính, chém bêu đầu rồi rút lui:

"Tháng 9, vua và bọn Nguyễn Súy chia đường tiến đến cửa biển, bắt được tên chỉ huy Nguyễn Chính người địa phương ở Bài Lâm, chém bêu đầu rồi về." **Toàn Thư**, Bản Kỷ, quyển 9, trang 17a

Tại Thanh Oai [Hà Tây] đảng của Lê Nhị lợi dụng lúc quân Minh hành quân tại vùng ven biển lo đánh dẹp quân của vua Trùng Quang; bèn mang quân tấn công vùng sông Nhuệ, Hà Đông, thuộc phía tây thành Giao Châu, nhưng bị thua:

Ngày 6 tháng 11 năm Vĩnh Lạc thứ 9 [21/11/1411]

Quan Tổng binh Giao Chỉ Anh Quốc công Trương Phụ dùng binh thuyền truy bắt bọn đồ đảng Trần Quí Khoáng tại vùng ven biển; nghe tin các châu huyện Thạch Thất, Phúc An và bọn thảo khấu Lê Nhị, Phạm Khang tiến đến gần thành Giao Châu. Vì lo liệu giặc có thể phá cầu nổi bắc qua sông Nhuệ, ngăn chặn tại sông Sinh Quyết, cùng làm tắc nghẽn con đường đến Hậu vệ phủ Giao Châu, nên mang quân chinh phạt. Bọn Lê Nhị và Phạm Khang tập hợp được hơn 5000 quân chống cự với quan quân, bị bại. Nguỵ Long Hổ Tướng quân Đại Đô đốc Lê Nhị trúng tên chết; giết nguỵ Dực Vệ Tướng quân Đồng Tri Đô đốc Nguyễn Thi tại trận, bắt sống nguỵ Dực Vệ Tướng quân Dương Nhữ Mai, nguỵ Phòng Ngự sứ Phùng Ông; chém bêu đầu hơn 1500 tên để làm răn, bọn giặc còn lại chạy trốn vào rừng núi đầm lạch, sau đó bị truy kích giết hết. Tướng giặc Phạm Khang, Đỗ Cá Đán, Đặng Minh, Nguyễn Tư Hàm chạy trốn xa. Rồi sau đó bọn chúng bị bắt; từ nay các châu huyện Từ Quảng, Phúc An đều được yên ổn. (**Minh Thực Lục Quan hệ Trung Quốc Việt Nam**, tập 1, trang 352)

Ngoài ra trong năm Trùng Quang thứ 3 [1411] phải kể đến các vụ biến động khác như sau: Tại châu Lợi Nhân [Hà Nam], Lê Mão nổi dậy, bị Thổ quan bắt giết (9). Tại châu Khoái, phủ Kiến Xương [Hải Hưng] Đinh Bồ nổi dậy, Bố chánh Giao Chỉ Hoàng Phúc chiêu dụ nhưng không ra đầu thú (9). Tại châu Vạn Nhai, Lạng Sơn, Dương Cao Thiêm chiếm đất hiểm chống cự, sau đó ra đầu thú (9). Tại huyện

Ma Lung, phủ Quảng Oai [Hà Tây], Bạch Sư Điểm thừa lúc quân Minh đi đánh Giặc Áo Đỏ tại Thái Nguyên, bèn nổi dậy (9). Tại châu Hạ Hồng phủ Tân an [Hải Hưng] Trần Tồn Nhân nổi dậy (9).

Số lượng quân Minh chết lúc này khá nhiều, một sử liệu tiết lộ nhà Minh dùng tiền uỷ lạo cho 3 420 tên quân tử trận:

Ngày 8 tháng 11 năm Vĩnh Lạc thứ 9 [23/11/1411]

Ban cho quan quân tòng chinh Giao Chỉ, cùng những kẻ tử trận gồm 3420 người, 44.164 đĩnh tiền giấy. (**Minh Thực Lục Quan hệ Trung Quốc Việt Nam**, tập 1, trang 352)

Bước sang năm Trùng Quang thứ 4 [1412], cuộc nổi dậy tại vùng Tam Đảo của Nguyễn Nhuế, bị Trương Phụ đánh dẹp:

"*Tháng giêng năm Nhâm Thìn* [2/1412] *viên Phụ đạo huyện Đại Từ phủ Thái Nguyên là Nguyễn Nhuế khởi binh, hoạt động tại vùng Tam Đảo* [Vĩnh Phú] *bị Trương Phụ bắt.*" **Toàn Thư**, Bản Kỷ, trang 19b

Tháng 8 xảy ra cuộc thuỷ chiến lớn tại cửa biển Yên Mô [Ninh Bình], mỗi bên tham dự đến mấy trăm chiếc thuyền. Trận chiến xảy ra suốt buổi sáng; mặc dầu chiến đấu rất hăng nhưng rốt cuộc quân nhà Hậu Trần bị đại bại, phải từ bỏ chiến trường vùng hạ lưu sông Hồng:

"Ngày 1 tháng 8 Năm Vĩnh Lạc thứ 10 [6/9/1412]

Ngày hôm nay quan Tổng binh Anh quốc công Trương Phụ đóng thuỷ quân tại cửa biển Yên Mô, nhìn đằng xa thấy thuyền giặc từ Đại An [cửa sông Đáy, Ninh Bình] *vào cửa biển Thần Đầu, bèn sai bọn Đô chỉ huy Phương Chính đánh. Thuyền giặc trên 400 chiếc ra khỏi cửa biển Thần Đầu, chia*

làm 3 đội. Bấy giờ gió bắc thổi, Phụ suất quân đánh vào giữa trận; khí thế giặc rất tinh nhuệ, quan quân phấn đấu tiến thẳng, thuyền sát cạnh thuyền, gươm giáo công kích, hoả khí tấn công, giặc chống không nổi bèn chèo thuyền rút lui. Quan quân truy kích bén gót, dùng câu liêm giết chết, đánh từ giờ Mão đến giờ Tỵ (10), *giặc đại bại; bắt sống bọn Dực vệ Đại tướng quân Trần Lỗi, Long hổ Tướng quân Đặng Nhữ Hý, Lê Mục; các Tướng quân như Kim ngô, Vũ vệ, Uy vệ, Ninh vệ; các Sứ như Hiệu uý, An phủ, Đoàn luyện, Tuần kiểm là bọn Nguyễn Lâm gồm 75 người; cùng tuỳ tòng khác hơn 1000; chém chết trôi không tính hết. Đảng giặc bọn Nguyễn Suý chạy trốn. Phụ đốc thúc quân đuổi theo nhưng không kịp, bèn quay lại. Bọn Lỗi 40 người bị thương nặng, bèn chém để làm răn. Bỏ vào cũi, giải bọn Đặng Nhữ Hý gồm 30 người về kinh."* (**Minh Thực Lục Quan hệ Trung Quốc Việt Nam**, tập 1, trang 356)

Tiếp tục tiến quân, Trương Phụ mang quân đến huyện Thổ Hoàng, phủ Nghệ An, nay thuộc huyện Hương Khê, tỉnh Hà Tĩnh, lùng bắt Thiếu bảo nhà Hậu Trần là Phan Quí Hữu, viên này sai con là Phan Liêu xin hàng, các vùng Thanh Hoá, Nghệ An đều vào tay giặc:

"Ngày 26 tháng 10 năm Vĩnh Lạc thứ 10 [30/11/1412]

Quan Tổng binh Giao Chỉ Anh quốc công Trương Phụ mang quân đến sông Ác huyện Thổ Hoàng (11), *phủ Nghệ An để lùng bắt bọn nguỵ Thiếu bảo Phan Quí Hữu* [người huyện Thạch Hà, Hà Tĩnh], *bọn giặc nghe tin đều trốn. Quý Hữu trốn tại núi Khả Lôi, sai con là Liêu xin hàng, bèn cấp bảng gọi đến. Cha con Quý Hữu cùng bọn Ngô Đạm 17 người cũng đến cửa quân xin hàng. Phụ nhận sắc chỉ ban cho Quí Hữu chức Phó sứ ty Án sát Giao Chỉ coi phủ Nghệ An để chiêu phủ quân dân. Rồi sau đó bọn Tướng quân nguỵ Tri phủ Quan sát An phủ Chiêu thảo sứ Trần Mẫn, Nguyễn Sĩ Cần, Trần Toàn Úc, Trần Toàn Mẫn, Trần Lập, Nguyễn Sảng, Nguyễn Yểm, Nguyễn Điệu tiếp tục xin hàng.* (**Minh Thực Lục Quan hệ Trung Quốc Việt Nam**, tập 1, trang 358)

Lúc này tại Lạng Sơn có Nông Văn Lịch tụ tập dân chúng chiếm lãnh đất đai, chẹn đường đi lại của quân Minh, giết bắt rất nhiều. Viên Tham chính người Việt là Mạc Thuý mang quân vào đánh, bị trúng tên thuốc độc chết (12). Nguyễn Liễu người Lý Nhân [Hà Nam] chiêu dụ người các huyện Lục Na [Hà Bắc], Vũ Lễ [Thái Nguyên] đánh quân Minh trong mấy năm. Tham nghị Nguyễn Huân vờ kết thông gia rồi dụ Liễu đến giết chết (12). Lưu Phụng đánh phá tại vùng Quảng Oai [Hà Tây], quân Minh tăng cường chinh tiễu nhưng chưa dẹp được (13). Giáp Giang nổi lên tại phủ Lạng Sơn, vẫn chưa chịu hàng phục (13). Phạm Khang chiếm cứ huyện Phù Lưu, phủ Giao Châu [huyện Phú Xuyên, Hà Tây], vẫn chưa hàng (13). Trần Nguyên Hiến chiếm châu Tam Đái [Vĩnh Phú], vẫn chưa hàng.

Vào đầu năm Trùng Quang thứ 5 [1413], sau khi cha con Phan Quí Hữu ra hàng tại Nghệ Tĩnh, thế lực vua Trùng Quang suy yếu rõ rệt; quân Minh do Đô đốc Giang Hạo chỉ huy, mở cuộc hành quân, bắt nhiều nhân vật quan trọng:

"***Ngày 17 tháng giêng năm Vĩnh Lạc thứ 11*** **[19/1/1413]**

Ngày hôm nay viên Đô đốc Thiêm sự Giang Hạo đánh giặc Giao Chỉ, đã bắt được cháu tên cầm đầu Trần Quí Khoáng là nguỵ Hầu Trần Nguyên, cùng nguỵ Thượng thư Tưởng Bá Thuỷ, nguỵ Kim Ngô Tướng quân Nguyễn Quyên, nguỵ Dực Vệ Tướng quân Trần Khoái, nguỵ Lang trung bộ Lại Lương

Duyệt, tất cả gồm 54 người." (**Minh Thực Lục Quan hệ Trung Quốc Việt Nam**, tập 1, trang 359).

Tháng 4, khi Trương Phụ đóng quân tại thành Nghệ An (14), Vua Trùng Quang sai Nguyễn Biểu (15) đến cầu phong; Biểu chửi mắng Phụ lật lọng, bị giết:

"Tháng 4, bọn Trương Phụ nhà Minh vào cướp Nghệ An. Vua ngự đến Hóa Châu, sai đái quan Nguyễn Biểu làm sứ cầu phong, mang phương vật tới Nghệ An. Trương Phụ giữ Biểu lại, Biểu tức giận mắng Phụ rằng:

'Bên trong thì mưu kế đánh chiếm, bên ngoài thì rêu rao là quân nhân nghĩa, hứa lập con cháu họ Trần, lại đặt thành quận huyện, không chỉ cướp bóc của cải châu báu, lại còn tàn hại sinh dân, thực là loài giặc dữ!'

Phụ nổi giận giết chết." **Toàn Thư**, Bản Kỷ, quyển 9, trang 22a.

Tháng 5, nhà Minh điều động thợ giỏi đến kinh đô:

"Ngày 26 tháng 5 năm Vĩnh Lạc thứ 11 24/6/1413.

Ngày Ất Tỵ, thợ Giao Chỉ hơn 130 người, cùng vợ con đến kinh đô. Mệnh ty sở quan cấp tiền, gạo, quần áo ngủ, chỗ cư trú, thuốc thang lúc bệnh. **Minh Thực Lục Quan hệ Trung Quốc Việt Nam**, tập 1, trang 361.

Sử Việt cũng xác nhận sự kiện này:

"Hoàng Phúc nhà Minh chọn lựa thợ giỏi và vợ con họ đưa về Yên Kinh để đóng thuyền." **Toàn Thư**, Bản Kỷ, quyển 9, trang 21b.

Tháng 6. Trương Phụ mang quân đánh Hóa Châu:

"Trước đây, quân của Trương Phụ kéo đến Nghệ An, Thái

bảo nhà Trần là Phan Quý Hựu xin hàng. Phụ mừng lắm, trong độ một tuần, Quý Hựu bị bệnh chết, Phụ trao cho con của Hựu là Liêu làm tri phủ Nghệ An, lại thưởng cho gia đình Liêu rất hậu. Liêu đem tình hình tướng tá nhà Trần kẻ hay người dở, núi sông trong nước chỗ hiểm chỗ bằng và số quân nhiều ít nói hết cho Phụ biết, bấy giờ Phụ mới quyết chí đánh lấy Hóa Châu. Phụ họp các tướng bàn kế đánh chiếm. Mộc Thạnh nói:

'Hóa Châu núi cao, biển rộng, chưa dễ mà lấy được đâu'.

Phụ nói:

'Tôi có sống được là ở Hóa Châu, tôi có chết cũng là ở Hóa Châu, Hóa Châu mà chưa bình định xong, thì tôi còn mặt mũi nào trông thấy chúa thượng nữa?'.

Phụ bèn đem chu sư tiến đánh Hóa Châu." **Cương Mục** - Chính Biên - Quyển 12.

Cương Mục tiếp tục chép việc Đặng Dung dùng phục binh, đột kích thuyền Trương Phụ tại cảng Sái Già, **Toàn Thư** xác nhận sử liệu này. Riêng **Minh Thực Lục** chép trận phục kích xảy ra tại sông Ái Tử, Quảng Trị; 2 bộ sử Việt nêu trên cũng đều chú thích Sái Già tức sông Ái Tử:

"Tháng 9, mùa thu. Đặng Dung, quan Bình Chương nhà Trần, đánh nhau với Trương Phụ nhà Minh ở Thái (Sái Già) cảng, quân của Đặng Dung bị tan vỡ, phải chạy. Quân của Phụ kéo đến Thuận Châu. Nguyễn Súy, Đặng Dung cùng giữ sông Thái Gia, đặt phục binh, nhân đêm đánh úp dinh Trương Phụ, Đặng Dung nhảy lên thuyền Trương Phụ toan bắt sống, nhưng không rõ hình dáng người thế nào. Phụ vội vàng nhảy xuống chiếc thuyền nhỏ, chạy thoát thân. Quân nhà Minh một lần nữa bị tan vỡ, thuyền bè, quân khí phần nhiều bị đốt

cháy và phá hủy. Lúc ấy quân của Nguyễn Súy không đến tiếp ứng ngay. Phụ thấy quân của Dung có ít, quay quân đánh quật lại. Dung bị thua, phải chạy." **Cương Mục** - Chính Biên - Quyển 12.

Minh Thực Lục chép trận phục kích xảy ra tại sông Ái Tử thời gian vào tháng chạp; đây là một chiến dịch với nhiều trận đánh tại các địa điểm khác, như núi Côn Truyền, sông Ái Mẫu nên thời gian có thể kéo dài đến 3 tháng, khiến quân chủ lực của nhà Hậu Trần hầu như bị tiêu diệt:

"Ngày 7 tháng 12 năm Vĩnh Lạc thứ 11 **[29/12/1413].**

Ngày hôm nay quan Tổng binh Giao Chỉ Anh quốc công Trương Phụ, Kiềm quốc công Mộc Thạnh ra quân dẹp giặc, khi đến châu Thuận [Quảng Trị] *bọn giặc Nguyễn Suý cho phục kích tại sông Ái Tử. Phụ dàn trận tiến, gặp giặc tại núi Côn Truyền, bèn cưỡi ngựa điều quân ép đội hình phía trái của giặc, rồi xâm nhập vào giữa trận, bắn quản tượng ngã xuống đất; tiếp tục bắn vào mũi voi, voi bèn trở lui dẫm đạp, khiến trận loạn. Bọn Chỉ huy Dương Hồng hăng hái cùng tiến, dùng cung cứng bắn khiến giặc đại bại; bọn Đô đốc Đồng tri Chu Quảng đánh mạnh vào đội hình bên phải, Phụ điều Chỉ huy Tiết Tụ tăng cường, giặc lại thua, chém Thiếu uý nguỵ Nguyễn Sơn, bắt sống Tướng quân nguỵ Phan Kính, Nguyễn Từ, Nguyễn Nguyên Hùng, Hoàng Nguyên Khả, cùng bọn Hiệu uý nguỵ Nguyễn Độ gồm 56 người và bọn giặc 870 người. Truy kích đến sông Ái Mẫu tịch thu được ấn Thái truyền cùng ấn 3 trấn Nghệ An, Tân Bình, Thuận Hoá do Nhập Nội Kiểm Hiệu Thái Truyền Phiêu Kỵ Tướng quân của Nguyễn Suý để lại; dư đảng hoàn toàn tan rã không còn tụ lại được. Em của Đặng Dung, Hương đình hầu nguỵ Đặng Thiết, bọn Kim ngô Tướng quân các vệ Phan Mộ, Phan Cần,*

Tri châu nguỵ Chế Cự Triệt tiếp tục ra hàng. Các Đại tướng nguỵ Hà Lật, Phan Khê cũng sai con đến nạp lễ xin quy phục." (**Minh Thực Lục Quan hệ Trung Quốc Việt Nam**, tập 2, trang 7.)

Các bộ cổ sử Việt Nam như **Toàn Thư**, **Cương Mục** đều cho rằng nhà Hậu Trần chấm dứt vào cuối năm Trùng Quang thứ 5 [1413]; Vua Trùng Quang, cùng Nguyễn Cảnh Dị, Đặng Dung đều bị bắt trong năm đó; **Toàn Thư** chép như sau:

"Tháng 11, bọn Nguyễn Cảnh Dị và Đặng Dung bị Trương Phụ nhà Minh bắt sống. Cảnh Dị mắng ngay vào mặt Phụ:

'Tao định giết mày, lại bị mày bắt'.

Chửi Phụ luôn miệng; Phụ giận lắm, giết Dị rồi lấy gan ăn. Vua chạy sang Lão Qua. Phụ sai người lùng bắt được, đưa đến cửa quân. Người Thuận Hóa đều hàng. Thế là nhà Trần mất." **Toàn Thư**, Bản Kỷ, quyển 9, trang 23 b.

Tuy nhiên **Minh Thực Lục** chép chi tiết và chính xác hơn; tường thuật việc tập kích và bắt sống Nguyễn Cảnh Dị, Đặng Dung, tại vùng thượng du huyện Quảng Trạch, tỉnh Quảng Bình, vào tháng 2 năm 1414, tức vào năm sau:

***"Ngày 17 tháng giêng năm Vĩnh Lạc thứ 12** [7/2/1414].*

Quan Tổng binh Anh quốc công Trương Phụ mang quân đến trang Tra Hoàng, huyện Chính Hòa [huyện Quảng Trạch, Quảng Bình] (16), *châu Chính Bình; tướng giặc là Hồ Đồng hàng. Nghe tin bọn Đặng* [Nguyễn] *Cảnh Dị, Đặng Dung, Long Hổ Tướng quân nguỵ Lê Thiềm hơn 700 tên chạy đến sách Côn Bồ, Tiêm Man; bọn Phụ tiến binh ngay đến sông La Mông. Phải theo đường núi vin cành lá mà leo lên nên đành bỏ ngựa, tướng sĩ tiếp tục đi theo. Đến sách Côn Bồ, bọn Cảnh Dị đã bỏ trốn; lại truy kích đến sách Tra Bồ Nại, bọn giặc và dân địa phương đều trốn, không biết ở chốn nào, nên làm cuộc lục soát lớn. Vào canh tư, đi trên 20 dặm, nghe tiếng trống điểm canh, Phụ sai Đô Chỉ huy Phương Chính mang quân lẳng lặng đi, đến lúc trời sáng đến phía bắc sông, tại sách Tra Bồ Cán. Giặc lập trại tại bờ phía nam, quan quân vượt sông vây đánh. Giặc chống không nổi, tên bắn liên tiếp trúng, Cảnh Dị bị thương tại sườn, bắt được. Đặng Dung trốn, Phương Chính mang quân truy lùng bắt được, cùng với em là Đặng Nhuệ. Bắt hết bọn giặc Lê Thiềm, tịch thu ấn ngụy của Cảnh Dị. Cảnh Dị bị thương nặng, bị róc thịt lấy thủ cấp, áp giải cùng anh em Đặng Dung đến kinh đô; tất cả đều bị xử chém để làm răn."* (**Minh Thực Lục Quan hệ Trung Quốc Việt Nam**, tập 2, trang 8)

Quân Minh tiếp tục truy kích, chỉ 2 ngày sau bọn Chỉ huy Tiết Tụ, Đô đốc Chu Quảng bắt được Nguyễn Súy và gia thuộc tại huyện Vĩnh Linh, phía bắc tỉnh Quảng Trị:

"*Ngày 19 tháng giêng năm Vĩnh Lạc thứ 12* [9/2/ 1414].

Ngày hôm nay quan Tổng binh Giao Chỉ Anh quốc công Trương Phụ sai Chỉ huy Tiết Tụ truy lùng đầu sỏ giặc Nguyễn Súy tại Nam Linh [Vĩnh Linh, Quảng Trị] (17), *bắt được. Trước đó điệp báo cho biết Súy trốn tại Xiêm Man, Phụ sai bọn Đô đốc Chu Quảng mang binh truy bắt. Quảng hành quân qua lại vùng Xiêm Man, vào các rừng núi nơi quan ải bắt được gia thuộc của Súy, cùng gia thuộc đồng đảng Đặng Dung, Trần Quí Khoách. Bọn Súy chạy trốn sang châu Nam Linh thuộc Thổ quan Nguyễn Trà Vựng, lúc này quân đi thuyền của Tụ ập tới bắt được, bèn giết Trà Vựng để làm răn."* (**Minh Thực Lục Quan hệ Trung Quốc Việt Nam**, tập 2, trang 9)

Trương Phụ sai Đô chỉ huy Sư Hữu tiếp tục truy đuổi Vua Trùng Quang sang tận nước Ai Lao; cuối cùng vào tháng 3, bắt được:

"***Ngày 10 tháng 3 năm Vĩnh Lạc thứ 12*** **[31/3/1414].**

Đô Chỉ huy Sư Hữu bắt được đầu đảng giặc, Trần Quí Khoách, tại Lão Qua. Trước đó quan Tổng binh Anh quốc công Trương Phụ bắt đảng giặc tại La Nhân, sách Tra Bồ cán; Quí Khoách chạy về núi Hàng Bài, Nghệ An, bèn sai Sư Hữu đến bắt. Quí Khoách thế cùng chạy sang Lão Qua. Hữu mang quân truy bắt, Lão Qua xin tự bắt Quí Khoách để dâng hiến; Phụ nhân đó sai người mang hịch đến đòi, vẫn sai Hữu mang binh vào lãnh thổ Lão Qua. Hữu tiến qua 3 quan ải tại Lão Qua, đến Kim Lăng Cá Man, chúng bỏ đi để lại Quí Khoách cùng vợ con tại sách Cập Mông, đất Nam Ma, quan quân bắt trói mang về. Em Quí Khoách là Quí Cữu xưng ngụy Tướng quốc Hoan quốc vương gây loạn tại châu Tĩnh An, lúc này nghe tin Quí Khoách đã bị bắt, bèn mang thuyền chạy ra biển, bị bọn Chỉ huy vệ Trấn Di, Lý Giám, đánh đuổi đến cửa biển Đa Ngư [cửa Văn Úc, Hải Phòng], *Cữu và em là Công chúa ngụy đều bị bắt; đảng giặc được bình định."* (**Minh Thực Lục Quan hệ Trung Quốc Việt Nam**, tập 2, trang 9)

Nhà Hậu Trần phấn đấu trong vòng 8 năm, cha con Đặng Tất, Đặng Dung đều hết lòng giúp nước phò 2 vua; tuy không thành công, nhưng lòng trung liệt cũng đủ làm cho người đời sau tưởng nhớ đến; bởi vậy hiện nay còn có đền thờ ở quê nhà, tại huyện Can Lộc, tỉnh Hà Tĩnh. Đặng Dung có làm bài thơ **Thuật Hoài** diễn tả tấm lòng trung trinh sắt đá của mình; và nói thay cho cả một thế hệ lỡ thời, không may bị thất bại:

Thế sự du du nại lão hà!
Vô cùng thiên địa nhập hàm ca
Thời lai đồ điếu thành công dị
Sự khứ anh hùng ẩm hận đa
Trí chủ hữu hoài phù địa trục
Tẩy binh vô lộ vãn thiên hà
Quốc thù vị phục đầu tiên bạch
Kỷ độ long tuyền đái nguyệt ma!

Sử gia Trần Trọng Kim dịch như sau:

Việc đời bối rối tuổi già vay
Trời đất vô cùng một cuộc say
Bần tiện gặp thời lên cũng dễ
Anh hùng lỡ bước ngẫm càng cay
Vai khiêng trái đất mong phò chúa
Giáp gột sông trời khó vạch mây
Thù trả chưa xong đầu đã bạc
Gươm mài bóng nguyệt biết bao rày!

Chú thích:

1. Bằng Tường: nay thuộc huyện Bằng Tường, tỉnh Quảng Tây, sát ải Nam Quan.

2. Long Châu: vị trí gần biên giới Việt Nam, nay thuộc

huyện Long Châu, Sùng Tả thị, tỉnh Quảng Tây.

3. Phủ Thái bình đời Minh vị trí tại sông Tả Giang, gần biên giới Việt Nam; Bằng Tường, Long Châu nằm trong phủ này.

4. Châu Khâm, Trung Quốc vị trí giáp với tỉnh Quảng Ninh, Việt Nam.

5. Lỗ Giang: Theo **Cương Mục**, Lỗ Giang thuộc huyện Nam Xang, Hà Nội; nay thuộc huyện Lý Nhân, tỉnh Hà Nam.

6. Dẫn theo Trịnh Vĩnh Thường, **Chinh Chiến Dữ Khí Thủ: Minh Đại Trung Việt Quan Hệ Nghiên Cứu**, Đài Nam, Quốc Lập Thành Công Đại Học xuất bản tổ, trang 85-87.

7. **Toàn Thư**, Bản Kỷ, quyển 9, trang 15b.

8. Trai hoc sinh: Đời Trần học sinh chia làm ba bậc là thượng trai, trung trai và hạ trai.

9. **Chinh Chiến Dữ Khí Thủ: Minh Đại Trung Việt Quan Hệ Nghiên Cứu**, sđd, trang 88-89.

10. Mão, từ 5 giờ đến 7 giờ sáng. Tỵ, từ 9 giờ đến 11 giờ sáng.

11. Huyện Thổ Hoàng tức huyện Hương Khê, Hà Tĩnh. Sông Ác còn gọi là sông Sâu, tên chữ là Thâm Giang, cũng tại huyện này.

12. **Toàn Thư**, Bản Kỷ, quyển 9, trang 21a.

13. **Chinh Chiến Dữ Khí Thủ: Minh Đại Trung Việt Quan Hệ Nghiên Cứu**, sđd, trang 89-90.

14. Thành Nghệ An: Tại ngã ba sông Lam và sông La, chỗ giáp giới 2 tỉnh Hà Tĩnh và Nghệ An, người địa phương gọi

là Rú Thành.

15. Nguyễn Biểu: Người đất Bình Hồ, La Sơn, tỉnh Hà Tĩnh hiện nay.

16. Chính Hòa: theo Đào Duy Anh, Đ. N. V. N. Q. C. Đ. trang 158, huyện Chính Hòa tương đương với huyện Quảng Trạch tỉnh Quảng Bình ngày nay.

17. Theo **Đ. N. V. N. Q. C. Đ.** châu Nam Linh đời Minh tức huyện Vĩnh Linh, tỉnh Quảng Trị ngày nay.

71.
Thời quân Minh tạm chiếm [1414-1417]

Sau khi Trương Phụ đặt chân đến vùng Quảng Trị, Quảng Bình, đánh dẹp xong nhà Hậu Trần; tham vọng xâm lăng của y hướng tới Chiêm Thành tại phía nam. Thời Hồ Quí Ly, lãnh thổ nước ta mở mang đến tận 4 châu Thăng [bắc Quảng Nam], Hoa [nam Quảng Nam], Tư [bắc Quảng Ngãi], Nghĩa [nam Quảng Ngãi]; lúc quân Minh đánh nhà Hồ, Chiêm Thành mượn cớ giúp Minh, nhân thời cơ chiếm lại 4 châu. Đến đây Trương Phụ bèn giành lại 4 châu và cho đặt quan cai trị:

"***Ngày 27 tháng 3 năm Vĩnh Lạc thứ 12*** **[16/4/1414].**

Ngày hôm nay lập 4 châu Thăng, Hoa, Tư, Nghĩa; tất cả đều lệ thuộc phủ Thăng Hoa. Phủ này ở phía nam Hóa Châu, gồm 11 huyện bao gồm cả Lê Giang. Vì giặc họ Lê lấy đất này của Chiêm Thành, để cho bọn Nguyễn Súy, Hồ Cụ, Đặng Cảnh Dị, Đặng Dung trông coi. Đến lúc bọn Nguyễn Súy làm phản, Chiêm Thành lại sai người cai quản. Nay bọn nổi loạn đã bị bắt, quan Tổng binh Anh quốc công Trương Phụ cùng Kiềm quốc công Mộc Thạnh bàn lập lại 4 châu, theo thể chế giao cho những người xin hàng gồm Nguyễn Nhiêu, Dương Mộng Tùng, Phạm Công Nghị, Nguyễn Kiệm chức Tri châu; Hồ Giao, Trương Nguyên Chú, Vũ Chinh, Phạm Phưởng chức Đồng tri; lại gửi thư cho Chiêm Thành Sứ giả biết về việc xếp đặt này; cùng tâu trình về triều. Hoàng thái tử chấp thuận." (**Minh Thực Lục Quan hệ Trung Quốc Việt Nam**, tập 2, trang 12)

Lúc này Vua Minh không còn o bế Chiêm Thành như trước, nghiêm khắc răn đe Chiêm Ba Đích Lại gây hấn với nước Chân Lạp phương nam:

"***Ngày 11 tháng 3 năm Vĩnh Lạc thứ 12*** **[1/4/1414]**

Sai bọn Phụng ngự Chúc Nguyên đi sứ nước Chân Lạp. Trước đây Chân Lạp sai người cống sản vật địa phương, tâu rằng nước này mấy lần bị Chiêm Thành xâm lược. Viên Sứ giả lưu tại kinh sư lâu, đến nay Thiên tử sai bọn Nguyên đưa về, cùng ban cho Quốc vương Chân Lạp Tham Liệt Chiêu Bình Nha lụa, tiền. Riêng ban sắc răn Quốc vương Chiêm Thành Chiêm Ba Đích Lại phải an phận theo lẽ phải, giữ yên bờ cõi, hòa mục với lân bang." (**Minh Thực Lục Quan hệ Trung Quốc Việt Nam**, tập 2, trang 12)

Trầm trọng hơn, Thượng thư Trần Hiệp tố cáo Chiêm Thành cấu kết với nhà Hậu Trần, xin mang quân đi chinh phạt; tuy nhiên Vua Minh chỉ nghiêm khắc cảnh cáo Chiêm Ba Đích Lại:

"***Ngày 13 tháng 11 năm Vĩnh Lạc thứ 13*** **[29/12/1415]**

Thượng thư bộ Binh Trần Hiệp tâu rằng lúc triều đình mang binh dẹp giặc họ Lê cùng Trần Quí Khoáng, Quốc vương nước Chiêm Thành Chiêm Ba Đích Lại tuy tuân triều mệnh mang binh sang trợ giúp; nhưng y âm mưu hai lòng, coi bọn chúng như môi với răng để hòng nương dựa. Y trông chờ nhìn ngó tình hình, không tiến quân đúng hẹn, lúc đến Hóa Châu thì ra sức cướp bóc. Lại đưa vàng, vải vóc, voi trận tư cấp cho Quí Khoáng, Khoáng mang con gái họ Lê đem cho; còn dung nạp cậu Quí Khoáng là Trần Ông Đình, em của Đặng Dung là Đặng Đoàn cùng trai gái hơn 3 vạn người. Y xâm đoạt phủ Thăng Hoa gồm 4 châu 11 huyện, lại cướp bóc nhân dân, tội dưới Quí Khoáng một bậc mà thôi. Phàm có tội phải trừng trị, xin phát binh chinh phạt.

Thiên tử cho rằng vừa bình định xong, dân mới được yên nghiệp, không nỡ mang quân đi đánh nước man di xa xôi. Chỉ sai sứ sang dụ Chiêm Ba Đích Lại rằng nước ngươi từ lâu bị An Nam độc hại, mấy lần xin phát binh tiễu trừ, Trẫm đã mệnh đem quân bình định, chia nước này thành quận huyện. Ngươi Đích Lại, đáng cảm tạ ân đức, yên phận để giữ đất phong, nếu ăn ở hai lòng trái đạo trời, không chăm sóc kẻ dưới, không chịu trả lại đất An Nam, thì hãy trông bánh xe đổ trước mắt, xem đó để làm răn!" (**Minh Thực Lục Quan hệ Trung Quốc Việt Nam**, tập 2, trang 27)

Rút kinh nghiệm về các cuộc nổi dậy thường dựa vào vùng đất miền bắc Trung Phần làm cơ sở, và nhằm sẵn sàng trấn áp Chiêm Thành; Trương Phụ cho tăng cường quân sự, đặt thêm các vệ, sở, tại nơi này:

"***Ngày 9 tháng 6 năm Vĩnh Lạc thứ 12* [24/6/1414]**

Ngày hôm nay đặt tại Giao Chỉ 3 vệ Nghệ An, Tân Bình, Thuận Hóa; đặt Diễn Châu Thủ Ngự Thiên hộ sở, Nghệ An vệ Nam Tĩnh Thiên hộ sở. Lúc bấy giờ Anh quốc công Trương Phụ cho rằng 4 phủ tiếp giáp với Lão Qua, Chiêm Thành, Xiêm Man; đất đai rộng lớn, dân chúng đông đúc cần phải khống chế. Cùng bàn bạc với Kiềm quốc công Mộc Thạnh cho đặt sở, vệ tại các phủ. Căn cứ vào sổ hộ tịch bắt lính, cho Thổ quan chỉ huy Thiên hộ, xin cấp ấn tín; được Hoàng Thái tử chấp thuận." (**Minh Thực Lục Quan hệ Trung Quốc Việt Nam**, tập 2, trang 12)

Về vua tôi nhà Hậu Trần sau khi bị bắt; Trương Phụ cho áp giải bằng xe tù, đưa về kinh đô:

"***Ngày 9 tháng 5 năm Vĩnh Lạc thứ 12* [27/5/1414]**

Quan Tổng binh Giao Chỉ Tân thành hầu Trương Phụ cho áp giải bằng xe tù đầu đảng giặc gồm ngụy Hoàng đế nước Đại Việt Trần Quí Khoáng, ngụy Phiêu kỵ Đại tướng quân đặc tiến Khai phủ nghi đồng Tam ty nhập nội kiểm hiệu Thống chính thái truyền bình chương sự Thượng trụ quốc Khai quốc trung vũ công Nguyễn Súy, cùng 9 ấn tín ngụy và gia thuộc các tên giặc; tất cả đưa về kinh." (**Minh Thực Lục Quan hệ Trung Quốc Việt Nam**, tập 2, trang 11)

Sử Trung Quốc chép sau khi áp giải đến kinh đô, vua tôi nhà Hậu Trần đều bị tru lục:

"***Ngày 2 tháng 8 năm Vĩnh Lạc thứ 12* [16/8/1414]**

Quan Tổng binh Giao Chỉ Anh quốc công Trương Phụ cho người đem đầu đảng giặc Trần Quí Khoáng, Nguyễn Súy đến kinh đô; bọn chúng chịu tội tru lục." (**Minh Thực Lục Quan hệ Trung Quốc Việt Nam**, tập 2, trang 12)

Tuy nhiên sử Việt, cả 2 bộ **Toàn Thư** và **Cương Mục** đều chép rằng Vua Trùng Quang và Đặng Dung nhảy xuống nước chết; Nguyễn Súy dùng bàn cờ đánh người lính canh, rồi cũng nhảy xuống sông chết:

"*Trương Phụ đã bắt được Đế Quý Khoáng và Dung, Súy, bèn dẫn quân về thành Đông Quan, sai người đưa vua tôi Quý Khoáng sang Yên Kinh. Khi đi đến giữa đường, Đế Quý Khoáng nhảy xuống sông chết; Dung nhảy theo. Duy còn Súy bị người lính canh bắt giữ lại, Sùy bèn ngày ngày cùng người lính canh đánh cờ, dần dà làm thân, sau lấy bàn cờ đánh chết người canh, rồi cũng nhảy xuống sông chết."* **Cương Mục**, Chính Biên, quyển 12.

Sau khi đánh dẹp xong cuộc khởi nghĩa của nhà Hậu Trần; Trương Phụ, Mộc Thạnh trở về nước; nhưng chỉ nửa năm sau Trương Phụ lại được điều sang lần thứ 4, lãnh ấn Chinh di tướng quân, thống lãnh quan binh Giao Chỉ:

"***Ngày 8 tháng 9 nhuần năm Vĩnh Lạc thứ 12*** **[21/10/1414]**

Quan Tổng binh Giao Chỉ Anh quốc công Trương Phụ, Kiềm quốc công Mộc Thạnh cho rằng phản tặc tại Giao Chỉ đã bình, ủy quyền Đô chỉ huy Chu Huy, Liêu Xuân suất quan quân 5000 người lưu tại Giao Chỉ phòng ngự. Bọn Phụ mang quân trở về." (**Minh Thực Lục Quan hệ Trung Quốc Việt Nam**, tập 2, trang 14)

"***Ngày 1 tháng 4 năm Vĩnh Lạc thứ 13*** **[9/5/1415]**

Mệnh Anh quốc công Trương Phụ đeo ấn Chinh Di Tướng quân thống lãnh quan binh trấn Giao Chỉ." (**Minh Thực Lục Quan hệ Trung Quốc Việt Nam**, tập 2, trang 19)

Bấy giờ nhà Minh chủ trương bóc lột, vơ vét nặng nề; cứ 1 mẫu đất bắt khai thành 3 mẫu; theo quy định mới 1 mẫu thu 5 thăng thóc; đất trồng dâu, 1 mẫu thu 1 lạng tơ:

"***Tháng 10 năm Vĩnh Lạc thứ 12*** **[11/1414].**

Nhà Minh bắt khai số ruộng và đất trồng dâu, trưng thu lương thực, tơ tằm. Mỗi hộ 1 mẫu thì bắt khai thành 3 mẫu. Đến sau xét hộ khẩu tăng hàng năm, định số ruộng mỗi hộ là 10 mẫu [nghĩa là mỗi mẫu chỉ có 3 sào, 10 mẫu thực ra chỉ có

3 mẫu]. *Mỗi mẫu thu 5 thăng* [thăng = lít] *thóc, đất bãi mỗi hộ một mẫu thu 1 lạng tơ, mỗi cân tơ dệt được 1 tấm lụa."* **Toàn Thư**, Bản Kỷ, quyển 9, trang 26a.

Muối do quan lại nhà Minh quản lý, bán cho thương gia lấy vàng, hoặc bạc nén:

"***Ngày 23 tháng 4 năm Vĩnh Lạc thứ 13* [31/5/1415]**

Ty Bố chánh Giao Chỉ tâu rằng đã triệu tập thương gia đến, hứa cho dùng vàng, bạc, tiền đồng để đổi muối. Rồi bộ Hộ quy định một lượng vàng cấp 30 dẫn (1) muối [1 dẫn = 300 cân]; *1 lượng bạc, hoặc 2500 đồng tiền cấp 3 dẫn. Nay chấp nhận."* (**Minh Thực Lục Quan hệ Trung Quốc Việt Nam**, tập 2, trang 21)

Thời Giản Định Đế và Vua Trùng Quang khởi nghĩa, do tình hình chiến sự, tạm thời đóng cửa các mỏ vàng tại Nghệ An. Diễn Châu; nay cho khai thác trở lại:

"***Ngày 10 tháng 7 năm Vĩnh Lạc thứ 14* [2/8/1416]**

Cho đặt lại 2 cục mỏ vàng tại trấn Vọng Giang, Diễn Châu và trấn Lâm An phủ Nghệ An. Trước đây dân Man không yên nên hai cơ sở này đóng không hoạt động, nay cho thiết lập lại." (**Minh Thực Lục Quan hệ Trung Quốc Việt Nam**, tập 2, trang 33)

Sử Việt xác nhận nhà Minh sai hoạn quan sang nước ta trông coi các hầm mỏ, bãi muối; bắt dân ta đãi vàng, bạc; mò trân châu, săn voi v.v...:

"*Minh Vĩnh Lạc năm thứ 13,* [1415]. *Mùa thu, tháng 8, nhà Minh khám thu các mỏ vàng, bạc, mộ phụ đãi nhặt vàng bạc và bắt voi trắng, mò trân châu. Thuế khóa nặng, vơ vét nhiều, dân chúng điêu đứng. Bãi muối ven biển cấm dân mua bán riêng, sai nội quan* [hoạn quan] *coi giữ cả. Lại đặt chức cục sứ và phó của từng bãi muối để chia nhau trông coi. Các phủ, châu, huyện đều đặt phó sứ ty Thuế khóa và sở Hà bạc (2).*" **Toàn Thư**, Bản Kỷ, quyển 9, trang 26a.

Trần Nguyệt Hồ nổi dậy cùng thời với Giản Định Đế [1407]; kéo dài mãi đến thời Trương Phụ sang lần thứ 4, y mang đại quân truy kích từ Thanh Hoá đến huyện Xích Thổ, tỉnh Ninh Bình mới dẹp được:

"***Ngày 1 tháng 10 năm Vĩnh Lạc thứ 13*** [2/11/1415]

Tên phản loạn Trần Nguyệt Hồ tại Giao Chỉ bị giết. Trước đó Nguyệt Hồ tụ tập dân địa phương tại Lỗi Giang, Thanh Hoá làm loạn, tự xưng Vương Nguyệt Hồ. Gặp lúc Anh quốc công Trương Phụ tới Giao Chỉ tiến binh tiễu trừ. Giặc thua chạy, bèn truy kích đến trấn Đại Quan [Thiên Quan?], *huyện Xích Thổ* [Ninh Bình], *bắt được Nguyệt Hồ; bèn giải về kinh sư tru lục. Bọn đồ đảng Quách Nguyên Khánh tiếp tục bị giết, bọn giặc còn lại được bình định.*" (**Minh Thực Lục Quan hệ Trung Quốc Việt Nam**, tập 2, trang 26)

Trấn áp bằng bạo lực, các cuộc nổi dậy càng dấy lên không ngớt, lòng dân tỏ ra không phục; Vua Minh bèn thay đổi chính sách, sử dụng tôn giáo văn hóa, kèm với bạo lực, để mua chuộc. Thực hiện chính sách này, Thượng thư Hoàng Phúc được lệnh đưa bọn nhà nho, nhà sư, đạo sĩ, thầy thuốc, thầy tướng sang Nam Kinh huấn luyện, rồi giao chức quan, để đưa về nước dùng:

"*Tháng 9-10/1415, Hoàng Phúc nhà Minh sai quan áp giải đích thân những bọn nho học, thầy thuốc, thầy tướng số, nhà sư, đạo sĩ đưa về Yên Kinh trao cho quan chức rồi đưa về các nha môn làm việc. Lại ra lệnh cho các quan ty sở tại cấp cho tiền đi đường và người bạn tống, nếu không sẽ bị trừng trị; dọc đường phải cấp cơm ăn và tiền đi đường."* **Toàn Thư**, Bản Kỷ, quyển 9, trang 26b

Hơn 6 tháng sau, khi nhân lực tập trung đầy đủ; cho lập 93 ty nho học, 46 ty Âm dương, 49 ty Y học, tại các phủ, châu, huyện. Rtêng về Phật giáo lập 75 ty Tăng cang, Tăng chính, Tăng hội; về Đạo giáo lập 58 ty Đạo kỷ, Đạo chính, Đạo hội, tại các phủ, châu, huyện. Đây là mặt trận tư tưởng, bủa lưới ra rất rộng; với tham vọng mọi người An Nam đều nằm trong mặt trận này, để dễ bề khống chế:

"Ngày 15 tháng 5 năm Vĩnh Lạc thứ 14 [11/6/1416]

Thiết lập các ty Nho Học, cùng Âm Dương, Y Học, Tăng Cang, Đạo Kỷ tại các phủ, châu, huyện thuộc Giao Chỉ.

Lập 12 ty Nho Học tại các phủ: Giao Châu, Bắc Giang, Kiến Bình, Lạng Giang, Phụng Hóa, Kiến Xương, Trấn Man, Tân An, Thuận Hóa, Tam Giang, Thái Nguyên, Tuyên Hóa.

Lập 19 ty Nho Học tại các châu: Qui Hóa, Ninh Hóa, Tam Đái, Từ Liêm, Phúc An, Vũ Ninh, Bắc Giang, Trường Yên, Lạng Giang, Hồng, Khoái, Thanh Hoá, Ái, Đông Triều, Hạ Hồng, Nam Sách, Thao Giang, Đà Giang, Tuyên Giang.

Lập 62 ty Nho Học tại các huyện: Từ Liêm, Thạch Thất, Bình Lục, An Lạc, Lập Thạch, Phù Ninh, Thanh Đàm, Phù Lưu, Gia Lâm, Siêu Loại, Từ Sơn, Đông Ngàn, Thiện Thệ, Tế Giang, Thiện Tài, Đại Loan, Vọng Doanh, Thanh Viễn, Phượng Sơn, Bình Hà, Bảo Lộc, An Ninh, Cổ Lũng, Đường An, Tây Chân, Giao Thủy, Chân Lợi, Bố, Kiến Xương, Phù Dung, Đông Kết, Vĩnh Cô, Thái Bình, Thủy Đường, Cổ Phí, An Lão, Đồng Lợi, Thanh Miện, Chí Linh, An Định, Lương Giang, Ma Khê, Thanh Ba, Hạ Hoa, Tây Lan, An Định, Ty

Nông, Vĩnh Thông, Động Hỷ, Vũ Lễ, Đương Đạo, Văn An, Khoáng, Dương, Để Giang, Ất Bình, Thu Vật, Mông, Ma Lung, An Lập.

Lập 6 ty Âm Dương Học tại các phủ: Lạng Giang, Kiến Xương, Trấn Man, Tân An, Tam Giang, Thái Nguyên.

Lập 14 ty Âm Dương Học tại các châu: Qui Hóa, Phúc An, Từ Liêm, Bắc Giang, Vũ Ninh, Gia Lâm, Lạng Giang, Thượng Hồng, Khoái, Đông Triều, Hạ Hồng, Nam Sách, Đà Giang, Vạn Nhai.

Lập 26 ty Âm Dương Học tại các huyện: Thạch Thất, Ứng Bình, Thiện Tài, An Ninh, Bình Hà, Bảo Lộc, An Ninh, Đường An, Đa Cẩm, Chân Lợi, Bố, Phù Dung, Đông Kết, Hiệp Sơn, Thủy Đường, Cổ Phí, An Lão, Chí Linh, Ma Khê, Thanh Ba, Hạ Hoa, Cổ Nông, Đương Đạo, Dương, Để Giang, Bình Nguyên.

Lập 5 ty Y học tại các phủ, gồm: Kiến Xương, Trấn Man, Tân An, Thái Nguyên, Tuyên Hóa.

Lập 13 ty Y Học tại các châu, gồm: Gia Hưng, Tam Đái, Oai Man, Bắc Giang, Gia Lâm, Lạng Giang, Thượng Hồng, Đông Triều, Hạ Hồng, Thao Giang, Đà Giang, Tuyên Giang.

Lập 31 ty Y Học tại các huyện, gồm: Ma Lung, An Lập, Thủy Vĩ, Tượng, Thanh Oai, Ứng Bình, Tế Giang, Thiện Tài, Vọng Doanh, Đại Loan, Thanh Viễn, Bình Hồ, Thanh An, Đa Cẩm, An Ninh, Cổ Lũng, Thuận Vi, Thái Bình, Chân Lợi, Thị, Mỹ Dung, Đông Kết, Vĩnh Cô, An Lão, Thủy Đường, Thanh Miện, Ma Khê, Thanh Ba, Hạ Bình, Cổ Nông, Thu Vật.

Lập 3 ty Tăng Cang tại các phủ, gồm: Tân An, Thanh Hoá, Thái Nguyên.

Lập16 dẫn Tăng Chính tại các châu: Gia Hưng, Quảng Oai, Qui Hóa, Bắc Giang, Trường Yên, Lạng Giang, Thượng Hồng, Khoái, Đông Triều, Hạ Hồng, Thanh An, Cửu Chân, Thao Giang, Đà Giang, Tuyên Hóa, Thất Nguyên.

Lập 56 ty Tăng Hội tại các huyện: Từ Châu, Phù Ninh, An Lạc, Lập Thạch, Thạch Thất, Thanh Oai, Thanh Đàm, Phù Lưu, Gia Lâm, Siêu Loại, Từ Sơn, Đông Ngàn, Thiện Thệ, Tế Giang, Thiện Tài, Đại Loan, Vọng Doanh, An Bản, Bình Hòa, Bảo Lộc, An Ninh, Đường An, Đa Cẩm, Thuận Vi, Tây Chân, Mỹ Lộc, Chân Lợi, Bố, Kiến Xương, Phù Dung, Thúc Kết, Đa Dị, Cổ Lan, Đình Hà, Thái Bình, Hiệp Sơn, Thủy Đường, Cổ Phí, Tây Kỳ, Đồng Lợi, Thanh Miện, Chí Linh, An Định, Đông Sơn, Lương Giang, Ma Khê, Thanh Ba, Hạ Hoa, Cổ Nông, Phú Lương, An Định, Đương Đạo, Khoáng Dương, Thu Vật, Mỹ Lương.

Lập 6 Đạo Kỷ tại các phủ: Kiến Xương, Trấn Man, Tân An, Thanh Hoá, Thái Nguyên, Tuyên Hóa.

Lập15 ty Đạo Chính tại các châu: Qui Hóa, Phúc An, Lợi Nhân, Từ Liêm, Vũ Ninh, Bắc Giang, Gia Lâm, Trường An, Thượng Hồng, Khoái, Đông Triều, Hạ Hồng, Nam Sách, Thao Giang, Đà Giang.

Lập 37 ty Đạo Hội tại các huyện: Từ Liêm, Lập Thạch, Thanh Đàm, Thanh Oai, Gia Lâm, Siêu Loại, Từ Sơn, Đông Ngạn, Thiện Thệ, Thiện Tài, Vọng Doanh, An Bản, Lê Bình, Bình Hà, Bảo Lộc, Đường An, Mỹ Lộc, Tây Chân, Phù Dung, Quả Kết, Đại Bình, Thủy Đường, Hữu Phí, An Lão, Tây Kỳ, Thanh Miện, Chí Linh, Ma Khê, Thanh Ba, Hạ Hoa, An Định, Đương Đạo, Văn An, Khoáng, Ất, Đại Loan, Thu Vật." (**Minh Thực Lục Quan hệ Trung Quốc Việt Nam**, tập 2, trang 29

Qua văn bản ngày 2 tháng 4 năm Vĩnh Lạc thứ 8 [5/5/1410], Thượng thư Hoàng Phúc tâu xin dùng con đường mới từ thành Hà Nội theo đường thủy đến huyện Linh Sơn, Quảng Tây; rồi qua 3 trạm dịch đường bộ đến sông Uất tại huyện Hoành [Heng county, Quảng Tây]; đường này ngắn, giảm được một nữa. Nay Trương Phụ tâu thêm, Vua Thái Tông chấp nhận cho thực hiện:

"NGÀY 19 THÁNG 5 NĂM VĨNH LẠC THỨ 14 [14/6/1416]

Quan Tổng binh Giao Chỉ Anh quốc công Trương Phụ tâu rằng từ trạm dịch Thiên Nhai thuộc châu Khâm, tỉnh Quảng Đông qua cảng Miêu Vĩ đến Thông Luân, Phí Đào theo ngã huyện Vạn Ninh đến Giao Chỉ phần lớn do đường thủy, đường bộ chỉ có 291 dặm [1dặm=500 mét]. *Đường cũ bắc Khâu Ôn gần Thất Dịch; nên lập cả trạm đường thủy và trạm ngựa để tiện việc đi lại. Thiên tử chấp thuận.*

Rồi cho lập 2 trạm đường thủy tại Phòng Thành (3) và Phật Đào tại châu Khâm tỉnh Quảng Đông; lập 3 sở chuyển vận tại Ninh Việt, Dõng, Luân; lập ty tuần kiểm tại Phật Đào; lập 2 trạm mã dịch tại Long Môn, An Viễn huyện Linh Sơn, lập 2 sở chuyển vận tại An Hà, Cách Mộc. Tại huyện Đồng Yên [đông bắc tỉnh Quảng Ninh], *châu Tĩnh An, Giao Chỉ lập trạm dịch đường thủy cùng sở chuyển vận tại Đồng Yên; lập trạm dịch đường thủy cùng sở chuyển vận tại Vạn Ninh, huyện Vạn Ninh* [huyện Đầm Hà, Quảng Ninh]; *lập 3 trạm dịch đường thủy tại Tân Yên thuộc huyện Tân Yên* [Tiên Yên, Quảng Ninh], *Yên Hòa thuộc huyện Yên Hòa* [Yên Hưng, tỉnh Quảng Ninh] *và Đông Triều thuộc châu Đông Triều; lập trạm dịch đường thủy cùng sở vận chuyển tại Bình Than, huyện Chí Linh* [tỉnh Hải Dương]; *lập trạm dịch đường thủy tại Từ Sơn, thuộc huyện Từ Sơn* [tỉnh Bắc Ninh]. *Các trạm ngựa tại Thiên Nhai thuộc châu Khâm, Quảng Đông; Gia Lâm thuộc huyện Gia Lâm; sông Lô phủ Giao Châu. Các trạm ngựa tại Quảng Châu, Khâm Châu, Thiên Nhai đều lập thêm trạm đường thủy. Trạm đường thủy Châu Môn, Hoành Châu lệ thuộc vào phủ Nam Ninh, Quảng Tây. Cho thiết lập Thiên hộ sở thủ ngự tại Tân An, Giao Chỉ.*" (**Minh Thực Lục Quan hệ Trung Quốc Việt Nam**, tập 2, trang 32)

Sử Việt cũng chép tổng quát tương tự:

"*Nhà Minh mở đường thủy Vĩnh An, Vạn Ninh, đặt trạm đón chuyển đường thủy đến thẳng Khâm Châu. Lại đặt trạm chạy ngựa đến thẳng Hoành Châu.*" **Toàn Thư**, Bản Kỷ, quyển 9, trang 26b.

Trương Phụ lãnh ấn Chinh Di tướng quân sang An Nam lần thứ 4, chỉ được hơn 1 năm, thì được lệnh trở về nước gấp:

"***Ngày 19 tháng 11 năm Vĩnh Lạc thứ 14*** **[7/12/1416]**

Sắc dụ quan Tổng binh Anh quốc công Trương Phụ theo đường dịch trạm về kinh gấp." (**Minh Thực Lục Quan hệ Trung Quốc Việt Nam**, tập 2, trang 38)

Sử Việt tiết lộ thêm, tay chân thân cận của Minh Thái Tông là viên Hoạn quan Mã Kỳ, được cử đi dò xét tại An Nam; tâu mật rằng Trương Phụ chọn thành phần khỏe mạnh lập đạo quân cận vệ gọi là Vi tử thủ; nhà Vua nghi ngờ Phụ có ý đồ khác nên gọi về nước gấp:

"***Minh Vĩnh Lạc năm thứ 15,*** **[1417]**. *Nội quan nhà Minh là Mã Kỳ tâu rằng Tổng binh Trương Phụ ở Giao Chỉ chọn lấy những thổ nhân mạnh khỏe can đảm làm vi tử thủ, vua Minh nghi ngờ, gọi Phụ về, sai Phong Thành hầu Lý Bân với chức*

Tổng binh Chinh Di tướng quân sang thay Phụ trấn giữ." **Toàn Thư**, Bản Kỷ, quyển 9, trang 28a.

Gọi Trương Phụ về, sai Lý Bân thay thế; Vua Minh ân cần ban chiếu dụ cho Bân, cùng sai Thượng thư Trần Hiệp tiếp tục làm tham mưu phụ tá:

"***Ngày 10 tháng 2 năm Vĩnh Lạc thứ 15*** [26/2/1417]

Mệnh Phong thành hầu Lý Bân đeo ấn Chinh Di Tướng quân sung chức Tổng binh sang trấn Giao Chỉ. Chiếu dụ Bân rằng:

'Giao Chỉ vốn là đất Trung Quốc, dân này là con đỏ của triều đình, Trẫm lo lắng chiêu phủ, cần cù trong sớm tối. Ngươi phục vụ tại các nước chư hầu đã lâu, tính tình trung hậu cẩn thận; bụng ta ưng ý. Nay ta giao cho việc trọng đại, nên bắt chước tướng giỏi đời xưa, gần gũi với hiền nhân quân tử, thẩm lượng thời cơ, trù hoạch có phép tắc, để hoàn thành tốt sự ủy nhiệm của Trẫm.'

Sắc Thượng thư bộ Binh Trần Hiệp rằng:

'Nay mệnh Phong thành hầu Lý Bân đến bình định Giao Chỉ, coi sóc binh dân. Ngươi biết rành nhân tình xứ này, hãy lưu tại đây làm tham mưu cho đến khi được triệu về." (**Minh Thực Lục Quan hệ Trung Quốc Việt Nam**, tập 2, trang 41)

Phong thành hầu Lý Bân nhậm chức chưa được nửa năm, xảy ra cuộc nội loạn lớn; các quan người An Nam trong chính quyền nhà Minh tại châu Thuận tức Quảng Trị, châu Nam Linh tức Quảng Bình, đồng loạt nổi dậy. Khiến Lý Bân phải điều quân trung ương thuộc vệ Giao Châu, và quân các vệ lân cận như Thuận Hóa [Thừa Thiên] tham gia đánh phá, nhưng cũng chưa dẹp được hết:

"NGÀY 13 THÁNG 6 NĂM VĨNH LẠC THỨ 15 [26/7/1717]

Quan Tổng binh Giao Chỉ Phong thành hầu Lý Bân tâu:

'Tại Giao Chỉ, người châu Thuận có bọn Lê Hạch, Phan Cường, cùng bọn thổ quan Đồng tri Trần Khả Luận, Phán quan Nguyễn Chiêu, Chủ bạ Phạm Mã Hoãn, Thiên hộ Trần Não, Bách hộ Trần Ngô Sài; tại châu Nam Linh có Phán quan Nguyễn Nghĩ, Tri huyện Tả Bình Phạm Bá Cao, Huyện thừa Vũ Vạn, Bách hộ Trần Ba Luật làm loạn. Chúng đốt thành quách nhà cửa hai châu, giết quan lại, tiếm xưng danh hiệu, tụ tập đồng đảng hơn 1000 tên. Bèn ra lệnh ngay cho Đô đốc Chu Quảng mang quân đánh dẹp, cùng Chỉ huy Giao Châu Trung vệ Hoàng Chấn, Chỉ huy Đồng tri Giao Châu Hữu vệ Đàm Công Chính, Chỉ huy Thiêm sự vệ Thuận Hóa Ngô Quì, Chỉ huy Thiêm sự vệ Tân Bình Phan Cần cầm quân hội tiễu; giết Lê Hạch cùng đồ đảng hơn 500 người tại trận; bắt sống Phan Cường, Trần khả Luận, Nguyễn Chiêu, Phạm Mã Hoãn, Phạm Bá Cao, Vũ Vạn; chiếu theo luật tất cả đều bị tru lục. Bọn Nguyễn Nghĩ, Trần Ba Luật cùng đồng bọn còn sót lại bỏ trốn; đốc suất các tướng tiếp tục truy bổ.'

Thiên tử khen và sắc dụ Bân hãy trình bày đầy đủ chi tiết công trạng mỗi người; cùng hạ lệnh từ nay các quan và dân bản xứ ra sức lập công cũng được trình lên ngay để thăng thưởng; như trong vụ nổi loạn của tên Hạch, các thổ quan châu Thuận như Chỉ huy Đồng tri Đoàn Công Đinh, Trần Tư Tề đều chết, Công Đinh, Tư Tề người châu Nam Sách, Giao Chỉ, theo Vương sư tòng chinh bắt cha con Lê Quí Ly, dẹp Giản Định và Trần Quí Khoách; Công Đinh làm quan thăng đến chức Giao Châu Tả Vệ Chỉ huy Đồng tri, Tư Tề chức Giao Châu Hữu vệ Chỉ huy Đồng tri; cả hai coi thành châu Thuận. Giặc nổi lên bất ngờ, bọn Công Đinh ra sức đánh, bị chết."

(**Minh Thực Lục Quan hệ Trung Quốc Việt Nam**, tập 2, trang 45)

Đô đốc Chu Quảng vừa mang quân tham chiến tại Quảng Bình, Quảng Trị xong; lại bị điều tiếp đi đánh dẹp cuộc nổi dậy của Dương Tiến Giang tại các trại, như Bắc Trú:

"*NGÀY 1 THÁNG 10 NĂM VĨNH LẠC THỨ 15* [9/11/1417]

Tháng này quan Tổng binh Giao Chỉ Phong thành hầu Lý Bân sai Đô đốc Chu Quảng mang quân đánh dẹp đầu đảng giặc Dương Tiến Giang. Quảng đánh phá các trại như Bắc Trú, bắt bọn Tiến Giang chém để làm răn. Số giặc còn lại tan rã." (**Minh Thực Lục Quan hệ Trung Quốc Việt Nam**, tập 2, trang 47)

Bấy giờ Vua Minh giao cho Hoạn quan Mã Kỳ ra tay sách nhiễu, bắt dân khai mỏ khoáng, nạp nhiều châu báu vàng bạc, dân không chịu nổi, nên các cuộc nổi dậy xảy ra khắp nơi:

"***Tháng 2 năm Vĩnh Lạc thứ 15*** [3/1417] *Lúc ấy quan lại nhà Minh tham lam sách nhiễu không biết thế nào là cùng, tên Mã Kỳ lại càng làm nhiều việc phi pháp, bắt dân nộp châu báu quá nhiều, dân không sao kham được sự khổ sở. Vì thế lòng người náo động, binh lính bốn phương nổi lên, mà người nhà Minh không thể nào chống lại được.*" **Cương Mục**, Chính Biên, quyển 12

Tại Nghệ Tĩnh thiết lập nhiều công trường muối, sau khi thu hoạch đưa vào kho; rồi bán cho thương gia lấy vàng, hoặc bạc nén;

"***Ngày 14 tháng 9 năm Vĩnh Lạc thứ 15*** [23/10/1417]

Thiết lập tại phủ Nghệ An, Giao Chỉ, kho Quảng Tích. Tại

cửa biển Đan Thai [cửa Hội], *huyện Nha Nghi* [Nghi Xuân, Hà Tĩnh] *lập ty Tuần kiểm, ty Đề cử muối, gồm 5 kho muối: Bác Tế, Quảng Tế, Viễn Tế, An Tế, Diễn Tế; cùng 3 công trường muối: Nam Giới, Chân Phúc, Thiên Đông.*" (**Minh Thực Lục Quan hệ Trung Quốc Việt Nam**, tập 2, trang 46)

Ngoài các loại thuế, dân chúng thuộc các ngành nghề hàng năm còn phải nạp đồ tiến cống; cụ thể các năm Vĩnh Lạc thứ 14 [1417], Vĩnh Lạc 15 [1418], phải nạp các vật sau đây:

"***Tháng 12 năm Vĩnh Lạc thứ 14*** **[1/ 1417].**

Giao Chỉ cung cấp 1.668 tấm quyên, 2.000 cân sơn, 1.500 cân tô mộc, 2.000 lông thúy vũ, 10.000 quạt, 23 loại trầm hương trong đó có trầm tốc và an tức hương (4)." (**Minh Thực Lục Quan hệ Trung Quốc Việt Nam**, tập 2, trang 40)

"***Tháng 12 năm Vĩnh Lạc thứ 15*** **[2/ 1418]**

Giao Chỉ dâng 1.252 tấm quyên, 3000 lông thúy vũ, 10.000 quạt, 2.400 cân sơn." (**Minh Thực Lục Quan hệ Trung Quốc Việt Nam**, tập 2, trang 48)

Nhân tài là nguyên khí của quốc gia, triều đình nhà Minh biết điều đó; nên ép buộc đưa về nước dùng:

"***Ngày 1 tháng 3 năm Vĩnh Lạc thứ 15*** **[18/3/1417]**

Tại Giao Chỉ các phủ, châu, huyện như Bắc Giang tuyển Cống Sinh bọn Đặng Đắc đến kinh đô, mệnh đưa vào Quốc Tử Giám tòng học, ban cấp giống như lệ cũ đối với Sinh viên Vân Nam. Trước đây khi bình định Giao Chỉ xong, mệnh các quận huyện kiến tạo trường học dạy các Sinh đồ, đến nay bắt đầu tuyển Cống sinh." (**Minh Thực Lục Quan hệ Trung Quốc Việt Nam**, tập 2, trang 41)

Việc cống nạp các sinh viên được quy định thành chính

sách; hàng năm mỗi phủ nạp 2 người, huyện 1 người, riêng châu thì 2 năm nạp 3 người; sau đó lại sửa đổi:

"Nhà Minh định thể lệ hằng năm cống nộp sinh viên. Trước đây, các trường học ở châu và huyện, học sinh vào học không cứ năm tháng nhiều hay ít, chỉ cần chọn người nào có học vấn và hạnh kiểm, thì sung vào việc cống nạp hằng năm, để bổ vào Quốc Tử Giám. Trường học ở phủ mỗi năm cống nạp 2 người; ở châu cứ hai năm cống nạp 3 người; ở huyện mỗi năm cống nạp 1 người. Sau định lại: Trường ở phủ mỗi năm cống 1 người; trường ở châu ba năm cống 2 người, trường ở huyện hai năm cống 1 người." **Cương Mục**, Chính Biên, quyển 12.

Chú thích:

1. Dẫn: đơn vị đo lường muối thời xưa, 1 dẫn bằng 200 cân.

2. Sở Hà Bạc: Đặt ra thời Minh, chuyên quản lý thủy sản, buôn bán đường thủy.

3. Phòng Thành:hiện nay thị trấn này thuộc tỉnh Quảng Tây, vị trí giáp tỉnh Quảng Ninh, Việt Nam.

4. An tức hương: một thứ cây miền nhiệt đới, cao chừng 9, 10 thước; lấy nhựa dùng làm hương liệu và thuốc.

72.
Bình Định Vương Lê Lợi: Thời kỳ khởi nghĩa [1418-1427] (1)

Vua họ Lê, tên húy là Lợi, người đất Lam Sơn, huyện Lôi Dương, tỉnh Thanh Hoá. Vua khởi nghĩa trong vòng 10 năm, tự xưng là Bình Định vương; lên ngôi 6 năm, niên hiệu là Thuận Thiên, thọ 51 tuổi, táng ở Vĩnh Lăng.

Trước kia, tổ ba đời của vua tên là Hối, một hôm đi chơi Lam Sơn, thấy đàn chim bay lượn quanh chân núi, như hình ảnh nhiều người tụ họp, bèn nói: "*Đây chắc hẳn là chỗ đất tốt*", rồi dời nhà đến ở. Sau 3 năm thì thành cơ nghiệp; từ đó đời đời làm chủ một phương. Hối sinh ra Đinh, nối được nghiệp nhà, có tới hơn 1 ngàn tôi tớ, lấy vợ là Nguyễn Thị Quách, sinh được hai người con trai, con cả là Tòng, con thứ là Khoáng. Khoáng lấy vợ người Thủy Chú là Trịnh Thị Thương, ngày mồng 6 tháng 8 năm Ất Sửu [10/9/1385] sinh ra Vua tại hương Thủy Chủ, huyện Lôi Dương; nay thuộc xã Xuân Thắng, huyện Thọ Xuân, tỉnh Thanh Hoá.

Vua sinh ra, thiên tư tuấn tú khác thường, thần sắc tinh anh kỳ vĩ, mắt sáng, miệng rộng, mũi cao, trên vai có một nốt ruồi, tiếng nói như chuông, bước đi như hổ, kẻ thức giả đều biết là bậc phi thường.

Đại Việt Sử Ký Toàn Thư chép về vua Lê Lợi, giai đoạn

trước lúc khởi nghĩa như sau:

"Bấy giờ, họ Hồ cướp ngôi nhà Trần, rồi quân Minh xâm lược nước Nam, chia cắt nước ta thành quận huyện, bắt dân ta làm tôi tớ, luật pháp phiền hà khắc nghiệt, thuế má lao dịch nặng nề. Đối với những người hào kiệt trong nước, chúng phần nhiều vờ trao quan tước rồi đem về an trí ở phương Bắc. Vua hiểu biết hơn hẳn mọi người, sáng suốt và cương quyết, không bị quan tước dụ dỗ, không bị uy thế khuất phục. Người Minh đã dùng trăm phương ngàn kế xảo trá, vẫn không dụ được vua.

Trước đó bọn Đặng Tất, Nguyễn Súy ở châu Hóa cùng lập con cháu nhà Trần là Trần Ngỗi, Trần Khoáng làm vua. Nhưng vua thấy họ yếu hèn, lại say đắm tửu sắc, biết là chẳng làm nên chuyện, mới ẩn náu nơi núi rừng, dụng tâm nghiền ngẫm thao lược, tìm mời những người mưu trí, chiêu tập dân chúng lưu ly, hăng hái dấy binh, mong trừ hoạn lớn." **Toàn Thư**, Bản Kỷ, quyển 10, trang 1b.

Sử Trung Quốc chép về tiểu sử của Vua trước lúc khởi nghĩa có vài điểm khác với **Toàn Thư**. **Minh Thực Lục** chép rằng trước khi nổi dậy, Lê Lợi từng giữ chức Kim Ngô Tướng Quân cho Trần Quí Khoáng, sau đó đầu hàng nhà Minh giữ chức Tuần kiểm; sự việc được ghi lại qua văn bản dưới đây:

"NGÀY 3 THÁNG GIÊNG NĂM VĨNH LẠC THỨ 16 [8/2/1418]

Viên Thổ quan Tuần kiểm Lê Lợi tại huyện Nga Lạc, phủ Thanh Hoá làm phản; quan Tổng binh Giao Chỉ Phong thành hầu Lý Bân sai bọn Đô đốc Chu Quảng chinh tiễu. Trước đây Trần Quí Khoáng làm phản, Lợi sung chức Kim Ngô Tướng quân ngụy; rồi bó thân xin hàng, được ban chức Tuần kiểm, nhưng vẫn ôm lòng phản trắc. Nay tiếm xưng là Bình Định vương, cho em Lê Thạch làm Tướng quốc ngụy, Đoàn Mãng làm Đô đốc; tụ tập bọn giặc là Phạm Liễu, Phạm Yến mang binh cướp phá. Quân Quảng tới chém hơn 60 thủ cấp, bắt sống bọn giặc Phạm Yến hơn 100 người, bọn Lợi bỏ trốn. Nay Bân tâu xin đem bọn Yến tru lục tại Giao Chỉ để răn đe dân chúng. Thiên tử chấp thuận." (**Minh Thực Lục Quan hệ Trung Quốc Việt Nam**, tập 2, trang 48)

Vương Thế Trinh, một danh thần nhà Minh đời Gia Tĩnh, chép sự việc tương tự trong **An Nam Truyện**:

"Vào năm Vĩnh Lạc thứ 16 [1418] Phong thành hầu Lý Bân tâu Tuần kiểm Lê Lợi làm phản. Lợi vốn là bề tôi của cố Vương Trần Quí Khoáng, thiện chiến, được thăng mấy lần đến chức Kim Ngô Tướng quân. Xin hàng, lãnh chức Tuần kiểm; nhưng vì không được cư xử tốt bởi người có đức nên làm phản, đánh phá các quận ấp, tự xưng là Bình Định vương."(1)

Qua những sử liệu tương phản, câu hỏi cần đặt ra là: Trước khi khởi nghĩa vua Lê Lợi có hợp tác với nhà hậu Trần và nhà Minh hay không?

Nhằm tìm hiểu rộng thêm, hãy tham khảo **Lam Sơn Thực Lục**; có đoạn chép:

"...Tuy giặc có khéo léo, khôn ngoan nhiều cách, mà tráng chí của nhà vua, trước sau chẳng chịu chùng. Thế nhưng trong lúc thế giặc còn mạnh, chưa dễ đánh được nào. Nhà vua thường hậu lễ nhún lời, đem nhiều vàng bạc đút lót cho các tướng giặc là bọn Trương Phụ, Trần Trí, Sơn Thọ, Mã Kỳ; mong thư bớt lòng hãm hại nhà vua, để nhà vua đợi thời

lừa dịp.

Đảng của giặc là Lương Nhữ Hốt bàn với bọn giặc, nói rằng:

- Chúa Lam Sơn chiêu vong, nạp bạn, đãi quân lính rất hậu, chí nó chẳng nhỏ. Nếu thuồng luồng gặp được mây mưa, thì tất không phải là vật ở trong ao đâu. Nên sớm trừ đi, để sau sinh vạ.

Năm Mậu Tuất (1418) khi ấy nhà vua khởi quân tại Lam Sơn [huyện Thọ Xuân, Thanh Hoá]." (2)

Lam Sơn Thực Lục do khai quốc công thần Nguyễn Trãi soạn, vua Lê Lợi trực tiếp đề tựa; đây là tư liệu gốc trước mọi bộ sử nước ta. Căn cứ vào **Lam Sơn Thực Lục**, người đọc sử có thể có những nghi vấn như sau:

- Nếu là một thường dân, như **Đại Việt Toàn Thư** chép, làm sao vua Lê Lợi có đủ tư cách để liên lạc với các quan lại cao cấp của nhà Minh như bọn Trương Phụ, Trần Trí, Sơn Thọ, Mã Kỳ để đút lót?

- Hơn nữa chỉ là thường dân thôi, làm sao có thể "*chiêu vong, nạp bạn* [dung nạp người làm phản], *đãi quân lính rất hậu*" như lời Lương Nhữ Hốt tố cáo với bọn giặc.

Nghi vấn này không còn là nghi nữa; trong văn bản **Chiếu tha những người có tội tại Giao Chỉ** của Vua Tuyên Tông ban hành ngày 3 tháng 5 năm Tuyên Đức thứ nhất [8/6/1426]; xác nhận Vua Lê Lợi từng làm việc cho nhà Minh. **Chiếu tha những người có tội tại Giao Chỉ** có ghi trong **Minh Thực Lục** và cũng được chép trong **Toàn Thư** tại phần Bản Kỷ, quyển 10 trang 18b. Tuy nhiên chúng tôi dò lại **Toàn Thư**, cả phần nguyên văn chữ Nho và bản dịch thấy thiếu một đoạn quan trọng. Đoạn văn này xác nhận Lê Lợi, Phan Liêu, Lộ Văn Luật đã từng làm việc cho nhà Minh; chắc Sử thần Ngô Sĩ Liên soạn giả **Toàn Thư**, muốn giấu việc này nên cố tình lược bỏ đi. Nhằm làm sáng tỏ vấn đề, xin trích phần bị lược bỏ cả nguyên văn, phiên âm, và dịch nghĩa để dễ bề tham khảo: *"Những kẻ như Lê Lợi, Phan Liêu, Lộ Văn Luật, vốn đã quy phụ triều đình, từng được bổ nhiệm sử dụng, rồi suy nghĩ lệch lạc, để đến nỗi sai trái như vậy. Nay đặc biệt mở con đường đổi mới, nếu thành thực hối cải, trở lại theo điều thiện, giữ tiết bề tôi thì được khoan thứ, vẫn được trao quan chức. Những kẻ bị Lê Lợi bức hiếp theo nghịch, cùng những dư đảng của Trịnh Công Chứng trốn tránh chưa xuất hiện, nay có thể đích thân ra quy thuận, hoặc đến quan sở tại đầu thú cũng đều được tha, quan sẽ trở lại nguyên chức, quân trở lại nguyên đơn vị, dân trở lại với nghề cũ. Sau khi chiếu thư ban ra, như bọn Lê Lợi cùng những kẻ bị cưỡng bách, chấp mê không hối tội, vẫn chống mệnh như cũ, thì quân Thiên triều gia tăng thảo phạt, hối cũng không kịp nữa."*

(Kỳ Lê Lợi, Phan Liêu, Lộ Văn Luật đẳng, bản giai quy tâm triều đình, tằng kinh nhiệm dụng, ngẫu quai nhất niệm, thất ngộ chí thử. Kim đặc khai kỳ tự tân chi lộ, thành năng hối quá tòng thiện, phục thủ thần tiết, tất hựu kỳ tội, nhưng thụ dĩ quan. Cập hữu bị Lê Lợi đẳng bách hiếp tòng nghịch, tịnh Trịnh Công Chứng đẳng dư đảng đào tỵ vị xuất giả, kim năng đình thân lai quy, hoặc phó sở tại quan ty tự thú, quan phục nguyên chức, quân phục nguyên ngũ, dân phục nguyên nghiệp. Chiếu thư đáo hậu như Lê Lợi đẳng cập hiếp tòng chi đồ, chấp mê bất thuận, nhưng tiền cự mệnh, thiên thảo tất gia, hậu hối vô cập.

其黎利潘僚路文律等,本皆歸心朝廷,曾經任用,偶乖一念,失誤至此.今特開其自新之路,誠能悔過從善,復守臣節,悉宥其罪,仍授以官.及有被黎利等迫脅從逆并鄭公證等餘黨逃避未出者,今能挺身來歸,或赴所在官司自首一體赦宥,官復原職,軍復原伍,民復原業.詔書到後如黎利等,及脅從之徒執迷不悛,仍前拒命,天討必加後悔無及.)

Hãy ôn lại thời gian vào đầu năm Trùng Quang thứ 5 [1413], thế lực nhà hậu Trần gần như sụp đổ, Trần Quí Khoáng phải chạy vào Quảng Trị; giao Nghệ An cho Phan Quí Hựu giữ; rồi cha con Phan Quí Hựu, Phan Liêu đầu hàng giặc. Trong hoàn cảnh đó, nếu Lê Lợi tại Thanh Hoá có làm quan cho Trần Quí Khoáng thì cũng bị đứt liên lạc và ông ta cũng biết rằng lực lượng Trần Quí Khoáng không thể cứu vãn được tình hình.

Được biết trong 10 năm kháng chiến, Bình Định vương Lê Lợi mấy lần tạm hòa với giặc, còn sử nhà Minh thì chép là "hàng". Bởi vậy nếu từng là Kim Ngô Tướng Quân của Trần Quí Khoáng, ở vào hoàn cảnh nhà hậu Trần trên đường sụp đổ; một người quyền biến như Lê Lợi tất không chịu bất lực buông tay, đành tạm hàng với quân Minh để giữ gìn thực lực. Hơn nữa với chức Tuần kiểm, trông coi một tổ chức bán quân sự, dưới quyền phần lớn là bộ hạ cũ, ít bị kiểm soát, Lê Lợi có cớ chiêu dụ người lưu vong, dung nạp kẻ phản loạn như **Lam Sơn Thực Lục** chép.

Lịch sử 10 năm khởi nghĩa của Vua Lê Lợi, bắt đầu vào tháng giêng năm Bình Định vương thứ nhất [2/1418]; bấy giờ nhà Vua phát động khởi nghĩa tại Lam Sơn [huyện Thọ Xuân, Thanh Hoá]. Hoạn quan Mã Kỳ mang đại quân đến đánh, Vua cho đặt phục binh giết mấy ngàn tên; sau đó có kẻ nội phản, mang quân Minh đến đánh úp; gia thuộc của nhà Vua và quan quân bị bắt rất nhiều:

"Ngày mồng 9 tháng ấy, bọn nội quan nhà Minh là Mã Kỳ đem đại binh tới uy hiếp vua ở Lam Sơn. Vua bèn lui quân đến đóng ở Lạc Thủy [huyện Cẩm Thủy, Thanh Hoá], *đặt quân mai phục để chờ giặc. Ngày 13, bọn Kỳ quả nhiên đến. Vua tung hết quân mai phục xông ra đánh giặc. Cháu vua là Lê Thạch cùng các tướng Đinh Bồ, Lê Ngân, Lê Lý... dẫn đầu xông vào trận giặc, chém được hơn 3.000 thủ cấp, thu được hàng ngàn quân tư, khí giới, rồi dời quân đến núi Chí Linh* [huyện Lang Chánh, Thanh Hoá]. *Ngày 16, tên phản bội Ái* (không rõ họ) *dẫn đường cho giặc đi lối tắt, đánh úp đằng sau vua, bắt mất gia thuộc của vua và rất nhiều vợ con của quân dân. Quân sĩ dần dần chán nản bỏ đi. Vua cùng bọn Lê Lễ, Lê Náo, Lê Bí, Lê Xí, Lê Đạp bí mật nương náu ở trên núi Chí Linh. Tháng 2, vua hết lương, không còn gì nổi lửa. Gặp khi giặc lui quân, bèn về đắp thành đất ở Lam Sơn. Tháng 3, đánh ra Mường Yên* [xã Yên Nhân, Lang Chánh], *thu được hơn trăm người.* **Toàn Thư**, Bản Kỷ, quyển 10, trang 2b

Việc Mã Kỳ đánh úp bắt gia thuộc nhà Vua, được **Minh Thực Lục** xác nhận qua chiếu dụ của Vua Tuyên Tông gửi Vua Lê Lợi cho biết con gái Vua 9 tuổi, bị Mã Kỳ bắt, đưa về kinh đô; nhưng không may đã mất:

"Ngày *28 tháng 3 năm Tuyên Đức thứ 4* [1/5/1429]

...Riêng dụ ngươi về việc ngươi tâu rằng có con 9 tuổi bị Mã Kỳ thu dưỡng đem về kinh sư, muốn được đoàn tụ. Nghe việc này động lòng trắc ẩn, Trẫm là cha mẹ của thiên hạ lai nỡ để cho một trẻ nhỏ không được gần người thân ư! Nên đã ra lệnh tìm hỏi ngay việc này. Nhưng con gái ngươi vì không

hợp thủy thổ, nên bị bênh mất đã lâu. Tình thương yêu cha con người người giống nhau, nhưng phần số mỗi người thì đã định; bảo riêng để ngươi biết.... **Minh Thực Lục Quan hệ Trung Quốc Việt Nam**, tập 2, trang 210.

Quân Minh dưới quyền Lý Bân tiếp tục càn quét, bị phục kích tại huyện Thường Xuân, phía tây Lam Sơn:

"*Tháng 9, viên Tổng binh nhà Minh là Lý Bân đem quân tới sùng lục. Vua đặt quân mai phục ở Mường Một* [xã Bất Một, huyện Thường Xuân], *dùng tên thuốc độc bắn giặc chết và bị thương quá nửa. Bân thua rút quân về.*" **Toàn Thư**, Bản Kỷ, quyển 10, trang 3b.

Lý Bân tỏ ra ươn hèn, không xông xáo lập công như Trương Phụ trước kia; nên Minh Thái Tông phải đem lời răn dạy:

"***Ngày 9 tháng 6 năm Vĩnh Lạc thứ 16*** **[12/7/1418].**

Thiên tử ban mệnh cho Phong thành hầu Lý Bân, Tổng binh Giao Chỉ như sau:

'Một vị Đại tướng cần có 5 tính tốt: dõng, trí, nhân, tín, trung.

Dõng cảm thì không bị xâm phạm, mưu trí thì không bị gạt, nhân từ thì lòng người hưởng ứng, tín thì không lừa dối, trung thành thì tâm không chia lìa. Đó là 5 đức tính của một tướng giỏi. Ta vừa ban mệnh cho ngươi bình định đất Di xa xôi, và thi hành luật; ngươi cần theo đường lối của vị tướng giỏi. Khâm thử!" (**Minh Thực Lục Quan hệ Trung Quốc Việt Nam**, tập 2, trang 55)

Về phương diện kinh tế, nhà Minh tìm mọi cách vơ vét; trên rừng thì sai săn bắt thú vật, khai mỏ; chốn đồng bằng bắt trồng hồ tiêu; vùng biển sai mò ngọc trai, khai thác muối:

"*Mùa hạ, tháng 4, trước nhà Minh ra lệnh cho các phủ, huyện, châu nước ta trồng hồ tiêu, nay đã lên tốt, sai nội quan Lý Lượng sang thu về dùng. Từ đấy, quan lại đốc thúc bắt trồng, mỗi cây giống giá tới 5 quan tiền.*" **Toàn Thư**, Bản Kỷ, quyển 10, trang 3a.

"*Mùa thu, tháng 7,.... Nhà Minh mở công trường mò ngọc trai, kiếm hương liệu, săn bắt chồn trắng, hươu trắng, voi trắng, tìm lùng rùa chín đuôi, chim đậu ngược, vượn bạc má, trăn, rắn... để dâng nộp.*" **Toàn Thư**, Bản Kỷ, quyển 10, trang 3b.

Về khai thác muối, nhà Minh lập 7 sở xét nghiệm phân phát muối tại vùng duyên hải miền Bắc và các tỉnh phía bắc Trung Phần:

"***NGÀY 28 THÁNG GIÊNG NĂM VĨNH LẠC THỨ 16* [5/3/1418].**

Lập 7 cơ sở xét nghiệm phân phát muối tại Giao Chỉ gồm cầu Thái Bình thuộc phủ Tân An; sông Hải Triều (3) phủ Trấn Man; cửa biển Đại An phủ Kiến Bình; Ba Lễ, Tam Giang phủ Thanh Hoá; Thiên Đông phủ Diễn Châu; Minh Thị, Kỳ La thuộc phủ Nghệ An. Mỗi nơi đặt một viên Đại sứ." (**Minh Thực Lục Quan hệ Trung Quốc Việt Nam**, tập 2, trang 51)

Ngoài việc trưng thu thuế má, khai hầm mỏ; còn có lệ cống hàng năm; quan, dân cùng gánh vác:

"***Ngày 12 tháng 10 năm Vĩnh Lạc thứ 16* [9/11/1418].**

Quan Tổng binh Giao Chỉ Phong thành hầu Lý Bân cống 1 voi trắng, 17 voi đen." (**Minh Thực Lục Quan hệ Trung Quốc Việt Nam**, tập 2, trang 60)

"*Tháng 12 năm Vĩnh Lạc thứ 16* [12-1/1419]

Giao Chỉ dâng lên 1288 tấm quyên, 50 cân tô mộc (4), 2000 thúy vũ, 1 vạn quạt, 2400 cân sơn." (**Minh Thực Lục Quan hệ Trung Quốc Việt Nam**, tập 2, trang 61)

Bước sang năm Bình Định vương thứ 2, vào tháng 4 [5/1419] nhà Vua đánh đồn Nga Lạc tại huyện Nga Sơn, Thanh Hoá; bắt được chỉ huy Nguyễn Sao. Rồi Vua lại lui giữ núi Chí Linh [huyện Lang Chánh, Thanh Hoá]. Quân Minh kéo đến bức bách. Đô tổng quản Lê Lai liều mình chịu chết thay Vua:

"*Vương tấn công đồn Nga Lạc, bắt được chỉ huy Minh, Nguyễn Sao, đem chém. Nhưng bấy giờ thế lực của giặc còn đang mạnh; về phía Vương, tướng còn hiếm, quân còn ít, lại đánh nữa, không thắng được địch. Vương chạy vào Trịnh Cao, rồi lui giữ núi Chí Linh. Quân Minh thường đến đánh úp: tình hình phía Vương khốn quẫn quá! Vương phải nhóm họp các tướng, dụ bảo họ rằng:*

'Bây giờ ai có thể làm như Kỷ Tín (5) xưa, để ta ẩn náu trong rừng núi, mưu tính cử sự về sau?". Trong các tướng chẳng ai dám đáp ứng cả. Riêng có Lê Lai khảng khái xin vâng, tình nguyện trao đổi đồ mặc với Vương để đi chết thay. Lê Lai liền cho sắp xếp nghi trượng chỉnh tề, chính mình đem quân và voi, hướng ra phía địch, chỉ huy các tướng chia đường khiêu chiến. Tướng Minh lấy thêm quân bao vây Lê Lai. Lai chiến đấu kiệt sức, bị người Minh bắt và giết chết. Địch bèn rút quân về Tây Đô." **Cương Mục**, Chính Biên, quyển 13.

Sau đó cho đóng quân tại sách Đà Sơn, quân Minh tiến đánh, Vua bèn phục binh tại huyện Lang Chánh phía tây bắc, rồi chuyển quân đến biên giới Ai Lao:

"*Tháng 5, vua đóng ở sách Đà Sơn* [gần Lam Sơn], *quân Minh tiến đánh. Vua phục kích ở Mường Chánh* [huyện Lang Chánh], *cả phá quân giặc, rồi dời đến đóng quân ở sách Lư Sơn* [huyện Quan Hóa], *ít lâu sau, dời sang Mường Thôi* [giáp Ai Lao], *rồi lại về đóng bản doanh ở Vu Sơn.*" **Toàn Thư**, Bản Kỷ, quyển 10, trang 4a.

Sử Trung Quốc ghi nhận thời gian này, Vua Lê đóng quân tại vùng Lam Sơn, Lý Bân sai mang quân đến đánh, Vua lui binh phía Ai Lao, rồi mang quân về đánh giết 2 tên Tuần kiểm; quân Minh đuổi theo, Vua lại tiếp tục lui binh:

"***Ngày mồng 2 tháng 5 năm Vĩnh Lạc thứ 17* [26/5/1419]**

Quan Tổng binh Giao Chỉ Phong thành hầu Lý Bân tâu rằng đầu sỏ giặc Lê Lợi trú tại sách Khả Lam [Lam Sơn]. *Sai Đô đốc đồng tri Phương Chính, Đô Chỉ huy Sư Hữu mang quân đánh; bắt được bọn ngụy Cấm vệ tướng quân Nguyễn Cá Lập. Số còn lại chạy trốn sang Lão Qua; bèn lưu Đô Chỉ huy Hoàng Thành, Chu Quảng giữ đồn Khả Lam, bọn Chính trở về Giao Chỉ. Lê Lợi lại xuất hiện đánh phá, giết Tuần kiểm Vương Cục, Lương Hướng rồi đi. Thành mang quân truy kích, giặc thua chạy. Gặp mưa nắng nước dâng, lam chướng mới nổi lên, xin đợi mùa thu tiến binh. Được chấp thuận.*" (**Minh Thực Lục Quan hệ Trung Quốc Việt Nam**, tập 2, trang 64)

Ba tháng sau; Vua mang quân về đánh phá Lỗi Giang, tại huyện Cẩm Thủy; bị quân Minh đánh thua, phải rút sang Ai Lao:

"***Ngày 10 tháng 8 năm Vĩnh Lạc thứ 17* [30/8/1419]**

Lê Lợi đầu đảng giặc tại Thanh Hoá, Giao Chỉ mang quân đánh phá Lỗi Giang [huyện Cẩm Thủy, Thanh Hoá], *bị bọn Đô chỉ huy Hoàng Thành đánh thua, lại chạy sang trốn tại Lão Qua.*" (**Minh Thực Lục Quan hệ Trung Quốc Việt Nam**, tập 2, trang 66)

Bấy giờ tại Nghệ An, viên Tri phủ Phan Liêu trước kia đầu hàng nhà Minh, bị Hoạn quan Mã Kỳ đàn áp bóc lột, bèn nổi dậy chống lại; có viên Chỉ huy Lộ Văn Luật, từng giữ chức Tiên phong cũng theo. Tổng binh Lý Bân đích thân mang quân đánh đuổi, đến tận phủ Trấn Định, Ai Lao:

"*Mùa thu, tháng 7, viên thổ quan Tri phủ Nghệ An là Phan Liêu vì bị bọn nội quan nhà Minh bức bách lấy vàng bạc, bèn dẫn quân bắt giết các quan do nhà Minh phái đến, rồi đem quân vây thành Nghệ An, sắp hạ được thành thì Lý Bân chợt đem quân đến. Liêu trốn sang Ai Lao. Bân đuổi tới châu Ngọc Ma* [phủ Trấn Định, Ai Lao] *không kịp, lại quay về Nghệ An, sửa sang thành trì, vỗ yên dân chúng. Khi Bân đi đánh Liêu, có sai viên chỉ huy Lộ Văn Luật làm tiên phong. Văn Luật đã đi, lại bị giữ lại bàn tính mưu kế, trong lòng hoài nghi, lo sợ, nên bỏ trốn đi. Bân bắt mẹ già, gia thuộc và anh em của Luật như Đồng tri châu châu Tam Đái là Văn Phỉ. Đồng tri châu phủ Trấn Man Phan Kiệt là anh họ của Liêu, nghe tin Liêu trốn đi, cũng đem cả nhà đi theo, nhưng chưa ra khỏi cõi đã bị thắt cổ chết cùng với vợ.*" **Toàn Thư**, Bản Kỷ, quyển 10, trang 4a.

Sử Trung Quốc cũng chép tương tự:

"***Ngày 11 tháng 8 năm Vĩnh Lạc thứ 17*** [31/8/1419]

Viên Thổ quan Giao Chỉ giữ chức Tri phủ Nghệ An Phan Liêu là con Quí Hữu. Trước đây Quí Hữu theo Trần Quí

Khoáng làm Thiếu bảo ngụy. Bị đại quân đánh, thế cùng Quí Hữu bèn sai Liêu đến cửa quân xin hàng. Quan Tổng binh Anh quốc công Trương Phụ theo chế độ ban cho Quí Hữu chức Phó sứ ty Án Sát coi phủ Nghệ An, lại ban cho Liêu chức quan. Quí Hựu chết, cho Liêu thừa kế cha nhậm chức này. Nhân Mã Kỳ bạo ngược phi lý, Liêu bèn làm phản tại huyện Nha Nghi [Nghi Xuân, Hà Tĩnh], *cùng viên thổ quan Thiên hộ Trần Đài tụ tập đám đông đốt phá châu huyện giết quan lại; viên thổ quan chỉ huy vệ Nghệ An Lộ Văn Luật cũng đi theo. Quan Tổng binh Phong thành hầu Lý Bân mang quân đến đánh, bọn giặc tan, Liêu chạy đến châu Ngọc Ma nương dựa viên thổ quan Tri châu Cầm Trách, Bân sai người truy bắt."* (**Minh Thực Lục Quan hệ Trung Quốc Việt Nam**, tập 2, trang 66)

Minh Thái Tông cho rằng bọn Phan Liêu, Lộ Văn Luật làm phản là việc quan trọng; nên buộc Lý Bân phải tiêu diệt tận gốc:

"***Ngày 16 tháng 10 năm Vĩnh Lạc thứ 17*** **[3/11/1419]**.

Thiên tử ban mệnh cho Tổng binh Giao Chỉ Phong thành hầu Lý Bân:

'Mặc dù giặc Phan Liêu tại Nghệ An đã bị đánh tan, nhưng chúng vẫn còn tồn tại. Trong một thời gian ngắn, ngươi cần chỉnh đốn quân ngũ tiêu diệt chúng như nhổ gốc, không để sót mối lo trong dân." (**Minh Thực Lục Quan hệ Trung Quốc Việt Nam**, tập 2, trang 71)

Lý Bân đành phải tuân lệnh, mang đại quân sang Ngọc Ma càn quét một lần nữa, nhưng cũng không diệt xong bọn Phan Liêu và Lộ Văn Luật. Trong khi đó lại phải sai phái thuộc hạ đánh dẹp bọn võ quan như Thiên hộ Trần Thuận

Khánh, Bách hộ Trần Trực Thành nổi dậy tại Nghệ tĩnh, và đầu đảng Trịnh Công Chứng tại Hải Dương:

"Ngày 6 tháng 11 năm Vĩnh Lạc thứ 17 [23/11/1419].

Ngày hôm nay quan Tổng binh Giao Chỉ Phong thành hầu Lý Bân đến châu Ngọc Ma dẹp giặc; đầu đảng giặc bọn Phan Liêu cùng giặc Áo Đỏ hơn 1000 tên chống cự bị quan quân đánh bại. Bắt sống Tù trưởng giặc Áo Đỏ là bọn Nửu Môn, Diệp Để; bọn Liêu, Lộ Văn Luật, Trần Văn, Trần Tử Trực và quân còn lại bỏ trốn. Quan quân tiến đến Mường Cự Đàm, núi Bồ Đàm thuộc châu Ngọc Ma; giặc cậy hiểm đóng trại phòng thủ, bèn đánh phá. Bọn Liêu chạy sang Lão Qua; bèn sai Đô chỉ huy Tiết Tụ tiến đánh bắt được đồng đảng giặc là bọn Hồ Tử Kính cùng giặc Áo Đỏ là Thượng Bì, Thượng Tướng hơn 300 người.

Trước đó sai Bố chánh ty sứ Giao Chỉ Nguyễn Huân, Chỉ huy Trần Nguyên Khôi giữ sông Ác [Ngàn Sâu, huyện Hương Khê, Hà Tĩnh] *bắt được tên phản loạn Thiên hộ châu Nam Linh Trần Thuận Khánh, Bách hộ vệ Nghệ An Trần Trực Thành đem chém. Đô đốc Phương Chính, Tham chính Mã Ánh cũng bắt và giết đầu đảng giặc Trịnh Công Chứng tại Đồng Lợi, đồng đảng giặc là Lê Điệt bỏ trốn."* (**Minh Thực Lục Quan hệ Trung Quốc Việt Nam**, tập 2, trang 72)

Tỉnh Thanh Hoá, ngoài cuộc khởi nghĩa của Bình Định vương Lê Lợi; tại huyện Nga Lạc có Phạm Nhuyễn nổi lên, bị viên Đô chỉ huy Từ Chính đánh bắt, đem chém:

"NGÀY 1 THÁNG 10 NĂM VĨNH LẠC THỨ 17 [19/10/1419].

Bọn phản loạn Giao Chỉ Phạm Nhuyễn tụ tập tại sách Cự Lặc, huyện Nga Lạc. Ngày hôm nay quan Tổng binh Phong thành hầu Lý Bân sai Đô Chỉ huy Từ Nguyên mang quân bắt được, bèn chém bọn Nhuyễn để thị chúng." (**Minh Thực Lục Quan hệ Trung Quốc Việt Nam**, tập 2, trang 71)

Đô chỉ huy Giao Châu tâu về triều có hàng chục cuộc nổi dậy xảy ra khắp nơi; suốt từ tỉnh Lạng Sơn cho đến vùng Nghệ Tĩnh:

"*NGÀY 1 THÁNG 11 NĂM VĨNH LẠC THỨ 17* [17/11/1419].

Ty Đô Chỉ huy Giao Chỉ tâu rằng tại huyện Kệ Giang [Thanh Chương, Nghệ An], *phủ Nghệ An có tên thổ quan Bách hộ Trần Trực Thành, cùng em là Trực Ngụy tự xưng Kim Ngô Tướng quân; cùng bọn Lãm Bàn giặc Áo Đỏ cướp phá xã Dương Biến giết tuần kiểm Trương Tú. Vũ Cống người trong hộ đãi vàng liên kết với kỳ lão Hoàng Nhữ Điển tụ tập dân chúng đốt phá huyện Phù Lưu* [Quỳnh Lưu, Nghệ An]. *Các nhóm nổi dậy tại huyện Khâu Ôn* [Lạng Sơn] *có Nông Văn Lịch, châu Vũ Ninh* [Bắc Ninh] *có Trần Đại Quả, châu Khoái* [Hưng Yên] *có Nguyễn Đặc, huyện Thiện Thệ* [Bắc Ninh] *có Ngô Cự Lai tiếp tục trước sau làm loạn giết hại quan binh. Tại huyện Đồng Lợi, châu Hạ Hồng* [Hải Dương], *phủ Tân An, viên Xã chính coi việc đãi vàng là Trịnh Công Chứng tụ tập đám đông hơn 1000 người đốt phá bắt giết quan lại tại các ty tuần kiểm thuộc các huyện Đa Dực, Đồng Lợi, châu Hạ Hồng và cửa biển sông Đản. Đô đốc Phương Chính mang quân đánh dẹp đánh bại giặc tại Đồng Lợi. Thám thính cho biết trước đó bọn chúng đến châu Nam Sách, bèn truy kích kịp thời đánh dẹp tại ty tuần kiểm A Côi* [Thái Bình] *chém hơn 400 thủ cấp, số giặc chết trôi tính không hết; Công Chứng bèn chạy trốn. Sắc dụ quan Tổng binh Phong thành hầu Lý Bân mang quân đánh bắt.*" (**Minh Thực Lục Quan hệ Trung Quốc Việt Nam**, tập 2, trang 71)

Sử Đại Việt cũng xác nhận rằng Lý Bân mang quân đi đánh xa, thành Đông Đô yếu nhược, do đó hào kiệt bốn phương mang quân uy hiếp, hầu như chỗ nào cũng có rối loạn: "*Mùa đông, tháng 11, Trịnh Công Chứng và Lê Hanh ở Hạ Hồng* [Hải Dương], *Phạm Thiện ở Tân Minh* [Tiên Lãng, Hải Phòng], *Nguyễn Đặc ở Khoái Châu* [Hưng Yên], *Nguyễn Đa Cấu và Trần Nhuế ở Hoàng Giang thấy thành Đông Quan chỉ còn những quân lính ốm yếu, liền dấy quân tiến đánh. Quân đến Lô Giang, đánh phá được cầu phao, nhưng ít lâu sau, bị Lý Bân đánh bại, tan tác chạy dài. Bấy giờ, chỗ nào cũng rối loạn, chỉ còn các xứ Tam Giang, Tuyên Quang, Hưng Hóa là yên tĩnh như cũ.*" **Toàn Thư**, Bản Kỷ, quyển 10, trang 4b.

Ngoài những đạo quân nêu trên uy hiếp thành Đông Đô; vào cuối tháng 11 Đào Cường tại Gia Lâm, Bắc Ninh nổi dậy, sắp vượt sông Hồng đánh thành; Tổng binh Lý Bân phải điều kỵ binh đánh lui:

"***Ngày 28 tháng 11 năm Vĩnh Lạc thứ 17*** **[14/12/1419]**

Tại huyện Thiện Tài, châu Gia Lâm [Bắc Ninh], *Giao Chỉ, Đào Cường làm phản. Đô Chỉ huy Lưu Chấn, Vu Tán, Ngô Hưng mang quân đánh dẹp. Bọn Chấn không nghiêm cấm, nên quân sĩ buông thả cướp phá. Giặc giả bộ vứt đồ vật bỏ chạy, rồi đặt phục binh đón đợi. Quan quân bị bại, giặc đuổi tới sông Phú Lương, định vượt sông. Đô Chỉ huy Trần Tuấn ra sức đánh, nên ngăn được. Nhưng thế giặc mạnh thêm, quan Tổng binh Phong thành hầu Lý Bân sai ngay bọn Đô Chỉ huy Cảnh Vinh mang kỵ binh đi đánh, giặc bèn rút lui.*" (**Minh Thực Lục Quan hệ Trung Quốc Việt Nam**, tập 2, trang 73)

Một cuộc nổi dậy khác do Lê Điệt cầm đầu tại tỉnh Thái

Bình; quân Minh tiếp tục truy kích đến tỉnh Nam Định, nhưng cũng chưa dẹp được:

"*Ngày 3 tháng 12 năm Vĩnh Lạc thứ 17* [19/12/1419]

Bọn Đô Chỉ huy Trần Trung tại Giao Chỉ đánh bại đảng giặc Lê Điệt tại sông Tiểu Hoàng huyện Kiến Xương [tỉnh Thái Bình] *bắt sống 350 tên, đốt cháy trên 160 chiếc thuyền. Tiếp tục truy kích đến xã Cổ Lôi, huyện Tây Chân, phủ Phụng* Hóa [Nam Định] *đánh bại bọn giặc Trần Dĩ Luật chém hơn 600 tên, đốt hơn 250 chiếc thuyền.* (**Minh Thực Lục Quan hệ Trung Quốc Việt Nam**, tập 2, trang 74)

Ngay tại tỉnh Nam Định cũng có cuộc nổi dậy của Đinh Tông Lão; Phương Chính ra quân đánh dẹp, nhưng vẫn chưa diệt được chủ tướng:

"*Ngày 8 tháng 12 năm Vĩnh Lạc thứ 17* [24/12/1419]

Ngày hôm nay các huyện như Đại Loan thuộc phủ Kiến Bình [huyện Nghĩa Hưng, Nam Định], *Giao Chỉ; có bọn giặc Đinh Tông Lão làm loạn. Quan Tổng binh Phong thành hầu Lý Bân sai Chỉ huy Giao Châu hậu vệ Phương Chính suất quân đánh dẹp. Giặc thua chạy, chém hơn 400 tên, đều bị bêu đầu để làm răn."* (**Minh Thực Lục Quan hệ Trung Quốc Việt Nam**, tập 2, trang 74)

Tổng binh Lý Bân đích thân mang quân truy kích Lê Điệt một lần nữa; nhưng vẫn chưa bắt được chủ tướng:

"*Ngày 11 tháng 12 năm Vĩnh Lạc thứ 17* [27/12/1419].

Ngày hôm nay quan Tổng binh Giao Chỉ Phong thành hầu Lý Bân truy đánh bọn Lê Điệt tại huyện Đình Hà phủ Trấn Man [Thái Bình], *đánh bại giặc mấy lần; chém hơn 500 tên, bắt sống bọn ngụy Kim ngô tướng quân Vũ Lộ."* (**Minh Thực**

Lục Quan hệ Trung Quốc Việt Nam, tập 2, trang 75)

Một cuộc nổi dậy lớn, do sư cụ Phạm Ngọc trụ trì chùa Đồ Sơn, Hải Phòng cầm đầu; Tổng binh Lý Bân mang quân đi đánh dẹp, truy kích đến tận Đông Triều, Quảng Ninh. Tuy giết được phụ tá là Phạm Thiện, nhưng chưa bắt được Phạm Ngọc:

"Ngày 15 tháng 12 năm Vĩnh Lạc thứ 17 [31/12/1419].

Quan Tổng binh Giao Chỉ Phong thành hầu Lý Bân bắt được Tù trưởng giặc Phạm Thiện tại châu Đông Triều [Quảng Ninh]. *Trước đây tên yêu tăng Phạm Ngọc tại chùa Đồ Sơn, huyện An Lão* [Hải Phòng] *phao rằng trời giáng ấn kiếm, lệnh làm chúa; bèn tiếm xưng La bình vương, kỷ nguyên Vĩnh Ninh, tụ tập đám đông làm loạn. Bọn Thiện và Đào Thừa đến theo. Ngọc cho Thiện làm Nhập Nội Kiểm Hiệu Tả Tướng quốc Bình Chương Quân Quốc Trọng Sự, Ngô Trung làm Nhập Nội Hành khiển Hữu Thượng thư Tri Quân Quốc Trọng Sự, Đào Thừa làm Xa Kỵ Đại Tướng quân, Lê Hành làm Tư không, tụ tập đám đông chiếm cứ đường thủy và bộ. Lúc đại quân đến đánh, Thiện dàn quân hai bên bờ, lại bày thuyền giữa sông, thủy bộ cùng chống cự. Bân xua quân đánh gấp, chém 1200 thủ cấp, bắt sống Thiện cùng bọn Trung gồm 780 người, tịch thu hơn 200 chiếc thuyền lớn nhỏ, Ngọc tẩu thoát; lại bắt quân giặc hơn 260 tên, bèn xử chém để răn. Thiện, Trung, cùng bọn Vũ Lộ đều bị giải về kinh sư."* (**Minh Thực Lục Quan hệ Trung Quốc Việt Nam**, tập 2, trang 75)

Tháng trước Đào Cường lăm le vượt sông đánh thành Đông Đô Hà Nội; nay được tin tụ tập tại Cẩm Giàng, Hải Dương; Lý Bân bèn mang quân đi đánh:

"Ngày 26 tháng 12 năm Vĩnh Lạc thứ 17 [11/1/1420].

Ngày hôm nay quan Tổng binh Giao Chỉ Phong Thành hầu Lý Bân mang quân tới phủ Lạng Giang. Tin điệp báo cho biết Tù trưởng giặc Tư không Lê Hành, ngụy Kim Ngô Đại Tướng quân Đào Cường tụ tập lực lượng hơn 8000 tên lập trại tại xã Ma Lãng, huyện Đa Cẩm [huyện Cẩm Giàng, Hải Dương]; *bèn tiến binh tiểu trừ.*" (**Minh Thực Lục Quan hệ Trung Quốc Việt Nam**, tập 2, trang 76)

Vào cuối năm Bình Định vương thứ hai [1/1920] Lý Bân tiếp tục truy kích; giết chủ tướng Đào Cường tại Bắc Ninh:

"***Ngày 28 tháng 12 năm Vĩnh Lạc thứ 17*** [13/1/1420].

Quan Tổng binh Giao Chỉ Phong thành hầu Lý Bân mang quân tới huyện Thiện Tài [Lang Tài, Bắc Ninh], *gặp toán du binh của giặc hơn 1000 tên, đánh bại chúng rồi đuổi đến xã Ma Lãng. Giặc bỏ trống trại ra giao chiến, quan quân đánh bại; bắt giết Đào Cường, cùng tướng sĩ của chúng hơn 3.500 tên.* (**Minh Thực Lục Quan hệ Trung Quốc Việt Nam**, tập 2, trang 75)

Về việc dùng văn hóa kèm với trấn áp để cai trị nước ta, vào năm Vĩnh Lạc thứ 14 [1416] cho lập 93 ty nho học, 46 ty Âm dương, 49 ty Y học, tại các phủ, châu, huyện. Nhà Minh cho phương lược này là đắc sách, nên lại cho lập thêm 28 ty Nho học tại các phủ, châu, huyện; cùng các ty phụ trách về Phật, Đạo, Âm Dương:

"***Ngày 29 tháng 3 năm Vĩnh Lạc thứ 17*** [23/4/1419].

Thiết lập tại Giao Chỉ:

Phủ Nho học tại Lạng Sơn. 10 châu Nho học tại Thất Nguyên, Quảng Nguyên, Thượng Văn, Hạ Văn, Vạn Nhai, Thượng Tư Lang, Hạ Tư Lang, Cửu Chân, Gia Hưng, Quảng

Oai. 17 huyện Nho học tại Đa Dị, Cổ Lan, Khâu Ôn, Trấn Di, Đan Ba, Thoát, Uyên, Đại Man, Tuyên Hoá, Phú Lương, Lộng Thạch, Đại Từ, Cảm Hoá, Vĩnh Ninh, Tống Giang, Nga Lai, An Lạc.

Âm Dương học, ty Tăng Cang tại phủ Tuyên Hóa.

Âm Dương học, Y học, ty Đạo Chính tại châu Quảng Oai; ty Tăng Chính tại Vạn Nhai.

Âm Dương học tại hai huyện Thái Bình, Trấn Di.

Y học, ty Tăng Hội, ty Đạo Hội, tại huyện Thái Nguyên. Y học, ty Đạo Hội tại huyện Cổ Lan. Âm Dương học, y học, ty Đạo Hội tại huyện Đa Dị, Đồng Hỷ.

Kho Thường Phong tại phủ Nghệ An, kho Thường Bình tại phủ Tân Bình. Kho Quảng Bình tại phủ Kiến Xương." (**Minh Thực Lục Quan hệ Trung Quốc Việt Nam**, tập 2, trang 62)

Nhà Minh sai người mang những sách giáo khoa sang nước ta, dùng để truyền bá nguồn văn hóa tư tưởng nêu trên. Đồng thời, Lý Bân xin cho lập một loại hộ khẩu gọi là hộ thiếp; cùng sắp đặt các viên chức hạ từng cơ sở như Lý trưởng, Giáp thủ, để quản lý kềm kẹp dân chúng:

"Năm Kỷ Hợi, [1419], *(Minh Vĩnh Lạc năm thứ 17). Mùa xuân, tháng 2, nhà Minh sai giám sinh Đường Nghĩa sang ban các sách* ***Ngũ kinh*** (6), ***Tứ thư*** (7), ***Tính lý đại toàn*** (8), ***Vi thiện âm chất, Hiếu thuận sự thực****, cho nho học các phủ, châu, huyện. Sai tăng học truyền giảng kinh Phật tại Tăng đạo ty.*

Lý Bân nhà Minh tâu xin Hộ bộ ban cấp hộ thiếp (9) *cho Giao Chỉ, bắt châu huyện làm sổ thuế khóa phu dịch* (10) *và lên danh sách lý trưởng và giáp thủ* (11) *từng năm. Đại để, cứ 110 hộ là một lý, mỗi năm cử 1 lý trưởng, 10 giáp thủ, để nhận các việc lao dịch, hết lượt lại cử từ đầu. Người làm lý trưởng, giáp thủ bị roi vọt đánh đập khổ sở khôn xiết."* **Toàn Thư**, Bản Kỷ, quyển 10, trang 3b.

Ngoài việc đòi hỏi dân ta phải thay đổi y phục, quan lại nhà Minh còn can thiệp vào tập tục tang chế. Như tập tục dân ta chịu tang, mặc áo trắng chứ không mặc áo đen; người thọ tang không cần phải nghỉ việc lâu dài để chịu tang; những tập tục đó đều bị cấm:

"NGÀY 4 THÁNG 7 NĂM VĨNH LẠC THỨ 17 **[26/7/1419].**

Ty Bố chánh Giao Chỉ Phó lý Lô văn Chính, tâu rằng:

'Người Giao Chỉ tập quen phong tục man di, cha mẹ chết để tang cấm mặc áo đen; Thổ quan, Sinh viên, Thư lại cha mẹ chết cũng không xin nghỉ việc cư tang. Xin dùng quốc triều [Trung Quốc] *đã định về tang lễ, ban hành dân gian để tuân hành. Các Thổ quan, Sinh viên, Thư lại có cha mẹ chết, phải bỏ chức dịch chịu tang; ngõ hầu dần dần từ bỏ tâp tục man di.'*

Thiên tử xem lời tâu trực diện dụ bộ Lễ rằng:

'Ba năm cư tang là thông lệ xưa nay, thiên hạ ai mà không có cha mẹ, cho theo lời thỉnh cầu." (**Minh Thực Lục Quan hệ Trung Quốc Việt Nam**, tập 2, trang 65)

Về lãnh vực kinh tế, tại vùng biển Quảng Ninh, lập cục khai mỏ ngọc trai; vùng núi Lạng Sơn, Phú Thọ, Tuyên Quang lập các cục khai mỏ vàng:

"NGÀY 3 THÁNG 8 NĂM VĨNH LẠC THỨ 17 **[23/8/1419].**

Lập cục khai mỏ ngọc trai tại châu Tĩnh An Quảng Ninh, Giao Chỉ; đặt một viên Đại sứ." (**Minh Thực Lục Quan hệ Trung Quốc Việt Nam**, tập 2, trang 66)

"***Ngày 22 tháng 8 năm Vĩnh Lạc thứ 7*** **[11/9/1419]**

Lập các cục mỏ vàng tại Giao Chỉ; thuộc trấn Thất Nguyên phủ Lạng Sơn, trấn Qui Hóa phủ Tam Giang, trấn Tuyên Quang phủ Tuyên Hóa. Đặt 2 viên Đại sứ, 4 viên Phó sứ." (**Minh Thực Lục Quan hệ Trung Quốc Việt Nam**, tập 2, trang 67)

Ngoài nguồn lợi thuế má, khai mỏ; theo thông lệ hàng năm, các chức sắc tại Tam ty, phủ, huyện, đem quý vật về triều tiến cống:

"***Ngày 20 tháng 4 năm Vĩnh Lạc thứ 17*** **[14/5/1419]**

Thổ quan thuộc các phủ như Kiến Bình, bọn Tri phủ Phan Sĩ Văn 84 người; cống vàng, bạc, khí mãnh cùng sản vật địa phương. Ban cho tiền giấy, y phục lụa ỷ, lụa bạch, có sai biệt." (**Minh Thực Lục Quan hệ Trung Quốc Việt Nam**, tập 2, trang 64)

"***Ngày 3 tháng 5 năm Vĩnh Lạc thứ 17*** **[27/5/1419]**

Thổ quan ty Tham chính Giao Chỉ, bọn Tả Tham chính Lương Nhữ Hốt đốc suất các Thổ quan quận, huyện dưới quyền; cống vàng, bạc, khí cụ, sản vật địa phương. Ban cho tiền giấy cùng y phục lụa sa dệt kim có sai biệt." (**Minh Thực Lục Quan hệ Trung Quốc Việt Nam**, tập 2, trang 65)

"***Ngày 20 tháng 8 năm Vĩnh Lạc thứ 17*** **[9/9/1419]**

Giao Chỉ tiến cống ngựa trắng." (**Minh Thực Lục Quan hệ Trung Quốc Việt Nam**, tập 2, trang 67)

"Ngày 29 tháng 12 năm Vĩnh lạc thứ 17 [14/1/1420].

Giao Chỉ dâng 1320 tấm quyên, 5000 cân tô mộc, 2000 chim thúy vũ, 10000 chiếc quạt." (**Minh Thực Lục Quan hệ Trung Quốc Việt Nam**, tập 2, trang 78)

Chú thích:

1. An Nam Truyện, Vương Thế Trinh, **Kỷ Lục Vựng Biên**, quyển 49, trang 3.

2. Lam Sơn Thực Lục. Nguyên tác: Nguyễn Trãi. Vua Lê Lợi đề tựa. Nhà Xuất Bản Tân Việt in lần thứ 3 (1958), quyển 1, trang 9.

3. Sông Hải Triều: khúc đầu sông Luộc nằm giữa huyện Tiên Lữ, tỉnh Hưng Yên và huyện Hưng Nhân thuộc tỉnh Thái Bình.

4. Tô mộc: Cây dùng làm thuốc Bắc.

5. Kỷ Tín: Trung thần của Hán Cao Tổ. Khi Cao Tổ bị Hạng Vũ vây ở núi Huỳnh Dương (nay thuộc tỉnh Hà Nam, Trung Quốc), tình hình nguy ngập quá, Tín phải ăn mặc giả làm Cao Tổ, thay Cao Tổ ra đầu hàng: bị Hạng Vũ đốt chết. Còn Cao Tổ nhờ đó trốn thoát.

6. **Ngũ Kinh**: Năm kinh của nhà Nho: Dịch, Thi, Thư, Lễ và Xuân Thu.

7. **Tứ Thư**: Bốn sách của nhà Nho: Đại học, Trung dung, Luận ngữ, Mạnh tử.

8. **Tính Lý Đại Toàn**: Bộ sách do bọn Hồ Quảng, vâng lệnh vua Minh, soạn ra. Nội dung dựa vào học thuyết của các Tống nho, chia làm 13 mục, gồm 70 cuốn.

9. Hộ thiếp: như sổ hộ tịch, mỗi tấm hộ thiếp có ghi rõ họ tên, quê quán và số đinh trong mỗi hộ, có đánh số chữ ký hiệu và đóng một nửa phần dấu kiềm đề phòng khi khám nghiệm. Sổ hộ khẩu thì để ở Hộ bộ, còn hộ thiếp thì phát cho các hộ (theo **Đại Minh hội điển**).

10. Nguyên văn: **Phú dịch hoàng sách**, tức là quyển sách bìa vàng kê khai thuế khóa phu dịch. Theo **Thông giám tập lãm**, thì năm Hồng Vũ thứ 14 (1381) nhà Minh hạ chiếu bắt cả nước làm sổ "hoàng sách".

11. Giáp thủ: là người đứng đầu một giáp, gồm 10 hộ; Lý trưởng: người đứng đầu 1 lý, gồm 110 hộ.

73. Bình Định Vương Lê Lợi: Thời khởi nghĩa [1418-1427] (2)

Tình hình nước ta lúc bấy giờ, các cuộc khởi nghĩa chống quân Minh xâm lược nổi lên khắp nơi; từ bắc Trung Phần cho đến Lạng Sơn. Vào đầu năm Bình Định vương thứ 3 [1420], nhận thấy đạo quân dưới quyền Lý Bân không đương đầu nổi; Vua Minh Thái Tông bèn điều quân từ Tứ Xuyên, Vân Nam đến tăng viện:

"Ngày 18 tháng giêng nhuần năm Vĩnh Lạc thứ 18 **[4/3/1420]**

Sắc dụ quan Tổng binh Giao Chỉ Phong Thành hầu Lý Bân rằng:

'Trẫm ra lệnh người cai trị một phương, muốn cho quân dân được yên chỗ; nay để cho giặc giã nổi lên rầm rộ, làm sao ngươi từ chối trách nhiệm được. Nay điều quân từ các xứ Vân Nam, Tứ Xuyên; quan quân nhiều ngươi phải hết sức trù tính sớm diệt bọn giặc. Nếu lần lữa ngày tháng, khiến bọn giặc ngày một lớn, thì căn cứ vào quốc điển khó mà khoan thứ được." (**Minh Thực Lục Quan hệ Trung Quốc Việt Nam**, tập 2, trang 79)

Ngoài ra còn điều Vinh dương bá Trần Trí đến, giữ chức phụ tá cho Lý Bân:

"Ngày 21 tháng 3 năm Vĩnh Lạc thứ 18 [3/5/1420].

Mệnh Vinh dương bá Trần Trí giữ chức Tả tham tướng phụ tá Tổng binh Phong thành hầu Lý Bân trong việc đánh dẹp man di phản loạn." (**Minh Thực Lục Quan hệ Trung Quốc Việt Nam**, tập 2, trang 79)

Đối với những võ quan bại trận, lệnh nghiêm khắc trừng phạt; bắt cùm chân áp giải về kinh đô:

"Ngày 22 tháng giêng nhuần năm Vĩnh Lạc thứ 18 [6/3/1420]

Quan Tổng binh Giao Chỉ Phong thành hầu Lý Bân tấu trình Đô Chỉ huy Lưu Chấn, Vu Toản, Ngô Hưng bị bại trận trước đây; cùng kẻ có lỗi Đô Chỉ huy Trần Tuấn lập được thành tích ngự giặc. Thiên tử mệnh cùm bọn Chấn 3 người giải về kinh; riêng tha cho Tuấn tội, được phục chức." (**Minh Thực Lục Quan hệ Trung Quốc Việt Nam**, tập 2, trang 79)

Sau khi đã tăng cường binh lực và tướng lãnh; mệnh Lý Bân đánh bắt cho được 4 đầu đảng Phan Liêu, Lê Lợi, Xa Tam, Nông Văn Lịch:

"Ngày 10 tháng 5 năm Vĩnh Lạc thứ 18 [20/6/1420].

Sắc dụ quan Tổng binh Phong thành hầu Lý Bân rằng bọn phản loạn Phan Liêu, Lê Lợi, Xa Tam, Nông Văn Lịch đến nay vẫn chưa bắt được, không biết việc binh đến khi nào mới hết, dân đến lúc nào mới được yên; nên ngày đêm hết lòng trù hoạch phương lược, sớm diệt bọn giặc này, để khỏi phụ sự ủy nhiệm của Trẫm." (**Minh Thực Lục Quan hệ Trung Quốc Việt Nam**, tập 2, trang 79)

Về cuộc khởi nghĩa của Vua Lê Lợi, sử Trung Quốc chép vào tháng giêng, Đô chỉ huy Từ Nguyên đánh đuổi quân khởi nghĩa tại huyện Cẩm Thủy, Thanh Hoá:

"***Ngày 4 tháng giêng năm Vĩnh Lạc thứ 18*** **[18/1/1420]**

...Giặc Lê Lợi tại Thanh Hoá tụ tập quân đóng trại tại Lỗi Giang [huyện Cẩm Thủy, Thanh Hoá], *bị Đô chỉ huy Từ Nguyên mang quân công phá, Lợi chạy trốn.*" (**Minh Thực Lục Quan hệ Trung Quốc Việt Nam**, tập 2, trang 78)

Tuy nhiên thế lực nghĩa quân lớn mạnh, hoạt động ra đến miền bắc, giết những tên quan lại đắc lực của nhà Minh như Hữu Tham chính Hầu Bảo. Trong văn bản này còn ghi Tả Tham chính Phùng Quí cũng đánh giặc tử trận, nhưng không chép lúc nào, và tử trận bởi quân Lê Lợi trong trường hợp nào. Riêng sử Việt ghi Phùng Quí tử trận trong trận giao tranh tại sách Khôi, Thanh Hoá, vào tháng chạp năm Bình Định vương thứ 5:

"***Ngày 23 tháng 5 năm Vĩnh Lạc thứ 18*** **[3/7/1420].**

Giao Chỉ Hữu Tham chính Hầu Bảo, suất dân binh chống giặc tử trận. Tả Tham chính Phùng Quí cũng đánh giặc tử trận.

Bảo người đất Tán Hoàng, Chân Định; từ Sinh viên Quốc Tử bổ dụng làm Tri huyện 3 huyện Cổn Thành, Cống Du, Đôn Hưng; rành việc hành chính. Lúc mới lập Giao Chỉ, chọn người cai trị phủ huyện, bèn thăng Bảo làm Tri phủ Giao Châu, rồi được thăng chức Hữu Tham chính Giao Chỉ. Bấy giờ giặc Lê Lợi cướp phá các quận, huyện tại vùng Hoàng Giang [Nam Định], *Bảo đôn đốc dân binh xây đồn tại các nơi quan trọng để chống cự. Giặc đến đánh, bọn Bảo đánh không thắng, bị chết.*

Quí người đất Vũ Lăng, Hồ Quảng; trúng Tiến sĩ giữ chức

Binh khoa Cấp sĩ. Lúc Anh quốc công Trương Phụ giữ chức Tổng binh chinh phạt Giao Chỉ, Quí đôn đốc lương thực, cần lao gắng sức. Được tâu công việc hoàn thành xứng chức, chiếu chỉ thăng chức Giao Chỉ Hữu Tham nghị; rồi giữ chức Đề đốc các hầm mỏ vàng bạc, thăng chức Tả Tham chính. Biết cách chiêu tập dân lưu vong quy phụ, có một đội thổ binh hơn 2000 người, đều dũng cảm chịu chiến đấu; mỗi lần ra quân đánh nhau đều lập công. Sau bị Trung quan Mã kỳ ghen tỵ, đoạt hết thổ binh; đến lúc Lê Lợi làm phản quân mạnh, Quí chỉ có vài trăm lính đến đánh. Binh ít gặp quân giặc đông, Quí ra sức đánh rồi tử trận. Bảo tham chính thanh liêm khoan thứ, Quí có tài, tử trận mọi người đều tiếc." (**Minh Thực Lục Quan hệ Trung Quốc Việt Nam**, tập 2, trang 82)

Sự kiện xảy ra vào tháng 10, sử Trung Quốc chép Phương Chính đánh bại quân Vua Lê Lợi tại sông Mường Tâm, Ai Lao:

"***Ngày 25 tháng 10 năm Vĩnh Lạc thứ 18* [30/11/1420]**

Quan Tổng binh Giao Chỉ Phong Thành hầu Lý Bân sai Hậu vệ Giao Châu Chỉ huy sứ Phương Chính truy kích Lê Lợi, đánh bại giặc tại sông Mường Tâm, Lão Qua; Lợi bỏ trốn." (**Minh Thực Lục Quan hệ Trung Quốc Việt Nam**, tập 2, trang 84)

Tuy nhiên cũng vào thời điểm này, sử Việt chép Vua Lê phục kích tại vùng Mường Thôi giáp Ai Lao; bọn Lý Bân, Phương Chính thua to, chỉ thoát được lấy thân. Đến tháng chạp quân nhà Vua lại chiến thắng tại huyện Cẩm Thủy, Thanh Hoá:

"Mùa đông, tháng 10, vua nghe tin quân Minh sắp đến,

đặt mai phục ở bến Bổng (1) chờ giặc, chém giết quân giặc nhiều vô kể, bắt được hơn trăm con ngựa. Vua cho nghỉ quân ở Mường Nanh (2), rồi lại dời đến đóng quân ở Mường Thôi [giáp Ai Lao]. *Tên Đồng tri châu Quỳ Châu là Cầm Lạn dẫn bọn Lý Bân, Phương Chính đem hơn 10 vạn quân, theo đường Quỳ Châu đến thẳng Mường Thôi. Vua phục kích chúng ở Thi Lang. Bân và Chính chỉ chạy thoát được thân mình.*

Tháng 12, vua tiến quân đóng ở sách Ba Lẫm (3) thuộc huyện Lỗi Giang [Cẩm Thủy, Thanh Hoá], *khiêu khích cho giặc ra đánh. Tướng giặc là bọn Đô ty Tạ Phương, Hoành Thành bỏ đồn Nga Lạc, về giữ trại Quan Du* [huyện Quan Hóa, Thanh Hoá] *để phòng bị cho thành Tây Đô, cố giữ không ra đánh. Vua ngày đêm dùng nhiều cách tiến công uy hiếp để giặc mỏi mệt, rối loạn. Lại sai Lê Sát, Lê Hào chia nhau tiến đánh, cả phá bọn giặc, chém được hơn nghìn thủ cấp, thu được rất nhiều chiến cụ, từ đó thế giặc ngày một suy. Vua bèn chiêu tập nhân dân các xứ. Các huyện bên cạnh đều sôi nổi hưởng ứng, cùng nhau tiến đánh và uy hiếp các đồn giặc."* **Toàn Thư**, Bản Kỷ quyển 10, trang 6b.

Ngoài Vua Lê Lợi, bấy giờ có Cấn Sư Lỗ, Phạm Công Trịch, Trịnh Công Chứng hoạt động tại các tỉnh Sơn Tây, Vĩnh Phú; Lý Bân bèn sai thuộc hạ đánh dẹp:

"***Ngày 4 tháng giêng năm Vĩnh Lạc thứ 18*** **[18/1/1420]**

Giặc Giao Chỉ Cấn Sư Lỗ, Phạm Công Trịch tụ dân làm loạn. Quan Tổng binh Lý Bân sai người đến huyện Thạch Thất [Sơn Tây] *giao chiến. Sư Lỗ thua chạy, chém được bọn Dực vệ tướng quân Cấn Hoạch hơn 150 người. Lúc bấy giờ Công Chứng tại châu Oai Man* [Vĩnh Phú] *nghe tin đưa quân về Khoái Châu* [Hưng Yên]. *Nhưng bị Đô chỉ huy Giao Chỉ*

Tôn Lâm đánh tại huyện Thiện Tài, châu Gia Lâm [Bắc Ninh], *giết bọn tướng giặc Phạm Trầm, bắt sống đầu đảng giặc Lê Hành.*" (**Minh Thực Lục Quan hệ Trung Quốc Việt Nam**, tập 2, trang 78)

Lý Bân đích thân mang quân truy kích Lê Điệt tại vùng Thái Bình, Nam Định; bắt sống, áp giải về kinh:

"***Ngày 4 tháng 4 năm Vĩnh Lạc thứ 18*** **[16/5/1420]**

Quan Tổng binh Giao Chỉ Phong thành hầu Lý Bân sai Đô Chỉ huy Trương Quý đánh giặc Lê Điệt tại huyện Đình Hà, phủ Trấn Man [Thái Bình, Nam Định], *bắt sống ngụy Long Hổ Đại Tướng quân Đinh Thung, riêng tên Điệt mang dư đảng trốn. Bân tự suất binh đánh bắt, do đó ngụy Long Hổ Tướng quân Phan Dương, Phạm Canh đều hàng. Quân của Bân truy kích đến cùng, bắt sống Điệt, vợ y, cùng tướng giặc Nguyễn Thừ, Đỗ Đức Lăng, Nguyễn Như Lôi, giết trên 600 người, cùm giải bọn Điệt về kinh sư.*" (**Minh Thực Lục Quan hệ Trung Quốc Việt Nam**, tập 2, trang 80)

Năm ngoái [1419], Lý Bân mang quân đánh dẹp cuộc nổi dậy của sư cụ Phạm Ngọc trụ trì chùa Đồ Sơn; nhưng chưa diệt xong tận gốc; nay đánh bắt được Phạm Ngọc tại Đông Triều [Quảng Ninh], áp giải về kinh:

"***Ngày 20 tháng 4 năm Vĩnh Lạc thứ 18*** **[1/6/1420]**

Quan Tổng binh Giao Chỉ Phong Thành hầu Lý Bân bắt cựu thủ lãnh giặc ngụy La Bình vương Phạm Ngọc. Trước đây Ngọc thua bỏ chạy, lại trở về châu Đông Triều tụ tập đám đông cướp phá; cuối cùng bị bắt, cùm giải về kinh sư." (**Minh Thực Lục Quan hệ Trung Quốc Việt Nam**, tập 2, trang 80)

Lộ Văn Luật. từng theo Phan Liêu, mang quân đến Thạch Thất [Sơn Tây]; bị đánh thua phải chạy sang Ai Lao:

"Mùa, hạ, tháng 4, Lộ Văn Luật dấy binh ở Thạch Thất, Lý Bân đánh phá được. Lộ Văn Luật chạy sang Ai Lao, dân chúng thì trốn vào hang núi Phật Tích và An Sầm Thạch Thất [Sơn Tây]. *Quân Minh dỡ nhà hun động, người trong động bị khói lửa hun đều chết, người nào ra hàng cũng bị giết cả, vợ con bị bắt làm nô tỳ."* **Toàn Thư**, Bản Kỷ, quyển 10, trang 5a.

Vào tháng 5, Lý Bân sai Đô chỉ huy Chu Quảng đánh bắt các lãnh tụ nổi dậy gồm Khai thánh vương Nguyễn Đa, Chiêu Tín hầu Bình chương Quân quốc trọng sự Đàm Dữ Bang, Nhập Nội Kiểm hiệu Bình chương Tư đồ Nguyễn Gia, Thái sư Trung liệt công Vi Ngũ; áp giải tất cả về kinh sư:

"*Ngày 15 tháng 5 năm Vĩnh Lạc thứ 18* [25/6/1420]

Quan Tổng binh Giao Chỉ Phong thành hầu Lý Bân sai Đô Chỉ huy Chu Quảng đánh bắt được bọn ngụy Khai thánh vương Nguyễn Đa, ngụy Chiêu Tín hầu Bình chương Quân quốc trọng sự Đàm Dữ Bang, ngụy Nhập Nội Kiểm hiệu Bình chương Tư đồ Nguyễn Gia, ngụy Thái sư Trung liệt công Vi Ngũ; lại bắt vợ con, cùng ấn ngụy; đem tất cả đến kinh sư." (**Minh Thực Lục Quan hệ Trung Quốc Việt Nam**, tập 2, trang 81)

Lê Ngã, nổi dậy tại địa bàn 3 tỉnh Lạng Sơn, Quảng Ninh, Bắc Giang, từng mang quân đánh phá thành Xương Giang; Lý Bân mang đại quân đánh, bị thua:

"Tháng 6, người làng Tràng Kênh, huyện Thủy Đường [huyện Thủy Nguyên, Hải Phòng] *là Lê Ngã đổi họ tên thành Dương Cung, tự xưng là Thiên Thượng Hoàng Đế, đặt niên*

hiệu là Vĩnh Thiên. Ngã vốn là gia nô của Trần Thiên Lại, tướng mạo rất đẹp, đã từng đi khắp bốn phương, đến đâu cũng được mọi người cung dưỡng. Ngã lại trá xưng là lính hầu của Mã Kỳ, đi doạ nạt các châu huyện làm kế nuôi thân. Thấy Công Chứng, Phạm Ngọc, Phạm Thiện đua nhau nổi dậy, Ngã bảo những người quen biết:

'Các anh có muốn giàu sang không? Ai muốn thì hãy theo ta!'.

Đến huyện Đan Ba [huyện Đình Lập, Lạng Sơn], *Ngã trá xưng là cháu bốn đời của Trần Duệ Tông, từ nước Lão Qua trở về. Phụ đạo Đan Bá là Bế Thuấn đem con gái gả cho và lập làm vua. Trong khoảng mấy tuần một tháng, đã có vài vạn quân, hắn ra An Bang* [Quảng Ninh] *chiếm trại Hồng Doanh. Sau khi Công Chứng, Phạm Ngọc bị thất bại, thì dư đảng của họ theo về với Ngã, số quân được đến mấy vạn người. Ngã tiếm xưng tôn hiệu, dựng niên hiệu, đặt quan chức, đúc tiền, đốt thành Xương Giang* [Bắc Giang], *cướp trại Bình Than. Có người biết hắn là Ngã cũng không dám nói. Thiên Lại đi gặp hắn, trở ra nói rằng:*

'Nó là gia nô của ta, việc gì phải lạy nó'.

Rồi dời thuyền trốn đi. Ngã đuổi theo nhưng không kịp. Thiên Lại gởi hịch cho các huyện gần đó, tự xưng là Hưng Vận quốc thượng hầu, đem quân đánh nhau với Ngã, bị Ngã giết chết, Lý Bân đem đại quân thủy bộ đến đánh. Ngã và Thuấn đang đêm bỏ trốn cả, không biết là đi đâu." **Toàn Thư**, Bản Kỷ, quyển 10, trang 6a.

Theo thông lệ hàng năm, vào tháng chạp Giao Chỉ phải nạp đồ tiến cống cho triều Minh:

"***Tháng 12 năm Vĩnh Lạc thứ 18*** **[2/1421]**

Giao Chỉ dâng lên triều đình 2.265 tấm lụa quyên (4), 5000 cân tô mộc (5), 3000 chim thúy vũ, 1 vạn quạt." (**Minh Thực Lục Quan hệ Trung Quốc Việt Nam**, tập 2, trang 85)

Thời Bình Định vương năm thứ 4, tức năm Vĩnh Lạc thứ 19 [1421], Vua Lê Lợi rút quân sang Lão Qua; Lý Bân định mang quân sang đánh, nhưng Lão Qua xin đừng sang, hứa sẽ lục soát đánh đuổi:

"***Ngày 11 tháng 9 năm Vĩnh Lạc thứ 19*** **[7/10/1421]**

Quan Tổng binh Giao Chỉ Phong Thành hầu Lý Bân tâu:

'Phản tặc Lê Lợi chạy trốn sang Lão Qua, ra lệnh cho quân truy bắt. Nhưng Lão Qua sai Đầu mục Lãm Kỳ Tức Cốc xin quan quân đừng vào biên cảnh, sẽ cho quân lính đi lục soát, nếu có Lê Lợi sẽ đem đến cửa quân. Từ đó đến nay đã lâu, không thấy tung tích Lê Lợi.'

Thiên tử xem tấu, nghi Lão Qua giấu giặc nên sắc dụ Bân đưa bọn Lãm Kỳ Tức Cốc đến Bắc Kinh để cật vấn." (**Minh Thực Lục Quan hệ Trung Quốc Việt Nam**, tập 2, trang 87)

Việc Sứ giả Lão Qua sang Trung Quốc gây ảnh hưởng rất lớn, sau đó Lão Qua hùa theo nhà Minh, mang quân tập kích Vua Lê Lợi:

"*Mùa đông, tháng 11, ngày 20, tham tướng nhà Minh là Trần Trí đem quân các vệ Giao Châu cùng ngụy binh, gồm hơn 10 vạn tên đánh sát đến ải Kính Lộng* [huyện Cẩm Thủy, Thanh Hoá], *sách Ba Lẫm. Vua họp các tướng bàn rằng:*

'Quân giặc nhiều, quân ta ít, nhưng quân giặc mệt, quân ta nhàn. Binh pháp có nói được hay thua là ở tướng chứ không phải ở quân nhiều hay ít, nay quân giặc tuy nhiều, nhưng ta đem quân nhàn đợi đánh quân mệt mỏi, chắc chắn

sẽ đánh bại chúng'.

Đến đêm, vua chia quân đánh úp doanh trại giặc. Quân ta đánh trống reo hò xông tới, phá được bốn doanh trại giặc, chém được hơn ngàn thủ cấp. Sau Trí khinh vua ít quân, lại phá núi mở đường để tiến đánh. Vua ngầm phục kích ở đèo Ống [huyện Cẩm Thủy] *để đợi giặc. Đến trưa, Trí quả nhiên đem quân đi theo đường núi đến. Quân phục hai bên xông ra, đánh bại giặc. Quân Trí phải rút.*

Nhưng đúng lúc ấy. Ai Lao đem 3 vạn quân và 100 thớt voi thình lình tới doanh trại của vua phao tin là cùng hợp sức với vua để đánh giặc. Vua tin lời họ, không phòng bị. Đến nửa đêm, bị họ đánh úp. Vua phải đích thân đốc chiến, suốt từ giờ Tý đến giờ Mão, đánh tan bọn Ai Lao, chém hơn 1 vạn thủ cấp, bắt được 14 con voi, thừa thắng truy kích liền 4 ngày đêm, đuổi đến tận sào huyệt của bọn chúng rồi về. Tháng 12, vua tiến ra đóng quân ở Sách Thủy. Tù trưởng Ai Lao Là Mãn Sát đã cùng quẫn, muốn vua hoãn đánh để đợi viện binh, mới giả vờ xin hòa. Vua biết đó là mưu kế xảo quyệt, không cho. Các tướng cố xin cho hoà, nói là quân lính khó nhọc đã lâu, nên cho nghỉ ngơi môt chút. Chỉ có Bình chương Lê Thạch cho là không thể cho giặc giải hòa, liền tự mình hăng hái xông lên trước, chẳng may trúng phải chông ngầm mà chết. Thạch là con người anh của Vua; thuở ấu thơ, được vua nuôi nấng nên ngài yêu Thạch hơn cả con mình. Thạch tính người nhân ái, ham đọc sách, khoẻ mạnh, dũng cảm, yêu mến quân sĩ, vua từng sai chỉ huy quân tiên phong, đánh đâu thắng đấy. Đáng tiếc Thạch dũng cảm nhưng kém mưu. Đến đây chết, vua rất thương xót.

Trước đây, vua vốn hòa hiếu với Ai Lao, chưa từng có hấn khích gì. Khi vua cầm cự với giặc tại sách Lư Sơn, Ai Lao từng cho quân sang cứu viện. Đến khi tên ngụy quan Lộ Văn Luật trốn giặc sang Ai Lao, sợ uy danh vua, thêu dệt gây nên hiềm khích, nên mới đến nỗi thế." **Toàn Thư**, Bản Kỷ, quyển 10, trang 8b.

Sử nước ta không nêu được bằng chứng việc Lộ Văn Luật nói xấu nhà Vua với Ai Lao gây nên hiềm khích; nhưng sử Trung Quốc, **Minh Thực Lục**, chép việc Lão Qua tức Ai Lao sai sứ sang cống, và việc Đầu Mục Lãm Kỳ Tức Cốc đến Bắc Kinh; chứng tỏ Trung Quốc và Lão Qua có nhiều dịp thương lượng ngầm với nhau:

"***Ngày 27 tháng 4 năm Vĩnh Lạc thứ 19*** **[28/5/1421].**

Tuyên ủy sứ Lão Qua Đao Tuyến Phản sai bọn Đầu mục Côn Điển 15 người, cống vàng, bạc; ban cho tiền giấy, lụa màu có phân biệt." (**Minh Thực Lục Quan hệ Trung Quốc Việt Nam**, tập 2, trang 85)

Ngoài việc giao tranh với Vua Lê Lợi, Lý Bân còn sai Đô chỉ huy Sư Hữu mang quân sang Lão Qua truy kích bọn Phan Liêu, nhưng không diệt được đầu đảng:

"***Ngày 6 tháng giêng năm Vĩnh Lạc thứ 19*** **[7/2/1421]**

Tháng này quan Tổng binh Giao Chỉ Phong thành hầu Lý Bân sai Đô Chỉ huy Sư Hữu truy kích bọn giặc Phan Liêu, Cầm Trách. Khi đến Ngọc Ma [phủ Trấn Định, Ai Lao] *thì Liêu đến Lão Qua xin viện binh; riêng Trách dùng voi xung kích đánh trả tại rừng Nông Ba. Bọn Chỉ huy Trương Minh, Thiên Hộ Trương Bản xông vào trận giặc bắn lính cưỡi voi, lại dùng hỏa khí bắn vào khiến voi phải chạy lùi; giặc tan rã. Chém hơn 100 tên, bắt sống hơn 30 tên. Em Trách là Kết mang 200 quân dưới quyền đầu hàng.* (**Minh Thực Lục Quan hệ Trung Quốc Việt Nam**, tập 2, trang 85)

Trước đây Lê Ngã đổi tên thành Dương Cung, tự xưng là Thiên Thượng Hoàng Đế, đánh phá tại các tỉnh Bắc Giang, Hải Dương; Lý Bân ra lệnh ráo riết truy lùng. Nay Bân sai Đô chỉ huy Vương Trung bắt được Dương Cung tại huyện Giáp Sơn, bèn cho giải về kinh:

"***Ngày 19 tháng 9 năm Vĩnh Lạc thứ 19*** [15/10/1421]

Quan Tổng binh Giao Chỉ Phong thành hầu Lý Bân sai Đô Chỉ huy Vương Trung bắt được đầu đảng giặc Dương Cung. Trước đây Cung tiếm xưng Vương, tụ tập đám đông làm loạn, quan quân truy đánh, Cung chạy trốn không bắt được. Đến nay bắt người cậu là Đỗ Cô, sai chỉ đường truy tới huyện Giáp Sơn [huyện Kinh Môn, Hải Dương], *phủ Tân An thì bắt được; bèn cùm giải đến Bắc Kinh.*" (**Minh Thực Lục Quan hệ Trung Quốc Việt Nam**, tập 2, trang 88)

Sử Việt bác bỏ chuyện Dương Cung bị bắt. Căn cứ lời xác nhận của Tri huyện Dặc Khiêm rằng Lý Bân muốn vừa lòng chiếu thư đòi hỏi bắt cho kỳ được Dương Cung; bèn gian dối bắt Sinh viên Phạm Luận, buộc nhận là Dương Cung, rồi tống giải về kinh:

"*Tổng binh Lý Bân và nội quan Lý Lượng của nhà Minh bắt Phạm Luận là sinh viên huyện Giáp Sơn* [phủ Kinh Môn, Hải Dương], *buộc Luận mạo nhận là Dương Cung để cho qua chiếu lệnh lùng bắt, bắt đến cả gia thuộc Luận là bọn Phạm Xã giải về Yên Kinh. Tri huyện Dặc Khiêm nhận thực không phải là tên Cung. Bân không nghe. Khiêm lấy bao vàng dâng đại cáo, tâu thẳng về Yên Kinh. Bân sai người chặn đường bắt về. Hoàng Phúc khuyên Khiêm rằng:*

'Mọi người đều cho là đúng, chỉ riêng ngươi bảo không phải là làm sao?'.

Khiêm nói:

'Ai ra ngoài mà chẳng phải ra cửa ngõ?"(6).

Bân cho giải cả Khiêm và Luận về Yên Kinh, giao xuống cho pháp ty xét hỏi. Khiêm suýt nữa bị tội, vì có người anh đánh trống đăng văn (7) khiếu oan nên được miễn tội. Sau thăng dần đến chức Hữu bố chính sứ nước ta. Gia thuộc của Luận cuối cùng bị chết trong ngục." **Toàn Thư**, Bản Kỷ, quyển 10, trang 7b.

Về vấn đề kinh tế, với chủ trương dùng tài nguyên thuộc địa nuôi quan quân cai trị; Lý Bân tâu xin lập đồn điền cung cấp lương thực; y lưu ý lính bản xứ phần lớn lưỡng lự hai lòng, nên bắt làm đồn điền ít tham gia chiến đấu:

"***Ngày 29 tháng 5 năm Vĩnh Lạc thứ 19*** **[28/6/1421].**

Quan Tổng binh Giao Chỉ Phong thành hầu Lý Bân tâu rằng đất nội phụ Giao Chỉ xa xôi, không dễ dàng vận chuyển lương thực; xin cho các ty, vệ, sở chia lính lập đồn điền để cung cấp. Hoạch định một phần căn cứ vào đất đai hiểm hay dễ, tình thế gấp hay hoãn để dùng quân đồn điền hoặc chinh điều nhiều hay ít. Quân lính người bản xứ tuy được liệt vào sổ binh, nhưng lúc đánh nhau còn lưỡng lự hai lòng, thường không liều chết; nay bàn định tỷ số đồn điền phần nhiều là lính bản xứ, quan quân ít.

Trong 7 vệ gồm Giao Châu tả, Hữu, trung, tiền, cùng Trấn Di, Xương Giang, Thanh Hoá; hoạch định quan quân 1 phần đồn điền, 9 phần chinh thủ; quân lính người bản xứ 7 phần đồn điền, 3 phần chinh điều. Hậu vệ Giao Châu, vệ Tam Giang, Thiên hộ sở Thị Cầu; quan quân 2 phần đồn điền, 8 phần chinh thủ; lính bản xứ 8 phần đồn điền, 2 phần chinh điều. Mỗi người làm đồn điền hàng năm trưng thu 35 thạch lúa.

Ba vệ Nghệ An, Tân Bình, Thuận Hóa quan quân đồn điền 3 phần, 7 phần chinh thủ; lính bản xứ 6 phần đồn điền, 4 phần bị chinh điều. 3 Thiên Hộ sở tại Diễn Châu, Nam Tĩnh, Tân An; tất cả quan quân không phụ trách đồn điền, quân bản xứ 3 phần đồn điền, 7 phần chinh điều. Quân đồn điền hằng năm trưng thu 18 thạch lúa mỗi người. Lời tâu được chấp nhận." (**Minh Thực Lục Quan hệ Trung Quốc Việt Nam**, tập 2, trang 86)

Ty Bố chánh Giao Chỉ còn xin triệu tập thương gia đổi muối lấy gạo; với mức đổi chác, tại miền Bắc cao hơn miền Trung:

"***Ngày 13 tháng 12 năm Vĩnh Lạc thứ 19*** **[6/1/1422]**

Ty Bố chánh Giao Chỉ tâu rằng lương thực dự trữ không đủ, xin chuẩn cho quan phụ trách kho muối triệu thương gia đến, đổi muối lấy thực phẩm. Theo thường lệ đổi muối lấy vàng, nay tạm cho đổi lấy thực phẩm, chờ đến lúc có đủ lương thực thì đình chỉ. Bọn Thượng thư Quách Tư bàn định như sau: Tại 4 phủ Giao Châu, Bắc Giang, Lạng Giang, Tân An đổi 1 dẫn (8) *muối lấy 4 đấu* (9) *gạo, hoặc 1 thạch* (10) *thóc. Tại 2 phủ Kiến Bình, Thanh Hoá đổi 1 dẫn lấy 3 đấu 5 thăng gạo, hoặc 8 đấu 7 thăng lúa. Tại 2 phủ Tân Bình và Nghệ An đổi 1 dẫn lấy 3 đấu gạo, hoặc 7 đấu 5 thăng thóc. Tại phủ Thuận Hóa đổi mỗi dẫn 2 đấu 5 thăng gạo, quy ra lúa là 6 đấu 2 thăng. Được trên chấp thuận."* (**Minh Thực Lục Quan hệ Trung Quốc Việt Nam**, tập 2, trang 88)

Vẫn theo thông lệ hàng năm, vào cuối năm Bình Định vương thứ 4, tức Vĩnh Lạc thứ 19 1921; Giao Chỉ phải dâng nạp lụa quyên, sơn, cây thuốc tô mộc, chim thúy vũ, quạt:

"***Tháng 12 năm Vĩnh Lạc thứ 19*** **[1- 2/ 1422].**

Giao Chỉ dâng lên triều đình 1535 tấm lụa quyên, 2500 cân sơn, 4520 cân tô mộc, 2725 chim thúy vũ, 7535 quạt." (**Minh Thực Lục Quan hệ Trung Quốc Việt Nam**, tập 2, trang 89)

Chú thích:

1. Bến Bổng: có lẽ nằm trên thượng lưu sông Chu.

2. Mường Nanh: nay còn địa danh Mường Nang, tức là xã Thịnh Nang, huyện Lang Chánh. Mường Nanh có lẽ là đất ấy.

3. Ba Lẫm: tên sách, có lẽ là vùng Chiềng Lâm ở xã Điền Lư, thuộc huyện Bá Thước, tỉnh Thanh Hoá.

4. Quyên: Lụa mộc, lụa sống.

5. Tô mộc: Cây dùng làm thuốc Bắc

6. Ý chỉ mọi người đều bị ngăn tại cửa ngõ, không cho tin tức lan ra.

7. Trống đăng văn: trống để ở điện đình, ai có việc oan khuất thì đánh lên, trình bày nỗi oan để được xét lại.

8. Dẫn: quy định đo lường của Trung Quốc, dẫn không có trọng lượng nhất định, thông thường 1 dẫn bằng 200 cân; 1 cân Khố Bình bằng 0.596kg;

9. Đấu: bằng 10 thăng.

10. Thạch: tức 10 đấu, hoặc 100 thăng, tương đương 103.55 lít.

74.
Bình Định Vương Lê Lợi: Thời kỳ khởi nghĩa [1418-1427] (3)

Phong thành hầu Lý Bân thay Anh quốc công Trương Phụ giữ chức Tổng binh Giao Chỉ được 5 năm thì mất [1417-1422]; Vinh dương bá Trần Trí thay thế:

"***Ngày 14 tháng giêng năm Vĩnh Lạc thứ 20*** **[5/2/1422].**

Phong thành hầu Lý Bân mất. Bân người châu Phượng Dương, cha là Tín lập quân công, quan đến Chỉ huy Thiêm sự vệ Tế Châu. Khi Tín già, Bân thay chức.

Bân là người có trí lược, khi Thiên tử bình nội nạn nhiều lần lập công, được thăng đến Hữu Quân Đô đốc Đồng tri Phong thành hầu. Lúc đầu trấn thủ Giang Tây, chiến dịch Giao Chỉ làm Tả Tham tướng, Khi Giao Chỉ bình, trở về nước đánh dẹp giặc Nụy, giữ Cam Túc có công; sau đó trấn thủ Giao Chỉ, lo đánh dẹp bọn giặc làm loạn. Nay bị tật mất, được ban tế; truy phong Mậu quốc công thụy Cương Nghị, cấp phương tiện đưa linh cữu về tống tang." (**Minh Thực Lục Quan hệ Trung Quốc Việt Nam**, tập 2, trang 89)

Sử Việt chép rằng Bân bị ung nhọt chết:

"*Tháng 2* [21/2-22/3/1422], *viên Tổng binh nhà Minh là Phong Thành hầu Lý Bân bị bệnh nhọt chết.*" **Toàn Thư**, Bản Kỷ, quyển 10, trang 9a.

Nhằm ràng buộc dân ta bằng văn hóa tư tưởng, năm Vĩnh Lạc thứ 14 [11/6/1416] cho lập hơn 200 ty Nho học, Đạo học, Phật học, tại các phủ, châu, huyện. Hàng năm tiếp tục tăng đặt các ty, và cho người mang sách giáo khoa sang cung cấp; năm nay lại cho thầy trò đến kinh đô tiến cống, và xin thêm các sách như **Ngũ Kinh, Tứ Thư, Tính Lý Đại Toàn, Vi Thiện Âm Chất:**

"***Ngày 4 tháng 5 năm Vĩnh Lạc thứ 20*** **[24/5/1422].** *Các thầy trò tại Giao Chỉ gồm các phủ Tuyên Hóa, Thái Nguyên, Trấn Man, Phụng Hóa, Thanh Hoá, Tân An, cùng các châu huyện trực thuộc đến kinh khuyết cống phương vật và xin ban các sách* ***Ngũ Kinh, Tứ Thư, Tính Lý Đại Toàn, Vi Thiện Âm Chất****. Hoàng Thái tử lệnh bộ Lễ ban cho.*" (**Minh Thực Lục Quan hệ Trung Quốc Việt Nam**, tập 2, trang 90)

Về lương thực, dù đã lập đồn điền, bắt lính sản xuất lúa nuôi quân, nhưng vẫn không đủ cho nhu cầu, nên Tham tướng Trần Trí xin cung cấp thêm gạo từ kho Quảng Đông. Y tiết lộ rằng quan quân mỗi tháng dùng 57.700 thạch; mỗi thạch là 103 lít gạo, đủ nuôi 5 người; như vậy có thể ước tính số quan quân lúc đó vào khoảng 300 ngàn tên [57.700. 5 = 288.500]:

"***Ngày 13 tháng 8 năm Vĩnh Lạc thứ 20*** **[29/8/1422].** *Tham tướng Giao Chỉ Vinh dương bá Trần Trí tâu lương tháng của quan quân lớn nhỏ tại Đô ty Giao Chỉ, cùng bổng của các quan ty mỗi tháng gồm 57.700 thạch gạo; mỗi năm tính ra hơn 692.400 thạch. Nay các phủ tại Giao Châu tồn kho không đủ; mà lượng trữ tại châu Khâm, Quảng Đông có đến hơn 100.940 thạch, xin lệnh chuyển vận cấp cho. Hoàng Thái tử chấp thuận.*" (**Minh Thực Lục Quan hệ Trung**

Quốc Việt Nam, tập 2, trang 91)

Góp phần giải quyết khó khăn về lương thực, Thượng thư Hoàng Phúc đề nghị giảm lương quân lính yếu đuối; cho các tội nhân nặng nhẹ nạp gạo chuộc tội, để cấp lương thực cho quân lính:

"***Ngày 14 tháng 8 năm Vĩnh Lạc thứ 20* [30/8/1422].** *Ngày hôm nay người nắm chức trông coi ty Bố chánh và Án sát Giao Chỉ, Thương thư Hoàng Phúc tâu rằng:*

'Giao Chỉ cách xa vạn lý, lương thực phải tích trữ rộng rãi an toàn mới mong vững yên, lại tuyển luyện thêm sĩ tốt để làm mạnh uy vũ. Nay trong các vệ, không phân biệt kẻ khỏe người yếu, đều chi lương bổng đồng đều; không những phí phạm mà lại còn không làm phấn khởi sĩ khí. Nên giảm chi phí cho người già yếu, để tăng thêm cho người khỏe mạnh.'

Lại tâu rằng:

'Điều lệ mới ban ra những người bị tội phạt roi, tội đồ, tội đày, hoặc phạm tạp tội bị xử tử cho đưa về kinh đô công tác. Giao Chỉ đến kinh đô đường sá xa xôi hiểm trở; nếu tuân theo lệ mới giải đi, sẽ bị chết dọc đường nhiều; xin cho các tội nặng nhẹ nạp gạo chuộc tội, để tư cấp lương thực cho quân đội; công tư cả hai đều tiện.'

Hoàng Thái tử chấp thuận." (**Minh Thực Lục Quan hệ Trung Quốc Việt Nam**, tập 2, trang 91)

Những viên quan lại người bản xứ như Đỗ Duy Trung, Trần Phong, đang tâm bóc lột đồng bào, vơ vét vàng bạc đem triều cống; Tam ty Giao Chỉ cũng không quên tiến cống những sản phẩm quý hàng năm:

"***Ngày 18 tháng 8 năm Vĩnh Lạc thứ 20* [3/9/1422].** *Các*

Thổ quan Giao Chỉ Hữu Tham chính Đỗ Duy Trung coi giữ phủ Tam Giang, Tri phủ Phụng Hóa Trần Thùy, con cố Tri phủ Giao Châu Đỗ Hy Vọng tên Cự, Tri huyện Đương Đạo Lương Quốc Phụ thuộc phủ Tuyên Hóa; tất cả gồm 27 người đến triều cống vàng, bạc, khí mãnh, cùng sản vật địa phương. Hoàng Thái tử mệnh bộ Lễ ban yến ủy lạo." (**Minh Thực Lục Quan hệ Trung Quốc Việt Nam**, tập 2, trang 92)

"***Ngày 27 tháng 11 năm Vĩnh Lạc thứ 20*** **[10/12/1422].** *Bọn Hữu Tham chính phủ Giao Châu, Giao Chỉ, Đô Chỉ huy Trần Phong cùng 83 người đến triều đình tiến cống các vật như vàng, bạc, khí mãnh. Ban cho y phục trử, lụa là dệt kim, cùng tiền giấy, gấm, lụa nõn trong ngoài có phân biệt."* (**Minh Thực Lục Quan hệ Trung Quốc Việt Nam**, tập 2, trang 93)

"***Tháng 12 năm Vĩnh Lạc thứ 20*** **[14/12/1422-12/1/1423].** *Giao Chỉ dâng lên triều đình 1390 tấm lụa quyên* (1), *2800 cân sơn, 4800 cân tô mộc* (2), *2800 chim thúy vũ, 8430 quạt."* (**Minh Thực Lục Quan hệ Trung Quốc Việt Nam**, tập 2, trang 94.

Giai đoạn này nghĩa quân Vua Lê Lợi phải đương đầu với quân Minh và Ai Lao. Hai đạo quân đánh 2 mặt trước, sau; tuy nhiên nhà đã Vua thoát hiểm, lui về giữ sách Khôi. Rồi bị đại binh quân Minh bao vây 4 mặt; nhưng nhờ tướng sĩ dốc lòng chiến đấu, nên quân ta chiến thắng. Sau đó vào đầu năm Bình Định Vương thứ 6 [1423] Vua đem quân về đóng tại Chí Linh [huyện Lang Chánh, Thanh Hoá]; gặp lúc lương thực cạn kiệt, đành tạm hòa với địch:

"*Ngày 21 tháng 12* [3/1/1423], *Ai Lao đem quân đến Kiệt Mang dựng trại kết trận, Thiếu úy là Lê Chích đánh lui."* **Đại Việt Thông Sử**, Lê Quí Đôn, Đế Kỷ Đệ Nhất, trang 16a.

"Mùa đông, tháng 12 [14/12/1422-12/1/1423], vua tiến quân đóng ở Quan Da. Ai Lao lại ước hẹn với quân Minh đánh vào trước mặt và sau lưng quân ta, nhiều người chết và bị thương. Vua bèn bí mật lui về sách Khôi. Mới được 7 ngày, giặc Minh lại đem đại binh đến vây. Vua bảo các tướng sĩ:

'Giặc vây ta bốn mặt, có muốn chạy cũng không có lối nào. Đây chính là "tử địa" mà binh pháp đã nói, đánh nhanh thì sống, không đánh nhanh thì chết'.

Vua nói xong chảy nước mắt. Các tướng sĩ đều xúc động, tranh nhau liều chết quyết chiến. Bọn Lê Lĩnh, Lê Vấn, Lê Hào, Lê Triện xông lên trước phá trận, chém được tham tướng Minh là Phùng Quý và hơn nghìn thủ cấp giặc, bắt được trăm con ngựa. Mã Kỳ và Trần Trí chỉ thoát được thân mình chạy về Đông Quan, quân Ai Lao cũng bỏ trốn. Vua đem quân về đóng ở núi Chi Linh. Quân lính hết lương, hơn hai tháng, chỉ ăn rau củ và măng tre mà thôi. Vua giết 4 con voi và cả ngựa của mình cưỡi để nuôi quân sĩ. Song thỉnh thoảng vẫn có kẻ bỏ trốn. Vua bèn cấm giữ nghiêm ngặt, bắt được kẻ nào bỏ trốn thì chém, để rao cho mọi người biết. Quân lính lại nghiêm túc như trước.

Bấy giờ, do trải nhiều phen hoạn nạn, quân lính đã mỏi mệt, muốn được nghỉ ngơi, đều khuyên vua giảng hòa với giặc. Vua bất đắc dĩ phải vờ hòa hiếu với bọn tướng giặc Sơn Thọ, Mã Kỳ, Trần Trí, để yên lòng quân. Sai bề tôi thân thích là bọn Lê Vận, Lê Trăn đi giảng hòa." **Toàn Thư**, Bản Kỷ, quyển 10, trang 9b.

Quân Trung Từ Mệnh Tập (3) chép những văn kiện do danh thần Nguyễn Trãi soạn thay Vua Lê Lợi; trong đó có **Thư xin hàng** gửi cho bọn Trần Trí, Sơn Thọ, Phương

Chính; do Lê Vận, Lê Trăn mang đi. Nội dung thư nhà Vua với thái độ hòa hoãn, viện cớ bị viên Tri huyện Đỗ Phú bức bách, bắt giết cả nhà, cả họ, nên dùng binh để trả thù riêng, chứ không muốn chống đối nhà Minh; nay xin mở đường đổi mới:

Thư xin hàng.

"Tôi nghe nói: "Sinh đời thái bình, ai chẳng được ở yên; gặp đời thánh minh, ai chẳng được thỏa sống". Nay tôi sinh đời bình, gặp thời thịnh, mà lại thường phải than là mất chỗ ở yên là cớ làm sao? Trước vì tri huyện Đỗ Phú (4) là người đồng hương, cùng tôi có hiềm khích, nó đút lót Tham chính Lương Nhữ Hốt, nói vu cho tôi khinh mạn quan trên, cậy mạnh mà chống lại mệnh trên, nếu không trị trước, tất có lo sau. Nhữ Hốt báo với quan quản binh cùng Nội quan Mã Kỳ nhân đó cho quan quân đến đánh úp bộ chúng tôi, không kể trẻ già, đều bị chém giết bắt bớ; họ hàng tôi đều tan tác, vợ con tôi đều chia lìa. Lại khai quật mồ mả tổ phụ tôi phơi bày hài cốt (sách ***Lam Sơn kí*** chép: Năm Mậu tuất (1418) vua khởi binh ở Lam Sơn, bọn Mã Kỳ nhà Minh đến bức, nhà vua lui về đóng đồn ở Lạc Thủy, Đỗ Phú đưa bọn giặc đến đào hài cốt của đức Hoàng khảo ở xứ Phật Hoàng; lại đi lén theo đường tắt để đánh úp phía sau nhà vua, bắt gia thuộc nhà vua cùng vợ con của quân dân rất nhiều). *Tôi không biết kêu đâu, tiến thoái đều khó, bèn sai thân nhân đến Tam ty tạ tội, thì hai ba lần sứ đi đều bị giết, không ai được về. Tôi không biết tính sao, đành phải chạy đi núp náu cho qua năm tháng, để đợi quan trên xét soi. Sống tạm nơi rừng núi đã sáu năm trời, ngày cơm hai bữa, chưa từng có bữa nào no. Song chim tinh vệ (5) lấp biển, há quản gian lao; kẻ oan ức trả thù, cũng liều sống thác; nên tôi đem bộ chúng đến vây quê nhà*

Đỗ Phú, bắt họ hàng làng xóm nó để hả lòng căm giận mà thôi, đâu dám có chí khác. Nay nghe quan Tổng binh [Tham tướng Trần Trí] *là bực đức lớn ân rộng, tâm như Đặng Vũ (6) dụ địch, chính như Hoàng Bá (7) dạy dân, thực là dịp cho tôi được đổi lỗi sửa mình. Vậy xin kính sai bọn anh họ là Lê Vận dâng thư đến viên môn* [cửa quân], *giãi bày oan khổ, cúi xin đại nhân tha cho lỗi đã qua, mở cho đường đổi mới. Nếu được rủ lòng khoan thứ, thật là ơn tạo hóa của trời đất vậy."* (**Quân Trung Từ Mệnh Tập**, a1)

Ngoài **Thư xin hàng** nêu trên, còn gửi riêng 3 bức thư gửi cho 3 giới chức quan trọng trực tiếp đương đầu với nghĩa quân; đó là Vinh dương bá Trần Trí, Hoạn quan Sơn Thọ, Đô đốc Phương Chính. Thư gửi cho Tổng binh Trần Trí cùng quan phủ vệ Thanh Hoá nội dung xin dẹp bỏ binh đao, sẽ dốc lòng thành tín quy hàng:

"***Thư cho Tổng binh*** [Tham tướng Trần Trí] ***cùng quan phủ vệ Thanh Hoá***.

Phàm vật hễ mất cân bằng thì kêu, cho nên làm cho người ta phải chịu oan khốc là bởi thiện ác không rõ ràng, thực dối không phân biệt. Nay các quan trấn thủ phủ vệ vâng mệnh Triều đình, chăn nuôi dân chúng, ví như cha mẹ nuôi con, ai cũng hết lòng thương yêu. Nay tôi mang tội vô cô [oan, vô tội], *ngậm tình oan khổ, đã không được lượng trên thương xét, lại còn đem quân đến đánh, khiến nhân dân một phương không được ở yên, đó tuy là tội của tôi, nhưng cũng do quan trên vỗ yên không phải đạo vậy. Vả lại ghét chết thích sống, tránh nhọc tìm nhàn là thường tình người ta. Nay tôi lìa quê hương mà trốn tránh, bỏ vườn ruộng mà không nhìn, kể nông nỗi ấy, thực đáng xót thương! Thế mà Triều đình to lớn, thú mục hiền hành, sao nỡ để tôi phải đến thế? Nay tôi chỉ trời xin thề, cùng chúng định ước, đem lòng thành tín mà quy hàng, xin đấng quân phụ cho tái tạo. May ra nỗi oan được rõ, lỗi trước được tha, cho tôi được hết lòng trung mà phụng sự Triều đình, đó thực là điều tôi sở nguyện vậy. Ngày xưa Kê Khang* (8) *vô tội mà sau hết trung với Tấn, Quan Vũ khỏi chết* (9) *mà sau trả nghĩa cho Tào; tôi dẫu kém cỏi, dám đâu quên nghĩa ấy, xin hoặc cho đi đánh Bắc để lập công, hoặc cho theo dẹp Tây để chuộc tội, dù chết cũng không từ. Cuối xin soi xét tấc thành, khoan tha tội lỗi, thực may cho tôi lắm.*" (**Quân Trung Từ Mệnh Tập**, a2)

Trong đám quan lại nhà Minh trực tiếp đối đầu với nghĩa quân, Thái giám Sơn Thọ tương đối hoà hoãn; nên nhà Vua tỏ ra nhũn nhặn, xin chỉ bảo cho con đường sống còn, dân chúng già trẻ sẽ vui mừng không xiết:

"***Thư cho Thái giám Sơn Thọ.***

Kể đạo trong thiên hạ, trong không gì bằng trung nghĩa, quý không gì bằng danh tiết. Ghét chết thích sống, tránh nhục tìm vinh, đó là thường tình của người ta. Tôi từ sinh ra, thích danh tiết mà trọng trung nghĩa, ghét kẻ tiểu nhân mà dấn mình hoạn nạn, tuy ở trong cảnh gian nan nguy hiểm, mà không nhụt chí bình sinh. Ngày đêm than thở, trông vào hai trời [tôn Sơn Thọ như trời, nên gọi là hai trời] *mà kêu van. Nay nghe ngài mới ở Kinh sang, đã xét rõ duyên cớ mang tội, chỉ bảo con đường sống còn, bộ chúng của tôi nghe ngóng, già trẻ vui mừng không xiết. Cúi xin đem dân cả sách làm gia nô để khỏi bị huyện quan làm khổ. Vả cổ nhân có nói: "Lấy thù trả thù, tai vạ không thôi!". Nay Đỗ Phú vốn có cừu thù với tôi, lại làm quan ở huyện tôi, vì thế mà tôi phải ly tán đào vong vậy. Nay ngài đức kịp côn trùng, ân khắp thảo mộc, thu nạp những thứ nhơ nhớp, chiêu dụ những kẻ bạn vong, có thể cho tôi được sửa lỗi tự tân, rửa lòng đổi dạ, để làm dân đời thái bình, chính như chết mà sống lại, xương mà sinh thịt vậy."* (**Quân Trung Từ Mệnh Tập**, a3)

Đô đốc Phương Chính vốn là viên tướng ham danh hiếu chiến. Thư cho y, nhà Vua phân tích lợi hại, việc binh thắng bại khôn lường; tốt hơn hết là cởi giáp nghỉ binh, an nhàn mà nhận hàng:

"***Thư cho Phương Chính.***

Tôi trộm nghĩ cái nỏ nặng nghìn cân không vì con chuột nhắt mà nẩy máy. Nay ngài là bực danh tướng hiện thời, lại đem quân hai nước (10) mà tranh thắng với kẻ thất phu, có được chăng nữa, chẳng qua cũng chỉ phong hầu; vạn nhất ngã thua, thì bốn phương nhân thế mà chinh chiến không thôi, dẫu người cơ trí mà không giỏi lo tính về sau, hối làm sao kịp? Chỉ e mua cười với đương thế, để chê cho đời sau, tôi rất vì người lo ngại. Vì ngài tính kế ngay nay, không gì bằng cởi giáp nghỉ binh, ngồi nhàn mà nhận hàng, đó là thượng sách. Thế tuy là may cho bọn tôi cùng ngài, mà cũng là may lớn cho vạn dân thiên hạ vậy." (**Quân Trung Từ Mệnh Tập**, a4)

Bọn Trần Trí đánh lâu mà không thắng, đã ngầm hưu chiến; nhưng Vua Thái Tông giáng trách nặng nề, nên đành phải tuân lệnh, làm một hai cuộc hành quân cho có lệ:

"***Ngày 8 tháng 12 năm Vĩnh lạc thứ 20*** **[21/12/1422].**

Bọn giặc Lê Lợi làm loạn tại Giao Chỉ đã lâu, nhưng chưa bắt được. Giáng sắc trách nặng nề bọn Vinh dương bá Trần Trí." (**Minh Thực Lục Quan hệ Trung Quốc Việt Nam**, tập 2, trang 93)

Vào đầu năm Bình Định vương thứ 6 [1423] Minh, Vĩnh Lạc thứ 21, nghĩa quân giao chiến với quân Minh tại vùng Lạc Sơn, tỉnh Hoà Bình, phía bắc Thanh Hoá:

"***Ngày 21 tháng giêng năm Vĩnh Lạc thứ 21*** **[3/3/1423].**

Tham tướng Giao Chỉ Vinh dương bá Trần Trí đánh phản tặc Lê Lợi tại huyện Đông Lai [huyện Lạc Sơn, Hòa Bình], *châu Ninh Hóa. Lợi thua bỏ trốn.*" (**Minh Thực Lục Quan hệ Trung Quốc Việt Nam**, tập 2, trang 94)

Đến tháng 4 Vua mang quân về Lam Sơn; bọn Trần Trí, Sơn Thọ thường đưa lương thực, nông cụ đến giao hảo, Vua cũng tặng vàng bạc đáp lễ; nhưng sau đó quân địch bắt Sứ giả Lê Trăn không cho về, nên Vua nổi giận tuyệt giao:

"*Mùa hạ, tháng 4, ngày 14* [23/5/1423], *vua lại đem quân về Lam Sơn* [huyện Thọ Xuân, Thanh Hoá]. *Bọn tham tướng Trần Trí, nội quan Sơn Thọ nhà Minh đưa biếu vua nhiều trâu ngựa, cá muối cùng thóc giống và nông cụ để dụ dỗ. Vua cũng sai bọn Trăn đưa tặng vàng bạc để đáp lễ, nhưng vẫn bí mật phòng bị. Bọn Trí biết ý định của vua bề ngoài giả cách thân thiện, nhưng bên trong thì ngầm mưu đánh úp, liền bắt giữ bọn Trăn không cho về. Vua nổi giận, cắt đứt giảng hòa. Các tướng sĩ cũng sôi sục căm thù, đều thề xin liều chết quyết chiến.*" **Toàn Thư**, Bản Kỷ, quyển 10, trang 10a.

Về lễ cống hàng năm tại Giao Chỉ, bắt đầu từ năm Vĩnh Lạc thứ 14, ròng rã 8 năm trời, vào mỗi tháng chạp đều đem cống; năm nay dâng lễ hậu hơn trước:

"***Tháng 12 năm Vĩnh Lạc thứ 21*** **[2/1-31/1//1424].**

Giao Chỉ dâng lên triều đình 1747 tấm quyên, 3000 cân sơn, 5000 cân tô mộc, 3000 chim thúy vũ, 1 vạn chiếc quạt.

Sản vật được dâng lên từ năm Vĩnh Lạc thứ 14; hàng năm lúc thêm lúc bớt, nhưng năm nay tăng nhiều hơn.” (**Minh Thực Lục Quan hệ Trung Quốc Việt Nam**, tập 2, trang 96)

Vào tháng 7 năm Bình Định vương thứ 7 Minh, (Vĩnh Lạc năm thứ 22) [26/7-23/8/1424], Vua Minh Thái Tông mang quân lên phía bắc đánh tàn dư Mông Thát, trên đường về bị ốm nặng rồi mất trong quân; đến đời Gia Tĩnh tôn xưng miếu hiệu là Thành Tổ. Thái tử lên ngôi, niên hiệu Hồng Hy, miếu hiệu Nhân Tông; hứa đình chỉ khai mỏ vàng, bạc tại An Nam:

“Mùa thu, tháng 7, vua Minh thân hành đi đánh giặc Hồ [Mông Thát], *đem quân về đến sông Du Mộc* [Nội Mông] *thì ốm nặng, để di mệnh truyền ngôi cho hoàng thái tử. Ngày Tân Mão 18* [12/8/1424], *vua Minh băng, nhưng giữ kín, đưa về đến Yên Kinh mới phát tang, thọ 65 tuổi, táng ở Trường Lăng, miếu hiệu Thành Tổ, tên thuỵ là Văn Hoàng Đế. Mùa thu, tháng 8, ngày 15* [7/9/1424], *thái tử nhà Minh Cao Xí lên ngôi, đổi niên hiệu là Hồng Hy, đại xá. Tờ chiếu viết:*

‘... Cho nên, ta trên tuân lệnh theo di mệnh, dưới thể lòng mọi người, ngày 15 tháng 8 [7/9/1424] *đã kính cáo trời đất, tông miếu, xã tắc, lên ngôi hoàng đế, để đón phúc lớn của tông miếu, để nhờ mưu xa của thánh thần. Nay nhân buổi mới lên ngôi, ban mệnh đổi mới, lấy sang năm làm năm Hồng Hy thứ nhất, còn các việc nên làm, nêu rõ như sau: ‘Những việc như lấy vàng bạc, tìm hương liệu ở Giao Chỉ đều đình chỉ hết. Các quan viên trong ngoài sai đi trông coi, hạn trong 10 ngày phải lên đường về kinh, không được kiếm cớ ở chậm lại mà ngược hại nhân dân. Ôi! vua tôi cùng một dạ, thương dân cốt ở khoan hồng, thưởng phạt có phép thường, trị nước trước phải minh tín. Những mong các hiền tài giúp*

việc văn võ, các quan chức giỏi giang trong ngoài hết lòng trung trinh, giúp chỗ thiếu sót để nối nghiệp lớn. Cho nền quốc gia hưng thịnh mãi mãi, để ban ân huệ tới khắp dân đen, để mở rộng phúc trị bình cho mọi nơi trong cõi". **Toàn Thư**, Bản Kỷ, quyển 10, trang 10b.

Khác với Vua cha; Nhân Tông chủ trương hòa hoãn, muốn dùng chính sách xá tội, phong chức để thuyết phục. Khi Trần Trí tâu vẫn còn giằng co giao tranh với Vua Lê Lợi; ý Vua Nhân Tông muốn tìm cách hoà hoãn, ban chiếu thư để chiêu dụ:

"Ngày 1 tháng 9 năm Vĩnh Lạc thứ 22 **[23/9/1424].** *Giao Chỉ Tham tướng Vinh xương bá Trần Trí tâu rằng:*

'Giặc Lê Lợi chạy trốn sang Lão Qua; bị Lão Qua đuổi bèn quay về huyện Côi, châu Ninh Hóa [tỉnh Hoà Bình]. *Quan quân tiến đánh, viên Đầu mục ngụy là bọn Phạm Ngưỡng đem trai, gái 1600 người ra hàng. Lê Lợi tuy nói rằng sẽ đưa hơn 480 nam nữ ra hàng, nhưng rồi dừng lại tại huyện Nga Lạc, phủ Thanh Hoá; lại nghe rằng vẫn không ngừng tiếp tục tạo khí giới; dối trá như vậy, đáng mang quân đánh dẹp.'*

Thiên tử sai mang sắc dụ bọn Trí rằng:

'Ngươi hãy ước tính mưu kế giặc, trù hoạch đúng nên tiến hay chưa? Nhưng ta nghe rằng nguyên nhân gây ra bọn giặc này, do quan ty những nhiễu áp bức, bọn chúng cùng quẫn bất đắc dĩ gây ra như vậy. Nay dùng phép đại xá để thiên hạ cùng đổi mới, đối với Giao Chỉ lại càng tăng thêm sự khoan tuất. Nếu trong muôn một, lương tâm bọn giặc này chưa mất hết, chúng có thể suy nghĩ sửa đổi. Nay nếu quan quân chưa tiến, thì mang thư đến chiêu dụ, sẽ không hỏi đến lỗi xưa, lệnh cho về đất cũ an cư lạc nghiệp. Nếu bọn này

chấp mê không chịu ra, vẫn tiếp tục hành động như trước, thì hãy tâu đầy đủ sự thực, để có cách khu xử khác. Nếu quan quân đã tiến, thế không thể dừng lại, phải hết sức cẩn thận. Giặc âm mưu quỷ quyệt, dựa vào chỗ hiểm đặt phục binh, hãy sử dụng thám thính đằng xa để không lầm vào kế giặc. Lúc hành quân, phải ước thúc quân lính, đừng nhiễu hại nhân dân." (**Minh Thực Lục Quan hệ Trung Quốc Việt Nam**, tập 2, trang 100)

Gần nửa tháng sau, Vua Nhân Tông sai Hoạn quan Sơn Thọ mang chiếu thư đến phủ dụ nhà Vua, hứa ban chức Tri phủ Thanh Hoá. Sơn Thọ đoan chắc có thể phủ dụ được, vì năm trước Vua Lê Lợi từng đích thân gửi thư cho Thọ xin giảng hòa:

"**Ngày 13 tháng 9 năm Vĩnh Lạc thứ 22** [**5/10/1424**]. *Sai trấn thủ Giao Chỉ Trung quan Sơn Thọ mang sắc dụ Đầu mục Giao Chỉ Lê Lợi. Sắc rằng:*

"Ngươi vốn là kẻ lương thiện, từ lâu có lòng thành quy phụ. Nhưng quan ty cai trị không đúng cách, sinh ra nghi sợ; rồi ẩn trốn nơi núi rừng, không toại chí nguyện. Nay sau khi đại xá, bỏ hết sai lầm quá khứ, hàm chứa sự canh tân. Đặc cách sai người mang sắc dụ ban cho ngươi chức Tri phủ Thanh Hoá, cai trị dân một quận. Hãy đến nhận chức ngay, để đáp lại sự cứu xét đến lòng thành và bao dung đãi người của Trẫm."

Sở dĩ có sắc dụ này, vì Thọ tâu trước mặt Thiên tử rằng Lê Lợi và y hợp ý nhau, nay đến dụ sẽ trở về. Thiên tử nói:

- Bọn giặc gian trá, ngươi không biết được; nếu bị lừa, đây là dịp giúp cho thế giặc ngày một lớn, khó mà chế ngự.

Thọ khấu đầu tâu rằng:

- Nếu như thần dụ mà nó không quay về, thì tội thần đáng vạn lần chết.

Bèn giáng sắc này." (**Minh Thực Lục Quan hệ Trung Quốc Việt Nam**, tập 2, trang 102)

Sau khi sai Sơn Thọ ban sắc cho Vua Lê Lợi, Vua Minh ra lệnh bọn Trần Trí theo dõi tình hình rồi tâu về:

"Ngày 4 tháng 11 năm Vĩnh lạc thứ 22 **[24/11/1424]**

Tham tướng Bảo định hầu Mãnh Anh, Vinh dương bá Trần Trí tại Giao Chỉ tâu sự việc về Lê Lợi. Ban sắc báo rằng:

"Đã ban sắc xá tội cho Lê Lợi, mệnh cho làm Tri phủ phủ Thanh Hoá, lệnh Nội quan Sơn Thọ đến nơi hiểu dụ. Ý ta muốn đợi Sơn Thọ đến đó, bọn ngươi xem tình hình tại chỗ như thế nào, cùng Sơn Thọ bàn bạc chu tất rồi tâu về." (**Minh Thực Lục Quan hệ Trung Quốc Việt Nam**, tập 2, trang 105)

Bấy giờ Vua quan nhà Minh chú tâm chờ đợi kết quả về giải pháp chiêu dụ, tỏ ra thụ động tiêu cực. Ngược lại phía nghĩa quân, lợi dụng thời cơ vị Vua hiếu chiến Minh Thái Tông mới mất, Vua kế vị lúng túng, bèn tích cực hoạt động. Theo lời khuyên của Thiếu úy (11) Lê Chích, Bình Định vương chuyển quân sang Nghệ An; cùng lúc vào ngày 20 tháng 9 [12/10/1424] một cánh quân hạ được đồn Đa Căng (12):

"Vương đóng quân ở Lư sơn, nhóm họp các tướng hỏi về sách lược tiến thủ, nên đánh thành nào trước. Thiếu úy Lê Chích thưa:

'Nghệ An là nơi hiểm yếu: đất rộng, người đông, tôi đã từng qua lại Nghệ An, nên rất thông thuộc đường đất. Nay

ta trước hãy nên đánh lấy Trà Long, chiếm giữ bình định cho được Nghệ An để làm chỗ đất đứng chân, rồi dựa vào đấy mà lấy tiền tài sức lực, sau sẽ quay cờ trẩy ra Đông Đô thì có thể tính xong được việc dẹp yên thiên hạ'

Vương khen là phải. Liền đó kéo quân ra phía nam, đánh úp đồn Đa Căng: Lương Như Hốt, tham chính bên Minh, thua chạy. Ta chém chết địch và bắt được của địch vô kể." **Cương Mục**, Chính Biên, quyển 13.

Cùng thời kỳ, Vua tiến quân sang Nghệ An, chiến thắng tại Bồ Lạp (13) giết viên Đô chỉ huy Trần Trung. Sử Trung Quốc công nhận Trần Trung tử trận vào ngày 15 tháng 9 [7/10/1424] tại Thanh Hoá, sự sai lầm về tên đất do bởi huyện Quì Châu giáp Thanh Hoá, nhưng thực sự thuộc Nghệ An. Sau đó nhà Vua tiến quân đến Trịnh Sơn thuộc huyện Con Cuông, phía nam châu Trà Lân do Tri phủ Cầm Bành quản lãnh; cắt đứt tiếp viện từ thành Nghệ An với châu này:

"Vua chọn đinh tráng, sửa khí giới, rèn bộ ngũ, chứa sẵn lương khô, tiến thẳng vào Nghệ An. Khi qua núi Bồ Lạp thuộc châu Quỳ, thì gặp tên Chỉ huy đồng tri nhà Minh là Sư Hựu cùng viên thổ quan là Tri phủ châu Trà Lân Cầm Bành đem 5.000 quân đón ở phía trước, lại có các tướng Minh Trần Trí, Lý An, Phương Chính, Thái Phúc đem quân tiếp đến uy hiếp mặt sau. Trời sắp tối, vua bèn phục sẵn binh tướng trong rừng. Bọn Phương Chính đến, vua tung quân ra đánh. Quân Minh tan vỡ lớn. Ta chém được Đô ty Trần Trung và hơn hai nghìn thủ cấp quân giặc, bắt được hơn một trăm cỗ ngựa. Quân Minh tháo chạy. Hôm sau, quân ta tiến đến trang Trịnh Sơn (14), châu Trà Lân (15), gặp Sư Hựu ở đó, lại cả phá chúng, chém được thiên hộ Trương Bản và hơn nghìn quân giặc. Hựu chỉ chạy thoát thân mình.

Vua dẫn quân đến sách Mộc. Bọn Trần Trí đuổi theo đến núi Trạm Hoàng, nhưng vì đã nhiều phen bị thua đau, không dám tiến sâu, lui về giữ thành Nghệ An." **Toàn Thư**, Bản Kỷ, quyển 10, trang 13a.

Minh Thực Lục chép trong trận giao tranh vào ngày 15 tháng 9, Đô chỉ huy Trần Trung tử trận:

"***Ngày 15 tháng 9 năm Vĩnh Lạc thứ 22*** **[7/10/1424].**

Ngày hôm nay Đô chỉ huy Đồng tri Trần Trung tại Giao Chỉ, đánh giặc bị thiệt mạng.

Trung người đất Lâm Hoài, xuất thân từ Phó Thiên hộ vệ Khoan Hà; thời Tĩnh Nạn có công được thăng chức Chỉ huy Đồng tri vệ Tuy Đức. Rồi có tội bị đày làm lính tại Quảng Tây, bèn theo quan Tổng binh đánh Giao Chỉ. Tại chợ Cá Chiêu, khiêng thuyền nhỏ vào sông, đánh úp thủy trại của Lê Quý Ly, lại theo Hoành hải Tướng quân đánh thành Đa Bang, liều thân leo lên thành, nên được phục chức Chỉ huy Đồng tri Tả vệ Giao Châu. Trung cùng quan quân lập thành tích trong các trận tại ải Hàm Tử, các cửa biển, những trận thủy chiến tại Yên Mô, Hải Dương, chém và bắt được rất nhiều. Lại theo đại quân lập công đánh bại giặc tại Kỳ La, cửa biển Hà Hoa, núi Côn Truyền; nơi mà bọn cha con giặc họ Lê, Trần Quí Khoáng, Nguyễn Súy bị bắt, nên được thăng chức Chỉ huy Đồng tri Giao Chỉ. Tiếp tục đánh tại châu Đông Hồ bắt được Đại tướng quân ngụy Ngô Trung. Đến nay bọn giặc Lê Lợi đánh phá Thanh Hoá, Trung giao chiến bị trúng đạn tử trận. Được tin triều đình sai bộ Lễ chiếu theo điển lệ cấp tuất rất hậu." (**Minh Thực Lục Quan hệ Trung Quốc Việt Nam**, tập 2, trang 103)

Tháng 11 [21/11-20/12/1424], Vua sai người chiêu dụ Cầm

Bành tại thành Trà Lân, huyện Tương Dương, Nghệ An; nhưng Bành không theo, bèn mang quân bao vây:

"Mùa đông, tháng 11, vua sai người chiêu dụ Cầm Bành. Bành cự tuyệt không theo, mình hắn cùng với hơn ngàn quân lên dựng rào lũy trên đỉnh núi để đón quân cứu viện. Vua đem quân tới bao vây." **Toàn Thư**, Bản Kỷ, quyển 10, trang 13b.

Tháng chạp, Sơn Thọ đưa trả lại Sứ giả Lê Trăn bị bắt năm ngoái, để cầu hòa. Tương kế tựu kế, nhà Vua hồi đáp rằng muốn theo lời yêu cầu trở về Thanh Hoá nhận chức, nhưng bị Cầm Bành chặn đường không về được. Phía Minh cho người sai Cầm Bành giảng hòa; Cầm Bành thấy quân Minh không chịu yểm trợ, nên đành ra hàng. Sau khi quân ta chiếm thành Trà Lân, Vua Lê Lợi vẫn không chịu trở về Thanh Hoá; phía Minh biết rằng mắc mưu, bèn mang đại quân ngược dòng sông Lam rửa hận. Quân Minh bị phục kích thua to tại Bồ Ải, huyện Anh Sơn; bèn tháo chạy trở về thành Nghệ An:

"*Tháng 12* [21/12/1424-19/1/1425], *Sơn Thọ nhà Minh sai Nguyễn Sĩ đưa trả Lê Trăn để cầu hòa. Bọn Phương Chính, Sơn Thọ đến Nghệ An, muốn cứu Cầm Bành nhưng không dám tiến quân, bèn sai người đem thư xin vua giải vây cho Bành. Bấy giờ, Cầm Bành cố thủ, vây đã hơn một tháng chưa lấy được, lại nghe tin quân cứu viện tới. Vua gọi các tướng lên bảo rằng:*

'Cầm Bành đang nguy khốn, bọn Chính đáng lẽ phải cấp tốc cứu viện, nay lại dùng dằng, hẳn là có ý lo sợ. Chi bằng ta giả cách cho hòa để xem tình thế ra sao, tin đi tin lại mất hàng tuần hàng tháng, thì Cầm Bành lúc ấy chắc đã bị bắt

rồi'.

Vua bèn viết thư để trên bè cho thuận dòng trôi xuống. Trong thư vua nói thác là vẫn muốn theo lời thỉnh cầu của họ, trở về Thanh Hoá. Nhưng lại bị Cầm Bành chặn đường, nếu có lòng thương thì xin cho một người tạm đến hòa giải để thông đường về. Bọn Chính nhận được thư, sai Trần Đức Nhị chạy đến bảo Cầm Bành hòa giải, Cầm Bành biết là viện binh không đến, mở cửa thành ra hàng, Châu Trà Lân đã dẹp yên. Vua ra lệnh cho quân rằng:

'Cầm Bành đã đầu hàng, chớ có mảy may xâm phạm, tha tội cho tất cả, không được giết một người nào'.

(Sau Cầm Bành mưu phản, vua giết chết). Vua vỗ về an ủi các bộ lạc, khao thưởng các tù trưởng. Tuyển chọn đinh tráng bổ sung quân ngũ được 5 nghìn người, thế quân càng mạnh. Quân Minh nghe tin Cầm Bành đã hàng, liền quay lại đánh trại Trà Lân. Vua lại đánh phá được. Vua muốn đánh thành Nghệ An, nhưng chưa biết tình thế ra sao. Gặp khi vua Minh mới lên ngôi, sai nội quan Sơn Thọ dùng lời lẽ quỷ quyệt để dụ dỗ vua. Vua biết dụng ý của chúng liền nói:

'Giặc sai ngươi đến lừa ta, ta nhân chỗ sơ hở của chúng mà lừa lại, chính là dịp này đây'.

Rồi lại trao đổi đi lại với giặc, trinh sát tình hình của chúng để mưu đánh úp thành Nghệ An. Bọn Thọ biết là mưu kế của chúng không đánh lừa nổi, mới lại đoạn tuyệt không cho sứ đi lại nữa. Bấy giờ vua chấn chỉnh binh tượng, tiến quân bao vây thành Nghệ An. Quân sắp đi, vừa lúc có tin báo quân Minh đã sắp đặt voi ngựa, thuyền bè, tiến quân cả hai đường thủy và bộ, định ngày mai sẽ tới. Vua chia hơn 1.000 quân, cho bọn Lê Liệt đi đường tắt đóng giữ huyện Đỗ

Gia (16). Vua đích thân chỉ huy đại quân giữ chỗ hiểm yếu để đợi chúng. Được ba bốn hôm, quân Minh quả nhiên đến quán Lậu và cửa Khả Lưu (17), bày doanh trại ở hạ lưu. Vua ở thượng lưu, ban ngày dựng cờ đánh trống, ban đêm thì đốt lửa sáng trưng. Nhưng ngầm sai binh tượng vượt sông, phục sẵn ở chỗ hiểm yếu. Trời gần sáng, giặc liền đem quân đến đánh dinh vua. Vua giả vờ rút lui, dẫn giặc tới chỗ có quân mai phục. Giặc không để ý, đem quân tiến vào sâu, quân mai phục bốn mặt nổi dậy, xông ra đánh phá. Quân giặc bị chém đầu và chết đuối tới hàng vạn tên. Hôm sau, giặc liền dựa vào thế núi, đắp hào lũy để ở, không ra đánh nữa. Bấy giờ lương thực của giặc có rất nhiều mà quân của vua thì không đủ lương ăn cho 10 ngày. Vua nói với tướng sĩ:

'Giặc cậy có nhiều lương, cố thủ để làm kế lâu dài, ta lương ít không thể cầm cự dài ngày với giặc'.

Rồi đốt cháy doanh trại, ngược dòng sông giả cách trốn đi, nhưng lại ngầm đi đường tắt trở về, đợi giặc đến thì đánh. Quân Minh cho là vua đã chạy, mừng lắm, bèn tiến quân vào đóng ở doanh trại cũ của vua, lên núi đắp lũy. Ngày hôm sau, vua cho quân tinh nhuệ ra khiêu chiến. Giặc đem quân ra ngoài lũy để đánh. Vua phục sẵn ở Bồ Ải [huyện Anh Sơn, tỉnh Nghệ An] *(18), giữa nơi hiểm yếu. Giặc lại không ngờ tới, đem hết quân ra đánh. Vua bèn tung phục binh xông vào trận giặc. Bọn Lê Sát, Lê Lễ, Lê Vấn, Lê Nhân Chú, Lê Ngân, Lê Chiến, Lê Tông Kiều, Lê Khôi, Lê Bôi, Lê Văn An tranh nhau nên trước phá quân giặc, chém đầu giặc không sao kể xiết. Thuyền giặc trôi ngổn ngang, xác chết đuối nghẹn tắc khúc sông, khí giới vứt đầy cả rừng núi. Ta bắt sống Đô ty Chu Kiệt, chém tướng tiền phong là Đô ty Hoành Thành, bắt sống hàng nghìn tên giặc. Trần Trí, Sơn Thọ thu nhặt tàn quân chạy về thành Nghệ An. Vua thừa thắng đuổi dài suốt 3 ngày, đến tận dưới chân thành. Bọn Trí vào thành cố thủ."* **Toàn Thư**, Bản Kỷ, quyển 10, trang 13b.

Thua trận tại Nghệ An triều đình nhà Minh quy tội cho Trần Trí, Phương Chính, Sư Hựu, Trương Hùng; nhưng xét Chính là một dõng tướng, nên vẫn lưu giữ chức. Sử Việt chép về việc này như sau:

Nhà Minh sai Cẩm y vệ xá nhân sang bắt bọn Phương Chính và Sư Hựu về kinh, vì bị thua trận ở châu Trà Lân. Hựu đi đến giữa đường uống thuốc độc chết, Phương Chính vẫn được làm Đô đốc đồng tri, gia chức tham tướng." **Toàn Thư**, Bản Kỷ, quyển 10, trang 13b.

Riêng quân Minh tại thành Nghệ An, sau khi thất trận tại Bồ Ải thuộc huyện Anh Sơn; hoàn toàn bị cắt đứt với châu Trà Lân thuộc huyện Tương Dương phía bắc, nên không rõ việc châu Trà Lân đã mất. Nên trong chỉ dụ giáng trách, chỉ đàn hặc Trần Trí, Phương Chính tội đánh chậm nuôi dưỡng giặc mà thôi:

"***Ngày 19 tháng giêng năm Hồng Hy thứ nhất* [7/2/1425]**

Giáng sắc khiển trách nặng nề Tham tướng Giao Chỉ Vinh xương bá Trần Trí, Đô đốc Phương Chính tội đánh chậm dưỡng giặc; lệnh sửa đổi sai lầm, tự phấn đấu. Lại mệnh cùm giải Đô chỉ huy Sư Hữu, Trương Hùng về kinh đô giam cấm; thể theo lời Giám sát Ngự sử, hặc tội bọn này tham bạo làm sai luật rất nhiều." (**Minh Thực Lục Quan hệ Trung Quốc Việt Nam**, tập 2, trang 108)

Sau khi thua trận Bồ Ải tại huyện Anh Sơn, tỉnh Nghệ An; bọn Phương Chính chần chừ không dám ngược dòng sông Lam tiến công, Vua bèn gửi thư khiêu khích: "***Thư trả lời Phương Chính.***

Bảo cho mày ngược tặc Phương Chính: Kể đạo làm tướng, lấy nhân nghĩa làm gốc, trí dũng làm của. Nay bọn mày chỉ chuộng lừa dối, giết hại kẻ vô tội, hãm người vào chỗ chết mà không xót thương, việc ấy trời đất không dung, người mà đều giận, cho nên liền năm chinh phạt, hằng đánh hằng thua. Thế mà không biết trước tự cải quá, lại còn bới bẩn cho thêm thối, hối sao cho kịp được! Huống chi bây giờ nước mùa xuân mới sinh, lam chướng bốc độc, thế không thể chịu lâu được. Nay mày chỉ nắm đại binh mà nấn ná không tiến, khiến quân lính nhiễm lam chướng dịch lệ mà chết, đó là tội ai? Binh pháp có nói; "Kẻ nhân giả lấy yếu chế mạnh, kẻ nghĩa giả lấy ít địch nhiều". Nay mày muốn đánh, thì nên tiến quân giao chiến, để quyết sống mái, đừng làm khổ cho quân sĩ hai nước làm gì." (**Quân Trung Từ Mệnh Tập**, a5)

Phương Chính nhận được thư, đòi Vua Lê mang quân về miền xuôi, chọn chỗ đánh nhau tại vùng đồng bằng đất phẳng; nên có thư trả lời sau đây:

"***Lại thư trả lời Phương Chính***

Bảo cho mày ngược tặc Phương Chính: Kể người dùng binh giỏi thì không có đâu là hiểm, đâu là không hiểm, không có đâu là dễ, đâu là không dễ. Thắng hay phụ ở tướng, chứ không ở đất hiểm hay dễ. Vào chỗ hiểm mà đánh nhau không khác gì hai con hổ đánh nhau ở trong thung lũng, giỏi thì được, vụng thì thua. Bởi vậy, đất không có bình thường nhất định, trận không có thế thường nhất định. Mày nếu không lui, thì phải đem binh ra mà quyết chiến thôi." (**Quân Trung Từ Mệnh Tập**, a6)

Bấy giờ Hoạn quan Mã Kỳ tung tin rằng y lại được đưa sang An Nam lấy vàng, bạc, châu báu. Sử Trung Quốc chép thêm rằng ý Vua Nhân Tông không muốn cho y sang, nhưng lại không nói thẳng ra:

"*Nhà Minh ra lệnh cho bọn Mã Kỳ lại sang lấy vàng bạc, châu báu và hương liệu.*" **Toàn Thư**, Bản Kỷ, quyển 10, trang 15b.

"***Ngày 9 tháng 11 năm Vĩnh Lạc thứ 22*** **[29/11/1424]**

Thiên tử dụ Hàn lâm viện về việc Nội quan Mã Kỳ tung tin lại được sang Giao Chỉ quản lý vàng, bạc, trân châu, hương liệu. Lúc bấy giờ Kỳ mới bị triệu về chưa được bao lâu, Hàn lâm viện lại tâu về việc Mã Kỳ được chấp thuận sang lần nữa; Thiên tử nghiêm mặt nói:

"Trẫm làm sao có thể nói chấp thuận cho y sang! Y trước đây tại Giao Chỉ làm hại quân dân, từ đó dân theo về một phía để mong cởi bỏ sự khốn khổ; vậy làm sao còn sai đi! Nếu Trẫm sai đi thì không những chiếu thư không còn được tin tưởng nữa, mà lại làm hỏng cả việc lớn. Y gần đây ở trong cung, cầu xin trăm cách; bọn tả hữu đều tâu cho y sang lần nữa sẽ có lợi cho nước; Trẫm không đáp. Các khanh phải hiểu ý Trẫm."

Do đó lệnh được hủy bỏ." (**Minh Thực Lục Quan hệ Trung Quốc Việt Nam**, tập 2, trang 106)

Lúc Vua Nhân Tông lên ngôi, thấy Hoàng Phúc tuổi cao, lâu năm khó nhọc nơi cõi ngoài; bèn ban chiếu chỉ gọi về nước:

"***Ngày 3 tháng 9 năm Vĩnh Lạc thứ 22*** **[25/9/1424]**

Thượng thư bộ Công Hoàng Phúc, cầm đầu ty Bố chánh

và Án sát Giao Chỉ, được triệu về. Sắc rằng:

"Khanh là bậc lão thành của đất nước, khó nhọc nơi cõi ngoài, Trẫm nghĩ đến không quên, muốn được gặp khanh ngay. Khanh hãy về kinh đô mau, để đáp ứng sự chờ đợi. Sắc Tham tán quân vụ Thượng thư bộ Binh Trần Hiệp thay Hoàng Phúc cầm đầu hai ty Bố chánh, Án sát; vẫn kiêm Tham tán quân vụ. (**Minh Thực Lục Quan hệ Trung Quốc Việt Nam**, tập 2, trang 101)

Sử Việt cũng chép tương tự:

"Nhà Minh cho gọi Công bộ thượng thư nắm việc hai ty Bố chính và Án sát ở Giao Chỉ là Hoàng Phúc về nước. Tờ sắc viết: "Khanh là bậc lão thành của nước, khó nhọc lâu ở ngoài, trẫm mong nhớ khôn khuây, muốn được trông thấy mặt ngay. Thấy sắc tới thì khanh đi trạm mau về kinh để thỏa lòng trẫm mong đợi. Còn vợ con thì sai phu trạm đưa về sau". Nhà Minh lấy Binh bộ thượng thư Trần Hiệp sang trấn giữ, kiêm coi việc hai ty Bố chính, Án sát và giúp đỡ việc quân chính cho tổng nhung." **Toàn Thư**, Bản Kỷ, quyển 10, trang 12a.

Ngoài cuộc khởi nghĩa của Vua Lê Lợi; trong năm Bình Định Vương thứ 7 [1424], tại huyện Lục Ngạn Bắc Giang Đinh Sĩ Nghiêm nổi lên đánh phá; Vinh dương bá Trần Trí sai tướng đánh bắt:

"Ngày 1 tháng 2 năm Vĩnh Lạc thứ 22 **[1/3/1424]**

Giặc Giao Chỉ Đinh Sĩ Nghiêm tụ tập đám đông cướp phá huyện Lục Na huyện Lục Ngạn, Bắc Giang. Tham tướng Vinh Dương bá Trần Trí sai hữu vệ Giao Châu Chỉ huy Thiêm sự Trần Lân mang binh đánh, bắt được." (**Minh Thực Lục Quan hệ Trung Quốc Việt Nam**, tập 2, trang 101)

Năm này các quan lại Trung Quốc và cả người Việt cống các sản vật quý sang nhà Minh, chiếu theo thời gian xin liệt kê các văn bản như sau:

"***Ngày 23 tháng 3 năm Vĩnh Lạc thứ 22*** **[22/4/1424]**

Bọn Nguyễn Tông Dương, Tri huyện An Ninh, Giao Chỉ cống vật dụng bằng bạc, lụa quyên của dân bản xứ. Ban cho áo lụa, cùng tiền giấy, lụa nõn trong ngoài có sai biệt." (**Minh Thực Lục Quan hệ Trung Quốc Việt Nam**, tập 2, trang 96)

"***Ngày 17 tháng 8 năm Vĩnh Lạc thứ 22*** **[9/9/1424]**

Bọn Phán quan Triệu Phúc Năng thuộc châu Thất Nguyên, Giao Chỉ cống ngựa. Ban cho tiền và lụa có sai biệt." (**Minh Thực Lục Quan hệ Trung Quốc Việt Nam**, tập 2, trang 98)

"***Ngày 3 tháng 9 năm Vĩnh Lạc thứ 22*** **[25/9/1424]**

Tham tướng Giao Chỉ Vinh dương bá Trần Trí cống hươu đen." (**Minh Thực Lục Quan hệ Trung Quốc Việt Nam**, tập 2, trang 100)

"***Ngày 17 tháng 10 năm Vĩnh Lạc thứ 12*** **[7/11/1424]**

Bọn Thổ quan Hoàng đình Mãn tại các huyện như Thanh Oai thuộc Giao Chỉ, cống sản vật địa phương. Ban cho tiền giấy có sai biệt." (**Minh Thực Lục Quan hệ Trung Quốc Việt Nam**, tập 2, trang 105)

Chú thích:

1. Quyên: Lụa mộc, lụa sống.

2. Tô mộc: Cây dùng làm thuốc Bắc.

3. **Quân Trung Từ Mệnh Tập** là tác phẩm tập hợp những văn thư do danh thần Nguyễn Trãi soạn thay Vua Lê Lợi. Nội dung phần lớn là những thư từ giao dịch với tướng lãnh nhà Minh. Tư liệu lấy từ trang mạng **Dựng Nước, Giữ Nước**. Trang mạng này sưu tầm từ 2 nguồn, gồm:

- 46 bài trong **Nguyễn Trãi Toàn Tập**; khi trích dẫn chúng tôi đánh số từ a1 đến a46.

- 23 bài do học giả Trần Văn Giáp mới phát hiện, lúc sử dụng đánh số từ b1 đến b23.

4. Đỗ Phú người Hào Lương ở gần Lam Sơn, là một tay sai đắc lực của quân Minh. Hắn giữ chức Tri huyện, đã dẫn đường đưa quân Minh theo lối tắt đánh lên đánh úp nghĩa quân, lùng bắt gia thuộc của Lê Lợi và của nhiều nghĩa quân, quật mồ mả tổ tiên của Lê Lợi.

5. Tinh vệ là một loài chim ở bờ biển. Tương truyền rằng: con vua Viêm Đế ngày xưa bị chết đuối ở bờ biển hóa thành chim tinh vệ hay còn gọi là "chim oan" (oan cầm). Chim ấy cứ cắp gỗ đá ở núi Tây về lấp biển. Vì vậy, "chim tinh vệ lấp biển" có ý nghĩa ví với người bị oan ức, quyết tâm trả thù.

6. Đặng Vũ: Thời Hậu hán, quân nổi dậy Xích Mi vào cửa quan, định đánh phá Trường An, bọn Vương Khuông chống cự không nổi. Vua Quang Vũ lấy Đặng Vũ làm tiền tướng quân đi đánh Xích Mi. Đặng Vũ hết sức dụ dỗ, chiêu hàng được một số quân Xích Mi.

7. Hoàng Bá giữ chức Thái thú đời Hán được coi là người khoan hòa, nhân chính.

8. Kê Khang (có lẽ là Kê Thiệu con Kê Khang). Tấn Vũ đế với Kê Thiệu cho làm Bí thư lang. Sau Triệu Vương Luân

cướp ngôi Vua, cho Thiệu làm Thị trung. Đến lúc Huệ đế lại về làm Vua, Thiệu vẫn giữ chức ấy. Khoảng niên hiệu Vĩnh Hưng, bọn Hà gian vương khởi binh, Thiệu theo Vua đi đánh ở Đãng Âm, thị vệ tan chạy, duy Thiệu lấy thân che đỡ cho Vua, không may bị hại ở cạnh Vua, máu bắn vào áo Vua. Khi việc đã yên, tả hữu muốn giặt áo Vua, Vua bảo rằng: "Đây là máu trung của Kê Thị trung, đừng giặt".

9. Quan Vũ: Thời Tam quốc, Quan Vũ theo Lưu Bị,, khi giữ Hạ Bì, bị Tào Tháo bắt được, Tháo đối đãi rất hậu cho làm Thiên tướng quân. Sau Viên Thiệu đánh Tháo, Vũ chém dũng tướng của Thiệu là Nhan Lương để báo ơn Tháo rồi chạy về với Lưu Bị. Sau Tháo bị thua trận Xích Bích chạy đến Hoa Dung, gặp Vũ chặn đón ở đấy, Tháo bảo Vũ rằng việc Vũ qua năm cửa quan chém sáu tướng của Tào để đi thoát thì chưa thấy báo. Vũ bèn quay ngựa về, nhờ vậy Tháo chạy được thoát.

10. Quân hai nước ở đây là quân Minh người Trung quốc và ngụy binh người nước ta do nhà Minh tổ chức để đàn áp nghĩa binh.

11. Thiếu úy: Một chức quan võ cao cấp hồi đầu Lê.

12. Đồn Đa Căng: có lẽ là Bất Căng, thuộc xã Thọ Nguyên, huyện Thọ Xuân, tỉnh Thanh Hoá ngày nay. Đồn này nằm trên hữu ngạn sông Chu.

13. Bồ Lạp: là tên núi, cũng gọi là Bồ Cứ, Bồ Đằng, là một ngọn núi ở xã Châu Nga, huyện Quỳ Châu, tỉnh Nghệ An. Nhân dân địa phương thường gọi là Bù Đờn và phía đông bắc có một bản nhỏ gọi là Bản Liệp. Vùng này nay thuộc xã Châu Nga, huyện Quỳ Châu, tỉnh Nghệ An.

14. Trang Trịnh Sơn: là Kẻ Trịnh, nay thuộc xã Thạch

Ngàn, huyện Con Cuông, cách thành Trà Lân (hay Trà Long) hơn 10 km.

15. Châu Trà Lân: hay Trà Long, là đất huyện Con Cuông, Tương Dương, tỉnh Nghệ An ngày nay, đời Trần là đất Mật Châu, đời Nguyễn gọi là phủ Tương Dương.

16. Đỗ Gia: nay là đất huyện Hương Sơn, tỉnh Hà Tĩnh; tại nơi này có làng Đỗ Xá, có lẽ là nơi đóng quân của Lê Liệt.

17. Khả Lưu: là tên một cửa ải xưa, ở phía bắc sông Lam, thuộc xã Vĩnh Sơn, huyện Anh Sơn, tỉnh Nghệ An.

18. Bồ Ải: Là một địa điểm ở về phía trên ải Khả Lưu, cách Khả Lưu không xa. Hiện nay, ở xã Đức Sơn, huyện Anh Sơn, tỉnh Nghệ An có khe Ải đổ ra sông Lam và ngọn núi thấp ở đây cũng có người gọi là Bù Ải; có lẽ đó là Bồ Ải xưa kia

75.
Bình Định Vương Lê Lợi: Thời kỳ khởi nghĩa [1418-1427] (4)

Sau chiến thắng Bồ Ải tại huyện Anh Sơn, tỉnh Nghệ An; vào tháng giêng năm Bình Định vương thứ 8 [1425], Vua Lê Lợi điều quân xuôi dòng sông Lam, đến các huyện Thanh Chương, Nam Đàn; được dân chúng đón tiếp, nhiệt tình ủng hộ. Lại nhân Cầm Quí Tri Phủ Ngọc Ma (1) quy thuận, nhân dân tình nguyện góp sức đánh thành; nhà Vua mang quân vây thành Nghệ An (2):

"*Vương kéo quân đến Đa Lôi thuộc huyện Thổ Du* [Thanh Chương, Nghệ An]. *Trẻ già đua nhau đem rượu và trâu bò đến đón tiếp khao quân. Họ nói: "Không ngờ ngày nay lại được trông thấy oai nghi cố quốc". Cầm Quý, tri phủ Ngọc Ma, đem quân và voi đến quy thuận, được Vương phong làm Thái úy. Vương ra lệnh rằng:*

'Bấy lâu dân bị đau khổ vì chính sự bạo ngược. Bây giờ hễ trẩy đến đâu, quân sĩ không được động chạm tơ hào của dân chúng. Trâu bò thóc lúa nếu không phải là của tàng trữ của người Minh thì không được lấy'.

Bấy giờ Vương mới chia quân đi lấy các đất đai. Quân trẩy đến đâu, có nhiều châu, nhiều huyện đầu hàng, người ta đều tình nguyện xin góp sức đánh thành Nghệ An. Vương lựa lấy số quân tinh nhuệ thẳng kéo đến chân thành này. Người Minh đóng chặt cửa thành cố giữ, không dám thò ra. Vương dạy bảo các tướng sĩ sửa sang khí giới, chuẩn bị để đánh thành." **Cương Mục**, Chính Biên, quyển 13.

Thừa dịp Lý An mang quân từ thành Đông Đô vào cứu, Vinh Dương bá Trần Trí bèn hợp quân ra đánh, bị phục kích tại Tam Soa thuộc huyện Hương Sơn, Hà Tĩnh. Sau đó Trần Trí trở về Đông Đô, Lý An ở lại giữ thành:

"*Vừa đầy hai tuần* [20 ngày], *chiến cụ xong xuôi đầy đủ. Bấy giờ tham tướng Minh, Lý An, từ Đông Quan vượt biển vào cứu; bọn Trần Trí hợp quân lại, xông ra chiến đấu. Vương đặt quân phục ở cửa sông Đỗ Gia* [Ngã ba Tam Soa, huyện Hương Sơn, Hà Tĩnh], *cả phá được địch: Trần Trí chạy về Đông Quan; bọn Lý An rút vào thành, liều chết cố giữ.*" **Cương Mục**, Chính Biên, quyển 13.

Tháng 5, Tư không Đinh Lễ đi tuần Diễn Châu, Nghệ An; Trương Hùng, mang thuyền lương đến tiếp tế, bị đánh bại. Hùng thua chạy về Tây Đô, Thanh Hoá; Vua cho thêm quân đi đánh:

"*Vương sai Đinh Lễ đi tuần Diễn Châu. Khi kéo quân đến gần thành, Lễ đặt quân mai phục. Bấy giờ đô ti Minh, Trương Hùng đem ba trăm thuyền lương thực từ Đông Quan đến. Trong thành Diễn Châu kéo ra đón lương thực: gặp phục binh nổi dậy, chúng đều thua chạy. Đinh Lễ cướp được thuyền lương, rồi đuổi Hùng đến tận Tây Đô. Vương được tin thắng trận, liền tuyển quân và voi, sai Lê Sát và Lưu Nhân Chú kế theo, đi tiếp ứng cho Đinh Lễ. Cánh nghĩa quân này đi đến đâu cũng không có sức gì ngăn cản được cả. Họ tiến sát đến Tây Đô. Người Minh đóng chặt cửa thành, liều chết cố giữ. Đối với cư dân ở ngoài thành, các tướng Đinh Lễ đến chiêu an vỗ về. Bấy giờ những người Thanh Hoá tranh nhau đến cửa trại quân, xin đầu hàng. Bọn Lễ bèn bao vây lấy thành.*" **Cương Mục**, Chính Biên, quyển 13.

Tháng 7, Vua sai Tư đồ Trần Nguyên Hãn và Thượng tướng Lê Nỗ đi tuần các xứ Tân Bình [Quảng Bình] và Thuận Hóa [Quảng Trị, Thừa Thiên]; đều đánh hạ được cả mấy xứ này:

"*Vương liệu trước rằng Tân Bình, Thuận Hóa bị đứt liên lạc với Nghệ An và Đông Đô đã từ lâu, bèn dụ bảo các tướng:*

'Người giỏi chiến trận thường bỏ chỗ kiên cố, đánh chỗ sơ hở, tránh chỗ vững chắc, đánh vào chỗ trống rỗng; như thế thì chỉ dùng sức một phần mà thành công gấp bội'.

Vương bèn sai tư đồ Trần Hãn và thượng tướng Lê Nỗ đem hơn nghìn quân đi đánh giặc và vỗ về nhân dân. Khi đến Bố Chính, gặp tướng Minh, Nhậm Năng, bọn Hãn giữ chỗ hiểm yếu, đặt quân phục, rồi tìm kế nhử địch. Tên Năng lùa hết quân tiến lên. Phục binh nổi dậy, đánh khép lại: quân Minh thua vỡ tan tành, bị chém và bị bắt rất nhiều.

Trước đó, Vương sai bọn Lê Ngân đem bảy mươi chiếc chiến thuyền từ Nghệ An vượt biển vào hội quân với các tướng Trần Hãn để tiễu giặc. Đến đây, các đạo quân ấy tề tựu đông đủ, quân thủy và quân bộ cùng tiếp ứng nhau, tấn công hai thành Tân Bình và Thuận Hóa, đều hạ được cả. Quân ta trẩy đến đâu, quân và dân ở đó đều ra hàng. Trần Hãn lựa lấy vài vạn người tinh nhuệ để bổ sung quân đội, rồi đặt quan trấn thủ, còn mình thì kéo quân về. Các tướng tôn Bình Định vương lên làm "Đại Thiên hành hóa" (3). *Từ đó về sau, phàm có bảng văn niêm yết những lời cáo dụ đều nêu trên đầu là*

"Đại Thiên hành hóa." **Cương Mục**, Chính Biên, quyển 13.

Về phía nhà Minh, sau khi giáng sắc khiển trách nặng nề Tham tướng Vinh xương bá Trần Trí, Đô đốc Phương Chính đánh chậm, tỏ ra bất lực trong việc bình định; 2 tháng sau, Vua Nhân Tông bèn cử Tham tướng Lý An sang An Nam phụ tá cho Trần Trí:

"Ngày 21 tháng 3 năm Hồng Hy thứ nhất [9/4/1425]

Mệnh An bình bá Lý An làm Tham tướng đến Giao Chỉ cùng với Vinh dương bá Trần Trí coi việc quân. Ban sắc khuyến khích rằng:

"Cha ngươi đạt rõ đạo lý, cẩn thận hành động, tận trung với quốc gia, Trẫm chưa từng quên. Ngươi biết tự lập, nối chí của cha, mọi việc trong quân lữ đều thông hiểu cơ sự, Trẫm từng khen. Nay đặc cách giao ngươi một phương; hãy thận trọng, tận tâm, bày mưu công hiệu, thành đạt công nghiệp; ngõ hầu làm rạng danh cha ngươi, và không phụ sự ủy nhiệm của Trẫm. Khâm tai!" (**Minh Thực Lục Quan hệ Trung Quốc Việt Nam**, tập 2, trang 110)

Vào tháng 5 Vua Nhân Tông ốm nặng, ngày hôm sau [29/5/1425] thì mất, truyền ngôi cho con Tuyên Tông, chọn năm sau [1426] là Tuyên Đức năm thứ nhất:

"Tháng 5 ngày Canh Thìn [28/5/1425] *Vua không khỏe; bèn sai sứ triệu Hoàng thái tử tại Nam Kinh. Ngày Tân Tỵ* [29/5/1425], *bệnh nguy, di chiếu truyền ngôi cho Hoàng thái tử; ngày hôm đó mất tại điện Khâm An, hưởng thọ 48 tuổi."* **Minh Sử**, quyển 8.

五月。庚辰，帝不豫，遣使召皇太子於南京。辛巳，大漸，遺詔傳位皇太子。是日，崩於欽安殿，年四十有八。

Tổng binh Vinh Dương bá Trần Trí, viên tướng vốn bị triều đình nhà Minh khiển trách là nhút nhát; sau khi thất trận tại Bồ Ải, nằm trốn trong thành Nghệ An, thừa dịp Lý An mang quân vào cứu, bèn rút về thành Đông Đô. Y không biết sự kiện Cầm Bành đã đầu hàng, lại tâu xin quân cứu viện. Bấy giờ Vua Tuyên Tông mới lên ngôi, trong hoàn cảnh tang gia bối rối, chỉ biết ra lệnh nếu như thấy Lê Lợi không có bụng quy thuận thì tìm cách đánh bắt, và phát binh tiếp viện Cầm Bành:

"*Ngày 16 tháng 7 nhuần năm Hồng Hy thứ nhất* [29/8/1425]

Tuần án, Giám sát, Ngự sử Giao Chỉ tâu đầu đảng giặc Lê Lợi tại phủ Thanh Hoá tụ dân làm loạn vây châu Trà Lung [Long]. *Viên Thổ quan coi châu Tri phủ Cầm Bành chống giữ trong vòng 7 tháng, lương gần hết, quân gặp nguy khốn, xin mang binh cứu viện.*

Thiên tử xem tờ tâu bùi ngùi sắc dụ Vinh xương bá Trần Trí cùng ba ty (4) tại Giao Chỉ rằng:

'Triều đình mệnh các ngươi trấn thủ Giao Chỉ là để yên ổn một phương; nay được biết bọn đầu đảng Lê Lợi cướp phá châu huyện, ngăn cắt đường sá. Các ngươi mới đây tâu rằng đã chiêu dụ Lê Lợi xin đợi mùa thu mát đến Thanh Hoá nhậm chức. Nay đã mùa thu rồi, thực sự Lợi đã đến nhậm chức chưa? Trẫm ước tính tên giặc này ngụy trá, không có lòng quy thuận; chỉ dùng lời lẽ hoãn binh để bọn chúng được thung dung tụ tập, tương lai tất gây hậu hoạn, các ngươi không suy nghĩ đến hay sao? Về việc Thổ quan Tri phủ Cầm Bành tại châu Trà Lung [Long] *bị Lợi đánh vây 7 tháng nay rồi, lương thảo sắp hết, quân chết đến một phần ba, Bành*

vẫn kiên thủ cự địch, Giao Chỉ có được người như vậy cũng không dễ kiếm! Các ngươi từng chứng kiến lòng trung thành của con người này, sao không điều binh cứu viện?

Khi sắc dụ đến nơi, như thấy Lê Lợi không có bụng quy thuận hãy tìm cánh đánh bắt. Gấp phát binh tiếp viện Cầm Bành, vỗ về hậu hỷ, để bồi dưỡng lòng kiên cường trung thuận. Các ngươi đều là đại thần của triều đình, cần đồng tâm hiệp lực làm tròn ủy nhiệm, đừng lo việc ban thưởng phong tước không được công bằng!" (**Minh Thực Lục Quan hệ Trung Quốc Việt Nam**, tập 2, trang 108)

Mấy tháng sau Thượng thư Trần Hiệp tâu lên được một phần sự thực rằng: Thành Trà Long đã thất thủ, Cầm Quí tại châu Ngọc Ma đầu hàng, Lê Lợi không chịu về Thanh Hoá nhậm chức, lại sai người đánh Diễn Châu. Vua Tuyên Tông tức giận bắt Trần Trí, Phương Chính cố đánh; nếu mùa xuân tới không có tin chiến thắng báo về, sẽ bị quy tội:

"***Ngày 26 tháng 11 năm Hồng hy thứ nhất*** **[5/1/ 1426]**

Tổng cai quản ty Bố chánh, Án sát Giao Chỉ Thượng thư Trần Hiệp tâu rằng cầm đầu giặc Lê Lợi tuy xin hàng; nhưng thực chất hai lòng, chiêu dụ tụ tập đảng nghịch kháng cự quan binh, đánh vây châu Trà Lung [Long], *giết Tri châu Cầm Bành, ngầm liên kết với viên Thổ quan châu Ngọc Ma Cầm Quí, cùng Tù trưởng Lão Qua để gây ác. Thái giám Sơn Thọ ban sắc, xá tội cho Lợi, ban chức Tri phủ Thanh Hoá, Lợi xin đến mùa thu mát đến nhậm chức; nay lại tâu vốn kết oán với Tham chính Lương Nhữ Hốt, nên xin bỏ chức Tri phủ để coi châu Trà Lung. Gần đây người Diễn Châu phần đông theo Lợi làm loạn; Lợi lại sai bọn tay chân là Phan Liêu, Lộ Văn Luật đến châu Gia Hưng, Quảng Oai chiêu tập đồ đảng. Giặc một ngày một lan tràn, xin cho viện binh sớm diệt giặc này để yên nơi biên thùy.*

Thiên tử xem tờ tâu sắc dụ Vinh xương bá Trần Trí, An bình bá Lý An, Đô đốc Phương Chính, cùng 3 ty Giao Chỉ rằng:

"Phản tặc Lê Lợi manh tâm gây họa không phải chỉ mới một sớm, nếu lúc khởi đầu bắt nó dễ như nhặt một cọng cỏ. Nhưng nghe lời người ngu, chỉ lo việc chiêu phủ kéo dài đến nay đã 8 năm trời. Cuối cùng chúng không tuân mệnh, dưỡng thành cái thế độc dữ; khiến trung thần và dân lương thiện bị hại, mối họa triền miên. Khi sắc tới bọn Trần Trí, Phương Chính chuyên trách tiến binh, vụ tại hòa hợp để thành công, không hứa trì hoãn để lỡ việc. Nếu mùa xuân tới không có tin chiến thắng báo về, sẽ bị quy tội. (**Minh Thực Lục Quan hệ Trung Quốc Việt Nam**, tập 2, trang 108)

Tuyên Tông trong lòng cũng giống như Vua cha Nhân Tông; muốn hoà hoãn tại An Nam. Sau khi ra sắc dụ cho Trần Trí thúc giục đánh, lại muốn thay đổi ý định, hỏi sắc đã gửi đi chưa. Rồi gọi 2 cận thần Dương Sĩ Kỳ, Dương Vinh đến bàn riêng rằng nếu đem con cháu nhà Trần cho lên ngôi, cũng hợp với bụng của các vị Vua tiền nhiệm, mà một phương lại được yên tĩnh:

"***Ngày 27 tháng 11 năm Hồng Hy thứ nhất* [5/1/1426]**

Thiên tử ngự tại điện Văn Hoa, triệu Dương Sĩ Kỳ, Dương Vinh đến hỏi rằng:

- Hôm qua ra sắc dụ cho bọn Vinh Xương bá Trần Trí, sắc đã gửi đi chưa?

Tâu đáp

- Đã gửi rồi.

Thiên tử nói:

- Trẫm có một điều để trong lòng đã lâu, nay nói riêng với 2 khanh, chưa nên khinh suất tiết lộ ra ngoài. Trước kia tại Nam Kinh, nhân giải bọn giặc Giao Chỉ đến, Hoàng Khảo [vua Nhân Tông] *nói với ta rằng:*

'Khi Thái Tổ Hoàng đế mới bình định thiên hạ, An Nam là nước đầu tiên trong các nước bốn phương đến quy thuận. Sau này họ Lê cướp ngôi họ Trần, mang quân đánh dẹp xong, tìm con cháu nhà Trần nhưng không gặp, nên đặt quận huyện cai trị. Nay nếu còn con cháu nhà Trần, tuyển chọn đưa lên ngôi, cũng hợp với bụng của Thái Tổ, mà một phương lại được yên tĩnh.'

Trẫm thưa rằng:

'Triều đình làm được như vậy, thật là thịnh nghiệp cho Đế Vương.'

Hoàng khảo cười và nói:

'Chuyện này chưa nên khinh suất tiết lộ.'

Trẫm giữ trong lòng, không quên. Thường suy nghĩ rằng nếu quả họ Trần còn con cháu, tuyển lấy một người lập lên làm phiên thần, giữ chức cống 3 năm một lần, như quy chế thời Hồng Vũ, thì dân được yên ổn mà Trung Quốc cũng không mệt về binh nhung; tuy nhiên có kẻ cho rằng Trẫm bỏ cơ nghiệp của tổ tông, nhưng thực ra phục hưng nước bị diệt nối dòng bị đứt là ý của Hoàng tổ.'

Kỳ và Vinh tâu đáp:

- Vào đầu năm Vĩnh Lạc thứ 3, khi mệnh tướng đánh giặc

họ Lê, phàm chiếu sắc văn từ đều do bọn thần trực tiếp nhận mệnh viết, lúc bấy giờ Thái Tông Hoàng đế chí tại "hưng diệt kế tuyệt"; lời châu ngọc đó trong triều ngoài cõi đều nghe biết."

Thiên tử nói:

- Lúc bấy giờ ta còn ở tuổi búi tóc trái đào (5), nhưng cũng được nghe ít nhiều như lời các khanh nói. Hai khanh hiểu ý Trẫm nhưng đừng tiết lộ, đợi hai ba năm nữa Trẫm sẽ thi hành.

Rồi ban rượu, trước khi hai người rút lui." (**Minh Thực Lục Quan hệ Trung Quốc Việt Nam**, tập 2, trang 128)

Vào năm Bình Định vương thứ 8, ngoài cuộc khởi nghĩa của Vua Lê Lợi đã trình bày ở trên, vào tháng 8 quân Minh bắt được bộ hạ của Lộ Văn Luật là Nguyễn Khả Lượng; bèn áp giải về kinh đô:

"Ngày 10 tháng 8 năm Hồng Hy thứ nhất [21/9/1425]

Giặc Giao Chỉ Nguyễn Khả Lượng bị hành quyết. Khả Lượng trước kia theo đầu đảng giặc Lộ văn Luật làm phản, rồi chạy trốn sang Lão Qua, sau đó mấy lần vào cướp phá châu huyện. Đến nay quan quân bắt được gồm 16 người, đều bị cùm giải về kinh đô tru lục." (**Minh Thực Lục Quan hệ Trung Quốc Việt Nam**, tập 2, trang 121)

Về mặt trận tư tưởng, nhà Minh đã cho lập 91 ty Nho học xuống tận các phủ, châu, huyện, nhằm mau đồng hóa; nhưng đã thất bại; vì các sinh viên tuy có chăm về việc học, nhưng không chịu tập theo phong hóa Trung Quốc:

"Ngày 12 tháng 7 năm Hồng Hy thứ 1 [26/7/1425]

Ty Bố chánh Giao Chỉ tâu rằng:

'Từ năm Vĩnh Lạc thứ 13 [1415-1416] lập các trường Nho học tại các phủ huyện, từ đó đến nay triều đình chưa bổ giáo quan đến dạy, thành phần giảng huấn phần nhiều là dân địa phương; ít người thông kinh điển. Các học sinh biết đọc sách, nhưng dùng ngôn ngữ khác, lễ pháp cũng không chặt chẽ; tuy có chăm về việc học, nhưng chưa tập phong hóa Trung Quốc. Nên bổ thầy giáo đến dạy theo con đường chính học để hướng dẫn người dân địa phương vào con đường mô phạm đúng đắn. Vậy lấy việc giáo dục, ngày tháng hấp thụ biến thói tục man di đổi sang phong tục Hoa Hạ thì đó là điều tốt đẹp '

Thiên tử phán:

'Người xưa dạy đào tạo hiền tài không có cách nào khác hơn là giáo dục và giáo huấn không phân biệt. Huống hồ thầy giáo là bậc mô phạm; lấy mỹ tục của Hoa Hạ để biến đổi tục Di, không có cách nào hay hơn. Nay lệnh bộ Lại tuyển người để bổ nhiệm." (**Minh Thực Lục Quan hệ Trung Quốc Việt Nam**, tập 2, trang 112)

Việc giáo dục tại bản xứ không được vừa ý, bèn đem sinh viên sang Trung Quốc huấn luyện; Vua Minh mong muốn giáo dục đúng cách, tức đúng theo đường lối của họ:

***"Ngày 19 tháng 7 năm Hồng Hy thứ nhất* [2/8/1425]**

Các phủ, châu, huyện Nho học tại Giao Chỉ tuyển cống bọn Sinh viên Vương Hiến gồm 82 người đến kinh sư. Thiên tử dụ hành tại bộ Lễ Thượng thư Lữ Chấn rằng:

'Giao Chỉ cách kinh sư hàng vạn dặm, phải xa lìa thân thích đến đây. Cần phải giáo dục đúng cách, nếu chúng ham học, có kỳ vọng thành tài; ngươi và các học quan phải biết ý muốn của Trẫm về vấn đề này. Về y phục hàng năm cấp phát như lệ tại Vân Nam." (**Minh Thực Lục Quan hệ Trung**

Quốc Việt Nam, tập 2, trang 116)

Cuối năm Bình Định vương thứ 8 [1/1526] có các Thổ quan Lương Nhữ Hốt, Nguyễn Nộn. Lê Ba Lan, mang sản vật đến tiến cống triều đình nhà Minh:

"*Ngày 17 tháng 12 năm Hồng Hy thứ nhất* [25/1/1526]

Giao Chỉ Bố chánh ty Thổ quan Tả Tham chính Lương Nhữ Hốt đến triều đình tiến cống khí mãnh vàng bạc, cùng sản phẩm địa phương. Thiên tử bảo Thượng thư Lữ Chấn rằng:

'Nhữ Hốt tuy là Thổ quan nhưng rất trung thành chiêu dụ dân, đánh giặc; đã lập được nhiều công. Nay đến triều đình, đáng ban thưởng để tưởng lệ, phàm đồ tiến cống thì theo giá trị mà cho lại.'

Vì thế ban cho Nhữ Hốt tiền giấy 200 đĩnh, 4 tấm gấm vóc, đám tùy tùng ban cho tiền giấy có sai biệt. Bồi thường đồ tiến cống gồm 7.480 đĩnh bạc." (**Minh Thực Lục Quan hệ Trung Quốc Việt Nam**, tập 2, trang 130)

"*Ngày 22 tháng 12 năm Hồng Hy thứ nhất* [30/1/1426]

Thổ quan Hà Tuyên Tri châu Trấn Viễn, Quý Châu; Chỉ huy Thiêm sự Nguyễn Nộn thuộc vệ Tam Giang Giao Chỉ; Chỉ huy Thiêm sự Lê Ba Lan thuộc vệ Thanh Hoá; cống ngựa và phương vật." (**Minh Thực Lục Quan hệ Trung Quốc Việt Nam**, tập 2, trang 130)

Bấy giờ quân Minh tại An Nam tỏ ra yếu kém, nhà Minh cần dựa vào các Thổ quan, nên Vua Tuyên Tông tỏ ra đặc biệt ưu đãi. Đối với Lương Nhữ Hốt ngoài việc đưa cho 7.480 đĩnh bạc còn phong tặng ông bà cha mẹ, cùng cha mẹ vợ; với Chỉ huy Thiêm sự Nguyễn Nộn, Chỉ huy Thiêm sự Lê Ba Lan thì ban cho tiền, y phục, lụa nõn:

"Ngày 20 tháng giêng năm Tuyên Đức thứ nhất [27/2/1426]

Ban tiền giấy, lụa nõn trong ngoài, y phục tơ trử dệt kim, dày dép có sai biệt cho Thổ quan Hà Tuyên, Tri châu Trấn Viễn, Quí Châu; Chỉ huy Thiêm sự Mộc Hiệp Tả vệ Kiến Châu; Chỉ huy Thiêm sự Nguyễn Nộn vệ Tam Giang, Giao Chỉ; Chỉ huy Thiêm sự Lê Ba Lan thuộc vệ Thanh Hoá Giao Chỉ." (**Minh Thực Lục Quan hệ Trung Quốc Việt Nam**, tập 2, trang 131)

"Ngày 26 tháng giêng năm Tuyên Đức thứ nhất [5/3/1426]

Ban sắc mệnh cho viên thổ quan Tham chính Lương Nhữ Hốt thuộc ty Bố chánh Giao Chỉ, phong tặng ông bà cha mẹ, cùng cha mẹ vợ. Nhữ Hốt người đất Thanh Hoá, kính cẩn phụng sự triều đình, có công giết giặc, chiêu phủ; mấy lần được thăng đến chức Tham chính; nay đến triều đình, đặc cách ban cho để khen thưởng. (**Minh Thực Lục Quan hệ Trung Quốc Việt Nam**, tập 2, trang 131)

Chú thích:

1. Ngọc Ma: thuộc phủ Trấn Định trấn Nghệ An; nay là đất Cam Môn, Cam Cớt, thuộc Ai Lao.

2. Thành Nghệ An: Nằm trên đồi tại góc đông bắc ngã ba sông Lam và sông La Giang.

3. Đại thiên hành hóa: Thay trời ban hành giáo hóa.

4. Ba ty: tức Tam ty gồm Đô ty, Bố chánh ty, Án sát ty.

5. Tuổi búi tóc trái đào: ý nói tuổi thiếu niên

76.
Bình Định Vương Lê Lợi: Thời kỳ khởi nghĩa(5)

Tháng giêng năm Bình Định vương thứ 9 [1426] (Minh, Tuyên Đức năm thứ nhất), nhà Minh ra lệnh mở khoa thi Hương; nhưng vì tình hình an ninh, nên Tam ty Giao Chỉ xin tạm ngừng; lại xin miễn cho các quan về kinh đô chầu hầu:

"Mùa xuân, tháng giêng, Lễ bộ nhà Minh hạ lệnh mở khoa thi hương để chọn học trò. Tổng binh và hai ty Bố chính và Án sát xin tạm ngừng. Lại xin miễn lễ chầu hầu sang năm vì địa phương chưa yên." **Toàn Thư**, Bản Kỷ quyển 10, trang 18b.

Vua Tuyên Tông sau khi lên ngôi, tìm hiểu kỹ nguyên nhân thất bại trong việc đương đầu với cuộc khởi nghĩa của Bình Định vương Lê Lợi, từ buổi khởi đầu tại Thanh Hoá, cho đến Nghệ An; đành ngậm ngùi trách móc nặng nề bọn Trần Trí, Phương Chính, Sơn Thọ:

"Ngày 5 tháng 3 năm Tuyên Đức thứ nhất 12/4/1426]

Quan Tổng binh Giao Chỉ Vinh xương bá Trần Trí, Đô đốc Phương Chính đánh dẹp bọn giặc Lê Lợi; tiến quân đến châu Trà Long, bị thua. Nguyên nhân Chính dõng, Trí khiếp nhược, vốn không hòa thuận với nhau; Nội quan Sơn Thọ lại chủ trương chiêu dụ nên đóng binh một chỗ không cứu, đến nỗi bị bại. Thượng thư Trần Hiệp tâu cho biết, Thiên tử nghiêm thiết trách Trí và Chính rằng:

"Giặc Lê Lợi vốn chỉ là tên nhãi con, nếu sớm tận tâm đánh bắt, thì dễ như nhặt một cọng lá; rồi các ngươi ngồi yên không lo tính, dưỡng giặc nên trở thành mối hoạn. Nay nghe tin mang binh tới ải Khả Lưu và châu Trà Lung [Long], *cả hai nơi đều nhục vì tổn thất. Do bọn ngươi ngày thường dựa vào ý riêng tranh hơn thua, không ai chịu nhường; lúc đụng việc thì kẻ dõng, tiến quân một mình nhưng vô mưu; người khiếp nhược thì sợ co lại không cứu; như vậy thì làm sao thành công được? Luận tội há có thể tha được ư! Nay tạm khoan dung, các ngươi ngày đêm hãy đồng tâm hiệp lực, luyện tập sĩ tốt tinh nhuệ, lo diệt giặc này để chuộc lỗi trước."*

Trách Thọ rằng:

"Giặc Lê Lợi vốn đã cùng khốn, nếu sớm để tâm đánh bắt, thì dễ như thò tay bắt ổ chim con, các ngươi lại sai lầm dựa vào ý kiến riêng, ba bốn lần xin chiêu phủ để đến nỗi dưỡng họa, gây mối lo. Đến lúc Phương Chính mang quân đánh dẹp, ngươi giữ hơn một ngàn quan quân tại thành Nghệ An, không chịu đến tiếp cứu, nên hỏng việc; tội của ngươi có thể dung thứ được ư! Ngươi nên suy nghĩ kỹ, lo cải hối, tận tâm gắng sức trợ giúp bọn Chính cùng lo việc về sau hữu hiệu hơn."

Sắc dụ Trần Hiệp rằng:

"Trần Trí và Phương Chính tài trí tầm thường, Trí khiếp nhược hay đố kỵ, Chính dõng nhưng ít mưu; lại theo ý riêng cạnh tranh nhau, không hòa thuận nên lại bị bại. Nay tạm khoan dung, lo mưu đồ hữu hiệu hơn, để chuộc lại lỗi trước. Ngươi nên tận lực giúp cho bọn chúng đồng tâm bình định

bọn giặc này; ngạn ngữ nói 'Lâm nguy mà không kiên trì, không dùng được' các ngươi hãy cố gắng." (**Minh Thực Lục Quan hệ Trung Quốc Việt Nam**, tập 2, trang 134)

Vua Tuyên Tông nghe lời tâu sàm, ân cần ban sắc tế Tri châu Trà Long Cầm Bành *"trung kiên giữ tiết bề tôi; lương hết, cứu viện dứt, nhưng bất khuất mà chết"*; bởi không biết rõ sự thực rằng Cầm Bành biết là viện binh không đến, mở cửa thành ra hàng, Bình Định vương Lê Lợi đã dẹp yên châu Trà Lân vào tháng chạp năm Bình Định vương thứ 7 [21/12/1424-19/12/1425]:

"***Ngày 5 tháng 3 năm Tuyên Đức thứ nhất*** **[12/4/1426].**

Truy tặng Tri phủ Nghệ An Cầm Bành chức Tả Bố chánh sứ ty Bố chánh Giao Chỉ. Sai quan ban sắc văn, tế Giao Chỉ Bố chánh Sứ ty rằng:

"Cố Tri phủ Cầm Bành cung kính triều mệnh, kiên trì giữ tiết tháo kẻ bề tôi, dốc sức đánh giặc, đến chết không rời chí; tấm lòng thành trung nghĩa sáng như ban ngày; Trẫm thương nhớ, sáng tối không quên; sắc mệnh đặc cách ban tặng chức Tả Bố Chánh sứ Giao Chỉ Bố chánh sứ ty. Sắc đến nơi, lập tức ưu đãi thưởng tuất cả nhà; đưa một người con đến kinh đô ban quan chức. Bành người đất Giao Chỉ, được thăng chức Tri phủ Nghệ An, trấn nhậm châu Trà Lung [Long] *dân đều nhớ ơn huệ. Lúc giặc đến đánh thành, ngày đêm chống cự, trung kiên giữ tiết bề tôi; lương hết, cứu viện dứt, nhưng bất khuất mà chết. Sự việc được tâu lên, nên ban mệnh này."* (**Minh Thực Lục Quan hệ Trung Quốc Việt Nam**, tập 2, trang 135)

Tình hình lúc bấy giờ tại miền tây bắc, có nhiều nhóm nổi dậy kết hợp với nghĩa quân của Bình Định vương, hoạt động tại các tỉnh Lai Châu, Vĩnh Phúc, Phú Thọ, Yên Bái, Lào Cai. Vua Tuyên Tông thúc giục Mộc Thạnh sai Đèo Cát Hãn đánh dẹp tại châu Ninh Viễn tức Lai Châu; còn Trần Trí đảm trách các vùng còn lại:

"*Ngày 3 tháng 3 năm Tuyên Đức thứ nhất* [10/4/1426]

Mệnh quan Tổng binh Thái truyền Kiềm quốc công Mộc Thạnh đôn đốc thổ quan châu Ninh Viễn Tri châu Đèo Cát Hãn bắt giặc tại châu Ninh Viễn. Tham tướng Vinh xương bá Trần Trí chiêu hàng và bắt bọn giặc tại các phủ Tuyên Hóa, Thái Nguyên thuộc Giao Chỉ. Lúc bấy giờ Đô đốc Trần Tuấn giữ chức Đô ty Giao Chỉ tâu rằng:

'*Bọn giặc tại các phủ Tuyên* Hóa [Vĩnh Phúc], *Gia Hưng* [Phú Thọ], *đầu đảng là bọn Chu Trang cấu kết với giặc Áo Đỏ bọn Trương Kình tại Vân Nam và châu Ninh Viễn; chúng cướp giết nhân dân, thiêu hủy châu huyện nhà cửa. Tại châu Qui Hóa* [Yên Bái, Lao Kai], *bọn giặc Hoàng Am tụ họp đám đông trộm cướp; lại thêm tại huyện Phù Lưu* [châu Phúc Yên, phủ Giao Châu], *giặc Phan Khả Lợi theo tên đầu đảng Lê Lợi cướp phá. Vì hai phủ Thái nguyên, Tuyên Hóa có những châu huyện lân cận với Vân Nam; riêng tại châu Ninh Viễn có bọn giặc mặc áo đỏ bụng đen, nên gọi là giặc áo đỏ; thổ quan Tri châu Đèo Cát Hãn để chúng lộng hành cướp phá, quan quân mang quân thảo phạt thì trốn sâu vào trong rừng, khi quân rút lại xuất hiện cướp phá; xin mang quân đánh dẹp.*" **Minh Thực Lục Quan hệ Trung Quốc Việt Nam**, tập 2, trang 133.

Bị tấn công nhiều nơi, bộ máy cai trị của nhà Minh trở nên suy nhược; vua Tuyên Tông đành phải cho những người có tội sang Giao Chỉ lập công chuộc tội; cùng gửi sang 1.000

đạo khám hợp (1) sẵn sàng ban chức quan cho người được chiêu hồi gắng sức lập công:

"*Ngày 12 tháng 3 năm Tuyên Đức thứ nhất* [19/4/1426]

Trực tiếp dụ bộ Binh rằng, võ quan bị tội đáng sung quân lập công nhưng chưa đi, cùng những người bị pháp quan hỏi tội, đều được lệnh đến Giao Chỉ lập công để chuộc tội." (**Minh Thực Lục Quan hệ Trung Quốc Việt Nam**, tập 2, trang 136)

"***Ngày 17 tháng 3 năm Tuyên Đức thứ nhất*** **[24/4/1426]**

Thiên tử trực tiếp dụ Lại bộ Thượng thư Kiển Nghĩa rằng bọn giặc Lê Lợi, Phan Liêu tại Giao Chỉ giết hại những người trung lương, chiếm các châu, trại. Phàm quan lại dân chúng bị bách hiếp, bất đắc dĩ phải theo giặc cùng những người từng đồng mưu với Lê Lợi, nhận sự ủy nhiệm của giặc, nay biết hối tội trở sang đường thiện, hoặc mang bộ hạ đến quy phụ, hoặc đích thân trở về đều được tha tội, trả lại quan chức. Sau đó nếu tận tâm vì triều đình mà ra sức báo đáp, cùng những dân bản xứ Giao Chỉ lập thành tích đều được xét theo công lao mà giao chức quan. Hãy biên 1000 đạo khám hợp giao cho quan Tổng binh và Thượng thư Trần Hiệp để xét thành tích mà ban chức." (**Minh Thực Lục Quan hệ Trung Quốc Việt Nam**, tập 2, trang 137)

Vào tháng 3, nhà Minh điều động quân sang cứu Giao Chỉ. Về bộ binh sử dụng lực lượng từ sông Dương Tử xuống phía nam, gồm các vệ thuộc Phúc Kiến, Quảng Đông, Vân Nam, Quý Châu, Tứ Xuyên, Lưỡng Hồ; dùng kỵ binh Trực Lệ tức Bắc Kinh, và thổ binh Quảng Tây làm xạ thủ và chỉ đường:

"***Ngày 13 tháng 3 năm Tuyên Đức thứ nhất*** **[20/4/1426]**

Sắc dụ Sở vương, Thục vương mỗi người điều lính bộ binh hộ vệ 1000 người; các Đô chỉ huy ty Phúc Kiến, Quảng Đông, Vân Nam, Quý Châu, Tứ Xuyên, Hồ Quảng; cùng các vệ tại Nam Trực Lệ tuyển điều quân kỵ cộng 15.000 người đến Giao Chỉ đánh giặc. Tại các phủ Tư Minh, Điền Châu tỉnh Quảng Tây tuyển điều Thổ binh bắn cung hơn 3000 tên đợi lệnh và làm hướng đạo. Lại sắc Lão Qua không được dung nạp bọn phản tặc." (**Minh Thực Lục Quan hệ Trung Quốc Việt Nam**, tập 2, trang 137)

Mệnh Thành sơn hầu Vương Thông giữ chức tổng chỉ huy, Đô đốc Mã Ánh làm Tham tướng, Thượng thư Trần Hiệp lãnh chức tham mưu:

"Ngày 2 tháng 4 năm Tuyên Đức thứ nhất **[8/5/1826]**

Mệnh Thái tử Thái bảo Thành sơn hầu Vương Thông mang ấn Chinh Di Tướng quân sung chức Tổng binh, Đô đốc Mã Ánh sung Tham tướng, đến Giao Chỉ chinh tiễu giặc, trị an phủ dụ quân dân; vẫn ra lệnh Thượng thư Trần Hiệp làm Tham tán quân vụ." (**Minh Thực Lục Quan hệ Trung Quốc Việt Nam**, tập 2, trang 139)

Lệnh cho Vương Thông khi đến nơi, được Tam ty Giao Chỉ tuyển sẵn 3 vạn người bản xứ, để tăng cường:

"Ngày 2 tháng 4 năm Tuyên Đức thứ nhất **[8/5/1426]**

Sắc dụ Tam ty tại Giao Chỉ rằng:

'Nay mệnh bọn Thành sơn hầu Vương Thông mang quân dẹp giặc. Khi Thông đến, hãy tuyển dân bản xứ 3 vạn người theo sự điều động của Thông, nhằm diệt giặc này để yên một phương. Các quan lại quân dân dưới quyền lấy việc cung ứng quân lữ làm trọng; tất cả các việc nhỏ mọn khác đều phải

đình chỉ không được làm nhọc dân thêm nữa." (**Minh Thực Lục Quan hệ Trung Quốc Việt Nam**, tập 2, trang 139)

Thành sơn hầu Vương Thông đích thân xin thêm đơn vị thiện chiến thuộc doanh Thần cơ, để làm quân hộ vệ:

"Ngày 3 tháng 4 năm Tuyên đức thứ nhất [9/5/1426]

Sắc mệnh các doanh Thần cơ đưa bọn Đô Chỉ huy Tạ Vinh cùng 510 tên theo Thành sơn hầu Vương Thông chinh phạt Giao Chỉ; thể theo lời tâu của Thông." (**Minh Thực Lục Quan hệ Trung Quốc Việt Nam**, tập 2, trang 141)

Riêng đối với các tướng lãnh có lỗi tại Giao Chỉ như Trần Trí, Phương Chính, đều bị giáng xuống làm Sự quan; tức quan có lỗi phải lập công chuộc tội, dưới quyền tiết chế của Vương Thông:

"Ngày 3 tháng 4 năm Tuyên Đức thứ nhất [9/5/1426].

Cách chức Vinh xương bá Trần Trí, Đô đốc Phương Chính quan tước; giáng xuống sung vào Sự quan (2), *tuân theo sự điều động của quan Tổng binh Vương Thông, làm tiên phong lập công chuộc tội. Những sắc dụ cùng ấn Chinh Di Phó tướng trước kia được lãnh, hãy giao cho Thông để nạp lên. Sắc dụ bọn Trí rằng:*

"Triều đình mệnh ngươi thống suất quân lính trấn đóng Giao Chỉ để dẹp tan giặc cướp, yên ổn dân chúng; bọn ngươi ôm lòng riêng trục lợi, không hòa mục, để đến nỗi giặc hoành hành, quan quân thua chết, tàn ngược dân lương thiện; xét về tội các ngươi đáng vạn lần chết, không chuộc được. Nay tạm khoan hồng, cách chức tước, theo bọn Thành sơn hầu Vương Thông lập công để chuộc tội. Thái Phúc ngu đần, làm hỏng việc, cũng được tha tội chết để lập công, nếu giáp trận

không biểu hiện vũ dõng, sẽ bị tru lục không tha thứ." (**Minh Thực Lục Quan hệ Trung Quốc Việt Nam**, tập 2, trang 140)

Trước khi sai Vương Thông xuất sư, Vua Tuyên Tông gặp các đại thần thuộc hai phe chủ hòa và chủ chiến. Vua nói rằng từ khi chiếm Giao Chỉ đến nay, không có năm nào không dùng binh; người Trung Quốc phải chạy vạy cũng bị mệt mỏi quá lắm; ý Vua nên theo thời Hồng Vũ, cho nơi này tự trị, hàng năm triều cống. Phe chủ chiến có Kiển Nghĩa và Hạ Nguyên Cát phản đối; nhưng phe chủ hòa Dương Sĩ Kỳ, Dương Vinh ủng hộ:

"Ngày 3 tháng 4 năm Tuyên Đức thứ nhất [9/5/1426]

Thiên tử thị triều xong ngự tại điện Văn Hoa, bọn Kiển Nghĩa, Hạ Nguyên Cát, Dương Sĩ Kỳ, Dương Vinh hầu cận. Thiên tử phán:

"Thái Tổ Hoàng đế dạy rằng các nước di địch bốn phương cùng các man nhỏ bé tại phương nam; giới hạn bởi núi cao, góc biển, hoang tịch tại một phương; được đất này không đủ để cung cấp, được dân này không đủ để dùng; nên ra lệnh rằng ngoại trừ bọn chúng không biết cân nhắc, đến quấy nhiễu biên cương của ta làm chuyện không lành; trường hợp chúng không gây mối lo cho Trung Quốc, ta lại mang binh đánh thì cũng chính ta làm việc không lành vậy! Ta lo con cháu về sau ỷ Trung Quốc giàu mạnh, tham công nhất thời, vô cớ hưng binh tổn thương nhân mạng, phải ghi nhớ là không thể làm như vậy.

"Sau này họ Lê [Quí Ly] *giết vua, độc hại người trong nước, Thái Tông Hoàng đế bất đắc dĩ mang quân điếu phạt. Ý lúc khởi đầu là đợi sau khi bình định xong giặc họ Lê, tìm*

con cháu vua trước lập lên, với thịnh tình phục hưng nước bị diệt, nối dòng bị đứt. Nhưng con cháu vua trước bị giặc họ Lê giết hết, nên thể theo lời của dân bản xứ xin lập quận huyện, đặt quan cai trị, việc này không phải là bản tâm của Thái Tông Hoàng đế.

"Từ đó đến nay tại Giao Chỉ không có năm nào không dùng binh; dân chúng một phương bị giết đã nhiều, người Trung Quốc phải chạy vạy cũng bị mệt mỏi quá lắm! Vua cha [Nhân Tông] *thường nghĩ đến điều này, nặng lòng trắc ẩn, nên lúc lên ngôi ban chiếu thi ân cho xứ này rất hậu.*

"Hôm qua sai tướng xuất sư, Trẫm suốt đêm không yên lòng, không nỡ phạm đến sinh linh dân vô tội. Đào sâu suy nghĩ chỉ muốn như thời Hồng Vũ và những năm đầu Vĩnh Lạc, cho nơi này tự lập một nước, hàng năm triều cống, bảo toàn sinh mệnh dân một phương, mà cũng để người Trung Quốc được nghỉ ngơi nữa. Ý các ngươi như thế nào?"

Bọn Kiển Nghĩa chưa kịp tâu, Thiên tử lại nói thêm:

"Việc này vốn không phản bội lòng của tổ tông."

Kiển Nghĩa và Nguyên Cát tâu:

"Thái Tông Hoàng đế bình định đất này lao phí rất nhiều, nay chỉ vì một tên tiểu xú tác quái, sao lại lo không dẹp được. Hơn hai mươi năm cần lao, lại bỏ đi trong một buổi sáng, há lại không nghĩ đến sự tổn thương đến uy vọng, xin suy nghĩ thêm nữa!"

Thiên tử quay về phía Sĩ Kỳ và Dương Vinh hỏi:

"Bọn khanh hai người, ý kiến thế nào?"

Tâu rằng:

"Tấm lòng của Bệ hạ cùng chung tấm lòng với trời đất và tổ tiên. Từ thời Đường, Ngu, Tam Đại; Giao Chỉ là đất hoang dã bên ngoài; bấy giờ tuy không có đất này nhưng các vua Nghiêu, Thuấn, Võ Thang, Văn, Vũ không mất tiếng khen là bậc thánh quân. Thái Tông Hoàng đế buổi đầu muốn lập họ Trần, nên đáng gọi là bậc thánh. Từ nhà Hán, Đường trở về sau, Giao Chỉ được đặt làm quận huyện; nhưng có lúc phản lại có lúc lúc phục tòng, bất thường, chết quân, phí của không thể kể xiết; nhưng về đường thực dụng thì không đáng một đồng tiền, không được một tên lính. Thời Hán Nguyên Đế, Chu Nhai phản, mang binh đánh, suốt năm không bình định được, các quan ty bàn nên đưa đại binh, Nguyên Đế dùng lời bàn của Giả Thôi bỏ quận Chu Nhai, được sử đời trước khen. Nguyên Đế là vua hạng thường còn ban bố lòng nhân, thi hành điều nghĩa như vậy; huống Bệ hạ là cha mẹ của thiên hạ há lại dùng cách bàn bạc được mất của những kẻ bụng dạ sài lang ư!"

Nguyên Cát xin cho bốn người suy nghĩ thẩm xét lại rồi tâu sau. Thiên tử nói:

"Được, nhưng ý Trẫm vốn như vậy, không kể đến hậu quả việc dụng binh ra sao."

Ngày hôm sau tại triều, sau khi Sĩ Kỳ và Dương Vinh tâu xong, Thiên tử nói:

"Ngày hôm qua bàn về việc Giao Chỉ, ý của Trẫm giống với ý của các khanh, không còn có gì phải nói thêm nữa." (**Minh Thực Lục Quan hệ Trung Quốc Việt Nam**, tập 2, trang 141)

Chuẩn bị cho Vương Thông xuất sư, nhà Minh sai lính chính quy đến đóng tại phủ Lạng Sơn; nhằm tăng cường an ninh biên giới:

"Ngày 6 tháng 4 năm Tuyên Đức thứ nhất [12/5/1426].

Thiết lập tại Ải Lưu và trạm Đổng, phủ Lạng Sơn hai ty tuần kiểm. Tại Ải Lưu trước đây lập đồn cho quan ải nhỏ; trạm Đổng cũng có một đồn cho trạm, cả hai đều do lính bản xứ trấn đóng. Nhân phủ Lạng Sơn tâu chốn này núi non hiểm yếu, xin bỏ đồn lập hai ty tuần kiểm, thay lính bản xứ bằng lính chính quy. Bởi vậy chấp thuận cho đặt." (**Minh Thực Lục Quan hệ Trung Quốc Việt Nam**, tập 2, trang 143)

Kết hợp với biện pháp quân sự, Vua Tuyên Tông làm công tác địch vận, hứa cho tất cả mọi thành phần chống đối, một khi buông vũ khí, đều được tha, không kết tội:

"*Ngày 3 tháng 5 năm Tuyên Đức thứ nhất* [8/6/1426].

Xuống chiếu tha những người có tội tại Giao Chỉ. Chiếu rằng:

"Đạo trị nước của Trẫm nhằm thương dân; thể hiện lòng nhân từ xót xa, khoan tuất sự lầm lỗi. Giao Chỉ kể từ ngày sáp nhập vào bản đồ đến nay đã đến hai mươi năm; mấy lần gây phản nghịch, làm bận đến vương sư. Nhưng ghét chết thích sống, lòng người không ai nghĩ khác; đâm xuống vực, nhảy vào lửa không phải là bản tâm của con người. Tìm hỏi nguyên nhân đều do quan lại cai trị không đúng, không ngừng cướp đoạt; cảnh tình kẻ dưới không đào đạt được lên, người trên lại không ân trạch ban xuống. Dân chúng lâm cảnh khốn khổ, đâm ra nghi ngờ, bèn trốn vào rừng núi, hô nhau làm loạn, tình cảnh thực bất đắc dĩ. Xét về tội cũng có chỗ đáng thương, nên ban ân mưa móc để đều được thấm nhuần.

Phàm quân dân Giao Chỉ phạm vào tội phản nghịch, bị phát giác hoặc chưa phát giác, bị kết án hoặc chưa kết án; khi chiếu thư đến, tội không kể lớn nhỏ, đều được tha. Lê Lợi, Phan Liêu, Lộ Văn Luật, vốn đã quy phụ triều đình, từng được bổ nhiệm sử dụng, rồi suy nghĩ lệch lạc, để đến nỗi sai trái như vậy. Nay đặc biệt mở con đường đổi mới, nếu thành thực hối cải, trở lại theo điều thiện, giữ tiết bề tôi thì được tha tội, vẫn được trao quan chức. Những kẻ bị Lê Lợi bức hiếp theo nghịch, cùng những dư đảng của Trịnh Công Chứng trốn tránh chưa xuất hiện, nay có thể đích thân ra quy thuận, hoặc đến quan sở tại đầu thú cũng đều được tha, quan sẽ trở lại nguyên chức, quân trở lại nguyên đơn vị, dân trở lại với nghề cũ. Sau khi chiếu thư ban ra, như bọn Lê Lợi cùng những kẻ bị cưỡng bách, chấp mê không hối tội, vẫn chống mệnh như cũ, thì quân Thiên tử gia tăng thảo phạt, hối cũng không kịp nữa.

Từ nay trở về sau tại đất Giao Chỉ, ngoài việc nạp thuế lương thực, những việc trưng điều khai mỏ vàng, bạc, muối, sắt, hương liệu, cá, hoa quả đều đình chỉ; vàng, bạc, đồng, tiền, muối, cá ướp được lưu hành trong lãnh thổ, quan phủ không cấm, để tỏ lòng thể tuất của Trẫm đối với dân chúng." (**Minh Thực Lục Quan hệ Trung Quốc Việt Nam**, tập 2, trang 145)

Tình hình tại Giao Chỉ lúc bấy giờ, thành Nghệ An bị uy hiếp nặng, ngay viên tướng hiếu chiến như Phương Chính cũng đành thụ động bó tay; khiến Đô ty và Án sát phải tâu về triều:

"*Ngày 27 tháng 4 năm Tuyên Đức thứ nhất* [2/6/1426].

Ty Đô Chỉ huy và ty Án sát Giao Chỉ tâu:

'Sự quan Phương Chính giữ phủ Nghệ An, giặc mang binh đến tận thành, Chính án binh bất động. Đô Chỉ huy sứ Vương Diễn lo thế giặc càng ngày càng tăng, đích thân mang lính kỵ binh tinh nhuệ ra đánh, chém hơn 170 thủ cấp, giặc sợ nên bỏ trốn.'

Thiên tử trực tiếp dụ Thượng thư bộ Binh Trương Bản rằng:

'Phương Chính không chịu đánh, hoặc cẩn thận đợi thời cơ cũng chưa biết được; nhưng giặc từ xa đến, dùng quân tinh nhuệ đánh để làm nhụt tinh thần giặc, Diễn thực có công, không thể trì hoãn tưởng thưởng, hãy sai người ruổi ngựa mang bạc tiền ủy lạo." (**Minh Thực Lục Quan hệ Trung Quốc Việt Nam**, tập 2, trang 144.)

Trước đây Đô đốc Phương Chính thách Bình Định vương mang quân về đồng bằng giao chiến, bấy giờ nghĩa quân đến tận thành Nghệ An, Chính vẫn án binh bất động, nên gửi thư thách thức:

"Lại thư cho Phương Chính.

(Tháng 5 năm Bính ngọ [6/6-4/7/1426], quân ta đến thành Nghệ An, giặc không ra đánh, ta mới viết thư cho).

Bảo cho mày ngược tặc Phương Chính: Ta nghe nói người danh tướng trọng nhân nghĩa, khinh quyền mưu. Bọn mày gửi thư cho ta, cứ cười ta núp náu ở nơi rừng núi, thập thò như chuột, không dám ra nơi đồng bằng đất phẳng để đánh nhau. Nay ta đã đến đây, ngoài thành Nghệ An đó đều là chiến trường cả, mày cho đấy là rừng núi chăng? Là đồng bằng chăng? Thế mà mày cứ đóng thành bền giữ như mụ già là làm sao? Ta e bọn mày không khỏi cái nhục khăn yếm (3)." (**Quân Trung Từ Mệnh Tập**, a7.)

Đô đốc Phương Chính lại gửi thư, bấy giờ tại triều đình nhà Minh, chỉ trong vòng một năm, hai Vua Thái Tông, Nhân Tông lần lượt mất. Nên phía ta đem lời cảnh cáo chớ dùng quân xâm lược lúc này, do mối họa có thể xảy ra từ trong nội bộ:

"***Lại thư trả lời Phương Chính.***

Phàm mưu việc lớn phải lấy nhân nghĩa làm gốc, nên công to phải dấy nhân nghĩa làm đầu. Chỉ nhân nghĩa có gồm đủ thì công việc mới xong xuôi. Nước mày nhân dịp họ Hồ lỗi đạo, mượn tiếng điếu dân phạt tội (4), kỳ thực làm việc bạo tàn, lấn cướp đất nước ta, bóc lột nhân dân ta, thuế nặng hình phiền, vơ vét của quý, dân mọn xóm làng không được sống yên. Nhân nghĩa mà lại thế ư? Nay ở nước mày, dân oán thần giận, kế tiếp đại tang (5), thế mà đã không biết tự xét lỗi mình, lại còn cùng binh độc vũ (6), cam lòng xâm lược phương xa, khiến cho sĩ tốt phơi thây, nhân dân lầm bụi. Ta e mối lo của họ Quý không phải ở nước Chuyên Du, mà ở trong tiêu tường (7) vậy." (**Quân Trung Từ Mệnh Tập**, a8.)

Sự quan Trần Trí tâu về triều tình hình an ninh suy yếu, miền trung tại Nghệ An, Diễn Châu, Thanh Hoá; miền bắc tại Tuyên Hóa, Thái Nguyên đều cần tăng thêm quân; xin chuyển lính làm đồn điền sang chiến đấu:

"*Ngày 24 tháng 5 năm Tuyên Đức thứ nhất* [29/6/1426]. *Sự quan Giao Chỉ Trần Trí tâu rằng:*

'Thủ lãnh giặc Lê Lợi tụ tập đám đông chiếm cứ châu Trà Lung [Long], *quan quân đánh nhưng chưa bắt được. Tại Nghệ An, Diễn Châu, Thanh Hoá cũng cần dùng quan quân để tuần tiễu phòng bị, nhưng các vệ lính không đủ; nên đã hội bàn cho triệt thoái hết quân giữ đồn điền trong 14 vệ,*

gồm hơn 2600 tên, tại phần đất phía trái Giao Chỉ. Nay tại cửa biển Điển Canh, châu Cửu Chân, có thuyền giặc cướp bóc dân ta; tại châu này lại có bọn giặc tụ tập làng xã để chiêu mộ đồ đảng. Tại châu, huyện thuộc các phủ Tuyên Hóa, Thái Nguyên có bọn giặc Áo Đỏ quấy nhiễu. Để lo việc chính tiễu tuần phòng xin trích ra 5000 tên trong số tổng cộng hơn 8900 tên từ các vệ Tả, Hữu, Trung, Tiền, Hậu tại Giao Châu; cùng 9 vệ tại Xương Giang, Trấn Di, Tam Giang, Thị Cầu; các vệ này đang phụ trách về đồn điền. Những người lấy ra được miễn phải trưng thu gạo hàng năm, chờ khi bình xong giặc, lại trở về với đồn điền như cũ.' Lời tâu được chấp thuận." (**Minh Thực Lục Quan hệ Trung Quốc Việt Nam**, tập 2, trang 147)

Tháng 4, An bình bá Lý An được giữ chức Đô ty Giao Chỉ, chỉ dưới quyền tiết chế của Tổng binh Vương Thông:

"***Ngày 2 tháng 4 năm Tuyên Đức thứ nhất*** **[8/5/1426].**

Sắc dụ An Bình bá Lý An giữ chức Đô ty Giao Chỉ; theo sự tiết chế của quan Tổng binh." (**Minh Thực Lục Quan hệ Trung Quốc Việt Nam**, tập 2, trang 139)

Nhưng chỉ 3 tháng sau, có lời tâu rằng An hèn nhát, đụng trận lùi trước, nên bị phạt làm Sự quan:

"***Ngày 9 tháng 7 năm Tuyên Đức thứ nhất*** **[11/8/1426].**

Bộ Binh nơi hành tại tâu rằng:

'Bọn Sự quan Giao Chỉ Phương Chính đánh Lê Lợi; nhưng bọn An bình bá Lý An; Đô chỉ huy Vu Tán, Tạ Phượng, Tiết Tụ, Chu Quảng, Trần Phong đụng trận thì lui trước; Chính có thành tích dũng cảm.'

Thiên tử mệnh tạm tha. Sắc dụ Thành sơn hầu Vương

Thông lệnh An, cùng bọn Tán, Phượng, Tụ, Quảng, Phong được đái tội làm Sự quan, cùng bọn Trần Trí dẫn đầu lập công; nếu không có công bị trừng trị theo quân pháp." (**Minh Thực Lục Quan hệ Trung Quốc Việt Nam**, tập 2, trang 148)

Tháng 8, Bình Định vương đánh thành Nghệ An, nhưng bị đánh lui:

"***Ngày 28 tháng 8 Tuyên Đức thứ nhất*** [29/9/1426]

Người cầm đầu ty Bố chánh, Án sát Giao Chỉ Thượng thư Trần Hiệp sai người tâu rằng: đầu sỏ giặc Lê Lợi, đến thành Nghệ An khí thế rất mạnh, ngày đêm đánh thành. Bị Sự quan Lý An, Phương Chính hợp quân đánh bại." (**Minh Thực Lục Quan hệ Trung Quốc Việt Nam**, tập 2, trang 149)

Sử Việt chép vào thời gian này, Bình Định vương sai 3 đạo quân đi tuần các lộ xung quanh thành Đông Đô, tức Hà Nội. Đạo thứ nhất, theo hướng nam bắc, tuần hành phía tây Đông Đô, nhằm tiêu diệt viện binh từ Vân Nam sang, cùng uy hiếp vùng Hà Tây. Đạo thứ hai, cũng theo hướng nam bắc, đi tuần phía đông thành Đông Đô, nhằm đánh quân Minh từ Lưỡng Quảng xuống. Đạo quân thứ ba thọc vào thành Đông Đô, tùy cơ đánh phá:

"*Tháng 8, mùa thu. Bình Định vương sai các tướng chia nhau đi tuần các lộ ở Đông Đô* [Hà Nội]. *Vương cho rằng quân tinh nhuệ của nhà Minh ở cả Nghệ An, Đông Đô trở thành yếu ớt trống rỗng bèn sai: Bọn Thái úy Lý Triện, Xu mật Phạm Văn Xảo, thái giám Trịnh Khả và Đỗ Bí ra từ Thiên Quan* [Ninh Bình], *đi tuần vùng Quốc Oai* [Hà Tây], *Quảng Oai* [Hà Tây], *Gia Hưng* [Phú Thọ, Hoà Bình], *Quy Hóa* [Yên Bái, Lào Kai], *Đà Giang, Tam Đái* [Vĩnh Phú] *và Tuyên Quang để diệt đạo viện binh nhà Minh từ Vân Nam kéo xuống.*

Bọn Thiếu úy Lưu Nhân Chú và Bùi Bị ra từ Thiên Quan, đi tuần vùng Thiên Trường [Nam Định], *Kiến Xương* [Thái Bình], *Tân Hưng* [Hải Dương], *Thượng Hồng, Hạ Hồng* [Hải Dương], *Bắc Giang và Lạng Sơn để diệt đạo viện binh từ Lưỡng Quảng kéo xuống.*

Bọn Tư đồ Đinh Lễ và Lê Xí thống suất toán quân tinh nhuệ kế tiếp xuất phát, thọc ngay vào Đông Quan để phô trương thanh thế, rồi sau mới thừa cơ mà tiến thủ. Các tướng trẩy đến đâu cũng giữ quân luật nghiêm túc, không tơ hào xâm phạm đến của nhân dân. Bấy giờ các lộ ở Đông Đô và các thổ tù ở ven biên giới chẳng ai là không vui vẻ hả hê." **Cương Mục**, Chính Biên, quyển 13.

Bấy giờ cánh quân Lý Triện từ mạn bắc tỉnh Hà Tây gây sức ép; Trần Trí phải mang quân từ thành Đông Quan tức Hà Nội, đến huyện Chương Mỹ chống cự, nhưng bị đánh thua; quân Triện tiến đóng phía tây bờ sông Đáy. Được tin quân địch từ Vân Nam tới, Triện chia quân cho Phạm Văn Xảo đi đánh, thắng địch tại cầu Xa Lộc (8), huyện Lâm Thao, Phú Thọ. Riêng Triện cùng quân Lê Xí làm cuộc truy kích bọn Trần Trí, đến tận chân thành Đông Đô, giết viên Đô ty Vy Lượng tại Nhân Mục (9) thuộc quận Thanh Xuân, Hà Nội ngày nay:

Cánh quân của các tướng Lý Triện từ mạn Quốc Oai [bắc Hà Tây] *và Tam Đái* [Vĩnh Phúc] *đe dọa bức bách thành Đông Quan. Tham tướng Minh, Trần Trí dốc hết quân ra mạn Ninh Kiều* (10) [Chương Mỹ, Hà Tây] *và Ứng Thiên* [Ứng Hoà, Hà Tây] *để chống cự. Triện cùng bọn Xảo, Khả và Bí hợp sức đánh hăng, quân của Trí phải thua chạy. Bọn Triện tiến đóng ở bờ phía tây sông Ninh Giang* [đoạn sông Đáy gần sông Hồng].

Chợt được tin hơn vạn quân cứu viện của nhà Minh sang từ Vân Nam, sắp đến thành Tam Giang [Phú Thọ], *mà đạo quân do Lễ và Xí chỉ huy chưa kịp đến, bọn Triện e rằng hai đạo quân của địch nếu phối hợp được với nhau thì mình khó chế trị được. Triện bèn chia cho Xảo và Khả hơn nghìn quân, đi thẳng lên trước và đón đường chặn đánh địch; còn mình và bọn Xí đem vài nghìn quân tinh nhuệ, thừa thắng đuổi theo cánh quân của Trí. Khi đến Nhân Mục* [quận Thanh Xuân, Hà Nội], *bắt sống được đô ti Minh, Vi Lượng, và chém được hơn nghìn thủ cấp địch, rồi lại quay về Ninh Giang, làm thanh thế tiếp ứng cho bọn Xảo. Còn cánh quân của bọn Xảo, khi đến cầu Xa Lộc* [huyện Lâm Thao, Phú Thọ], *gặp đạo quân của Vương An Lão, đô ti Vân Nam của Minh: quân ta đón đánh, cả phá được địch, chém và bắt được không biết bao nhiêu mà kể. Số quân còn sót lại của địch phải rút vào giữ thành Tam Giang* [Phú Thọ]." **Cương Mục**, Chính Biên, quyển 13.

Tháng 9 Bình Định vương để các tướng Lê Ngân và Lê Văn An ở lại vây thành Nghệ An, tự mình đem quân đi tuần Tây Đô, Thanh Hoá:

"Trần Trí nhà Minh thấy thành Đông Quan bị cô lập và nguy khốn, vội sai người gấp rút đem thư vào Nghệ An cáo cấp với bọn Phương Chính, để bọn này quay về cứu lấy chỗ căn bản. Bọn Trí bèn để Thái Phúc ở lại giữ Nghệ An, còn Chính thì vượt biển trở ra Đông Quan. Vương liền cho các tướng Lê Ngân, Lê Văn An, Lê Bôi, Lê Thận và Lê Văn Linh lưu lại, góp sức với nhau vây thành Nghệ An, còn Vương chính mình thống suất đại quân, cả thủy lẫn bộ cùng tiến,

đuổi theo Phương Chính. Đến Thanh Hoá, Phương Chính phóng thuyền ra khơi, lẩn trốn tận ra xa. Vương bèn đi tuần Tây Đô. Tri châu La Thông đóng chặt cửa thành, không chịu đầu hàng. Vương đóng quân ở Lỗi Giang [huyện Cẩm Thủy, Thanh Hoá], *úy lạo các tướng sĩ, ban thưởng cho các bà con và những người cố cựu ở quê nhà. Nhân sĩ và dân chúng ở Thanh Hoá đều tình nguyện tòng quân."* **Cương Mục**, Chính Biên, quyển 13.

Về phía quân Minh, khi quân Thành sơn hầu Vương Thông đến Quảng Tây, tỉnh này được lệnh trích 5.000 quân tăng phái cho Vương Thông:

***"Ngày 3 tháng 9 năm Tuyên Đức thứ nhất* [13/10/1426]**

Sắc dụ quan Tổng binh Quảng Tây Trấn viễn hầu Cố Hưng Tổ rằng: Hãy trích ra 5000 tên trong số quân ngươi quản lãnh, điều đến Giao Chỉ, dưới quyền tiết chế của Thành Sơn hầu Vương Thông." (**Minh Thực Lục Quan hệ Trung Quốc Việt Nam**, tập 2, trang 149)

Cuối tháng 9, Thành sơn hầu Vương Thông đến thành Đông Quan; sau khi tìm hiểu, y tâu về triều trận đánh với Lý Triện, Đô chỉ huy Vy Lượng bị bắt; còn cho biết thêm các viên Chỉ huy Đào Sâm, Tiền Phụ, Thiên hộ Triệu Trinh đều tử trận:

***"Ngày 29 tháng 9 năm Tuyên Đức thứ nhất* [29/10/1426]**

Ngày hôm nay quân của bọn Chinh Di Tướng quân Thành sơn hầu Vương Thông đến Giao Chỉ." (**Minh Thực Lục Quan hệ Trung Quốc Việt Nam**, tập 2, trang 150)

"Ngày 13 tháng 10 năm Tuyên đức thứ nhất [12/11/1426]

Quan Tổng binh Thành sơn hầu Vương Thông tấu rằng Đô Chỉ huy Vi Lượng hành quân tại Giao Chỉ bị thất lợi. Lúc bấy giờ đồ đảng của Lê Lợi là Lê Thiện chiếm cứ châu Quảng Oai; Sự quan Trần Trí sai Lượng cùng các Chỉ huy Vương Miễn, Tư Quảng mang quân chống cự. Khi quân đến đất này, Lượng muốn vượt sông, nhưng viên quan Thổ quan là Chỉ huy Hà Kháng nói:

"Chắc bọn chúng đặt phục binh, phải cẩn thận đừng coi thường mà tiến."

Lượng không nghe, sai Chỉ huy Đào Sâm, Tiền Phụ vượt sông đánh, giặc đặt phục binh và mang quân chặn đoạn hậu; giết Sâm, Phụ, Thiên hộ Triệu Trinh cùng hơn 500 quân, Lượng cũng bị bắt. Thông, cùng Tuần, Án, Ngự sử đem việc này tâu lên. Thiên tử cho rằng Vương Miễn và Tư Quảng không cứu viện, sắc mệnh Thông phạt Miễn, Quảng sung quân lập công chuộc tội; vẫn ra lệnh Thông tiến binh dẹp giặc." (**Minh Thực Lục Quan hệ Trung Quốc Việt Nam**, tập 2, trang 150)

Tháng 10, các tướng Đinh Lễ, Lê Xí và Lý Triện đại phá quân Vương Thông nhà Minh tại Tốt Động, thuộc huyện Chương Mỹ, Hà Tây; giết Thượng thư Trần Hiệp, Vương Thông bị thương, bèn rút chạy vào thành. Vua Lê Lợi từ Thanh Hoá tiến quân đến Thanh Đàm [Thanh Trì, Hà Nội], chuẩn bị đánh thành Đông Quan:

"Bấy giờ nhà Minh sai Thành Sơn hầu Vương Thông làm chinh di tướng quân, và đô đốc Mã Anh làm tham tướng, đem năm vạn quân sang cứu Đông Quan [Hà Nội], *bóc hết chức tước của bọn Trần Trí và Phương Chính, cho sung làm*

sự quan, lệ thuộc trong quân để lập công chuộc tội; còn Trần Hiệp thì vẫn cho làm tham tán quân vụ. Tất cả đều ở dưới quyền chỉ huy của Thông. Thông mới đến, tinh thần rất hăng, điều động tất cả mười vạn quân, cùng bọn Hiệp chia làm ba đường, đồng thời xuất phát. Thông đóng ở bến Cổ Sở (11) [huyện Hoài Đức, Hà Tây]*; Phương Chính đóng ở Sa Đôi* (12) [huyện Từ Liêm, Hà Nội]*; Mã Kỳ đóng ở Thanh Oai* [Hà Tây]. *Doanh trại của chúng đằng đẵng đến vài mươi dặm, cờ xí rợp cả đồng nội. Chúng tự cho rằng chỉ một chuyến này có thể dẹp yên được. Các tướng Triện và Bí từ Ninh Kiều tiến đến Sốm* (13)[huyện Thanh Oai, Hà Tây], *chia quân và voi cho mai phục sẵn để đợi giặc. Họ cho toán du binh* (14) *xông xáo đến sát trại Mã Kỳ, khiêu chiến, giả cách thua chạy. Mã Kỳ lùa hết quân đuổi theo. Khi chúng đến cầu Ba La* (15) [thị xã Hà Đông, tỉnh Hà Tây]*: quân phục của ta nổi dậy, đánh cắt ngang trận địch. Quân Minh tan vỡ, chạy bừa, sa lầy, bị chém hơn nghìn thủ cấp. Quân ta ruổi dài đến cống Mọc* [quận Thanh Xuân, Hà Nội], *bắt được hơn năm trăm địch. Thây giặc rải rác đến vài mươi dặm. Mã Kỳ chỉ kịp một người một ngựa trốn về. Các tướng Lý Triện thừa thắng, muốn chẹn phía sau Phương Chính, nhưng Phương Chính đã rút quân lui rồi. Bấy giờ trời đã chiều hôm, các tướng bên ta phải đem quân quay về. Bọn Kỳ và Chính nhân lúc ban đêm, lén đem quân đến hội với Vương Thông.*

Ngày hôm sau, các tướng Lý Triện đến bến Cổ Sở, bổ vây quân Thông. Trước đó, Thông đã đặt quân mai phục, và đã đan tre làm cái khiên, phía trong khiên có cài chông sắt. Khi thoạt giao chiến, quân của Thông đã quăng bỏ khiên, giả vờ chạy. Bọn Triện đuổi theo: voi giẫm phải chông, không lợi. Bọn Triện bèn thu quân vào giữ Cao Bộ (16) [xã Trung Hòa, huyện Chương Mỹ, tỉnh Hà Tây].

Nghe nói các tướng Đinh Lễ và Lê Xí đang đóng quân ở Thanh Đàm [Thanh Trì, Hà Nội], *Triện liền sai báo gấp cho họ đến tiếp ứng. Bọn Lễ và Xí lựa lấy ba nghìn quân tinh nhuệ và hai thớt voi, tức tốc ngay ban đêm, đến hội quân ở Cao Bộ. Họ chia quân đặt phục ở Tốt Động và Chúc Động* [Chúc Sơn, xã Ngọc Sơn, huyện Chương Mỹ, Hà Tây]. *Bắt được gián điệp của địch, ta biết rằng Thông đã tiến đóng ở Ninh Kiều, ngầm cho kỳ binh (17) đi rảo đến phía sau quân Triện, còn chính binh (18) của Thông thì sẽ qua sông tiến lên phía trước. Chúng hẹn nhau rằng hễ nghe nổ pháo thì các đạo quân địch đồng thời đánh khép lại. Hồi trống canh năm đêm ấy, bọn Lễ sai quân nổ pháo ở nơi yếu hại để đánh lừa địch. Địch nghe tiếng pháo, mọi đứa đều đổ xô đi chiếm lấy thuận lợi. Chúng lùa quân đi tắt vào. Bấy giờ trời mưa, đường lầy lội. Chúng kéo đến Tốt Động, bị quân phục của ta bốn bề nổi dậy. Quân ta hợp sức lại, hăng hái chiến đấu, cả phá được địch: chém thượng thư Trần Hiệp và nội quan Lý Lượng. Ta lại đuổi kẻ chạy, rượt kẻ thua, hoặc giết chết, hoặc bắt sống. Quân Minh cùng giày đạp chồng chất lên nhau, chết đến hơn năm vạn. Số quân địch chết đuối cũng rất nhiều, làm nghẽn cả khúc sông Ninh Giang. Ta bắt sống được hơn một vạn địch, tước được quân nhu và khí giới vô kể. Bọn Chính và Kỳ chạy trốn. Thông bị thương, chạy về Đông Quan, đóng chặt cửa thành, cố giữ..."* **Cương Mục**, Chính Biên, quyển 13.

Chiến thắng lớn quá, ngoài sức tưởng tượng của các quan soạn sử nhà Nguyễn, khiến họ không tin nổi, nên viết lời "***Cẩn án***" như sau:

"***Lời cẩn án*** *- Chiến dịch Tốt Động, bọn Vương Thông thống suất hàng mười vạn quân, tinh thần sắc bén gấp hàng* *trăm lần. Các tướng Lý Triện chỉ có vài nghìn người. Một đám cô quân vào sâu trong trận địch, thế mà nhiều lần thừa thắng, đánh được giặc một cách độc nhất. Như vậy không khỏi có điều đáng ngờ. Bọn Lưu Nhân Chú và Bùi Bị được phân phối đi tuần đường khác, không kịp tiếp ứng: nói thế cũng còn xuôi xuôi. Đến như Đinh Lễ, Lê Xí vâng lệnh cầm quân, thực tế là phải đương đầu với cả phía chính diện của thành Đông Quan. Bấy lâu đang đóng ở Thanh Đàm, vốn không có sự cách trở vì thành lũy cao hay mặt trận vững của địch, thế mà lần đầu thì thắng ở Ninh Kiều và Xa Lộc, lần thứ hai lại thắng ở Ba La, trước sau không hề được một tên quân nào đến tiếp ứng cả. Kịp khi bọn Triện đánh giặc không lợi, sai người cấp báo, bấy giờ mới có cuộc hội quân ở Cao Bộ. Tình hình đương thời ra sao, thực có điều không thể hiểu được. Chỉ vì sử sách thiếu sót, không thể chất chính vào đâu cả. Nay xin kính cẩn chép theo Sử cũ, còn thì xin để khuyết nghi."* **Cương Mục**, Chính Biên, quyển 13.

Điều mà Sử thần nhà Nguyễn nghi ngờ, thì sử đối phương lại công nhận. Chỉ khác về thời gian đúng 1 tháng; **Minh Thực Lục** ghi ngày ngày 6 tháng 11 năm Bính Ngọ; riêng **Toàn Thư** ghi ngày 6 tháng 10 năm Bính Ngọ; có thể chép lầm, hoặc giả lịch Đại Việt trước đó có ghi tháng nhuần, nên lùi 1 tháng? **Minh Thực Lục** chép quân Minh đã thua to, Thượng thư Trần Hiệp, Đô chỉ huy Lý Đằng tử trận, Vương Thông bị thương; Vua Lê Lợi từ Thanh Hoá mang quân đến đóng tại Thanh Trì, sát nách thành Đông Quan, chuẩn bị đánh thành:

"***Ngày 6 tháng 11 năm Tuyên Đức thứ nhất*** **[4/12/1426]**

Ngày hôm nay quan Tổng binh Thành sơn hầu Vương Thông tiến binh đánh giặc, bị thua to, giặc bèn vây thành

Đông Quan. Trước đó tướng giặc Lê Thiện [Lý Triện] *chia quân làm 3 đạo, tới đánh thành Giao Chỉ. Một đạo từ cửa phía tây đánh vào thành đất Thanh Oai, một đạo từ Giáo Trường đánh Hạ Quan; bị Đô đốc Trần Tuấn dùng súng lửa, hỏa tiễn đánh lui; một đạo đánh vào cửa nhỏ tại ven sông gặp Sự quan Lý An mang quân tinh nhuệ giao chiến, giặc bị chết rất nhiều, nửa đêm bèn rút lui.*

Lúc này Thông điều quân chia đường mà tiến. Tham tướng Đô đốc Mã Ánh mang quân đến Thanh Oai gặp giặc, đánh bại chúng. Rồi đến huyện Thạch Thất họp quân với Thông, cả hai mang quân đến huyện Ứng Bình [huyện Chương Mỹ, Hà Tây] *trú quân tại Ninh Kiều. Các tướng nói đất này hiểm trở nên lập trại để xem tình hình, không nên coi thường mà tiến. Thông không nghe, cho điều quân qua cầu, đường sá lầy trơn, người ngựa lặn lội, phục binh nổi lên, quan quân bị bại; Thượng thư Trần Hiệp chết, Đô Chỉ huy Lý Đằng bị chết vào tay giặc, Thông trúng thương nên quay về. Lê Lợi tại Nghệ An nghe tin bèn mang đại quân tới Thanh Đàm, đánh các xứ tại Bắc Giang, rồi vây thành Đông Quan.* (**Minh Thực Lục Quan hệ Trung Quốc Việt Nam**, tập 2, trang 150.

Về sự thực, được sử hai nước trân trọng chép, nhưng Sử quan triều Tự Đức tỏ vẻ nghi ngờ; có thể hiểu được như sau. Dưới triều Tự Đức, vua quan nhà Nguyễn xa lìa dân chúng, đất nước loạn lạc liên miên; đa số dân chống đối, hoặc lạnh nhạt với triều đình. Đối phó với thực dân Pháp bấy giờ, nhà nước không vận dụng được sức mạnh của nhân dân, rốt cuộc thua hết trận này đến trận khác; bàn đến điểm yếu về quân sự, họ chỉ biết tin vào thuyết khả năng, quân nhiều thắng quân ít, "ưu thắng liệt bại"; những bộ óc đó khó có thể hiểu được sức mạnh nhân dân. Đạo quân được dân ủng hộ, dân làm tai mắt, lớn nhanh như cậu bé Phù Đổng, có sức dời non lấp bể, làm nên chiến thắng lẫy lừng. Như dưới đời Trần:

"*Cửa Hàm Tử giết tươi Toa Đô, sông Bạch Đằng bắt sống Ô Mã. Xét xem cổ tích, đã có minh trưng.*" **Bình Ngô Đại Cáo**.

Hoặc đời Lê:

"*Gươm mài đá, đá núi cũng mòn; voi uống nước, nước sông phải cạn. Đánh một trận sạch không kình ngạc, đánh hai trận tan tác chim muông. Cơn gió to trút sạch lá khô, tổ kiến hổng sụt toang đê cũ. Thôi Tụ phải quì mà xin lỗi, Hoàng Phúc tự trói để ra hàng. Lạng Giang, Lạng Sơn thây chất đầy đường, Xương Giang, Bình Than máu trôi đỏ nước. Gớm ghê thay! sắc phong vân cũng đổi; thảm đạm thay! sáng nhật nguyệt phải mờ.*" **Bình Ngô Đại Cáo**.

Chú thích:

1. Khám hợp: Văn bản xét thành tích xem có đủ tiêu chuẩn để làm quan hay không.

2. Sự quan: quan lại bị tội, được tạm thời làm việc để lập công chuộc tội.

3. Khăn yếm: dịch chữ "cân quắc". Cân quắc là đồ trang sức trên đầu của đàn bà. Xưa Gia Cát Lượng đi đánh Ngụy, đem quân đến đồng bằng phía nam sông Vị Thủy, khiêu chiến mãi, Tư Mã Ý không dám ra đánh. Lượng sai đưa cho Ý những khăn của đàn bà để làm nhục (**Tấn Thư**).

4. Điếu dân phạt tội nghĩa là thương dân sống khổ mà

đánh kẻ có tội để cứu dân. Mượn tiếng điếu dân phạt tội ý chỉ nhà Minh giả danh đánh kẻ thoán nghịch là họ Hồ, phù lập họ Trần, rồi đem quân sang chiếm nước ta.

5. Đại tang, theo tục là chỉ tang cha mẹ, nhưng lời chú ở sách Chu lễ thì đại tang là tang nhà vua, hoàng hậu và thế tử. "Kế tiếp đại tang" ở đây là nói tang vua Minh; tháng 8 năm 1424 Minh Thành Tổ chết, thái tử là Cao Xý lên nối ngôi tức vua Minh Nhân Tông; tháng 7 năm 1425 Minh Nhân tông lại chết, thái tử là Chiêm Cơ lên nối ngôi tức vua Minh Tuyên Tông.

6. Cùng binh độc vũ: sính dùng vũ lục, đánh nhau không thôi.

7. Tiêu tường: tiêu là nghiêm kính, tường là cái bình phong xây ở bên trong cổng. Theo lễ xưa, vua tôi tiếp kiến nhau, đến chỗ bình phòng thì càng nghiêm kính, vì thế mới gọi là tiêu tường. Thường dùng tiêu tường chỉ bên trong. Sách **Luận Ngữ**, Khổng tử có nói: "Ngô khủng Quý tôn chi ưu, bất tại Chuyên Du, nhi tại tiêu tường chi nội dã" (Ta e mối lo của họ Quý tôn không ở nước Chuyên Du, mà ở nơi tiêu tường vậy). Ý nói mối lo không ở bên ngoài, mà lại ở bên trong.

8. Cầu Xa Lộc: tục gọi là cầu Ròng Rọc ở gần làng Tứ Xã, huyện Lâm Thao, nay thuộc tỉnh Phú Thọ.

9. Nhân Mục: Tức làng Mọc, nay là phường Nhân Chính quận Thanh Xuân, Hà Nội.

10. Ninh Kiều: là vùng Ninh Sơn, xã Ngọc Sơn, huyện Chương Mỹ, tỉnh Hà Tây ngày nay. Đây là một vị trí trọng yếu và hiểm trở nằm trên đường thượng đạo từ Đông Quan vào Thiên Quan và Thanh Hoá.

11. Bến Cổ Sở: tức bến Giá ở xã Yên Sở, huyện Hoài Đức,

Hà Tây ngày nay.

12. Cầu Sa Đôi: cầu bắc ngang sông Nhuệ còn gọi là cầu Đôi ở phía tây xã Đại Mỗ, huyện Từ Liêm, Hà Nội.

13. Sốm: Cổ Lãm, tức tổng Thắng Lãm, tên nôm là Sốm, nay gồm các xã Phú Lâm, Phú Cường, Văn Khê, huyện Thanh Oai, tỉnh Hà Tây.

14. Du binh: quân lưu động, tiền thám.

15. Ba La: Nguyên văn là "Tam La kiều". Cái cầu chỗ giáp giới ba làng La, tức là La Khê, La Cả và La Nội, nay thuộc xã Văn Khê, thị xã Hà Đông, tỉnh Hà Tây.

16. Cao Bộ: tên nôm là làng Bụa, thuộc xã Trung Hòa, huyện Chương Mỹ, tỉnh Hà Tây ngày nay.

17. Kỳ binh: Toán quân xuất kỳ bất ý, ập đánh đối phương khi không phòng bị hoặc không lường tính được trước.

18. Chính binh: Toán quân đường đường chính chính ra trận đánh nhau với đối phương.

77. Bình Định Vương Lê Lợi: Thời kỳ khởi nghĩa [1418-1427] (6)

Tin thắng trận tại Tốt Động báo đến hành doanh Lỗi Giang, Thanh Hoá; Bình Định vương cấp tốc mang đại quân ra Bắc; khi đến huyện Chương Mỹ [Hà Tây], các tướng đều ra đón mừng. Bấy giờ quân Minh thiếu vũ khí, bèn cho phá hủy chuông, vạc của ta làm súng đạn; cùng cử người thay thế Thượng thư Trần Hiệp đã tử trận:

"Tin thắng trận báo về hành dinh ở Lỗi Giang. Bấy giờ, vua đương đóng quân ở Thanh Hoá, hội các quân ở Hải Tây, nhận được thư báo thắng trận của bọn Lê Lễ, bèn đích thân dẫn đại quân và 20 thớt voi chia hai đường thủy, lục, ngày đêm đi gấp. Ngày 11 [10/11/1426], *tới sông Lũng Giang* [sông Đáy] *đóng dinh, các tướng tới đón mừng.... Bọn Vương Thông nhà Minh vì bị thua ở Tốt Động, quân khí cơ hồ mất sạch, bèn phá chuông Quy Điền và vạc Phổ Minh* (1) *để làm súng đạn, hỏa khí. Sau khi Trần Hiệp chết, Hữu bố chính sứ Dặc Khiêm giữ ấn của Bố chính ty, án sát sứ Dương Thì Tập giữ ấn của Án sát ty, Đô đốc thiêm sự Trần Duệ giữ ấn của Đô ty. Từ đó, lịch chính sóc* (2) *của nhà Minh không được thi hành ở các quận huyện nước ta nữa. Ngày 22, vua tiền quân đến Tây Phù Liệt* [tây Thanh Trì, Hà Nội]," **Toàn Thư**, Bản Kỷ quyển 10, trang 22b.

Bình Định vương tự làm tướng, chỉ huy đạo quân chủ lực, tiến đánh thành Đông Quan, giết nhiều quân địch, tịch thu hàng trăm chiến thuyền:

"*Ngày 23* [22/11/1426], *vua sai bọn Trần Hãn, Lê Bị đem hơn trăm chiếc thuyền thủy quân, ngược dòng sông Đại Lũng* [sông Đáy] *ra cửa sông Hát, rồi thuận dòng xuôi đến bến Đông Bộ Đầu* [hàng Than, Hà Nội] *sông Lô* [sông Hồng], *bọn Lê Lễ đem hơn 1 vạn quân bộ bí mật tiến đến cầu Tây Dương. Vua đích thân dẫn binh tượng đến cửa Nam ngoài thành Đại La để đánh thành Đông Quan. Đến đêm, hồi canh ba, quân bốn mặt đánh ập vào, phóng lửa đốt các nhà ở ngoài thành, khói lửa mù mịt đầy trời. Các doanh quân đóng ngoài thành của Phương Chính tranh nhau chạy vào cửa thành xác chết gối lên nhau. Ta bắt hết những người trong nước buộc phải theo giặc và hơn trăm chiến thuyền cùng rất nhiều khí giới, nghi trượng. Giặc biết là quân dân các vùng gần đó đều theo về ta cả, thế là mỗi ngày một cùng quẫn, lại đắp thêm tường lũy, liều chết cố thủ, để đợi viện binh. Vua dời ra đóng dinh ở Đông Phù Liệt* [đông Thanh Trì, Hà Nội]." **Toàn Thư**, Bản Kỷ, quyển 10, trang 22b

Tại dinh ở phía đông Thanh Trì, các hào kiệt, nhân dân tấp nập đến yết kiến, nguyện liều chết đánh giặc. Bình Định vương ân cần phủ dụ, rồi tùy tài năng giao chức vụ. Bình Định vương chia các lộ vùng Đông Đô thành 4 đạo; sách **Lịch triều hiến chương** của Phan Huy Chú, chép như sau: Các trấn Tam Giang, Tuyên Quang, Hưng Hóa và Gia Hưng thuộc Tây Đạo; các lộ Thượng Hồng, Hạ Hồng, Nam Sách Thượng, Nam Sách Hạ và trấn An Bang đều thuộc Đông Đạo; các lộ, trấn Bắc Giang, Thái Nguyên đều thuộc Bắc Đạo; các lộ Khoái Châu, Lý Nhân, Tân Hưng, Kiến Xương và

Thiên Trường đều thuộc Nam Đạo:

"Khi vua mới tới thành Đông Đô, những hào kiệt ở kinh lộ và nhân dân các phủ huyện cùng các tù trưởng ở biên trấn đều tấp nập kéo đến cửa quân, xin hết sức liều chết đánh thành giặc ở các xứ. Vua biểu dương lòng thành của họ, phủ dụ, úy lạo, báo cho họ biết lẽ bỏ nghịch theo thuận. Từ kẻ sĩ tới dân chúng, hễ ai đến quân doanh, vua đều dùng lời lẽ khiêm tốn, dùng nghi lễ trang trọng để tiếp đãi, rồi tùy theo tài năng hơn hay kém của từng người để bố trí các chức vụ khác nhau. Lấy ban thưởng để khích lệ khiến người người đều hăng hái, dùng hình phạt mà răn đe, nên ai ai cũng giữ gìn. Vì vậy, mọi người đều cảm kích mong được dốc trọn sức mình, quân đi đến đâu là thành công đến đấy. Vua chia các lộ trấn ở Đông Đô thành bốn đạo. Đặt quan lại văn võ trong ngoài và tuần kiểm ở các xứ cửa biển để khám xét những người qua lại và bắt bọn nguỵ quan, bọn phản bội, bọn ngang ngạnh không chịu cải hóa, bọn ăn ở hai lòng, bọn mang thư chạy về phương Bắc. Lại dụ những người có tài văn chương mà chưa được nhận chức, nếu ai viết thư dụ được người thành Đông Quan, khiến họ mở cửa thành ra hàng và giảng hòa về nước, thì sẽ được thăng chức vượt cấp. Lại ra lệnh tịch thu vợ con, nô tỳ sản nghiệp của bọn ngụy quan nộp lên, còn thóc lúa của chúng thì vẫn để ở bản xứ để đợi cung cấp cho quân đội." **Toàn Thư**, Bản Kỷ, quyển 10, trang 23b.

Bấy giờ Vương Thông nhà Minh nhiều lần thua trận, muốn bãi chiến, rút quân về; y bèn vin vào lời Vua Tuyên Tông bàn với các cận thần vào ngày 3 tháng 4 năm Tuyên Đức thứ nhất [9/5/1426] rằng "*Cho nơi này tự lập một nước, hàng năm triều cống, bảo toàn sinh mệnh dân một phương, mà cũng để người Trung Quốc được nghỉ ngơi nữa.*" Rồi sai

Sứ giả ngầm khuyên Vua Lê Lợi vin vào danh nghĩa lập con cháu họ Trần ấy để xin bãi binh; nhà Vua cũng muốn dân được nghỉ ngơi, nên ưng thuận:

"*Mùa đông, tháng 11* [29/11-28/12/1426], *vua tìm được Trần Cảo lập làm vua. Trước đó, có người tên là Hồ Ông, là con một người ăn xin, trốn theo Cầm Quý, giả xưng* Trần Cảo *con cháu họ Trần. Bấy giờ người trong nước khổ về chính lệnh hà khắc của giặc, mong có người làm chủ, mà vua thì gấp việc diệt giặc cứu dân, nên sai người đón lập Cảo cho xong việc quyền nghi nhất thời, mà cũng muốn mượn cớ để trả lời nhà Minh để họ tin. Đặt niên hiệu là Thiên Khánh, sai Tả bộc xạ Lê Quốc Hưng dạy cho, nhưng thực ra là để coi giữ. Cảo trước đóng ở núi Không Lộ* [huyện Thạch Thất, Hà Tây], *sau dời về Võ Ninh* [huyện Quế Võ, Bắc Ninh]. **Toàn Thư**, Bản Kỷ, quyển 10, trang 24b.

Sau khi có thỏa thuận về việc lập Vua bù nhìn Trần Cảo; Bình Định vương gửi thư cho bọn Vương Thông yêu cầu đem quan quân tại các thành trong nước về thành Đông Đô, rồi chuẩn bị sửa sang cầu đường để đem đại quân nhà Minh trở về nước:

"THƯ TRẢ LỜI BỌN TỔNG BINH VƯƠNG THÔNG THÁI GIÁM SƠN THỌ

Tôi nghe, trời đất đối với muôn vật, nổi sấm sét mà ý hiếu sinh vẫn có ở trong; cha mẹ đối với các con, đánh roi vọt mà ơn cúc dục vẫn có ở đây. Nay vâng được thư của ngài cho tôi được tự tân, hân hạnh khôn xiết, thật không khác đức lớn của trời đất cha mẹ, dẫu có tan xương, nát thịt, cũng không đủ báo đền. Song nếu ngài thực có lòng thương xót dân chúng, thì nên sai đầu mục đến các thành Diễn Châu,

Nghệ An, Tân Bình [Quảng Bình], *ra lệnh cho họ đem quân về. Tôi sẽ lập tức sắm đủ phương vật tiến công, cúi xin ngài sai quan cùng đi với tử đệ thân tín của tôi để đến đầu hàng phục tội. Cầu cống đường sá thì tôi xin nhận sửa đắp, không phải phiền đến quan quân. Giá được người nhận lời, không những sinh linh nước tôi được khỏi lầm than, mà binh sĩ Trung Quốc cũng khỏi nỗi khổ gươm giáo vậy."* **Quân Trung Từ Mệnh Tập**, a9.

Tư liệu trên cho biết bọn Vương Thông đánh nhau với quân ta, nhiều lần bị thua, tình thế ngày một cùng quẫn; bèn sai người đem thư đến xin hòa, mong được toàn quân rút về nước. Bình Định vương ưng thuận, hẹn ngày cho Thông điều động tất cả người và ngựa ở các thành phải đến họp ở Đông Đô, sẽ cho về nước hết cả. Bấy giờ bọn thổ quan như Lương Nhữ Hốt vốn làm tay sai cho người Minh, sợ rằng sau khi quân Minh rút lui, sẽ bị tru diệt; bèn đem truyện trước kia Ô Mã Nhi đầu hàng nhà Trần, bị Hưng Đạo vương Trần Quốc Tuấn lập mưu giết chết ra khuyên. Nên bọn Thông đâm ra nghi ngờ, ngầm bày mưu tính kế, bí mật sai người mang thư bọc sáp xin viện binh. Bình Định vương ghét chúng tráo trở, bèn tuyệt giao; rồi cho mang quân đi các nơi đánh thành:

"Tháng 12, cấm chặt phá hoa quả, cây cối và cướp bóc của dân. Vua thân đốc suất tướng sĩ ngày đêm đánh Đông Đô. Bọn Vương Thông, Sơn Thọ nhà Minh hễ đánh là thua, chán nản lo sợ, mưu kế đã cùng, viện binh không có, tình thế ngày một khốn quẫn, bèn sai người đưa thư xin hòa, mong được toàn quân trở về nước. Vua nói:

'Câu đó đúng hợp ý ta. Vả lại, binh pháp không đánh mà khuất phục được quân của người là kế hay hơn cả.'

Bèn bằng lòng cho giảng hòa, hẹn ngày kíp gọi quân sĩ ở các thành cùng một lúc về tập hợp ở thành Đông Quan để cho về nước cả. Sai cận thần trao đổi với quân Minh, cho phép họ được đi lại, mua bán không khác gì dân thường.

Bấy giờ, bọn nguỵ Đô ty Trần Phong (3), *Tham chính Lương Nhữ Hốt* (4) *Đô chỉ huy Trần An Vinh, đã bán nước làm quan to cho giặc, sợ sau khi giặc rút về, chúng sẽ hết đường sống sót, bèn ngấm ngầm làm kế phản gián, bảo* [người Minh] *rằng:*

'Trước kia Ô Mã Nhi bị thua ở sông Bạch Đằng, đem quân về hàng. Hưng Đạo Đại Vương cho hàng, nhưng dùng mưu lấy thuyền lớn cho đưa họ về nước, rồi cho người giỏi bơi lặn sung làm phu thuyền. Ra đến ngoài biển, lừa lúc ban đêm mọi người ngủ say, bọn phu thuyền lặn xuống nước, dùi lủng đáy thuyền, những người đầu hàng đều bị chết đuối hết, không một ai sống sót trở về được'.

Bọn Thông tin lời, đem lòng ngờ vực, lại nảy ý khác, đắp thêm tầng lũy kép hào, thả chông để làm kế tạm bợ, ngoài mặt nói hoà hiếu, nhưng ngấm ngầm bày mưu tính kế. Chúng bí mật sai mấy chục bọn mang thư bọc sáp đi lối tắt về xin viện binh. Vua bắt được người mang thư, ghét bọn chúng tráo trở, bèn bí mật phục quân ở bốn phía quanh thành Đông Quan, đón giặc ra vào, bắt được hơn 3 nghìn tên do thám, hơn 5 trăm con ngựa. Từ đấy, quân Minh đóng chặt cửa thành không ra, sứ qua lại cũng dứt. Vua sai các tướng chia quân đi đánh các thành: Quốc Hưng đánh hai thành Điêu Diêu [huyện Gia Lâm, Hà Nội], *và Thị Cầu* [thị xã Bắc Ninh]; *Lê Khả và Lê Khuyển đánh thành Tam Giang* [huyện Lâm Thao, tỉnh Phú Thọ]; *Lê Sát, Lê Thụ, Lê Lý, Lê Lãnh và Lê Triện đánh thành Xương Giang* [thị xã Bắc Giang]; *Lê Lựu và*

Lê Bôi đánh thành Khâu Ôn [tỉnh lỵ Lạng Sơn]." **Toàn Thư**, Bản Kỷ quyển 10, trang 24b.

Bọn Vương Thông gửi thư trách Bình Định vương bội ước, như giết người đi lấy cỏ, nên có thư đáp lại:

"*LẠI THƯ TRẢ LỜI VƯƠNG THÔNG. Tôi nghe: Người Việt (5) kiêu bạc, người Tề trí trá, ấy là bởi khí đất sinh ra, tính người bẩm thụ, đó là lẽ thường xưa nay, nên chỉ trong đó dẫu có trung tín thành thực mà cũng bị mang tiếng lây. Nay các hạ (6) bảo là "trước sau bất nhất", đó là tại sứ nhân đi lại, không hiểu sự thế, đến nỗi hai quân ngờ vực nhau, chứ tôi nào dám có bụng gì khác đâu. Cúi mong các ngài xét rõ mà thứ cho. Như bảo "quân lính đi lấy cỏ cứ thấy bị giết", thì đó vì những quân thượng du, lũ Xa Tham, bọn Hồng y (7), hoặc có tính tham của mà thích giết người nên đến nỗi thế chăng? Tôi vốn không hề nghe thấy. Nhưng cũng đã răn bảo, lâu nay chúng đã yên thuần. Như bảo "quân nhân các vệ (8) chưa thấy đưa đến", đó là vì đường xá lối hiểm, quân lính khó đi; song sẽ lục tục đến nơi, có thể bấm đốt ngón tay mà đợi, không phải là dám quên đâu. Như bảo "sứ nhân mang biểu cũng chưa thực đã đến Khâu Ôn (9)", đó là vì người đưa sứ giả (10) lười nhác không chịu đi, lại về phao những điều không căn cứ để thêm sinh chuyện. Bọn tôi thực không có ý gì khác cả. Nếu các hạ không tin thì xin lại sai một vài người thân tín cùng đi với hai ba người đầu mục của tôi đến ngay Khâu Ôn, xét hỏi thực hư để rõ thật dối, như thế cũng được. Như bảo "thuyền ghe, cầu đường chưa thấy sửa sang", thì đó là vì hòa hảo chưa định, nên mới khiên diên. Như việc hòa hảo đã thành, thì việc sửa lại cũng chưa muộn. Từ đây về sau, giá ngài bỏ cái lòng nghi hoặc, dốc lòng hòa hảo, thì dưới sẽ làm cho An Nam thoát khổ lầm than, trên sẽ khiến Trung Quốc khỏi nỗi nhọc mệt, thực là phúc cho thiên hạ lắm."* (**Quân Trung Từ Mệnh Tập**, a14.)

Trong thư này, Bình Định vương tố cáo âm mưu đen tối và thái độ lật lọng của Vương Thông như đắp thêm hào lũy, phá chuông chùa đúc súng:

"LẠI THƯ CHO VƯƠNG THÔNG SƠN THỌ

Tôi nghe nói: "Tín giả quốc chi bảo, Nhân nhi vô tín, kỳ hà dĩ hành chi tai?" [Điều tín là vật báu của nước. Người ta mà không có điều tín, thì liệu lấy cái gì mà làm việc?]. *Mới đây được ngài gửi thư và sai người đến ước hòa, tôi đã nhất nhất nghe theo. Nay thấy ở trong thành vẫn còn đào hào cắm chông, dựng rào đắp lũy, phá đồ cổ, để đúc ống phun lửa* (11) *và đồ binh khí, thế là các ngài định đem quân về nước chăng? Hay giữ bền thành trì chăng? Tôi đều không thể rõ được. Sách Truyện* (12) *có câu: "Bất thành vô vật"* [Không có thành thực thì sự vật gì cũng không có được], *là bởi lòng mà không thực thì việc gì cũng là giả dối cả. Các ngài nếu thực không bỏ lời ước cũ thì phàm làm gì cũng nên lợi hại rõ ràng. Muốn rút quân thì cứ rút quân, muốn cố giữ thì cứ cố giữ, hà tất ngoài thì nói giảng hòa mà trong thì mưu tính khác? Đừng nên trước sau trái nhau, trong ngoài bất nhất như thế; kể ra tiểu dân dẫu ngu dốt nhưng rất sáng suốt. Tôi đây tuy hôn ngu không biết gì, nhưng tất như lời Khổng tử nói "Thị kỳ sở dĩ, quan kỳ sở do, sát kỳ sở an"* (13), *thế thì nhân tình thực dối thế nào, mảy may cũng không thể che giấu được. Thư nói không hết."* (**Quân Trung Từ Mệnh Tập**, a15.)

Thư tiếp Nguyễn Trãi viết thay Bình Định vương Lê Lợi, nhấn mạnh sự bất nhất trong nội bộ quân Minh, với hai phe chủ hòa, chủ chiến:

"**_LẠI THƯ CHO VƯƠNG THÔNG._**

Trước đây được thư của ngài cùng bản thảo tâu nói "nên tha tội cho nước An Nam, lại lập con cháu họ Trần"(14), *tôi cùng bọn đầu mục quân nhân, ai cũng hân hoan cổ võ, cùng bảo nhau rằng: "Nếu quả được như thế, thì từ nay về sau Bắc Nam sẽ vô sự". Song trời thì cao mà hoàng đế thì xa, ngài thì quyền hành không quy nhất, chính sự do nhiều người, lời nói trái với việc làm, mỗi người một bụng* (15). *Phàm các điều ngài nói, các việc ngài làm ngày trước, tôi đã thấy rõ cả rồi. Không biết công việc ngày nay sẽ ra thế nào? Vì thế tôi cứ giữ khư khư cái kiến thức hẹp hòi, mà nằm chẳng yên giường, ăn không ngon miệng, canh cánh bên lòng, muốn thôi không được. Huống chi sự thế ngày trước với sự thế ngày nay, thực cùng một mối, thế mà một người bảo phải, mười người lại bảo trái, một người làm việc, mười người lại phá việc. Người ta nói: "Làm nhà bên đường, ba năm không xong" là thế đấy. Xét vì việc làm như thế, cho nên chúng tôi đến nay vẫn khôn xiết nỗi khổ sở. Ngài nếu thiết tha đến chúng tôi, thì đừng làm như ngày trước nữa, mà nên để tâm muôn nghìn phần, thế là may mắn lớn cho tôi. Thư nói không hết."* (**Quân Trung Từ Mệnh Tập**, a16.)

Trước đây Vương Thông thỏa thuận hễ khi nào Bình Định vương sai sứ đem biểu cầu phong sang triều đình nhà Minh xin lập con cháu nhà Trần lên làm vua, thì lập tức quân Minh sẽ rút về nước. Hiện nay sứ đã đi rồi, bèn gửi thư vặn hỏi Thông có giữ lời hứa hay không:

"**_LẠI THƯ CHO VƯƠNG THÔNG_**

Trước đây vâng biểu tiếp thư của ngài cùng lời sứ giả, điều nói là "Chỉ theo lời ước trước, không có điều gì khác";

lại nói "sáng mà tiến biểu, tối sẽ rút quân", bức thư mực chưa khô, lời nói bên tai còn vẳng. Nay sứ đã đi rồi, mà người tiễn sứ cũng đã về rồi, không rõ ngài có quả theo lời nói trước không? hay lại có điều gì khác chăng? Nếu quả theo lời nói trước, thì báo cho rõ ràng, khiến tôi được sửa sang cầu đường, chuẩn bị lương thực để đời ngày đi. Nếu có điều khác, thực sự điều tín không bỏ được đâu. Cổ nhân có câu: "Khử thực khử binh, tín bất khả khử" (Lương ăn và quân có thể bỏ được, điều tín không thể bỏ được), cho nên Văn công không tham lợi đánh nước Nguyên (16), Thương quân không bỏ thưởng dời cây gỗ (17). Nay ngài là bực tướng có đọc thi thư, lại không bằng Văn công Thương quân hay sao? Định bỏ điều tín hay sao? Thư nói không hết." (**Quân Trung Từ Mệnh Tập**, a17.)

Về việc Bình Định vương sai quân đi đánh các nơi; sử Trung Quốc đề cập đến trường hợp thành nhà Hồ Thanh Hoá. Trước đó Tổng binh Vương Thông ra lệnh rút quân về thành Đông Quan, nhưng viên Tri châu coi thành này không tuân; rồi bị nghĩa quân tấn công, nhưng không hạ được; cuối cùng đến lúc nghị hòa cho quân Minh rút, thì đám quân này cũng được về nước:

"***Ngày 5 tháng 12 năm Tuyên Đức thứ nhất*** [2/1/1427]

Ngày hôm nay giặc họ Lê đánh châu Thanh Hoá không hạ được, bèn rút đi.

Trước đó, từ khi thất bại tại Ninh Kiều, Thành sơn hầu Vương Thông không còn vững lòng như trước, tự tiện cho Lê Lợi cai quản từ Thanh Hoá trở vào nam, truyền hịch cho quan quân tại nơi này rút về thành Đông Quan. Riêng châu Thanh Hoá không chịu nghe lệnh. Trước kia Lê Lợi đánh

Thanh Hoá, Tri châu La Thông, Chỉ huy Đả Trung đốc suất quân dân kiên thủ, có lúc mang quân đánh Núi đất (18), sát thương giặc nhiều, thế giặc bớt căng thẳng. Lúc này hịch tới, người trong thành kinh sợ. Thông nói với Trung rằng:

'Bọn chúng ta chống cự, mấy lần đánh bại giặc, ra khỏi thành thì không sống được; nay tại đây thành cao, hào sâu, lương nhiều, dân đông; so với việc chịu trói, chi bằng tận trung mà chết, mà chưa chắc đã chết đâu! Bọn [Vương] Thông bán thành cho giặc, lệnh này không thể theo được'

Rồi cùng với Trung tưởng lệ quân sĩ, giữ thành vững thêm; giặc đánh không hạ được, bèn bỏ đi. Khi Vương Thông bỏ Giao Chỉ, bọn La Thông cũng trở về kinh đô." (**Minh Thực Lục Quan hệ Trung Quốc Việt Nam**, tập 2, trang 155)

Sau khi Vương Thông truyền hịch cho quan quân các nơi rút về thành Đông Quan, Bình Định vương gửi thư cho bọn Hình nội quan La Thông khuyên chuẩn bị, để cùng rút quân một lúc với các thành Nghệ An, Diễn Châu tại phía nam:

"***Thư cho Hình nội quan cùng bọn Đả Trung và Lương Nhữ Hốt****.*

Thư tỏ cùng Hình đại nhân và Đả, Lương chư công: Hiện nay hòa hảo đã thành, các ngài nên mau chóng thu xếp hành trang đợi Thái công tự Nghệ An đến và quân Diễn Châu qua đây thì cùng đi một thể. Hiện nay cầu sàn trên đường đều đã sửa chữa, lương thực cung cấp cũng đã chuẩn bị, nếu các ngài không đi, chỉ sợ Thái công đi rồi thì không ai đi cùng, lương thực e hoặc thiếu thốn, cầu sàn e hoặc đổ sụt, sau này thật là khó khăn. Vì thế xin báo các ngài biết." (**Quân Trung Từ Mệnh Tập**, a12.)

Phía nghĩa quân nhận thấy bọn quan quân nhà Minh tại thành nhà Hồ, Thanh Hoá; vẫn còn ngoan cố cố thủ, nên gửi thư hăm dọa:

"Lại thư cho Đả Trung và Lương Nhữ Hốt.

Thư tỏ cùng Đả lão quan, Lương tướng công cùng các vị. Nếu muốn cả nhà lớn bé đều được bình yên vô sự, các ngài nên nghe lời tôi, mau chóng thu xếp hành trang, ra ở ngoài thành, đợi quan quân ở Nghệ An Diễn Châu để cùng đi. Nếu không thể thì sau này hối không kịp đâu! Các ngài há chẳng thấy quân nhân các thành Diễn Châu, Nghệ An, Thuận Hóa, hiện nay vợ con đều được an toàn, vui vui vẻ vẻ, không có việc gì. Sao các ngài lại không nghĩ tới điều đó, mà cứ muốn tự khổ như thế? Nếu tôi quả có bụng muốn hại các ngài, thì không có cách nào thoát đâu. Hiện nay Thánh thượng [Vua Minh] *rộng ân cho sắc chỉ cho quan Tổng binh* [Vương Thông] *được tiện nghi hành sự* (19), *cho lập họ Trần rồi đem quân về Kinh, để hai nước khỏi nỗi khổ can qua. Tôi cũng lấy đạo nhân nghĩa, hết lòng kính thờ Triều đình, phàm quan quân của Triều đình đều được đưa về hết. Các nơi đi qua, cầu đường sửa sang hết, lương thực cung cấp đầy đủ, thế là tôi muốn để tiếng mãi nghìn đời về sau, nên không muốn cùng các ngài tranh giành được thua một lúc. Hoặc nếu không làm như thế, thì chỉ trong khoảng một tháng, các ngài dẫu có thành đồng hào nóng* (20) *cũng phải bỏ thôi! Đến lúc bấy giờ thì không làm sao được nữa. Trộm nghĩ kế cho các ngài, chẳng gì bằng mau mau lên đường. Xin chớ hồ nghi mà hỏng việc. Thư nói không hết."* (**Quân Trung Từ Mệnh Tập**, a13.)

Quân Minh trong thành nhà Hồ (tức thành Thanh Hoá), đứng đầu là đô chỉ huy Đả Trung và Tham chính Lương Nhữ Hốt vẫn ngoan cố chống lại việc giảng hòa rút quân.

Đây là lần thứ ba và cũng là lần cuối gửi thư dụ hàng và cảnh cáo quân địch:

"***Thư cho Đả Trung và Lương Nhữ Hốt.***

Kính thư gửi các túc hạ Đả công đô chỉ huy, Lương công đại tham chính, trấn thủ thành Tây Đô.

Tôi cùng các ngài ngày trước đã có lời giao ước với nhau, trên có trời đất quỷ thần tưởng đã chứng giám. Nào ngờ ngày nay lại thành sai trái. Nay xét việc đã làm, đều là vì nước quên mình, không có duyên cớ riêng tây gì cả. Song điều đáng quý ở người quân tử là hiểu thời thông hiếu mà thôi. Vả lại vận trời tuần hoàn, đi rồi lại lại. Từ xưa đến nay, bao giờ cũng thế. Nước An Nam xưa bị Trung Quốc xâm chiếm là từ Tần Hán trở đi. Phương chi trời đã phân cách Nam Bắc, có núi cao sông lớn, bờ cõi rành rành; dẫu mạnh như Tần, giàu như Tùy, nào có thể cậy lực được đâu! Vả đem sự thế ngày nay mà bàn, thì như các thành Tân Bình, Thuận Hóa, Nghệ An, Diễn Châu cùng Tam Giang, Chí Linh, Thị Cầu, Xương Giang, Khâu Ôn, Tiền Vệ Điêu Diêu, trong các nơi ấy, những tướng trí dũng, những quan mưu lược, nào phải không có ai, mà thành không phải là không cao, hào không phải là không sâu, lương chứa không phải là không nhiều, quân giữ không phải là không vững, song họ cũng đều đã mở thành cởi giáp, dắt díu vợ con, đến hội với ta, ước định hẹn ngày kéo quân về nước. Sao mà các ngài lại cứ nệ giữ thói thường, không thông sự biến, định lấy thành cao vài nhận [1 nhận khoảng 7 thước ta] *mà giam hãm những người đi lâu muốn về, cho thế là khả dĩ vui sướng qua ngày, mà không đoái đến mấy nghìn tính mệnh. Người nhân giả lại làm thế ư? Nay ta nếu chọn quân sĩ ở Thanh Hoá, Diễn Châu và Tây Đô, chỉ 3, 4 vạn người, kéo đến thừa tiếp ở dưới thành, thì trong khoảng giờ phút, thành sẽ tan tựa tro bay, vỡ như trúc chẻ. Đến lúc bấy giờ, các ngài hối không kịp nữa, muốn bảo toàn tính mệnh vợ con, thật khó lắm thay! Nay cái kế hay hơn cả cho các ngài, chẳng gì sớm bỏ giáp binh, ra ngoài thành cùng quân của Thái đô đốc* [Thái Phúc] *lục túc kéo về, để trả lại cho ta cảnh thổ nước An Nam, khiến cho hai bên đều tiện, như thế chẳng lại hay ư? Nếu mà không thể thì chẳng làm thế nào được nữa.*" (**Quân Trung Từ Mệnh Tập**, a27.)

Tại vùng biên thùy Lạng Sơn, nghĩa quân và dân địa phương đánh Ải Lưu, viên quan giữ thành bị giết; nhưng rồi viên Bách hộ dưới quyền cầm cự được:

"***Ngày 18 tháng 12 năm Tuyên Đức thứ nhất*** [15/1/1427].

Đêm hôm nay, giặc hơn một vạn người địa phương Giao Chỉ, đến bao vây và tấn công Ải Lưu [Lạng Sơn], *bọn Bách hộ Hoàng Bưu giữ thành bị hại. Bách hộ Vạn Tông bí mật trèo lên thành hô lớn, cầm đao cùng quân cảm tử từ cửa nam ra đánh; giặc rút chạy.*" (**Minh Thực Lục Quan hệ Trung Quốc Việt Nam**, tập 2, trang 156;)

Tại Phú Thọ, quân Minh trong đó có viên Huyện thừa huyện Thanh Ba, tuân lệnh nghĩa quân đến khuyên Đồng tri phủ Tuyên Hóa ra hàng, nhưng viên này chống lại:

"***Ngày 24 tháng 12 năm Tuyên Đức thứ nhất*** [21/1/1427]

Ngày hôm nay viên Đồng tri phủ Tuyên Hóa [Vĩnh Phúc] *Đào Quí Dung giữ thành Bắc Nhàn sai bọn dân binh Nguyễn Chấp Tiên đuổi giặc họ Lê đến huyện Thanh Ba* [Phú Thọ], *bị giặc bắt. Rồi giặc sai tên này trở về, cùng Huyện thừa Hoàng Linh Châu chiêu dụ Quí Dung hàng. Quí Dung chửi rằng:*

'Ta trước đây là Thổ quan, được triều đình giao chức phụ tá, từng được ban sắc dụ khen thưởng và cho giữ đất này, phụ ân bội đức không phải là đạo bề tôi, ta thề không theo phản nghịch.'

Bọn Linh Châu dùng binh bức hiếp, nhưng Quí Dung vẫn vững lòng." (**Minh Thực Lục Quan hệ Trung Quốc Việt Nam**, tập 2, trang 156)

Vào cuối năm Tuyên Đức thứ nhất [1/1427], Vua Tuyên Tông nhận được thư bọc sáp của Vương Thông xin cứu viện; bèn sai Liễu Thăng, Mộc Thạnh mang 2 đạo quân từ Quảng Tây, Vân Nam sang Giao Chỉ:

"***Ngày 26 tháng 12 năm Tuyên Đức thứ nhất*** [23/1/1427]

Do bọn Thành sơn hầu Vương Thông tâu giặc Giao Chỉ trở nên càn dữ, mệnh Thái tử Thái truyền An viễn hầu Liễu Thăng mang ấn Chinh Lỗ Phó Tướng quân giữ chức Tổng binh, Bảo định Bá Lương Minh sung Phó Tổng binh, Đô đốc Thôi Tụ sung Hữu Tham tướng, mang quan quân đến Giao Chỉ phối hợp với bọn quan Tổng binh Kiềm quốc công Mộc Thạnh đánh bắt man khấu. Các quan quân lãnh đi, cùng các vệ quan quân, thổ quân, thổ dân tại Giao Chỉ đều dưới quyền điều động tiết chế." (**Minh Thực Lục Quan hệ Trung Quốc Việt Nam**, tập 2, trang 157)

Cánh quân Vân Nam do Mộc Thạnh làm Tổng binh, Từ Hanh giữ chức Tả phó tổng binh, Đàm Trung Hữu phó tổng binh:

"***Ngày 26 tháng 12 năm Tuyên Đức thứ nhất*** [23/1/1427]

Mệnh Thái truyền Kiềm quốc công Mộc Thạnh mang ấn Chinh Di Tướng quân sung chức Tổng binh, Hưng an bá Từ

Hanh sung chức Tả Phó Tổng binh, Tân ninh bá Đàm Trung sung chức Hữu Phó Tổng binh; mang quan quân đến Giao Chỉ phối hợp với quan Tổng binh An viễn hầu Liễu Thăng đánh bắt man khấu." (**Minh Thực Lục Quan hệ Trung Quốc Việt Nam**, tập 2, trang 157)

Vua Minh sai Thượng thư Lý Khánh làm tham mưu cho 2 cánh quân, được toàn quyền chọn phụ tá tháp tùng:

"**Ngày 26 *tháng 12 năm Tuyên Đức thứ nhất*** [23/1/1427]

Sắc Thái tử Thiếu bảo Thượng thư bộ Binh Lý Khánh rằng:

"Nay mệnh quan Tổng binh An viễn hầu Liễu Thăng mang quân từ Quảng Tây, Thái truyền Kiềm quốc công Mộc Thạnh mang quân từ Vân Nam; hai đạo quân cùng tiến để chinh tiễu bọn phản tặc tại Giao Chỉ. Khanh là bậc lão thành có kinh nghiệm, đặc mệnh tham mưu việc binh, phàm công việc nên đồng lòng mưu với nhau, thỏa đáng thì cho thi hành; lại lo chiêu phủ quân dân, xứng với sự ủy nhiệm quan trọng. Đợi Liễu Thăng đến Nam Kinh, thì cùng khởi hành. Cần dùng những tay văn học, cùng những người có tài liệu biện; có thể lựa chọn trong các nha môn tại Nam Kinh để đi cùng; chỉ cần trình cho biết tên họ và chức vụ." (**Minh Thực Lục Quan hệ Trung Quốc Việt Nam**, tập 2, trang 158)

Riêng đối với Thượng thư Hoàng Phúc, trước đó Vua cha Nhân Tông đã cho gọi về nước, nay muốn dùng lại để giúp gỡ rối tại Giao Chỉ; Vua Tuyên Tông bèn ân cần mời đến kinh đô gặp riêng bàn bạc:

"***Ngày 2 tháng 12 năm Tuyên Đức thứ nhất*** [30/12/1426]

Ty Bố chánh và Án sát Giao Chỉ tâu rằng:

"Nhiều dân Giao Chỉ bị Lê Lợi bức hiếp làm phản. Thượng thư Hoàng Phúc trước kia ở Giao Chỉ lâu năm, nội tình dân xứ này không có việc gì mà không biết; khi nhận được chiếu về triều, lòng dân nhớ mong hơn là cha mẹ, xin được trở lại làm quan xứ này, để đáp ứng nguyện vọng của dân."

Bèn ban sắc triệu Phúc từ Nam Kinh, sắc rằng:

"Nay Lê Lợi phản nghịch cũng là do quan ty cai trị thất sách mới đến nỗi như vậy; người Giao Chỉ trông mong khanh trở lại như con thơ trông nhớ mẹ. Sắc đến nơi, khanh hãy đến kinh khuyết ngay để cùng bàn bạc." (**Minh Thực Lục Quan hệ Trung Quốc Việt Nam**, tập 2, trang 154)

Sau đó bèn sai Thượng thư Hoàng Phúc trở lại Giao Chỉ tiếp tục nắm hai ty Bố chánh và Án sát:

"***Ngày 26 tháng 12 năm Tuyên Đức thứ nhất*** **[23/1/1427]**

Sắc dụ Thượng thư bộ Công, kiêm Chiêm sự tại phủ Chiêm sự Hoàng Phúc:

'Khanh trước kia nhậm chức tại Giao Chỉ thành tín cần mẫn, ban ân huệ một phương. Tiên Hoàng đế khen, nghĩ đến bậc lão thành nơi vạn dặm, bèn triệu về để giúp Trẫm. Nay dân Giao Chỉ quyến luyến khanh khôn xiết; Trẫm vốn không muốn khanh bỏ đi, nhưng cũng không muốn trái ý nguyện của dân. Nay hãy vì Trẫm trấn nhậm thêm một lần nữa. Phàm vua tôi tương đắc với nhau, không kể xa hay gần; khanh vốn đem hết tâm lực, thì dân chúng sẽ được yên chỗ, ngõ hầu xứng với lòng của Trẫm. Khanh hãy chỉ huy mọi việc tại hai ty Bố chánh và Án sát Giao Chỉ. Khâm tai!" (**Minh Thực Lục Quan hệ Trung Quốc Việt Nam**, tập 2, trang 158)

Vua Minh ra sắc mệnh điều các vệ thuộc lưu vực Dương Tử, Hoàng Hà giao cho Liễu Thăng; riêng Mộc Thạnh thống suất các vệ thuộc vùng Tứ Xuyên, Vân Nam; quan và binh lính viễn chinh đều có tiền thưởng:

***"Ngày 26 tháng 12 năm Tuyên Đức thứ nhất* [23/1/1427].**

Sắc mệnh điều các vệ tại hai kinh Nam, Bắc; Trung đô Lưu thủ ty, Vũ xương Hộ vệ; các Đô ty Hồ Quảng, Giang Tây, Phúc Kiến, Chiết Giang, Sơn Đông, Hà Nam, Quảng Đông, Quảng Tây, Quý Châu; Phúc Kiến Hành Đô ty, cùng các vệ quan quân phía nam Trực Lệ do An viễn hầu Liễu Thăng thống lãnh. Thành Đô Hộ vệ, các Đô ty Tứ Xuyên, Vân Nam; Tứ Xuyên Hành Đô ty do Kiềm Quốc công Mộc Thạnh thống lãnh; tổng cộng gồm 7 vạn tên, để sang đánh dẹp tại Giao Chỉ. Cần khí giới tinh nhuệ, y giáp tốt mới, dọc đường gia tăng ước thúc, không được nhiễu hại. Lương bổng quân dân tính từ ngày khởi hành; tất theo lệ kỳ đánh Giao Chỉ lần trước chi cấp. Tại Nam kinh cùng các Đô ty, vệ sở; tiền thưởng lúc khởi trình do quan sở tại chi cấp, nếu tiền không đủ có thể dùng vải bố, quyên để chiết khấu ra tiền. Thưởng tiền giấy cho Đô Chỉ huy 500 quan, Chỉ huy 400 quan, Thiên hộ Trưởng quan vệ, trấn 300 quan; Bách hộ Trấn phủ sở 200 quan, Tổng kỳ 150 quan, Tiểu kỳ 120 quan; quân lính, thổ quân 100 quan." (**Minh Thực Lục Quan hệ Trung Quốc Việt Nam**, tập 2, trang 159)

Vua Minh lại tìm cách liên lạc với Vương Thông báo tin về quân tăng viện; căn dặn cố thủ thành trì, tìm cách phối hợp tiến binh:

"Ngày 26 tháng 12 năm Tuyên Đức thứ nhất

[23/1/1427].

Sắc dụ quan Tổng binh Giao Chỉ Thành sơn hầu Vương Thông, Tham tướng Đô đốc Mã Ánh. Nay mệnh An Viễn hầu Liễu Thăng, Kiềm Quốc công Mộc Thạnh xuất sư do hai đường Quảng Tây, Vân Nam cùng tiến; để hợp với bọn ngươi diệt giặc này. Các ngươi nên cố thủ thành trì, thao luyện quân mã, đợi bọn Thăng đến thì tiến binh." (**Minh Thực Lục Quan hệ Trung Quốc Việt Nam**, tập 2, trang 159)

Tổng binh Liễu Thăng tâu cần dùng lệnh kỳ bài; Vua sai bộ Công ban cho:

*"**Ngày 28 tháng 12 năm Tuyên Đức thứ nhất*** [25/1/1427]

Bọn quan Tổng binh An viễn hầu Liễu Thăng tâu rằng nay sang đánh Giao Chỉ, cần dùng lệnh kỳ bài. Thiên tử trực tiếp ra lệnh bộ Công chế tạo để ban cho." (**Minh Thực Lục Quan hệ Trung Quốc Việt Nam**, tập 2, trang 160)

Lại điều thêm đạo quân Bắc Kinh, quân này được ban tiền thưởng hơn gấp đôi 7 vạn quân đã điều động trước đó:

*"**Ngày 6 tháng giêng năm Tuyên đức thứ 2*** [2/2/1427]

Thưởng quan quân tai Bắc Kinh tòng chinh Giao Chỉ: Đô đốc thưởng tiền giấy 2000 quan, Đô Chỉ huy 1000 quan, Chỉ huy 900 quan, Thiên hộ Vệ Trấn phủ 800 quan, Bách hộ Sở Trấn phủ 700 quan, Kỳ Quân nhân 600 quan Cấp thêm 80 bộ y phục tơ lụa, giao cho quan Tổng binh An viễn hầu Liễu Thăng giữ trong quân để thưởng." (**Minh Thực Lục Quan hệ Trung Quốc Việt Nam**, tập 2, trang 160)

Sau khi ra lệnh điều quân xong, Vua Tuyên Tông lại gặp 2 viên cận thần chủ hòa Dương Sĩ Kỳ, Dương Vinh; cho biết ý định nhà Vua muốn nhờ Thượng thư Hoàng Phúc, sắp xếp trên danh nghĩa, lập người họ Trần nối dõi tại Giao Chỉ:

"**Ngày 16 tháng giêng năm Tuyên Đức thứ 2 [12/2/1427].**

Sau khi ngự triều xong, Thiên tử tại điện Văn Hoa, triệu Thiếu truyền Dương Sĩ Kỳ, Thái tử Thiếu truyền Dương Vinh đến dụ rằng:

"Về vấn đề Giao Chỉ; Kiển Nghĩa, Hạ Nguyên Cát bị ràng buộc bởi ý kiến thông thường (21), nếu theo họ thì Trung Quốc lao phí không bao giờ hết. Trẫm xem sử Xuân Thu (22), Hạ Trưng Thư giết Trần Linh Công; Sở Tử đánh giết Hạ Trưng Thư, định chia đất Trần Linh Công thành quận huyện. Thân Thúc can không nên, Sở Tử bèn phong đất cho Trần; người xưa thực biết theo điều phải! Vua Thái Tông Hoàng đế ta, bắt giặc họ Lê, bình định Giao Chỉ, cũng muốn lập họ Trần, nhưng bấy giờ người dưới không đồng lòng. Nay Trẫm muốn hoàn thành chí của người xưa, để cho người Trung Quốc được yên ổn vô sự. Trước đây đã bảo các khanh suy nghĩ lại về việc này; kết quả như thế nào rồi?"

Sĩ Kỳ và Vinh tâu rằng:

"Đây là đức lớn, chỉ có Bệ hạ mới quyết định được. Tự thời các bậc Thánh cổ xưa đều cho dân hoang dã theo thời đến triều cống; Cao Tông nhà Thương đánh nước Kinh, Sở; khắc phục xong cho đến triều cống như thường. Bệ hạ phục hưng nước bị diệt, nối dòng họ bị đứt, cho con cháu họ Trần lại được triều cống, Trung Hoa và dân Di được an cư lạc nghiệp, các vị thánh nhân thời Đường, Ngu cũng không hơn được."

Thiên tử phán:

"Ý Trẫm đã quyết, không còn nghi ngại gì nữa. Nhưng

trong buổi can qua, chưa rảnh để tìm [con cháu họ Trần] *ra được. Đợi đến khi tạm yên, lệnh Hoàng Phúc chuyên tâm lo việc này, cũng không muộn.*" (**Minh Thực Lục Quan hệ Trung Quốc Việt Nam**, tập 2, trang 161)

Chú thích:

1. Chuông Quy Điền: tương truyền được đúc từ đời nhà Lý, chuông để ở chùa Một Cột. Vạc Phổ Minh: là chiếc vạc lớn ở chùa Phổ Minh gần thành phố Nam Định, tỉnh Nam Hà; chùa này làm vào năm Thiệu Long năm thứ 5 (1262).

2. Lịch chính sóc: chính sóc là ngày mồng một tháng giêng Âm lịch. Ở đây chỉ Âm lịch tính theo tuần trăng của nhà Minh.

3. Trần Phong: người huyện Chí Linh, nay thuộc tỉnh Hải Hưng, theo giặc Minh làm đến Đô ty.

4. Lương Nhữ Hốt: theo giặc Minh làm đến Tham chính. Bọn Trần Phong, Nhữ Hốt sau được Vua Lê Lợi tha chết, nhưng rồi lại mưu phản, cuối cùng đều bị giết.

5. Người Việt ở đây chỉ người Việt thời Xuân Thu ở đất tỉnh Chiết Giang, Giang Tô của Trung Quốc ngày nay.

6. Các hạ: cách xưng hô đối với các quan Tam công, hay Hầu bá, Quận thú.

7. Quận thượng du ở đây là chỉ nghĩa quân miền núi. Xa Tham hay Xa Khả Tham một tù trưởng Thái ở Mường Muổi, Mộc Châu theo Lê Lợi, được phong đến chức Nhập nội tư không đồng bình chương sự, tri Đà Giang trấn thượng bạn. Bốn con trai của ông là Lộc, Khát, Bàn, Điểm đều được phong làm thượng tướng quân, đại tướng quân. Hồng y

nghĩa là "áo đỏ" tên gọi một phong trào đấu tranh rộng lớn chống quân Minh của các dân tộc miền núi phía bắc và tây bắc lúc bấy giờ. Nghĩa binh "áo đỏ" về sau cũng theo Lê Lợi. Trong thư này, Nguyễn Trãi coi việc bắt giết quân Minh đi ra khỏi thành, như hành động tự phát của một số nghĩa binh; nói như vậy để bớt khỏi căng thẳng với Vương Thông.

8. Vệ và Sở là những đơn vị trong phiên chế quân Minh. "Quân nhân các vệ" ở đây là số quân Minh trong các thành phía nam và số tù binh nghĩa quân bắt được.

9. Khâu Ôn là một thành lũy của quân Minh ở Lạng Sơn, nằm trên con đường từ Đông Quan [Hà-nội] lên cửa ải Pha Lũy [Nam quan], ở khoảng tỉnh ly Lạng Sơn ngày nay. Theo điều kiện giảng hòa đã thỏa thuận thì Bình Định vương Lê Lợi nhận cử sứ giả mang biểu cầu phong sang nhà Minh xin phong và triều cống.

10. Sứ giả: Người của Vương Thông cử đi theo sứ giả của Lê Lợi sang nhà Minh.

11. Ống phun lửa dịch chữ "hỏa đồng", là một thứ vũ khí thời đó gồm một ống tròn bằng kim khí để đốt thuốc súng phun về phía đối phương.

12. **Truyện** ở đây là sách **Trung Dung** trong bộ **Tứ Thư**.

13. Theo sách **Luận Ngữ**, Khổng tử có nói: "Thị kỳ sở dĩ, quan kỳ sở do, sát kỳ sở an, nhân yên sưu tai! Nhân yên sưu tai!", nghĩa là: xem việc làm như thế nào, xét lý do tại sao mà làm, nhận thấy có vui vẻ mà làm hay không, thì có ai giấu giếm đâu được ta! Có ai giấu giếm đâu được ta! Ở đây ý cho rằng dùng phương pháp xem người như thế thì giặc dầu quỷ quyệt, cũng không lừa dối nổi.

14. Dẫn lại một đoạn trong bản thảo tờ tâu của Vương Thông lên triều đình nhà Minh.

15. Ý nói trong số quan và tướng nhà Minh lúc bấy giờ có nhiều người kịch liệt phản đối giảng hòa, tiêu biểu là Phương Chính, Mã Kỳ.

16. Thời Xuân thu, Tấn văn công đánh nước Nguyên, cho đem lương ăn ba ngày, hẹn ba ngày không đánh được thì về. Hễ ba ngày không hạ được thành, quân xin ở lại để đánh. Văn công nói: "Tín là vật báu của nước, và là cái để cho dân dựa. Được Nguyên mà mất tín, thì dân dựa vào đâu". Liền cho lui quân một xá (30 dặm) để tỏ sự tín (**Tả truyện**).

17 Thời Chiến quốc, Thương Ưởng làm tướng nhà Tần. Ông chôn cây gỗ dài ba trượng ở nam quốc đô, truyền lệnh hễ ai dời cây gỗ sang cửa bắc được, thì thưởng cho 10 lạng vàng. Dân lấy làm lạ, không ai dám dời. Sau ông lại nói: "Ai dời được thì thưởng cho 50 lạng vàng". Có người dời được cây gỗ ấy, ông liền thưởng cho 50 lạng vàng để tỏ là không nói dối (**Sử ký**).

18. Núi đất: tức Thổ sơn, quân đánh thành thường đắp ụ đất cao gọi là thổ sơn, để quan sát trong thành, cùng đặt súng lớn bắn vào.

19. Tiện nghi hành sự: được tùy tiện làm việc không phải tâu lên đợi lệnh.

20. Thành đồng hào nóng: **Hán Thư** có câu: "Giai vi kim thành thang trì, bất khả công dã" (đều là thành bằng đồng, hào nước sôi, không thể đánh được).

21. Xin xem văn bản 691 ngày 9/5/1426, về lời tâu của Kiển Nghĩa.

22. **Xuân Thu**: tên bộ sử Khổng Tử viết cho thời đại từ Chu Bình Vương thứ 49 [-723] đến Chu Kính Vương [-481] gồm 242 năm; nên thời đại này được gọi là Xuân Thu

78.
Bình Định Vương Lê Lợi: Thời kỳ khởi nghĩa (7)

Vào tháng giêng năm Bình Định vương thứ 10 [28/1-25/2/1247] (Minh, Tuyên Đức năm thứ 2), Bình Định vương Lê Lợi dời đại bản doanh từ huyện Thanh Trì [Hà Nội], sang dinh Bồ Đề tại huyện Gia Lâm, Bắc Ninh; đối lũy với thành Đông Quan. Nơi đây cho xây lầu cao, từ đó Vương và vị đại thần phụ tá Thượng thư bộ Lại Nguyễn Trãi, có thể quan sát động tĩnh; điều binh bao vây chung quanh thành:

"*Năm Đinh Mùi, mùa xuân, tháng giêng* [28/1-25/2/1247], *vua tiến quân sang bờ bắc sông Lô, đối lũy với thành Đông Quan. Bọn Thiếu úy Lê Khả giữ cửa Đông, Tư đồ Lê Lễ giữ cửa Nam, Thái giám Lê Chửng đem hai vệ Thiết đột là bọn Nghi Phúc giữ cửa Tây, Thiếu úy Lê Triện đem quân hai vệ giữ cửa Bắc, vây đánh thành Đông Quan....*"

"*Lấy Hàn lâm viện thừa chỉ học sĩ Nguyễn Trãi làm Triều liệt đại phu, Nhập nội hành khiển, Lại bộ thượng thư kiêm hành Khu mật viện sự. Bấy giờ, vua dựng lầu nhiều tầng ở dinh Bồ Đề* [khi ấy, có hai cây bồ đề ở trong dinh, nên gọi là dinh Bồ Đề] *trên bờ sông Lô, cao bằng tháp Báo Thiên, hằng ngày vua ngự trên lầu nhìn vào thành để quan sát mọi hành vi của giặc, cho Trãi ngồi hầu ở tầng hai, nhận lệnh soạn thảo thư từ qua lại....*" **Toàn Thư**, Bản Kỷ, quyển 10, trang

26a, 27a.

Nhân dựng đại doanh Bồ Đề bên kia sông Hồng; Bình Định vương bèn báo cho Vương Thông hay:

"*Lại thư cho Vương Thông*.

Trước vì trại đóng hơi xa, thực khiến đi lại vất vả. Nay tôi muốn dời đến ở bên thành Bắc Giang (1), *đối ngạn gần nhau, đi lại cho tiện. Kính bẩm để ngài biết ý, xin đợi tôn mệnh. Nếu có sự xử trí khác, xin ngài chỉ bảo cho, tôi lấy làm cảm ơn. Thư nói không hết.*" (**Quân Trung Từ Mệnh Tập**, a18.)

Đến cuối tháng, lại điều chỉnh các cánh quân bao vây thành Đông Quan như sau:

"*Hạ lệnh cho thiếu úy Lê Vấn đóng ở cửa Đông thành Đông Quan; Tư không Lê Lễ, Thiếu úy Lê Sát, Lê Lý, Lê Lỗi, Lê Chích đóng ở cửa Nam; Thiếu úy Lê Bị, Thái giám Lê Nguyễn, Chấp lệnh Lê Chửng đem ba vệ Thiết đột đóng ở cửa Tây; thiếu úy Lê Triện, Lê Văn An đem 14 vệ quân đóng ở cửa Bắc...*". **Toàn Thư**, Bản Kỷ, quyển 10, trang 27b.

Bấy giờ Sơn Thọ tại thành Đông Quan sai người đem thư tiếp xúc với Bình Định vương:

"*Sơn Thọ nhà Minh sai bọn thông sự Nguyễn Nhậm gồm 3 người sang thông tin tức.*" **Toàn Thư**, Bản Kỷ, quyển 10, trang 26a.

Vương bèn sai Hà Vượng là Bách hộ nhà Minh, đi dụ hàng Vương Thông:

"*Thông đóng chặt cửa thành, liều chết cố giữ. Bấy giờ nhân Hà Vượng đầu hàng quân ta, Bình Định vương sai Vượng đem thư vào thành Đông Quan chiêu dụ Thông.*" **Cương Mục**, Chính Biên, quyển 14.

Thư Bình Định vương gửi cho Vương Thông như sau:

"***Lại thư cho Vương Thông.***

Kính đạt ngài Tổng binh. Tôi nghe nói trời không che riêng ai, đất không chở riêng ai, mặt trời mặt trăng không soi riêng ai. Cho nên đấng vương giả lấy bốn biển làm nhà, vốn không phân biệt kẻ xa người gần. nay được tôn thư, hứa sẽ thỉnh mệnh rút quân, muốn lấy tờ tâu của hai ngài Thái giám [Sơn Thọ, Mã Kỳ] *để xin lập con cháu họ Trần. thế thật là các ngài đã vì nước hết trung, tôn vua theo nghĩa, so với việc năm trước cầu công tâu bậy rằng con cháu họ Trần không còn ai* (2) *thật khác hẳn vậy. Được như lời ấy thì không những là may cho một nước Giao Chỉ, mà cũng là may lớn cho vạn bang trong thiên hạ vậy. Ân đức của Triều đình đã như trời đất che chở, nhật nguyệt chiếu soi, thì ngài có ra mệnh lệnh gì, tệ ấp nào dám sai trái. Ngay ngáy khôn xiết sợ lọ, đợi chờ mệnh lệnh."* (**Quân Trung Từ Mệnh Tập**, a19.)

Cũng nhân dịp liên lạc với Nội quan Sơn Thọ, Bình Định vương đem việc cũ, hồi mới khởi nghĩa bị quân Minh tấn công gắt, một số người nhà bị bắt, xin nhờ can thiệp thả về:

"***Lại thư cho Sơn Thọ.***

Đạt Sơn lão đại nhân rõ: Trước đây kính gửi thư, chưa được ưng chuẩn. Nay muốn lại đánh liều thất lễ, chỉ sợ phiền nhảm. Song người đau ốm thì kêu trời đất cha mẹ, đó cũng là thường tình phải thế. Mới rồi đã nhiều lần đem việc người sách Khả Lam [Lam Sơn] *bị quan quân bắt, kêu xin tha về, không biết thế nào lại không thấy một người nào được về cả. Về những thổ quan cùng thổ nhân khác, tôi đã không dám lại làm phiền ngài, còn như người Khả Lam, họ đều là cố cựu, thân thích, nô tỳ của tôi lẽ nào tôi lại thản nhiên được. Vì thế, bất đắc dĩ tôi phải lỗ mãng phạm uy mà lại kêu nài làm phiền ngài vậy. Thư nói không hết.*" (**Quân Trung Từ Mệnh Tập**, a20.)

Về tình hình quân Minh tại các phủ lộ trong tháng giêng, như sau:

- Bấy giờ thành Nghệ An và Diễn Châu đều xin hàng. Sau đó lúc nghị hòa thành tựu, quân Minh được trở về Tàu; khi đến kinh đô, Đô đốc Thái Phúc chỉ huy thành Nghệ An, Đô chỉ huy Chu Quảng phụ tá; Đô chỉ huy Tiết Tụ chỉ huy thành Diễn Châu đều bị xử tử. Thái Phúc còn bị hài thêm tội sai người tố cáo việc hàng vạn quân Minh ra hàng, chuẩn bị nổi loạn; khiến bọn chúng đều bị giết; và đích thân đi kêu gọi các thành ra hàng:

"*Tháng giêng [28/1-25/2/1427]. Quân Minh ở Nghệ An và Diễn Châu ra hàng.*" **Toàn Thư**, Bản Kỷ, quyển 10, trang 26b

"*Ngày 30 tháng 5 năm Tuyên Đức thứ 3* [12/7/1428].

Thái Phúc, Chu Quảng, Tiết Tụ, Vu Tán, Lỗ Quý, Lý Trung bị xử tử. Phúc là Đô đốc; Quảng, Tụ, Tán đều giữ chức Đô Chỉ huy, Quý là Chỉ huy, Trung là Thiên hộ. Bọn Phúc trước đây tại Giao Chỉ trấn thủ Nghệ An, bị giặc vây, Phúc không đánh, lại đem bọn Quảng hàng giặc, lại chỉ cho giặc tạo chiến cụ để đánh thành Đông Quan. Lúc bấy giờ hơn 9000 [hàng] *quân định đốt trại giặc, bọn Phúc lệnh Bách hộ Mưu Anh tố cáo giặc; giặc giết sạch 9500 người, rồi đánh các thành như Xương Giang. Phúc đi thuyết dụ những người trong các thành ra hàng....*" (**Minh Thực Lục Quan hệ Trung Quốc Việt Nam**, tập 2, trang 203).

Sau khi Thái Phúc bỏ thành Nghệ An trên đường ra bắc, Bình Định vương gửi thư thăm hỏi y:

"**Thư cho Thái Công (3).**

Thư gửi hiền huynh Thái công. Đệ ngụ ở Đông Quan nghe tin hiền huynh ra cửa thành bái yết Trần chúa (4) chúng tôi, đáng mừng lắm lắm. Từ đây giải binh, khiến nước Nam được thoát cái khổ can qua, thật may lắm sao! Có thể gọi là bực quân tử biết thời cơ vậy! Ân tình rất hậu, trăm năm không thể quên được. Nay sai người đem 15 chiếc thuyền đến đón, ngài cùng các quan và quý quyến có thể tùy tiện thu xếp hành trang lên đường. Còn quân nhân thì có thể đi đường bộ được. Hiện nay cầu cống các nơi đã sửa sang, trên đương không gì quản ngại. Xin báo ngài biết." (**Quân Trung Từ Mệnh Tập**, a11.)

- Thành Khâu Ôn vị trí tại thị xã Lạng Sơn, nằm trên con đường chiến lược từ Trung Quốc sang xâm lăng nước ta. Nhà Minh chuẩn bị di chuyển lương thực tại Lưỡng Quảng đến thành này, để cung cấp cho quân Liễu Thăng:

"***Ngày 23 tháng giêng năm Tuyên Đức thứ 2* [19/2/1427].**

Giám sát Ngự sử Tuần án Giao Chỉ Trần Nhuế tâu rằng:

'Bộ chỉ huy vệ Khâu Ôn đặt trong phủ thành Lạng Sơn, vị trí nơi này nằm trên con đường quan trọng của Giao Chỉ. Nhưng kho lương thực đặt tại Lưỡng Quảng, phụ cận với Lạng Sơn. Cần vận chuyển số lương thực lớn đến phủ thành Lạng Sơn để cấp cho đại quân, ngõ hầu khỏi lỡ việc.'

Thiên tử chấp thuận, trực tiếp ra lệnh bộ Hộ sai quan lo việc chuyển vận." (**Minh Thực Lục Quan hệ Trung Quốc Việt Nam**, tập 2, trang 162)

Phía Đại Việt cũng có tầm nhìn tương tự, nên giao cho

Thiếu bảo Lê Lựu quyền lớn, chế ngự vùng này:

"Hạ lệnh cho viên Tổng tri coi việc quân dân Lạng Sơn và An Bang [Quảng Ninh] *là Nhập nội thiếu bảo Lê Lựu đem quân đi đánh giặc, cho quyền tiền trảm hậu tấu."* **Toàn Thư**, Bản Kỷ, quyển 10, trang 26b

Nhà Minh chưa kịp thực hiện kế hoạch vận lương đến thành, thì ngày 13 tháng giêng [9/2/1427] bọn Lê Lựu chiếm thành:

"Ngày 13, bọn Lê Lựu, Lê Bôi ngày đêm đánh gấp thành Khâu Ôn. Quân Minh tự lượng chống đỡ không nổi, đang đêm bỏ thành chạy trốn." **Toàn Thư**, Bản Kỷ, quyển 10, trang 27a.

Nhờ vậy vào tháng 6, lúc Quảng Tây Chinh man tướng quân Trấn Viễn hầu Cố Hưng Tổ đem quân sang, bị chặn đánh tại ải Nam Quan:

"Mùa hạ, tháng 6, ngày mồng 10 [4/7/1427], *trấn thủ Quảng Tây Chinh man tướng quân Trấn Viễn hầu Cố Hưng Tổ của Nhà Minh đem 5 vạn quân, 5 nghìn cổ ngựa, từ Quảng Tây sang cứu viện các thành. Đến cửa ải Pha Lũy* [ải Nam Quan] *bị tướng giữ ải Lê Lựu, Lê Bôi đón đánh ngay tại cửa ải, phá tan quân giặc, chém hơn 3.000 thủ cấp, bắt được 500 ngựa. Hưng Tổ thua to chạy về."* **Toàn Thư**, Bản Kỷ, quyển 10, trang 36a.

Vì những lỗi này, Trấn viễn hầu Cố Hưng Tổ bị Vua Minh cho bắt để điều tra:

"Ngày 13 tháng 7 năm Tuyên Đức thứ 13 **[5/8/1427]**

Chiếu mệnh bắt Trấn viễn hầu Cố Hưng Tổ. Lúc bấy giờ giặc Giao Chỉ phá Ải Lưu, tấn công Khâu Ôn; Hưng Tổ đặt

quân tại Nam Ninh (5), Thái Bình (6) không cứu viện, để cho giặc chiếm được thành. Hưng Tổ trước kia tâu rằng đã chém được giặc Vi Vạn Hoàng, bêu đầu thị chúng; nhưng Vạn Hoàng vẫn ra vào cướp phá như xưa! Hưng Tổ lại sai bọn Chỉ huy Trương Ban giả mạo việc quân đoạt của quan, dân hơn 2500 lượng bạc, 100 con ngựa; lại cưỡng bách dân ép cưới con gái; bị Tuần Án Ngự sử hặc tâu.

Thiên tử thấy tội ác không chừa, mệnh hành tại Đô sát viện bắt và điều tra, sai công hầu Đại thần cử tướng giỏi thay thế." (**Minh Thực Lục Quan hệ Trung Quốc Việt Nam**, tập 2, trang 170).

- Sau khi thành Khâu Ôn hàng vào ngày 13 tháng giêng [9/2/1427], kế đến vào cuối tháng quân Minh tại thành Điêu Diêu, thuộc huyện Gia Lâm cũng ra hàng:

"*Bọn Chỉ huy Trương Lân và Tri phủ Trần Vân ở thành Điêu Diêu* [Gia Lâm, Hà Nội] *ra hàng.*" **Toàn Thư**, Bản Kỷ, quyển 10, trang 28a.

Điêu Diêu là thành trì quan trọng bảo vệ phía bắc thành Đông Quan; trong thành ngoài quân Minh còn có nhiều quân người bản xứ; nên trước đó trong thư dụ hàng nhấn mạnh việc khuyên bảo con em dân Việt hãy trở về với tổ quốc, và đã thu được kết quả, khiến cả thành ra hàng:

"***Thư dụ thổ quan thành Điêu Diêu*** (7).

'Quạ đi lại trở về quê cũ, cáo chết quay đầu về núi'. Cầm thú còn thế, huống nữa là người? Các ngươi vốn đều là người dân Tây Việt [chỉ dân Việt], *dòng dõi văn minh. Trước nhân họ Hồ thất đức, giặc Ngô lăng loàn, có người thì thân bị hãm ở tặc đình* [triều đình giặc], *có người thì danh bị buộc ở ngụy chức, đó là thế không đừng được, nào phải do ở bản*

tâm đâu. Đấng thượng đế nghĩ thương dân ta, đã mượn tay ta Đại thiên hành hóa Thái sư vệ quốc công [**Toàn Thư** chép: năm Đinh vị (1427) chư tướng suy tôn vua là "Đại thiên hành hóa". Tự đó những văn thư tờ dụ phần nhiều dùng những chữ ấy để xưng], *mà cứu dân đánh kẻ có tội để khôi phục cơ đồ. Quân đi đến đâu, nghĩa thanh vang dậy, dân chúng bốn phương cõng địu nhau mà kéo đến theo ta. Bọn các người nếu biết rửa lòng đổi dạ, bỏ nghịch theo thuận, hoặc ở làm nội ứng, hoặc ra để đầu hàng, thì không những rửa mối hổ thẹn ngày trước, mà cũng được phần soi xét về sau. Ta không nói lời rồi lại ăn lời. Nếu các người lại còn tiếc tham ngụy chức, chống cự vương sư thì khi hãm thành, tội ác các ngươi tất nặng hơn giặc Ngô đấy."* (**Quân Trung Từ Mệnh Tập**, a30.)

- Tháng giêng [28/1-25/2/1427]. Bình Định vương sai tướng đánh thành Cổ Lộng (8) thuộc huyện Ý Yên, Nam Định; nhưng không hạ được:

"Vương sai Tư mã Cao Ngự đánh thành Cổ Lộng. Người Minh đóng chặt cửa thành, liều chết cố giữ Cổ Lộng; quân ta bao vây, đánh mãi không hạ được." **Cương Mục**, Chính Biên, quyển 14.

Quân Trung Từ Mệnh Tập có bức thư thứ 10 gửi cho Hoa đại nhân vào cuối năm Bính Ngọ 1426; nội dung thư bảo Hoa đại nhân đợi Thái Phúc tại Nghệ An và Đả Trung tại Thanh Hoá, rồi cùng đi đến thành Đông Quan một thể. Như vậy xét về địa dư, thành do Hoa đại nhân coi, có thể là thành Cổ Lộng đề cập ở trên. Vì thành này tọa lạc tại huyện Ý Yên, Nam Định, nằm giữa con đường từ Thanh Hoá đến thành Đông Quan:

*“**Thư gửi bọn Hoa đại nhân.***

Gửi Hoa đại nhân cùng các ngài biết: Hiện nay việc giảng hòa đã xong, biểu cầu phong cùng sứ nhân sắp qua Mai quan để cùng với quân các xứ Lưỡng Quảng và Phúc kiến đến mồng 2 tháng giêng sang năm [Đinh Vị 29/1/1427] *khởi hành về kinh. Duy tổng binh Vương đại nhân và thái giám Sơn đại nhân còn tạm đóng lại, đợi quan quân ở các thành Diễn Châu, Nghệ An, Thanh Hoá đều đến Đông Quan, rồi cùng đi một thể. Các ngài nên mau chóng thu xếp hành trang, ra đóng ở ngoài thành, để đợi Thái công* [Thái Phúc] *cùng Hình nội quan, Đả chỉ huy* [Đả Trung] *đến đấy thì cùng đi, xin chớ trì hoãn. Hiện nay đường sá cầu cống đã sửa sang, lương thực đều đã biện sẵn, các ngài nếu lại trì hoãn, e Thái công đi rồi, đi một mình sẽ có khó khăn. Bởi vậy báo cho ngài biết, nên sớm đi với Thái công thì hơn.”* (**Quân Trung Từ Mệnh Tập**, a10.)

Nhằm hoàn thành việc đánh đuổi quân Minh, nhu cầu về nhân tài, vật lực rất lớn. Về lương thực, hô hào dân chúng cung cấp thóc lúa, chứa sẵn trong các kho tại Bắc Giang, Phú Thọ. Hạ lệnh nạp gỗ, tre, luồng, vầu, dây gai; để chế cung, tên, làm hàng rào, xây thành vv...:

- *“Hạ lệnh cho nhân dân dâng thóc cung cấp cho quân sĩ. Ai tiến thóc được thưởng tước tùy theo mức độ khác nhau.”*

- *“Hạ lệnh cho các lộ, trấn chứa lương ở các thành Xương Giang* [Bắc Giang] *và Tam Giang* [Phú Thọ] *để cấp cho quân.”*

- *“Hạ lệnh cho lộ An Bang* [Quảng Ninh] *nộp gỗ cọc và tên tre.”*

- *“Hạ lệnh cho Thái Nguyên và Lạng Sơn nộp vỏ gai.”*

- "*Hạ lệnh cho các lộ Tam Giang, Tam Đái* [Vĩnh Phú], *Tuyên Quang, Quy Hóa* [Yên Bái, Lào Cai] *nộp luồng, vầu, làm thành dưới nước, dựa vào bờ bắc sông Nhị, cao ngang với thành Đông Quan.*" **Toàn Thư**, Bản Kỷ, quyển 10, trang 28a.

Về quân cụ vũ khí, Bình Định vương ra lệnh chế đài quan sát, xe đánh thành; đóng chiến thuyền; chế súng Cổn Dương, mở lò rèn đúc vũ khí:

- "*Vũ Cự Luyện người huyện Đường An* [huyện Bình Giang, Hải Dương] *và Đoàn Lộ người huyện Cổ Phí* [huyện Kim Thành, Hải Dương] *dâng kế sách đánh thành và các kiểu chiến bằng (9), xe phần ôn, xe phi mã. Sai các tướng theo các kiểu ấy mà làm.*"

- "*Sai bọn Tuyên Quang Tư mã Lương Thế Vĩnh và Đề đốc phụ đạo Ma Tông Kế đóng thuyền chiến.*"

- "*Hạ lệnh cho huyện Tân Phúc* [huyện Phúc Yên, Vĩnh Phúc] *mở lò rèn đồ sắt.*"

- "*Chế súng Cổn dương, ra lệnh cho các tướng theo kiểu đó mà làm.*" **Toàn Thư**, Bản Kỷ, quyển 10, trang 27a- 28a.

Về nhân lực, ban chức Hỏa thủ cho các quân, bổ nhiệm quan lại thuộc 4 đạo xung quanh thành Đông Quan; sai các tướng lãnh lưu ý đề bạt nhân tài; và phong cho Phụ đạo các dân tộc thiểu số chức Thủ ngự, Đoàn luyện:

- "*Ban chức Hỏa thủ cho quân các lộ theo thứ bậc khác nhau.*"

- "*Bổ thuộc lại Hàn lâm viện và bốn đạo gồm 515 người.*"

- "*Hạ lệnh cho các tướng hiệu, các quan lộ tìm hỏi những người có tài lược, trí dũng, làm nổi các chức quan trọng như*

Tư mã, Thượng tướng, mỗi viên tiến cử lấy một người."

- "*Ra lệnh cho phụ đạo các xứ nhận các chức Thủ ngự, Đoàn luyện, tước trung phẩm.*" **Toàn Thư**, Bản Kỷ, quyển 10, trang 26b- 28a.

Vương lưu ý tuyên dương các anh hùng xưa, cho người tu sửa đền thờ Hưng Đạo vương, hạ lệnh thờ phượng các công thần:

- "*Sai Dương Thái Nhất sửa lại đền thờ Hưng Đạo Đại Vương, cấm không được chặt cây cối ở các đền miếu.*"

- "*Hạ lệnh cho các xứ thờ cúng đền miếu các công thần.*"

Bình Định vương tỏ ra nghiêm khắc, nhưng thận trọng việc chấp pháp. Trong tháng giêng xử chém bọn bán trộm thực phẩm cho địch; phạt tội quân binh làm mất vũ khí; các quan xử tội xong, cho kiểm lại kỹ, rồi mới thi hành; hạ lệnh cho người có thân nhân làm việc với địch ở trong thành, phải khai báo trước khi thành phá:

- "*Chém Thiên hộ Lý Vân và tòng nhân Bùi Vĩnh vì chở trộm mắm muối vào thành Chí Linh* [Hải Dương]."

- "*Hạ lệnh kiểm kê quân khí, người nào để thiếu thì xử tội theo quân pháp.*"

- "*Cho phép xử tội phải tâu trước rồi sau mới được trị tội.*"

- "*Hạ lệnh cho người trong nước, ai có cha mẹ, vợ con, anh em, nô tì, thân thích theo giặc ở trong thành cho tự nguyện lên thành* [khai báo](10), *khi phá được thành sẽ cho nhận đem về. Nếu không tự nguyện lên thành mà tranh nhau nhận về đoàn tụ thì phải xử theo quân luật.*" **Toàn Thư**, Bản Kỷ, quyển 10, trang 26b- 28a.

Sau khi lập dinh Bồ Đề bờ phía bắc sông Hồng đối lũy với thành Đông Quan, Vương Thông và Sơn Thọ lại cho người đưa thư. Bình Định vương phúc đáp, nhắc lại lời hứa của Vương Thông hãy đem quân trong thành Đông Quan về trước, còn quân các vệ ở ngoài sẽ theo về sau. Nay quân Minh tại các vệ thuộc các địa phương đã tề tựu, mà quân trong thành chưa chịu về; việc thất hứa của Thông khiến mọi người đều căm giận:

"***Thư cho Vương Thông.***

Kính thư gửi trước Tổng binh đại nhân. Tôi nghe nói: "Lấy thành thực đãi người thì người cũng lấy thành thực đáp lại". Cái đạo chí thành có thể động đến trời đất, cảm được quỷ thần, huống chi là người? Nay ngài vâng lệnh ra ngoài cửa khổn [ngoài nước], *nhẽ ra phải lấy thành thực đối đãi với người ta, thế mà lại đem lòng dối trá lừa người, tự cho là mưu cao, xem tôi là không biết gì. Việc binh gian trá, ngoài nói giảng hòa, trong tính kế khác; trước nói hễ dâng biểu thì rút quân ngay, sau lại dựng rào đắp lũy, xây thành đào hào. Việc làm như thế, làm thành thực chăng? Là trá ngụy chăng? Ngày xưa quan đại phu ra ngoài biên cương, việc gì cũng được tự quyết. Huống chi ngài là bậc tướng súy đã đọc thi thư, khi vâng mệnh sang đây lại đã được phép tiện nghi hành sự, thế thì phàm công việc ở ngoài cửa khổn, há lại nhất nhất chờ mệnh lệnh của Triều đình sao? Vả lại binh quý mau chóng, máy then mở đóng, như xe chuyển, như mây bay, trong khoảng chốc lát, chợt nóng, chợt lại rét, ngài há lại không biết thế sao mà lại nghe kế bọn tôi gian Mã Kỳ, quân tàn Phương Chính, mà hồ nghi do dự, không dám quả quyết. Trước ngài đã có văn thư thu binh mã ở các vệ sở, lại bảo rằng vì trong thành đất hẹp, hãy trước đem quân nhân ở thành về, còn quân các vệ ở ngoài sẽ theo về sau. Đến nay quân các thành Diễn Nghệ đã lục tục kéo đến, mà lời nói khác lại hình như bắt gió bắt bóng, là chuyện hão huyền. Thế là ngài không những lừa dối một mình tôi, lại còn lừa dối cả hơn sáu bảy nghìn người ở vệ sở các thành. Tôi lấy lòng tôn kính triều đình, thương hại tính mệnh hơn sáu bảy nghìn con người, nên nghiêm cấm quân sĩ không được phạm chút tơ hào. Thế mà ngài nghe kế của bọn tiểu nhân, định lấy lòng hại tôi để lây hại cho kẻ khác. Kể ra, ngựa Hồ hý gió bắc, chim Việt đậu cành nam* [chỉ hai con vật nhớ cố hương], *thường tình người ta, ai khỏi tưởng nhớ quê hương! Nay kế của ngài đã hỏng, hơn sáu bảy nghìn quân các vệ sợ căm hờn oán giận, sâu đến cốt tủy, chẳng ai là không nghiến răng nắm tay, thề không còn trông thấy mặt ngài. Họ đều xin tôi quyết một phen tử chiến. Ngài nếu quả y lời ước cũ, thì nên rút quân về để trọn điều tử tế ngày trước. Tôi cũng xin đem quân nhân các thành cùng binh mã bắt được trả về đủ số. Nếu không như thế, thì tôi xin đem số quân các thành ngậm oán chứa giận cùng ba mươi vạn quân của tôi để thừa tiếp ở dưới thành. Tùy ngài xử trí thế nào, tôi xiết bao run sợ, đợi chờ mệnh lệnh. Thư nói không hết.*" (**Quân Trung Từ Mệnh Tập**, a23.)

Thư này và thư số 25 tiếp theo, gửi cho Sơn Thọ nhằm vạch rõ sự dối trá của quân Minh không chịu rút quân về nước và thả những người bị giam giữ trong thành:

"***Thư cho Thái giám Sơn Thọ.***

Kính thư gửi trước Thái giám Sơn lão đại nhân. Tôi đối với ngài như đối với cha mẹ, từ trước đến nay không hề có chút niềm bạc bẽo. Ngày trước, tiếp được thư của ngài gửi cho, ước việc hòa giải, có nói: "Sau khi dâng biểu thì rút quân về ngay". Nay mang biểu đã đi rồi, người tiễn sứ nhân cũng đã trở về, thế mà việc rút quân hay không vẫn chưa thấy quyết định. Trong thư lại nói "sẽ thả hết thổ nhân" [chỉ người Việt được thả ra khỏi thành], *thế mà mấy tháng rồi vẫn chưa thấy một ai được thả về cả. Chẳng hay làm cha mẹ lại như thế ư? Sách Truyện có câu rằng: "Tự cổ giai hữu tử, vô tín bất lập"* [từ xưa đến nay ai mà không chết; duy người mà không giữ tín, thì không thể đứng vững được]. *Vì thế đấng Vương giả không lừa dối bốn biển, đấng Bá gia không lừa dối láng giềng. Nay ngài là cha mẹ lừa dối con ư? Kính xin ngài lấy bụng nhân từ, rủ lòng soi xét. Thư nói không hết."* (**Quân Trung Từ Mệnh Tập**, a24.)

"***Lại thư cho Sơn Thọ***.

Tôi nghe trời có bốn mùa, phải nhờ hành thổ mới vượng; người có bốn đức [hiếu, để, trung, tín], *phải nhờ điều tín để làm. Nếu hành thổ không thịnh, điều tín không có, thì đạo trời tất hỏng, việc người tất hư. Cho nên hoàng cực lấy thổ ở giữa, dân lấy tín làm thực, mà sau công việc của trời của người mới thỏa đáng. Tôi tuy ngu chậm, nhưng sở dĩ kính thờ ngài thủy chung như nhất là vì thế. Cớ sao ngài trước đã nói rõ ước định hòa giải bảo rằng "sau khi dâng biểu thì rút quân ngay", thế mà nay sứ mang biểu đã đi rồi, người tiễn sứ nhân cũng đã trở về, mà việc rút quân hay không vẫn chưa thấy quyết định. Lại nói "sẽ thả hết thổ nhân cho ra thành", thế mà mấy tháng rồi vẫn chưa thấy một ai được thả về cả. Chẳng hay bụng ngài ra thế nào?* ***Sách Truyện*** *có câu "Người mà không giữ tín, thì không thể đứng vững được; đấng vương giả không lừa dối bốn biển, đấng bá giả không lừa dối láng giềng", là cốt giữ điều tín như vậy. Ngài nghe điều ấy ở tai, chứa điều ấy ở bụng, suy điều ấy ra việc làm,* *thì đi đâu mà không trôi chảy, lại có thể lừa dối dân mà bỏ điều tín được ư? Thư này tới nơi, xin ngài lấy bụng nhân từ, rủ lòng soi xét. Thư nói không hết.*" (**Quân Trung Từ Mệnh Tập**, a 25.)

Bình Định vương lại gửi thư cho Vương Thông, trách y lời nói không đi đôi với việc làm:

"***Lại thư cho Vương Thông.***

Tôi nghe có người đem chim cắt chó săn vào rừng, bủa lưới chài xuống chằm, mà bảo người ta rằng: tôi không phải là người đi săn, là người đánh cá. Như thế thì dẫu dài mồm ba thước mà nói cũng không thể tự biện giải được. Chẳng bằng thả chim chó, vứt lưới chài, thì người ta tin ngay. Trước đây tôi nhiều lần tiếp thư của ngài nói muốn theo những lời trong chiếu thư của đức Thái tông khi mới đánh Giao Chỉ về việc cho lập con cháu họ Trần và nói rằng nếu tôi dâng biểu cầu phong thì sẽ rút quân về Kinh, tha tội cho nước An Nam. Lúc đầu ai ai cũng đều vui vẻ tin nhau. Sau mấy tháng ở trong thành cứ dựng thêm rào lũy, sửa sang đồ binh, thì mọi người lại nghi lại sợ. Dẫu tôi là người được đội ơn ngài như trời che đất chở mà cũng còn có phần ân hận, huống là người khác? Ngài nói không phải là người đi săn, là người đánh cá, nhưng ngài chưa thả chim chó, vứt lưới chài, để khiến người ta tin lời. Trước đó người ở Khâu Ôn vì uất ức tìm ra được tờ tâu mà ngày mồng 10 tháng chạp năm thứ 1 niên hiệu Tuyên Đức [7/1/1427] ngài sai thổ quan Vũ Nhàn dâng đệ, cùng bức thư mà ngày 16 [13/1/1427] tháng ấy ngài tiếp tục sai thổ quan Từ Thành dâng đệ về triều. Tôi xem ý trong hai bản ấy mới biết ân đức của ngài như trời đất đối với muôn vật, phát dục tràn trề, sinh ý ngầm thì mà muôn vật không biết. Thư trước ngài trách tôi "không hay kính thờ trời đất cha mẹ". Tôi không tự biết mang tội rất nặng, chỉ những lo sợ, nhưng tin rằng ngài tất rủ lòng dung thứ, không trách bị đâu. Tôi lại thấy trong các văn bản ấy có nói "Không vì một góc đất mà làm nhọc thiên hạ". Lời bàn ấy thật là xác đáng. Ví khiến ai ai cũng cùng lòng như thế thì thiên hạ tất vô sự rồi. Thế mà các quan trấn thủ, các nội quan cùng các quan Tam ty dằng dai hội nghị, không đồng ý nhau, không biết các vị đại thần ở triều đình lại nhùng nhằng kéo dài bàn định như thế nào nữa? Nếu ngài quả mở lòng thành, như thư trước đã nói khi phụng mệnh sang đây được tiện nghi hành sự và được về trước không phải đợi mệnh, thì ngài nên quyết định chí về, vừa để giải binh tiêu oán, làm phúc cho sinh linh thiên hạ, vừa để đưa dẫn đời sau, hà tất lại xin vài vạn quan quân để hộ viện. Ngài nên nghĩ lại, chẳng gì bằng thả chim chó, vứt lưới chài là hơn. Nếu may mà không nuốt mất lời trước, thì tôi xin mở đường về, phàm sửa chữa cầu đường, cung cấp lương thực, đều xin chuẩn bị sẵn sàng, để đợi quân ở các thành Nghệ An, Thuận Hóa, Tân Bình và Tiền vệ, không phạm mảy may. Chỉ xin tuân theo mệnh lệnh của ngài. Sự hiềm nghi của đôi bên đều tiêu tan hết. Có trời, có đất, xin chứng giám cho nếu trái ước này, thần minh tru diệt. Kính xin ngài rủ lòng xét định." (**Quân Trung Từ Mệnh Tập**, a 26.)

Tiếp theo, Bình Định vương gửi thư cho Vương Thông bác bỏ lời yêu cầu của y đòi đưa Đô đốc Thái Phúc đã hàng nghĩa quân, đến gặp:

"***Lại thư cho Vương Thông.***

Thư kính gửi Tổng binh quan đại nhân.

Tôi nghe: Thành thực yêu vật là lòng trời đất; thành thực

yêu con là lòng cha mẹ. Nếu yêu vật không thành thực, thì cơ sinh hóa có lúc đình; yêu con không thành thực, thì niềm từ ái có khi thiếu. Vì thế nên trời đất đối với muôn vật, cha mẹ đối với con cái, chẳng qua chỉ một chữ "thành" mà thôi. Hôm trước tôi phụng tiếp thư ngài trách tôi "không biết kính thờ trời đất cha mẹ". Song đem những việc ngài làm ngày trước, đều không phải là đạo trời đất cha mẹ; trong cách đối xử với người, tự xử với mình, sao lại như thế? Tất phải như Trương Tử (11) lấy lòng trách người mà trách mình, thế mới gọi là hết đạo. Trước ngài nói: Thành Đông Quan chật hẹp, cho quân nhân ở thành về trước và quân ở Thanh Hoá các nơi lục tục kéo về sau". Nay ngài lại muốn Thái đô đốc qua sông tương hội mà trách tôi là "bất tín", há chẳng làm lầm ư? Mình làm không phải mà đổ lỗi cho người, bụng dạ người quân tử không ưa làm thế. Cuối thư ngài lại lấy việc họ Hồ bị thân táng quốc vong để ví. Họ Hồ bất đạo thì cố nhiên quân điếu phạt không thể trì hoãn. Song không làm cho nước đã diệt được phục hưng, dòng đã tuyệt có thừa kế, mà lại muốn cùng binh độc vũ, khiến những dân vô tội. luôn năm thiệt mạng ở trước gươm đao; những dân kính phục, luôn năm trát gan ở nơi đồng cỏ, có lẽ nào bụng dạ người nhân nhân quân tử lại như thế ư? Người ta bảo: "Lấy Yên đánh Yên, lấy Tần đánh Tần"(12) là thế đấy. Song ngày trước đã qua; từ nay về sau, xin ngài hé mở lòng thực, quyết định chí về, cho ngay quân nhân trong thành về trước, Thái công liền theo cùng về. Ngài nếu chưa đi, Thái công sao dám cất chân đi trước? Còn như phần tôi dọn mở lối về, cùng là sửa chữa cầu đường, dự bị lương cỏ, thì việc đó có khó gì đâu. Tôi nào có ý nguyện gì khác đâu? Thư nói không hết." (**Quân Trung Từ Mệnh Tập**, a 28.)

Bình Định vương lại thuyết phục Sơn Thọ chớ nghe theo bọn chủ chiến Đô đốc Phương Chính, Thái Giám Mã Kỳ; hãy dốc lòng thành hòa nghị, để rút quân về nước:

"Lại thư cho Thái giám Sơn Thọ.

Kính thư gửi Thái giám Sơn lão đại nhân. Trộm nghĩ cái ơn ngày trước ngài đối với tôi hơn núi biển, mà tôi báo đáp không được mảy may, cảm đội ơn ấy, sâu lắm. Trước đây kính viết thư cho ngài, tôi đã tự nói rõ ý. Tôi biết rằng ngài cùng quan Tổng binh vốn muốn giảng hòa, để hai nước thoát khỏi cái khổ binh đao. Khốn nỗi vì lời bọn tiểu nhân họ Phương họ Mã [Phương Chính, Mã Kỳ], *vì thế mà bỗng hỏng việc nước. Cho nên bọn đầu mục trong quân của tôi có kẻ quy oán cho tôi, không nghe tôi răn bảo nữa. Cái việc ngày trước ấy tôi vốn không biết. Tôi nào dám vội quên lời trước mà định hại ngài đâu? Vả lại những điều phải trái ngay cong thực không thể trốn được sự xét đoán sáng suốt của lòng người. Ngạn ngữ có câu: "Như người uống nước, nóng lạnh biết ngay". Ngày nay hòa nghị thành hay không thành, tín nghĩa mất hay không mất, không phải là lỗi tôi vậy. Ba trăm cỗ ngựa và một nghìn người quân tôi bắt được ngày trước, đều không bị thương tổn một mảy nào. Còn như những người bị giết, là do lâm thời đối địch, xuất ư bất đắc dĩ mà thôi. Nếu ngài lại theo ước cũ, như lời quan Tổng binh đã nói là "Không đợi mệnh mà về ngay", thì những binh mã bắt được ngày trước, cùng quân nhân các vệ sở khác, hiện đều còn ở đây, chỉ đợi lệnh ngài là tôi thi hành. Chưa rõ ngài định xử trí thế nào? Nếu không như thế, mà cứ còn mê hoặc ở mưu kế của bọn họ Phương họ Mã, thì tuy ngài có cái ân như cha mẹ, tất không thể yên nuôi con được, đến nỗi tôi không được phụng sự ngài để hết đạo làm con. Xin ngài tha thứ đừng trách là may. Thư nói không hết."* (**Quân Trung Từ Mệnh Tập**, a 29.)

Bình Định vương sai người đến gặp, nhưng Vương Thông không cho về; bèn gửi lời khuyên và đề nghị nếu cho người thân tín cùng Sơn Thọ qua sông hội nghị giảng hòa xong, thì nghĩa quân lập tức rút lui, để Vương Thông mang quân về nước:

"***Thư gửi cho Vương Thông.***

Thư gửi đến trước quan tổng binh Thành sơn hầu. Trước tôi có thư, chưa được chỉ bảo; sai người sang hầu, lại không cho về. Thế thì ngày trước ngài nói "lời nói việc làm không trái nhau", lời ấy ở đâu rồi thế? Tôi nghĩ cái đạo nước nhỏ phụng sự nước lớn, nên phải kính sợ. Vả lại theo lời ngài nói trước, nghĩa không nỡ dứt, nên mới luôn luôn gởi thư, không ngại tần phiền. Song rút lại vẫn không được như nguyện. Không biết có phải là tình thế khiến như thế chăng? Tôi trộm tính kế cho ngài, chẳng gì bằng rút quân khải hoàn, để cho hai nước khỏi cái khổ can qua không ngớt, để cho nước nhà khỏi cái họa độc vũ cùng binh, để nên cái nghĩa phục lại nước diệt, nối lại dòng tuyệt, để tỏ lòng nhân xem dân như một, không bụng riêng tây, trên không phụ lòng triều đình ủy nhiệm, dưới không sai nghĩa tướng thần xuất khổn, khiến cho tên nêu sử sách, thế lại không tốt đẹp sao! Nếu lại theo cái tệ Hán Đường tham việc lớn thích công to, thì chi bằng dùng quân nhân nghĩa cứu dân khổ đánh kẻ có tội! Nay lại bỏ điều ấy mà không tính, chỉ xăm xăm đào hào đắp lũy, hàng ngày cứ lấm lét chỗ cửa thành, cướp trộm củi cỏ [mang quân ra cắt cỏ kiếm củi], *sao mà tự khổ đến thế. Ngài nếu cho là thành hào hiểm vững có thể cậy được, thì tôi e nước xa không cứu được lửa gần. Nếu bảo những quân dũng cảm trong thành còn nhiều, muốn quyết một trận sống mái, thì ngày trước tôi còn ở Khả Lam, Trà Lân, bọn các ông Phương Chính hàng vạn quân đều mạnh giỏi, mà tôi chỉ có vài trăm quân một dạ cha con còn có thể đánh đâu tan đấy, thế tựa chẻ tre; phương chi nay lấy các lộ Diễn, Nghệ, Thanh Hoá, Tân* [Tân Bình], *Thuận* [Thuận Hóa], *Đông Đô, chọn quân tinh nhuệ, không dưới vài mươi vạn, thì cái thế được thua có thể ngồi mà tính được. Song nước thịnh hay suy, quan hệ ở trời, binh mạnh hay yếu, không cứ ở nhiều, thế mà ngài lại cứ lấy việc họ Hồ ngày trước mà ví. Tôi cho việc ngày nay với việc ngày trước khác nhau. Họ Hồ thì dối trời hại dân, mà tôi thì kính trời thuận dân, lẽ thuận nghịch không giống nhau là một. Quân của họ Hồ trăm vạn người trăm vạn lòng, mà quân của tôi bất quá vài mươi vạn, nhưng ai cũng một lòng, cái đó không giống nhau là hai. Nay ngài nếu không vì người ngu mà bỏ lời phải, quyết định chí về, sai người thân tín cùng Sơn đại nhân qua sông hội nghị, thì tôi lập tức rút quân về Thạch Thất* [Sơn Tây], *Thanh Đàm* [Hà Nội], *Khoái Châu* [Hưng Yên] *để giành lối ra. Nếu không thế thì chẳng làm thế nào được."* (**Quân Trung Từ Mệnh Tập**, a 33.)

Bấy giờ Vương Thông vẫn khăng khăng đòi quân các thành như Nghệ An, Diễn Châu vv... rút về trước; sau đó đại quân tại thành Đông Quan mới rút. Bình Định vương lại gửi thư bác bỏ:

"***Lại thư dụ Vương Thông.***

Tôi từng xem ***Kinh Dịch*** *384 hào* [Dịch có 64 quẻ, mỗi quẻ 6 hào; tổng cộng 384 hào], *mà cốt yếu là ở chữ "thời", cho nên người quân tử theo thời thông biến, nghĩa chữ "thời" to tát sao! Ngày trước, khi mới sang đánh Giao Chỉ, tướng thần vâng mệnh đi đánh kẻ có tội, bấy giờ lại một thời vậy.*

Ngay nay vận thời tuần hoàn, đi rồi lại lại, khi ngài phụng mệnh sang đây được tiện nghi làm việc, nếu ngài quả biết theo chiếu thư của Thái tông mà cho lập con cháu họ Trần để khôi phục nước tôi, thì bây giờ lại là một thời vậy. Thời! Thời! thực không nên lỡ. ***Kinh Thư*** *có câu: "Ai trước thời giết không tha, ai sau thời giết không tha"*(13). *Vì thế mà người quân tử lấy tùy thời xử trung làm quý. Song từ xưa đến nay, tục sĩ không hiểu thời vụ; hiểu thời vụ họa chăng chỉ có bực tuấn kiệt mà thôi. Như ngài thì có thể bảo là bực tuấn kiệt hiểu thời vụ đấy. Trước phụng tiếp thư ngài bảo tôi nên hối hận điều lỗi trước, lại thu xếp việc hòa xưa. Thực như lời người ta bảo: "Người quân tử không giữ oán cũ, ví như mưa to gió dữ, hốt lại tạnh quang". Thực là đáng mừng. Song một đoạn trong thư có nói xem quân sĩ ở đây cho về trước thì xét lý có phần trở ngại. Sao thế? Ngài cầm hoàng việt, thống đốc vương sư, chư tướng tuy có tài hơn đời, có sức tột bực, ai là chẳng phải bôn tẩu theo mệnh lệnh ngài? Ngài chưa đi mà muốn các quân Diễn, Nghệ về trước thì không thuận lẽ. Đó là điều trở ngại thứ nhất. Vả nay đã lấy các quân Diễn, Nghệ ra, theo lời nghị trước thì cho quân nhân trong thành về trước, nhưng vì bọn tiểu nhân làm lỡ việc mà việc tốt trở thành khấp khểnh, các quân Diễn, Nghệ vốn có lòng oán giận, cho là ngài đã bán họ, nay ngài chưa đi thì Thái đô đốc tất không dám đi trước một bước. Đó là điều trở ngại thứ hai. Hiện nay khí trời ôn hòa, chính là lúc đem quân về rất tốt. Nếu ngài bỏ lỡ thời ấy không đi, mà cứ chờ đợi, đến lúc nước xuân mới sinh, khí trời nóng bức dần, mà bảo là ung dung khải hoàn thì tôi e những quân sĩ đi lâu nhớ nhà, giữa đường ta oán, đến bấy giờ dẫu muốn ung dung vị tất đã được ung dung. Trước có bảo là tùy thời xét biến, chính nên liệu sớm ngay đi. Ngài quả không cho lời tôi là vu khoát, mà* *mở rộng lòng thành, thì xin cho người thân tín cùng Sơn đại quân qua sông cùng hội, giết ngựa uống máu ăn thề, nguyện có quỷ thần, định rõ nhật kỳ, sẽ đưa trả Nguyễn nội quan và Hà tri châu về Đông Quan (14). Tôi cũng sai ngay người dâng biểu nộp cống và rút quân về các xứ Thạch Thất, Khoái Châu, để ngài được ung dung lên đường. Các quân lục tục kéo về, mà Sơn đại nhân ở sau thu vén. Như thế thì đôi bên hiềm nghi tiêu tán, mà lòng ngài như trời đất cha mẹ, mới trọn vẹn thủy chung. Tôi dẫu kết cỏ ngậm vành (15), sao đủ báo đáp?"* (**Quân Trung Từ Mệnh Tập**, a 34.)

Chú thích

1. Phủ Bắc Giang lúc đó gồm cả đất Gia Lâm ở phía bắc sông Nhị, đối ngạn với thành Đông Quan.

2. Không còn ai: Trước đây, nhà Minh nêu chiêu bài "phù Trần diệt Hồ" để che đậy dã tâm xâm lược, nhưng sau khi chiếm được nước ta, lại lấy cớ con cháu nhà Trần không còn ai để đặt làm quận huyện. Nay trước nguy cơ thất bại, nhà Minh lại đòi Lê Lợi lập con cháu nhà Trần lên làm vua vừa để biện hộ cho cuộc xâm lược nước ta, vừa để mở đường rút lui, giữ thể diện triều đình nhà Minh.

3. Thái công là Thái Phúc, viên tướng Minh trấn thủ thành Nghệ An. Thành này bị bao vây từ tháng 2 năm 1425. Ngày 17-10-1426 (ngày 17 tháng 9 năm Bính ngọ), Phương Chính, Lý An rút quân về thành Đông Quan, giao thành Nghệ An lại cho Thái Phúc cố thủ.

4. Trần Chúa đây là Trần Cảo do Lê Lợi mới lập nên.

5. Nam Ninh: hiện nay Nam Ninh là thủ phủ tỉnh Quảng

Tây, vị trí cách ngả ba các sông Tả Giang, Hữu Giang khoảng trên 10 km.

6. Phủ Thái bình đời Minh vị trí tại sông Tả Giang, gần biên giới Việt Nam; Bằng Tường, Long Châu nằm trong phủ này.

7. Thành Điêu Diêu ở bờ bắc sông Nhị, là một đồn lũy quan trong bảo vệ mặt bắc thành Đông Quan. Có thể thành Điêu Diêu là thành Tiền vệ của Đông Quan. Di tích của thành hiện nay đang còn ở xã Gia Thượng, Gia Lâm, Hà Nội.

8. Thành Cổ Lộng: Nhà Minh đắp, nay ở xã Bình Cách, huyện Ý Yên, tỉnh Nam Định, nền cũ hãy còn, tục gọi là thành Cách.

9. Chiến bằng: là đài cao bằng gỗ dùng để đánh thành. Xe phần ôn: là loại xe để đánh thành, có 4 bánh, căng dây làm khung, che bằng da trâu, dưới có thể nấp được mười người, sắt, lửa, gỗ, đá không thể phá được. Xe phi mã: cũng là loại xe để đánh thành.

10. Chú thích của người dịch **Toàn Thư**: Nguyên văn là "tự nguyện đăng thành" (tự nguyện lên thành), chúng tôi ngờ có lầm lẫn từ chữ "đăng tải" (khai báo) ra chữ "đăng thành" (lên thành).

11. Trương tử tức là Trương Tái, hiệu là Hoành Cừ, là một bậc đại nho đời Tống.

12. Hai câu này chữ Hán là "Dĩ Yên phạt Yên, dĩ Tần công Tần" (lấy Yên đánh Yên, lấy Tần đánh Tần), ý nói là Yên và Tần là những nước bạo ngược vô đạo, nay đánh những nước ấy mà lại làm bạo ngược vô đạo thì có khác gì lấy Yên đánh Yên, lấy Tần đánh Tần không?

13. Thiên "**Dận Chinh**" Kinh Thư có dẫn câu: "Tiên thời giả sát vô xá, hậu thời giả sát vô xá" 先時者殺無赦，後時者殺無赦. Tức " ai trước giết không tha, ai sau giết không tha"; hàm ý phải đúng thời điểm; có thời điểm xuất hiện trước bị giết; có thời điểm xuất hiện sau bị giết.

14. Nguyễn nội quan (chưa rõ tên) và Hà tri châu (tri châu Hà Trung) là những viên quan nhà Minh bị nghĩa quân bắt vào cuối năm 1426.

15. Do chữ 結草銜環 (kết thảo hàm hoàn). Xưa Ngụy Thù nước Tấn có người thiếp đẹp không có con. Thù ốm, bảo con là Khỏa rằng: "Phải gả chồng cho người ấy". Sau ốm nặng, Thù lại bảo Khỏa rằng: "phải chôn người ấy theo ta". Đến khi Ngụy Thù chết, thì Ngụy Khỏa đem gả chồng cho người thiếp ấy. Sau Khỏa làm tướng nước Tần, đánh nhau với quân Tần ở Phụ Thị, Khỏa thấy có ông già ngồi buộc cỏ lại. Đỗ Hồi là tay vũ lực giỏi của Tần vướng cỏ ngã bị Khảo bắt được. Đêm ấy Khỏa nằm mơ thấy một ông già đến nói rằng: "Tôi là cha người đàn bà mà ông đem gả chồng. Ông không chôn sống con tôi nên tôi làm thế để báo ơn". (**Tả truyện**).

Xưa Dương Bảo ở đời Hán khi lên 9 tuổi, bắt được con chím sẻ vàng bị chim cắt bắt đánh rơi bị thương, đem về nuôi cho khỏi rồi thả ra. Đêm có người đồng tử mặc áo vàng ngậm bốn vành ngọc trắng đến nói cám ơn (truyện Dương Chấn ở Hậu Hán thư). Vì thế người đời sau dùng hai điển đó để tả sự báo ơn. Riêng điển tích thứ hai còn được gọi là 黃雀銜環 "hoàng tước hàm hoàn".

79. Bình Định Vương Lê Lợi: Thời kỳ khởi nghĩa [1418-1427] (8)

Vào khoảng tháng 2 năm Bình Định vương thứ 10 [26/2-27/3/1247] (Minh, Tuyên Đức năm thứ 2); Vương Thông lo củng cố phòng thủ thành Đông Quan, ý chờ viện binh tới. Bình Định vương sai Nguyễn Trãi soạn thư, xét tình hình hai nước, phân tích lợi hại, chỉ cho y biết con đường sống duy nhất, là giảng hòa, rút quân về:

"***Lại thư dụ Vương Thông.***

Kính thư gửi quan Tổng binh cùng liệt vị đại nhân. Kể ra người dùng binh giỏi là ở chỗ biết rõ thời thế mà thôi. Được thời có thế, thì mất biến thành còn, nhỏ hóa ra lớn; mất thời không thế, thì mạnh hóa ra yếu, yên lại thành nguy; sự thay đổi ấy chỉ trong khoảng trở bàn tay. Nay các ông không hiểu rõ thời thế, lại trang sức bằng lời dối trá, thế chẳng phải bọn thất phu hèn kém ư? Sao đủ để cùng nói việc binh được? Trước đây lòng mưu giả trá, mặt thác giảng hòa, rồi cứ đào hào đắp lũy, ngồi đợi viện binh, tâm tích không rõ, trong ngoài khác nhau, sao đủ khiến ta chắc tin mà không ngờ được? Cổ nhân có nói: "Tha nhân hữu tâm, dư thổn đạc chi" (Bụng dạ người khác, ta lường đoán biết), *nghĩa là thế đó. Xưa kia Tần thôn tính sáu nước, chuyên chế bốn biển, đức chính không sửa, thân mất nước tan. Ngay Ngô* [chỉ nhà

Minh, thời khởi nghĩa Vua Thái Tổ gọi là Ngô vương] *mạnh không bằng Tần, mà hà khắc lại quá, không đầy một năm tất nối nhau mà chết, ấy là mệnh trời, không phải sức người vậy. Hiện nay phương Bắc có kẻ địch Thiên Nguyên* [niên hiệu hậu chúa nhà Nguyên], *trong nước có mối lo các xứ Tầm Châu* [dân thiểu số vùng Tầm Châu, Quảng Tây], *một khu Giang Tả* [chỉ Giang Tô] *không tự giữ xong, huống còn mưu toan cướp nước khác ư! Các ông không hiểu sự thế, bị người đánh thua, lại còn chực dựa uy Trương Phụ, thế là đại trượng phu chăng? Hay cũng chỉ là đàn bà thôi? Sự thế ngày hay, dẫu cho thượng vị* [chỉ Vua Minh] *có đem quân đến nữa, cũng chỉ chóng chết mà thôi, huống là Trương Phụ chỉ tự đến nộp mạng thì sang! Xưa Hán Chiêu Liệt* [Lưu Bị] *chỉ là di phái họ Lưu, mà Khổng Minh làm cho đại nghiệp phục hưng được, huống hồ con cháu hoàng Trần, mệnh trời đã cho, lòng người đã theo, thì Ngô sao có thể cướp được! Và kẻ hào kiệt ngày xưa, chưa gặp thời thì ẩn, đã thấy cơ thì dậy, cho nên Y Doãn* (1) *là kẻ cày ruộng ở đồng Sằn, Thái công* (2) *là kẻ câu cá ở sông Vỵ, một người thì làm vương tá, một người thì làm đế sư, đấy là người hào quý chăng? Là người bần tiện chặng? Còn như Mộ Dung nước Yên* (3), *Thạch Lặc* (4) *nước Triệu đó là người Trung Quốc chăng? Là người Man Mạch* (5) *chăng? Ngẫm kỹ lời các ông nói, thật là lời nói của tiểu nhân Man Lão, không phải là lời nói của người Trung Quốc vậy. Nay sức hết kế cùng, quân sĩ nhọc mệt, trong thiếu lương thực, ngoài không viện binh, bám hờ khu nhỏ mọn, nghỉ tạm thành chơ vơ, há chẳng phải là như thịt trên thớt, cá trong nồi sao? Thế mà lại còn lừa dối dân ta, dụ điều phi nghĩa. Kìa những kẻ trung thần nghĩa sĩ, dầu thời cùng vận ách, nếm mật nằm gai, cũng chẳng chịu mưu đồ kia khác, lẽ nào ngày nay lại chịu tin nghe lời bất nghĩa của bọn các ông? Chỉ e người Nam trong thành nhớ mến chủ cũ, người Ngô ở đây khốn khổ không kham, thì những người chống các ông sẽ kế nhau ra hàng; lại như Trương Phi, Lữ Bố (6), các ông lại bị chính bộ hạ giết hại, đó là lẽ tất nhiên. Nay ở các thành, từ Đô ty trở xuống đều căm giận bọn các ông lừa dối, khuyên ta làm cỏ cả thành. Hoặc có kẻ trèo lũy trốn ra, tố cáo cả việc sắp đặt chiến cụ, sửa đóng xe thang. Những người bị khốn sẽ giết lẫn nhau, hà tất phải quân sĩ của ta nữa. Nay tính hộ các ông thì có sáu điều phải thua:*

- Nước lụt chảy tràn, tường rào đổ lở, lương cỏ thiếu thốn, ngựa chết, quân ốm. Đó là điều phải thua thứ nhất.

- Xưa Đường Thái bắt Kiến Đức mà Thế Sung ra hàng (7). Nay những nơi quan ải hiểm yếu, đều có quân và voi đồn giữ, nếu viện binh đến, thế tất phải thua, viện binh đã thua, bọn các ông tất bị bắt. Đó là điều phải thua thứ hai.

- Ở nước các ông quân mạnh ngựa tốt nay đã đóng cả ở miền Bắc để phòng bị quân Nguyên, không rỗi nhìn đến miền Nam. Đó là điều phải thua thứ ba.

- Luôn động can qua, liên tiếp đánh dẹp, người sống không vui, nhao nhao thất vọng. Đó là điều phải thua thứ tư.

- Gian thần chuyên chính, chúa yếu giữ ngôi, xương thịt hại nhau (8), gia đình sinh biến. Đó là phải thua thứ năm.

- Nay ta dấy nghĩa binh, trên dưới cùng lòng, anh hùng hết sức, quân sĩ càng luyện, khí giới càng tinh, vừa cày ruộng lại vừa đánh giặc; quân sĩ trong thành thì đều mỏi mệt, tự chuốc diệt vong. Đó là điều phải thua thứ sáu.

Nay giữ cái thành cỏn con để chờ sáu điều thất bại, ta lấy làm tiếc cho các ông lắm! Cổ ngữ có câu: "Nước xa không thể cứu lửa gần". Giá viện binh có đến, cũng không có ích gì cho sự bại vong? Trước Phương Chính, Mã Kỳ chuyên làm hà ngược, sinh linh lầm than, thiên hạ ta oán, đào phần mộ ở ấp ta, bắt vợ con của dân ta, người sống bị hại, người chết ngậm oan. Nếu các ông xét kỹ sự cơ, nhận rõ thời vụ, nên chém lấy đầu Phương Chính, Mã Kỳ đưa nộp ở quân môn, thì sẽ tránh khỏi giết hại cho người trong thành, hàn gắn vết thương cho người trong nước, hòa hảo lại thông, can qua nghỉ mãi. Như muốn kéo quân về nước, thì cầu đường sửa xong, thuyền ghe sắm đủ, thủy lục hai đường, tùy theo ý muốn, đưa quân về cõi, yên ổn muôn phần. Ta chỉ giữ phận bề tôi, không thiếu chức cống. Nếu không nghe thế, thì nên chỉnh quân bày trận, giao chiến ở chốn bình nguyên, quyết một trận được thua, để xem khéo vụng, chứ không nên ở chúi trong xó hang cùng và bắt chước thái độ mụ già như thế!" (**Quân Trung Từ Mệnh Tập**, a 35.)

Vào tháng hai và tháng ba [26/2-26/4/1427] quân Minh từ thành Đông Quan, rán nỗ lực phản công. Trong tháng hai, 2 lần tấn công huyện Từ Liêm; tại trận đầu, phía ta danh tướng Lê Triện tử trận. Vào tháng ba, Vương Thông mang quân đánh phá huyện Thanh Trì, quân ta truy kích đến quận Hoàng Mai, bị quân Minh đánh kẹp, Lê Lễ tử trận. Lễ là tướng bách chiến bách thắng, Bình Định vương rất thương tiếc; Triện nguyên họ Đinh được ban quốc tính họ Lê:

"Tháng 2, ngày mồng 7 [4/3/1427], *Phương Chính ngầm đem quân đánh úp Cảo Động* [phía tây Hồ Tây], *huyện Từ Liêm, Triện có sức đánh lại, bị tử trận, Bí bị giặc bắt sống. Sau giặc về nước, lấy lễ trả Bí về."* **Toàn Thư**, Bản Kỷ, quyển 10, trang 28a.

"Ngày 19 [16/3/1427], *quân Minh đánh vào Bài Sa Đôi,*

huyện Từ Liêm. Quân ta cố thủ quyết chiến, binh khí hết sạch, dùng mảnh nồi chõ, chum vại ném vào giặc. Giặc không tiến vào được, liền phá nhà cửa của dân để đánh hỏa công. Hôm ấy, gió rét lửa nóng, quân ta tránh lửa vượt sang sông, có nhiều người bị chết đuối. Chỉ có những quân lính ở Thiên Quan không biết bơi, ở lại tử chiến với giặc, giặc lại thua chạy." **Toàn Thư**, Bản Kỷ, quyển 10, trang 28a.

"Trước đó, ngày mồng 9 [6/3/1427], *Tư không Lê Lễ, thượng tướng quân Lê Xí đánh nhau với quân Minh ở My Động* [quận Hoàng Mai, Hà Nội]. *Lễ tử trận.*

Hôm ấy, Vương Thông đem quân tinh nhuệ trong thành ra đánh Thái giám Lê Nguyễn ở Tây Phù Liệt [phía tây huyện Thanh Trì]. *Nguyễn giữ vững thành lũy chống lại. Vua vội sai Lê Lễ, Lê Xí đem hơn 500 quân Thiết đột đến đánh, đuổi giặc tới My Động. Vương Thông thấy Lễ ít quân, mới đánh kẹp vào. Lễ và Xí cưỡi voi cố sức đánh, voi sa lầy, bị quân Minh bắt sống đem vào thành Đông Quan. Lễ không chịu khuất phục, bị giết chết. Xí về sau nhân đêm mưa gió, dùng mẹo đánh lừa tên canh giữ, chạy thoát về, ra mắt vua ở dinh Bồ Đề. Vua kêu lên: "Sống lại": Trước kia, mỗi lần Lễ ra trận, vua thường răn chớ nên khinh địch. Đến khi thắng trận ở Tốt Động, mọi người đều khen Lễ là giỏi. Vua nói: "Trăm trận đánh được cả trăm không phải là điều hay cả đâu. Hắn cậy quân tinh quen mùi được luôn, thất bại có thể đứng mà chờ đó!". Đến đây quả nhiên như vậy."* **Toàn Thư**, Bản Kỷ, quyển 10, trang 29b.

Sử Trung Quốc chép gộp các sự kiện nêu trên, mô tả Vương Thông vừa đánh vừa run; sau đó chỉ lo đào hào, tu sửa hàng rào phòng thủ, không dám ra đánh nữa:

"***Ngày 7 tháng 2 năm Tuyên Đức thứ 2*** **[4/3/1427]**

Ngày hôm nay giặc Lê Lợi tại Giao Chỉ, đánh thành Giao Chỉ [Đông Quan]. *Bọn Thành sơn hầu Vương Thông mang binh đánh bại, chém bọn ngụy Tư đồ Lê Trỉ, Tư không Đinh Lễ, Thái giám Lê Bí, và bọn Thái úy, Thiếu úy, Chánh đốc, Đồng đốc Trần Chửng; giặc bị giết có đến vạn tên, số còn lại bỏ chạy, Lê Lợi hoảng sợ đến vỡ mật. Trên đường, các tướng, cùng quan lại tại Tam ty nói với Thông rằng:*

- 'Giặc bại tẩu, không phòng bị; nên thừa thế vượt sông đánh bất thình lình, có thể bắt giặc được; nếu trì hoãn, giặc chiêu tập được tàn dư tất sẽ liều chết chống lại quân ta.'

Thông do dự không quyết, trả lời:

- 'Đợi xem xét.'

Qua 3 ngày không chịu ra quân, giặc dò xét biết Thông sợ, bèn tập trung dư đảng xây đồn trại, đào hào, tu sửa khí giới, tiến công bốn phía." (**Minh Thực Lục** v. 17, tr. 654-655; Tuyên Tông q. 25, tr. 3b-4a)

Sau khi Tư không Lê Lễ và Thượng tướng Lê Xí đánh nhau với quân Minh tại My Động bị thua; Bình Định vương gửi thư cho Vương Thông phân tích sự thất bại là nhỏ; so với đại cuộc nhà Minh trên đường suy sụp, và quân tình tại thành Đông Quan hết sức bi đát:

"***Thư cho Vương Thông.***

Tôi nghe: Múc một gáo nước, biển cả không vì thế mà vơi; thêm một gáo nước, biển cả không vì thế mà đầy. Cho nên người dùng binh giỏi không lấy sự thắng nhỏ mà mừng, không lấy sự thua to mà sợ. Nay các ông lấy tàn tốt vài nghìn, giữ một thành trơ trọi, lương sắp hết mà viện không thấy đến, chúng lìa lòng mà quân ngày ít đi, cái thế mạnh yếu được thua, có thể ngồi mà tính được. Huống hồ nước An Nam binh tướng thì nhiều, tâm lực đều nhau, chiến khí càng tinh, sĩ khí càng mạnh, kẽ sĩ trí mưu, các tướng vũ dũng, chẳng khác cây rừng rậm rạp, răng lược khít nhau vậy. Các ông có thắng một trận nhỏ cũng không thấy là mạnh, mà ta dẫu có thua một trận nhỏ cũng không thấy là yếu. Vừa rồi mấy người tỳ tướng của ta, tuổi trẻ tính ngông, không theo ước thúc, khinh chiến lỡ cơ, các ông lấy thế làm đắc chí. Nay đem những tướng hiện ở các nơi Tân Bình, Thuận Hóa, Diễn, Nghệ cùng các sở Tiền Vệ, Tam Giang, Xương Giang, Trấn Di và Thái đô đốc cùng các quan Tam ty, chỉ huy, thiên bách hộ, ước hơn vài trăm người, quân nhân một vạn vài nghìn người, trai gái lớn nhỏ hơn ba vạn người bị các ông làm lầm lỡ, mà so với vài người tỳ tướng, thì ai hơn ai kém, ai được ai thua? Thế mà ông không hề lấy thế làm lo, lại còn dương vây nói mẽ, có khác gì nhà đương cháy mà chim én còn nhơn nhơn vui vẻ cùng nhau, há chẳng đáng cười lắm sao! Vả lại nay ở miền Lưỡng Quảng nghe tin quân ta thừa thắng ruổi dài, bọn đạo tặc đã nhân dịp mà trỗi dậy. Tích lịch đại vương đã giữ đất xưng đế, mà binh tượng của ta ngày đêm tiến đánh; Bằng Tường Long Châu ta đều lấy được. Nay ông vẫn còn ngày ngày mong đợi viện binh mà nói phao là viện binh sắp đến, thì có khác gì trong mộng nói chuyện mộng không? Lại càng đáng cười lắm! Ngày trước Thái đô đốc [Thái Phúc] *và các chỉ huy thiên vạn hộ cùng các quan phủ huyện châu có bảo tôi đem sự lý trong tờ chiếu của Thái tông hoàng đế cho lập họ Trần, vào Kinh mà tâu bày và tố cáo việc quan Tổng binh không biết, trấn thủ phương Nam lại theo kế của người khác, tự gửi văn thư đi thu binh mã của các vệ giả làm giảng hòa, rồi thì bội ước để đến nỗi bọn ấy nhao nhao kêu la thất sở. Song tôi cứ tờ tâu ngày trước bắt được thì thấy Tổng binh đại nhân thực có lòng thành, chỉ vì bọn họ Phương họ Mã* [Phương Chính, Mã Kỳ] *làm mê muội mới đến nỗi thế. Bởi vậy lời bàn ấy chưa quyết. Nếu ngài nay lại biết theo lời ước cũ, thì nên cho quân về ngay, cùng hòa giải với Thái đô đốc, vừa để thoát khổ can qua cho hai nước, vừa để giải mối oán bị bán rẻ của Thái công. Như thế thì trọn quân, mà khỏi họa, há chẳng hay sao! Nhược bằng cứ chấp mê mà giữ đến chết không biết biến thông thì cũng như câu Đường Thái tôn bảo "tận trung vô ích"* (trung hết lòng không ích gì) *vậy. Vả kẻ đại trượng phu làm việc nên phải lỗi lạc đàng hoàng. Ngài muốn đánh thủy, thì nên bày hết chiến thuyền ở cửa sông để quyết tử chiến, muốn đánh bộ thì nên xuất hết binh mã ra đồng ruộng để quyết sống mái trong một hai ngày, không nên chui ở xó thành, chợt ra chợt vào, cướp lấy củi cỏ, cho thế là đắc sách. Như thế là việc làm của đàn bà con gái, không phải là việc làm của bực đại trượng phu!" (**Quân Trung Từ Mệnh Tập**, a 36.)*

Ngày 19 tháng 2 [16/3/1427], người Minh giữ thành Thị Cầu là Đường Bảo Trinh ra hàng:

"Trước kia, Vương với Lê Chích ở Nghệ An ra, cho làm tổng tri Hồng Châu [Hải Dương] và Tân Hưng lộ [Thái Bình], *dồn lực lượng đánh Thị Cầu* [thị xã Bắc Ninh]*; đến đây, thành này đầu hàng."* **Cương Mục**, Chính Biên, quyển 14.

Trước khi thành Thị Cầu đầu hàng, Bình Định vương đã ân cần gửi thư dụ dỗ; thành này lúc bấy giờ là thủ phủ Bắc Giang, nên còn gọi là thành Bắc Giang:

"Thư dụ thành Bắc Giang.

Thư bảo cho tướng hiệu quan viên cùng quân nhân trong thành Bắc Giang. Ta nghe nói: Người có Bắc Nam, đạo không kia khác. Nhân nhân quân tử, không đâu là không có. Nước An Nam ta tuy xa ở ngoài Ngũ Lĩnh [5 đèo tại phía nam Trung Quốc] *mà tiếng là nước thi thư, những bực trí mưu tài thức đời nào cũng có. Vì thế phàm những việc ta làm đều là đúng theo lễ nghĩa, hợp trời thuận người. Trước đây quan tổng binh* [Thành sơn hầuVương Thông], *sau khi thua trận ở Ninh Kiều, sai người đưa thư đến ta ước hẹn hòa giải. Ta vì trên được hết lòng kính thuận với Triều đình, dưới được thoát khổ binh qua cho hai nước, nên nói gì ta cũng nhất nhất nghe theo. Sau lại bảo ta sai người dâng biểu cầu phong, mà nói rằng "sau khi dâng biểu lập tức rút quân". Đến lúc biểu đã đi mà quân chưa thấy rút lại còn dựng thêm rào lũy, sắm sửa đồ binh, tự cho là đắc sách lắm. Bội ước thất tín đến thế là cùng! Hiện nay vệ quân các xứ Thanh Hoá, Diễn Châu đến đã nhất tề đến đây rồi, phàm vợ con tài sản của quân nhân, mảy may không bị xâm phạm. Nay cái kế tốt của các ngươi không gì bằng ra ở ngoài thành, cùng Thái đốc quân* [Thái Phúc] *quyết định việc về, để cứu vớt mấy nghìn tính mệnh ở thành. Chúng ta đã xét những việc đắc thất của cổ nhân, như Bạch Khởi nước trong Tần* [9], *Hạng Võ nước Sở* [10] *giết kẻ đầu hàng, trái lời đã ước, chúng ta không không làm như thế đâu. Các người hãy cứ thư lòng, đừng nên ngờ vực mà thành hỏng việc. Các ngươi nếu cho là thành cao hào sâu, lương thực lại nhiều, thì thử xem như ở các xứ Thanh Hoá,*

Nghệ, Diễn, thành không phải là không cao, hào không phải là không sâu, lương thực không phải là không nhiều, quân không phải là không mạnh; lại Thái đô đốc thì chức cũng to, binh cũng giỏi, trí cũng sáng, mà còn theo thời thông biến để bảo toàn tính mệnh cho mấy vạn con người. Thế mà các ngươi lại còn muốn cố chấp lời bàn suông, để mang tai vạ thực, há chẳng lầm lắm ư? Vả lại ta xem ở nước các ngươi, hiện nay bên trong có họa tiêu tường [mối họa trong cung], *bên ngoài có giặc Bắc biên* [phương bắc]; *mà đại thần lấn vị, người dưới chuyên quyền; hạn hán hoàng trùng, luôn năm tai họa; bốn phương đạo tặc, nổi dậy như ong. Cái cơ tán loạn, há không biết trước rồi sao? Người trí giả thấy việc từ lúc việc chưa phát, sao các người lại thấy sự cơ muộn thế, mà muốn tự khổ như thế? Các ngươi nếu biết kéo quân ra thành, cùng ta hòa hảo thân tình, thì ta coi các ngươi nghĩa như anh em ruột thịt, nào chỉ những bảo toàn tính mệnh vợ con mà thôi đâu? Nếu không thế, tùy ý các người. Trong khoảng sớm tối, sẽ thấy khác nhau. Đến lúc bấy giờ, hối cũng không kịp. Các người hãy nên nghĩ đi."* (**Quân Trung Từ Mệnh Tập**, a31.)

Cũng vào tháng 2, Quân sư Nguyễn Trãi đưa viên Chỉ huy đầu hàng họ Tăng đi chiêu dụ thành Tam Giang:

"Sai viên chỉ huy họ Tăng đã đầu hàng, theo Nguyễn Trãi đi chiêu dụ thành Tam Giang [Phú Thọ]." **Toàn Thư**, Bản Kỷ, quyển 10, trang 28b.

Thành này nằm trên đường quân Minh tiếp viện từ Vân Nam đến thành Đông Quan. Quân sư Nguyễn Trãi gửi thư chiêu dụ, phân tích điều họa phúc, có tình có lý, nên sớm có hiệu quả:

*"**Thư dụ thành Tam Giang**.*

Thư bảo cho tướng hiệu quan viên cùng quân nhân trong thành Tam Giang. Cái điều đáng quý ở người quân tử là biết thời thông tiết, lượng sức xử mình. Bây giờ giá có người đem quả trứng chim đỡ núi Thái, lấy càng bọ ngựa ngăn cản bánh xe, mà lại tự cho là sức có thừa, thì thật là ngu quá vậy. Lũ người có vài trăm quân, giữ thành trơ trọi mà lại muốn kháng cự với ta, thì có khác gì thế không? Thành trì của các người không cao sâu bằng ở Nghệ An, lương thực của các người không súc tích bằng ở Diễn Châu, mà quân vũ dũng cảm tử của các ngươi lại không đông bằng quân nhân ở Diễn, Nghệ, quan tước của các ngươi lại không to bằng Thái đô đốc. Thế mà vệ quân ở các xứ Diễn, Nghệ, Thuận Hóa, Tân Bình, Thanh Hoá, Tiền Vệ, Thị Cầu, Xương Giang, Trấn Giang (tức Trấn Di) đều đã mở thành ra hàng (11). *Nay dưới cây Bồ đề* (12), *Thái đô đốc đã định nhật kỳ kéo quân về Kinh. Phàm quân nhân cùng vợ con tài sản không bị xâm phạm mảy may. Thế mà các ngươi chỉ cứ theo mê giữ lầm, không biết lo xa, sao mà thấy biết sự cơ muộn thế! Tất cả những tướng sĩ của ta, không ai là không hăm hở muốn vác khí giới lên phá thành ngay. Nhưng ta còn nghĩ thương những kẻ vô tội ở trong thành đã bị các ngươi lừa dối, một khi tiếng trống nổi lên, thì ngọc đá* (13) *chẳng phân biệt gì, đều tan nát cả. Vậy viết mấy chữ gửi các ngươi hay.*" (***Quân Trung Từ Mệnh Tập**, a 32.*)

Nhờ vậy vào tháng sau, viên Chỉ huy sứ Lưu Thanh mang bộ hạ ra hàng. Viên này tuy là người Minh, nhưng có lòng ngưỡng mộ Bình Định vương Lê Lợi; bấy giờ trong quân có tên lính người Việt nói lời khinh mạn Vua; Thanh bèn quở trách. Sau đó quân đầu hàng âm mưu làm phản, bị giết; riêng quân thành Tam Giang vô sự:

"*Ngày 16* [12/4/1427], *bọn Chỉ huy sứ Lưu Thanh ở thành Tam Giang ra hàng. Trước đây, quân lính ở thành Tam Giang theo sự điều động của quan Tổng binh nhà Minh đi đánh vua ở Thanh Hoá, bị thua trở về, có tên ngụy binh buông lời khinh mạn vua. Thanh mắng nó:*

'Thằng man vô lễ, ông ấy sẽ là hoàng đế của chúng mày đấy.' Đến đây thì ra hàng.

Hơn 1 vạn quân Minh đầu hàng trong các thành âm mưu làm phản bị giết. Thành Tam Giang không nằm trong số đó." **Toàn Thư**, Bản Kỷ, quyển 10, trang 29a.

Đức độ Bình Định vương Lê Lợi khiến kẻ thù phải nể sợ; sự kiện này, Sử thần Ngô Sĩ Liên có lời bình sau đây:

"Sử thần Ngô Sĩ Liên nói: Vua nổi dậy, nghĩa binh đi đến đâu, quân Minh đều thua chạy, có phải vì ta nhiều địch ít, ta mạnh địch yếu mà chúng không chống nổi đâu? Là vì đức của vua hợp với lẽ trời, nên trời giúp cho; làm đẹp lòng người nên người theo về; không những là người nước ta vui vẻ thuận phục, mà cả đến bọn phản nghịch cũng tôn kính như vậy, nên chúng không còn chí chiến đấu và đều ra hàng là phải lắm! **Toàn Thư**, Bản Kỷ, quyển 10, trang 29a.

Lại một lần nữa Bình Định vương chiêu dụ Vương Thông rằng tuy nghĩa quân chưa đánh thành, nhưng thế lực mạnh như ngàn cân đè lên quả trứng mỏng; nếu không lo giảng hòa, thành ắt sẽ bị tiêu diệt:

"*Thư cho Vương Thông.*

Thư bảo cho tổng binh ngươi biết. Cổ nhân có nói: "Giặc đến lúc cùng, chớ nên đuổi bức" (14). *Nay ta định đem ba bốn mươi vạn quân vây bốn cửa thành của ngươi, chỉ e chim cùng thì mổ, thú cùng thì vồ, nên ta không đem quân toàn thắng, đọ với kẻ cùng quân tất tử, như tranh hơn thắng với lũ trẻ con vậy. Tuy nhiên, dù tiểu địch giữ vững, vẫn bị đại* *địch bắt được (15). Hể lấy sức nặng ngàn cân đè lên trứng chim, thì chưa hề có trứng nào không vỡ nát. Cái chuyện đánh thành hãy gác một bên. Hoặc giả buông lỏng cho bè lũ ngươi, không để ý đến, ta hãy cởi giáp nghỉ binh, vỗ nuôi sĩ tốt, vời đón hiền giả, thu dụng nhân tài, sửa sang khí giới, luyện tập binh tượng, dạy cho những phương pháp ngồi, dậy, tiến, lui, lại lấy nhân nghĩa mà hun đúc, khiến ai ai cũng hết lòng thành, thân với kẻ trên, chết cho người trưởng, lấy đấy mà ứng phó với địch, kẻ nào theo ta sẽ sống, kẻ nào trái ta sẽ chết, phàm ta trông cậy là thế mà thôi. Hoặc một ngày kia việc nước ngươi hơi thư, lòng tham lại mống, hoặc lại đem ba bốn vạn quân sang, thì ta đối phó thực ung dung lắm. Đến như bọn các ngươi, không đánh mà bị bắt thì chẳng phải nói nữa! Trong hai chước đó, ý ta chưa quyết chước nào! Không biết các ông có cho việc ta không để ý đến là thượng sách chăng? Xin các ông lui mà chỉ giáo cho, thực là may lắm." (**Quân Trung Từ Mệnh Tập**, a 39.)*

Nhân việc quân đầu hàng tập trung đông, âm mưu làm phản; nên có lệnh di tản đến các tỉnh miền Trung:

"*Chia bọn quan lại nhà Minh đã đầu hàng cho ở các xứ Thanh Hoá, Nghệ An, Lam Ấp* [Lam Sơn, Thanh Hoá], *Tân Bình* [Quảng Bình]." **Toàn Thư**, Bản Kỷ, quyển 10, trang 29b.

Ngoài ra trong tháng 2 năm Bình Định vương thứ 10 [26/2-27/3/1427] còn có các sự kiện đáng lưu ý như: Lần đầu tiên Sứ thần Chiêm Thành đến triều cống; ấn định việc thưởng phạt các tướng; và lệnh trùng tu, coi giữ các lăng miếu triều trước:

"*Sứ Chiêm Thành sang cống. Ban yến, cho ngựa và lụa bảo về. Sai Thiêm tri khu mật Hà Luật cùng đi với họ.*"

"Hạ lệnh thưởng công cho các tướng hiệu bắt đầu từ việc lập công mới: đại thần đến thiếu úy có công lao lớn, được thưởng phù vàng thì được ăn lộc một quận; chức chấp lệnh mà có công thì được ăn lộc một ấp; các đốc tướng, quân nhân có công cũng được ăn lộc một quận hay một ấp theo thứ bậc khác nhau. Người nào không có công, không được thưởng gì đều phải giáng làm dân thường."

"Xuống chiếu rằng: Các lăng miếu của triều trước, nơi nào bị giặc phá hoại thì làm lại, cấp cho số người giữ việc thờ cúng theo thứ bậc khác nhau." **Toàn Thư**, Bản Kỷ, quyển 10, trang 29a.

Tháng 3 [28/3-26/4/1427], Vua cho duyệt bộ binh và thủy binh:

"Tháng 3, vua duyệt binh ở Vĩnh Động [huyện Kim Thi, Hưng Yên]. *Chánh đốc Nguyễn Liên để hàng ngũ trống thiếu, vũ khí không đủ, bị chém để rao trong quân."*

"Diễn tập thủy trận." **Toàn Thư**, Bản Kỷ, quyển 10, trang 31b.

Giao cho Bùi Ư Đài, Lê Nhân Chú chức vụ quan trọng:

"Lấy Bùi Ư Đài là Lễ bộ thượng thư kiêm tri Đông đạo quân dân tịch bạ."

"Lấy thông hầu Lê Nhân Chú làm Hành quân đốc quản nhập nội đại tư mã, lĩnh Tiền, Hậu, Tả, Hữu tứ vệ, kiêm tri Tân vệ quân sự." **Toàn Thư**, Bản Kỷ, quyển 10, trang 30b.

Lệnh tuyển chọn những người tinh thông võ nghệ, khỏe mạnh dũng cảm, vào làm thị vệ nội phủ; cùng tiến cử người hiền tài để cất nhắc sử dụng:

"Hạ lệnh cho ba quân, người nào có thể liều mình vì

nước, tinh thông võ nghệ, khỏe mạnh dũng cảm, không kể sống chết, đều được cấp văn bằng và tuyển vào làm thị vệ ở nội phủ."

"Sai các viên Thiếu úy tuyển chọn con em những nhà giàu có trong dân, vóc người cường tráng to lớn, võ nghệ tinh thông, khỏe mạnh dũng cảm, mỗi viên chọn lấy 200 người, bổ làm quân thị vệ, kẻ nào hèn nhát thì không lấy."

"Hạ lệnh cho các lộ tiến cử những người hiền tài, chính trực, trí dũng anh kiệt, cho gọi tới trả lời các câu hỏi, rồi cất nhắc sử dụng. Ai che dấu thì bị xử tội truất giáng." **Toàn Thư**, Bản Kỷ, quyển 10, trang 31a.

Hạ lệnh cấm thượng cấp không không được giết quân lính bừa bãi; cùng cấm mê tín, đồng cốt quàng xiên:

"Hạ lệnh cho bọn Thiếu úy, Chấp lệnh, Tổng giám rằng: Ngày thường quân nhân phạm pháp thì không được tự ý giết chết. Khi ra trận mà kẻ nào trái lệnh thì cho phép chém trước tâu sau."

"Cấm những kẻ xưng là đồng cốt, tà đạo, mượn tiếng ma quỷ, thần thánh, gieo rắc hoang mang, bịa đặt mê hoặc lòng người." **Toàn Thư**, Bản Kỷ, quyển 10, trang 31a.

Ngoài ra còn có lệnh giúp dân phiêu bạt trở về quê, yên ổn nghề nghiệp; và sai người Minh đầu hàng mang ngựa đem vào Hóa châu nuôi:

"Hạ lệnh cho dân phiêu bạt trở về quê quán cày cấy. Người nào không có điền sản thì cho phép buôn bán. Kẻ nào bỏ nghề nghiệp thì bị xử tội nặng."

"Sai Chu Sài là người Minh đầu hàng đem 340 con ngựa đến châu Hóa [Thừa Thiên] *để chăn nuôi."* **Toàn Thư**, Bản

Kỷ, quyển 10, trang 31b.

Về phía nhà Minh, vào tháng chạp năm Tuyên Đức thứ nhất [23/1/1427] ra lệnh An Viễn hầu Liễu Thăng và Kiềm Quốc công Mộc Thạnh mang 7 vạn quân sang cứu Vương Thông; nay lại tuyển thêm quân thuộc loại tinh nhuệ làm quân hộ vệ:

"Ngày 2 tháng 3 năm Tuyên Đức thứ 2 **[30/3/1427].**

Sắc dụ điều thêm quan quân hộ vệ Vũ Xương 1.000 người, hộ vệ Thành Đô 1.200 người. quan quân tinh nhuệ tại Nam Kinh, Nguyên Hạ, Tây Dương 10.000 người; Trung đô lưu thủ ty, Đô ty Hồ Quảng, Chiết Giang, Hà Nam, Sơn Đông, Quảng Đông, Phúc Kiến, Giang Tây, Vân Nam, Tứ Xuyên; cùng Tứ Xuyên hành Đô ty 33.000 người; theo An viễn hầu Liễu Thăng, Kiềm quốc công Mộc Thạnh sang đánh Giao Chỉ." (**Minh Thực Lục Quan hệ Trung Quốc Việt Nam**, tập 2, trang 164)

Lại sai các viên trọng thần đến Quảng Tây, Quảng Đông, Hồ Quảng, lo điều lương cấp cho quân lính:

"Ngày 2 tháng 3 năm Tuyên Đức thứ 2 [29/3/1427]

Mệnh hành tại Thị lang bộ Hình Phàn Kính đến Quảng Tây; Đô sát viện Phó Đô Ngự sử Hồ Dị đến Quảng Đông, Đô sát viện Phó Đô Ngự sử Lý Tố đến Hồ Quảng đôn đốc quân lương mang đến Giao Chỉ cấp cho quân." (**Minh Thực Lục Quan hệ Trung Quốc Việt Nam**, tập 2, trang 163)

Bấy giờ có những viên võ quan nhà Minh, sợ đánh nhau, chần chờ không muốn tiến; bị Giám sát ngự sử đàn hạch:

"Ngày 18 tháng 3 năm Tuyên Đức thứ 2 [14/4/1427].

Tuần án Quảng Tây Giám sát Ngự sử Uông Cảnh Minh

hặc tấu việc lầm lỗi của bọn Đô Chỉ huy Hồ Quảng Trương Quí, Lỗ Tăng, trên đường mang binh đến Giao Chỉ. Quí đến Quảng Tây dừng lại cưới hầu thiếp, kéo dài hơn 40 ngày không chịu đi; rồi giả bộ mượn cớ thúc dục thêm quân để trở về Hồ Quảng. Tăng mang quân đi, dọc đường chần chừ không tiến. Làm bầy tôi đáng liều mình vì nước, bọn Quí cẩu thả tham sống, không có tinh thần dũng cảm chống địch, vậy xin trị tội. Thiên tử nói trực tiếp cho Đô sát viện biết, đợi khi bọn chúng mang quân trở về sẽ luận tội." (**Minh Thực Lục Quan hệ Trung Quốc Việt Nam**, tập 2, trang 165)

Chú thích

1. Y Doãn trước đi cày ở đồng họ Hữu Sằn. Vua Thang ba lần cho đem đồ lễ vật đến đón mới ra; ông giúp vua Thang đánh chúa Kiệt, làm vua thiên hạ. Vua Thang tôn ông làm chức A hành.

2. Thái công Vọng tức Lữ Thượng. Trước đi câu ở sông Vị, Văn vương đi săn, gặp ông, nói chuyện thích lắm. Văn Vương đem ông về, lập làm thầy. Rồi ông giúp Vũ vương đánh Ân, lấy được thiên hạ.

3. Mộ dung: Họ Mộ dung là chủng tộc Tiên Ty ở thời Đông Tấn. Mộ dung Ngỗi làm vua khai quốc nước Tiền Yên; Mộ dung Thùy làm vua khai quốc nước Hậu Yên; Mộ dung Đức làm vua khai quốc nước Nam Yên; đều là người Hồ, trước sau cát cứ Trung Quốc.

4. Thạch Lặc: người thuộc chủng tộc Yết. Thạch Lặc đem quân xâm lược Trung nguyên, đánh lấy châu quận rất nhiều. Sau phản Tiền Triệu xưng vương rồi xưng đế, dựng nhà Hậu Triệu. Trong 16 nước thuộc ngũ Hồ, Thạch Lặc là

cường thịnh nhất.

5. Man Mạch: người không phải tộc Hán ở phương Nam gọi là "Man" ở phương bắc gọi là "Mạch". Đó là tên gọi khinh miệt của phong kiến Trung Quốc đối với các dân tộc thiểu số.

6. Lữ Bố dũng tướng của Hậu Hán, Trương Phi dũng tướng của Thục Hán, hai người đều bị bộ hạ giết.

7. Đường Thái Tông vây đánh Thế Sung. Đậu Kiến Đức đem quân đến cứu Sung. Thái Tông đánh bắt được Kiến Đức, vì thế Sung phải hàng.

8. Sau khi Minh Thái Tổ chết, cháu là Doãn Văn lên ngôi, thì Yên Vương Lệ [Con Thái Tổ] liền đem quân đánh đuổi Doãn Văn mà cướp ngôi tức Minh Thành Tổ. Thành Tổ chết, truyền ngôi đến cháu là Tuyên Tông, thì Cao Hú, con Thành Tổ, dấy quân làm phản. Tuyên Tông thân hành đi đánh, bắt được Cao Hú. Sau Cao Hú và con cháu đều bị Tuyên Tông giết.

9. Tần: Thời Chiến quốc, Bạch Khởi là tướng tướng Tần, đem quân đi đánh Triệu, đã chôn 40 vạn quân Triệu ra hàng.

10. Sở: Hạng Vũ đánh vỡ quân nhà Tần, đem quân chư hầu vào cửa quan; sau lại giết Tần vương Tử Anh là người đã hàng.

11. Thực ra lúc bấy giờ quân địch trong thành Xương Giang không chịu đầu hàng và quân ta cũng chưa hạ được thành. Nguyễn Trãi nói như vậy để uy hiếp thêm tinh thần quân địch.

12. Dưới cây bồ đề ở đây là chỉ dinh Bồ Đề ở Gia Lâm, nơi đóng quân của Lê Lợi.

13. Thiên "Dận chinh" **Kinh Thư** có câu "Hỏa viêm Côn Cương, ngọc thạch câu phần" (火炎昆岗，玉石俱焚 lửa bốc cháy núi Côn Cương, ngọc đá đều bị đốt cháy hết cả). Ngọc đá không phân là ý nói bất cứ ai cũng đều bị hại cả.

14. Sách Tôn tử có câu "Cùng khấu vật truy" (窮寇勿追 giặc đã đến lúc cùng, thì chớ nên đuổi theo). Ý nói, e chúng quay lại đánh liều.

15. Câu này ở thiên "Mưu công" của Tôn tử là "Tiểu địch chi kiên, đại địch chi cầm", 小敵之堅，大敵之擒 ý nói kẻ yếu nhỏ không lượng sức mà địch với kẻ mạnh lớn, dù cố giữ vững thế nào, kết cục sau vẫn bị kẻ mạnh hơn đánh bắt được.

80.
Bình Định Vương Lê Lợi: Thời kỳ khởi nghĩa [1418-1427] (9)

Đề phòng lực lượng quân Minh sắp sang cứu viện Vương Thông, vào tháng 4 năm Bình Định vương thứ 10 [27/4-25/5/1427]; Bình Định vương Lê Lợi ra lệnh tu sửa ải Lê Hoa, tại thượng nguồn sông Lô; cùng canh giữ và kiểm soát gắt vùng biên giới:

"*Mùa hạ, tháng 4, sai phòng ngự sứ Trần Ban đôn đốc tu sửa ải Lê Hoa* (1)."

"*Hạ lệnh cho những nơi trọng yếu phải canh giữ cho nghiêm, xét hỏi kỹ những người lạ mặt và thư từ về việc quân qua biên giới xem có thực hay là giả.*" **Toàn Thư**, Bản Kỷ, quyển 10, trang 35a.

Vương lại sai Nguyễn Trãi gửi thư chiêu dụ Vương Thông, phân tích tình hình và so sánh lực lượng giữa hai bên, nêu rõ sự trưởng thành và lớn mạnh về mọi mặt của quân ta, đến mức độ đủ sức hạ thành, diệt viện binh:

"***Lại thư cho Vương Thông.***

Tri phủ phủ Thanh Hoá Lê Mỗ [chỉ Lê Lợi] *kính thư gửi quan tổng binh Thànhsơn hầu biết: Tôi nghe cái điều đáng quý ở người tuấn kiệt là biết thời thế, hiểu sự biến mà thôi. Xem ta ngày xưa ở Khả Lam, đất chẳng qua một thành, quân chẳng qua một lữ, mà thường bị bọn Mã Kỳ, Chu Kiệt bức; sau lại phải trốn ở núi Chí Linh đất Lão Qua để đợi thời mà ra, cơm ăn chẳng nên hai bữa, áo mặc chẳng nề đông hè, quân lính chỉ độ vài nghìn, khí giới thì không trơn, thân thích con em thầy bạn thì tán tác quê người, không được sum họp. Thế mà bọn Phương Chính, Mã Kỳ, Vương Thành, Phùng Quý lại luôn năm tiến đánh, binh giáp của ta sớm hôm bố trí, không phút nghỉ ngơi. Song gặp khốn mà thông, càng đánh càng thắng, đến đâu cũng là bẻ gãy đập tan, há chẳng phải là lòng trời đấy sao! Ngày nay vận trời tuần hoàn, đi rồi lại lại. Trước kia ăn không nề hai bữa, mà nay thì lấy được lương thực của các ngươi tích trữ, ăn được ba chục năm; trước kia quân bất quá vài trăm người, mà nay thì binh phụ tử trung thành như cha con ở Thanh Hoá không dưới hai vạn, quân có tiếng tinh tráng dũng cảm ở Diễn Châu, Tân Bình, Thuận Hóa cũng không dưới vài vạn, cùng quân đồng tâm đồng lực ở các lộ Giao Châu, không dưới mười vạn người; trước thì thầy bạn thân tích tán tác, mà nay thì những kẻ sĩ trí mưu tài thức, không khác cây rừng rậm rạp, răng lược khít nhau; trước thì khí giới không trơn mà nay thì thuyền chiến ngất mây, áo giáp rực sáng, tên đạn chất đống, thuốc súng đầy kho. So với giờ, mạnh hay yếu thì biết rõ được. Huống chi ở nước người, quốc chúa liền năm tử táng* [các Vua Thái Tông, Nhân Tông chết trong vòng một năm], *cốt nhục tàn hại lẫn nhau, Bắc khấu xâm lăng, đại thần lấn át; gia dĩ mùa màng mất luôn, thổ mộc* [xây dựng] *làm mãi, chính lệnh hà khắc, giặc cướp như ong. Từ niên hiệu Hồng Vũ* [Minh Thái Tổ] *đến nay, cùng binh độc vũ trong nước tổn hao, nhân dân mệt nhọc. Trời làm táng vong, chính ở lúc này. Ngươi còn không biết thời biến, lại nghe lời bọn Phương, Mã* [Phương Chính, Mã Kỳ] *mà vẫn làm kế công thủ. Hắn nếu giỏi công thủ thì sao không đánh ta ngay thuở ở Khả Lam hãy còn nhỏ yếu, mà bây giờ lại dương vây khoác lác như thế ư? Sao không biết nghĩ lắm thế. Huống chi lại bưng bít tai mắt người ta, đặt điều lừa phỉnh nói phao là viện binh sắp đến, Trương Phụ lại sang. Ngươi sao không nghĩ, ngày nay dẫu có mười vạn viện binh, thì có dám vượt cửa quan không. Vì bằng dốc quân cả nước kéo sang, hoặc độ ba vốn mươi vạn, thì sao ngươi không liệu, nước ngươi ngày nay quả vô sự chăng? Hay ở trong vách tường hãy còn có việc chăng? Như loại Trương Phụ, bất quá nhất thời hú họa thành công thôi. Bấy giờ họ Hồ thoán đoạt, người cả nước xem tựa kẻ thù, dân chúng chống lại, thân thích phân ly, Trương Phụ chỉ may nhân chỗ hở ấy mà thành công thôi. Ngươi sao không nghĩ, ta binh tượng nhiều, tâm lực đều, dù có trăm bọn Trương Phụ thì làm gì ta! Huống chi nước ngươi tình thế nguy ngập như thế, mà lại sai Trương Phụ đem ba bốn mươi vạn quân ra ngoài, liệu triều đình ngươi có yên tâm chăng? Nay tính giùm các ông, chẳng gì bằng cùng Thái đô đốc đem quân về nước là hơn cả. Không thế thì một khi cờ ta trỏ, trống ta nổi, các ông ăn năn chẳng kịp đâu! Kinh Dịch có câu: "Cùng tắc biến, biến tắc thông"* [Cùng thì biến, biến thì thông]. *Các ông sao không nghĩ thế, cứ khư khư cái tiểu tiết Trương Tuần, Hứa Viễn (2), ta e sĩ tốt của ngươi, ngày đêm thiết tha mong về, lại thêm cơm cháo chẳng no, tạp dịch liên tiếp, dẫu muốn đánh và giữ, đã dễ ai theo. Ngạn ngữ có câu: "Một buổi không có ăn, cha con hết tình nghĩa". Vả bọn Phương Mã là tướng thua trận, không thể nói chuyện mạnh được các ông nên nghĩ kỹ đi."* (**Quân Trung Từ Mệnh Tập**, a 37)

Qua 2 trận đánh phụ cận thành Đông Quan, các danh tướng Lê Lễ, Lê Triện tử trận; Bình Định vương thương tiếc truy tặng và ban ân sủng cho thân nhân:

"Phong Đinh Liệt là em Lê Lễ làm Nhập nội thiếu úy Á hầu. Các vợ lẽ của Lễ là bọn Hà Ngọc Dung 5 người đều phong làm Tông cơ, để đền công Lễ chết vì nước."

"Cho Lê Ba Lao làm Quan sát sứ, tước Thượng phẩm, cấp cho 100 mẫu ruộng vì con là Triện nhiều lần đánh bại giặc mạnh, lập chiến công lớn, chết vì việc nước. Cho con Triện là Lăng làm Phòng ngự sứ, tước Thượng trí tự Trước Phục hầu và cho 2 con ngựa." **Toàn Thư**, Bản Kỷ, quyển 10, trang 32a.

Chuẩn bị mọi mặt để giành thắng trận chiến cuối cùng; Bình Định vương đem lời tâm huyết cầu người tài giỏi, để cùng mưu đồ việc lớn:

"Vua nói: 'Ta không có tài dũng, trí tuệ, một mình gánh vác công việc nặng nề, sợ không làm nổi, cho nên phải nhún mình cầu hiền, dốc lòng trọng sĩ, cùng mưu việc lớn, để cứu vớt sinh dân. Ai tiến cử được người mưu trí dũng lược hơn người, hoặc người nào tự tiến cử mình thì đều làm quan cao, tước trọng". **Toàn Thư**, Bản Kỷ, quyển 10, trang 32a.

Bình Định vương ban dụ cho đạo quân tinh nhuệ Thiết đột, cùng quân nhân Nghệ Tĩnh, Quảng Bình, Thuận Hóa, ra sức chiến đấu đánh tan giặc; hứa ghi công đãi ngộ, không để sơ suất:

"Hạ lệnh dụ bảo các tướng hiệu và quân nhân thuộc 14 vệ Thiết đột rằng: 'Có thể đồng lòng liều chết đánh tan quân giặc là sức của các ngươi, còn xếp đặt lo toan, áo cơm khen thưởng là do ở ta. Bọn các ngươi chớ ngại khó nhọc, chớ lo nghèo túng. Bao giờ thấy vợ con ta nghèo túng thì vợ con các ngươi mới nghèo túng. Mong các ngươi một lòng đánh giặc, chớ nảy lo phiền". **Toàn Thư**, Bản Kỷ, quyển 10, trang 32b.

- "*Hạ lệnh cho các tướng hiệu và quân nhân các xứ Nghệ An, Tân Bình, Thuận Hóa rằng: 'Ta khởi binh ở đất các ngươi, đã gần thành công. Mong các ngươi trước sau một lòng, vàng đá một tiết, để trọn nghĩa vua tôi, cha con. Ta biết các ngươi đều là hiền sĩ của đất nước. Trước kia, Hưng Khánh* [Giản Định Đế], *Trùng Quang* [Trần Quí Khoáng] *chỉ có tiếng hão, không nên công gì là bởi chính lệnh không thống nhất, đại thần không được biết gì. Bọn các ngươi chỉ uổng phí sức lực cho họ thôi. Nay thiên hạ về một mối, ta cùng các ngươi như nghĩa cha con, mong các ngươi dốc lòng khôi phục lãnh thổ nước nhà. Từ xưa các tướng văn tướng võ được phong hầu cũng chỉ như các ngươi thôi, có khác gì đâu. Các ngươi hãy chỉnh đốn đội ngũ của mình, luyện tập quân sĩ của mình, sau khi dẹp yên bọn giặc tàn bạo, sẽ chia một nửa số người về làm ruộng. Nay trời mượn tay ta diệt giặc, việc không đừng được. Kẻ nào theo lệnh ta thì phá được giặc, vẫn sống mà lại có công, kẻ nào không theo lệnh ta thì chết mà chẳng được việc gì! Mỗi đội đều phải chép lại một bản lệnh này, mỗi ngày đọc đi đọc lại nhiều lần cho quân lính được biết*". **Toàn Thư**, Bản Kỷ, quyển 10, trang 32b.

Lại hiệu triệu toàn quân, hứa khi thành công sẽ cho giải ngũ trên 2/3 và tha sưu dịch thuế má 3 năm. Ban 10 điều quân luật, 6 điều đầu liên quan đến thi hành quân lệnh, 4 điều sau chú ý đến tư cách tác phong của quân nhân; lại đặt 3 điều răn các quan văn võ:

- "*Hạ lệnh cho các tướng và quân nhân rằng: Giặc Minh tàn hại dân ta đã hơn hai chục năm. Buổi đầu số quân của ta có mấy trăm người. Hiện nay có 35 vạn. Đợi khi phá được thành Đông Quan, sẽ cho 25 vạn người về nhà làm ruộng, chỉ để lại 10 vạn làm quân để đề phòng việc nước. Một nhà 3 người thì 1 người làm quân, mọi loại phú dịch đều tha cho 3 năm.*

- Lại nêu 10 điều quân luật cho các tướng hiệu và quân nhân:

1- Làm huyên náo trong quân.

2- Gây kinh động hão, bịa điều họa phúc làm dao động lòng quân.

3- Khi ra trận, nghe tiếng trống, thấy cờ hiệu mà giả cách không nghe, không thấy, dùng dằng không tiến.

4- Khi ra trận, trông thấy cờ dừng quân, nghe thanh la dừng quân mà không đứng lại.

5- Nghe tiếng chiêng lui quân mà cưỡng lại không lui.

6- Canh phòng túc trực không siêng, hoặc ngủ say bỏ canh, bỏ hàng ngũ ngầm trốn về.

7- Đắm đuối nữ sắc, lén lút thả riêng cho người họ nhà vợ không làm quân dịch.

8- Thả quân lính để lấy tiền và che dấu không biên vào sổ quân.

9- Theo thói ưa ghét của riêng mình mà đảo lộn công tội của người.

10- Bất hoà với mọi người, gian ác, trộm cắp.

Mười điều trên đây, kẻ nào phạm phải đều bị chém."

"Lấy 3 điều răn bảo các quan văn võ:

1- Chớ thờ ơ.

2- Chớ lừa dối.

3- Chớ tham lam" **Toàn Thư**, Bản Kỷ, quyển 10, trang

33a.;

Lại chiêu dụ các hào kiệt trong nước hãy cùng nhau dốc sức, cứu giúp muôn dân, chớ có mai danh ẩn tích, để thiên hạ phải lầm than mãi mãi. Đợi khi thành công, muốn thoả chí xưa ở ẩn, thì lại trở về rừng núi, hứa không hề cấm giữ:

"Dụ các hào kiệt trong nước rằng:

'Các thành đã phá được rồi, chỉ còn thành Đông Quan chưa hạ được. Ta vì thế mà nằm không yên chiếu, ăn không ngon miệng, sớm khuya suy nghĩ, khô héo ruột gan. Thế mà bên cạnh ta, vẫn chưa có được người giúp đỡ. Ta tuy là chủ tướng, nhưng xét lại bản thân mình, một là già ốm, bất tài, hai là học thức nông cạn, ba là trách nhiệm nặng nề khó bề kham nổi, mà các đại thần như tả, hữu tướng quốc, thái phó, thái bảo vẫn chưa đặt, thái úy, đô nguyên soái vẫn còn khuyết, hành khiển và các quan, mười phần mới được một, hai phần. Cho nên, ta nhún mình thành thực khuyên bảo các hào kiệt cùng nhau dốc sức, cứu giúp muôn dân, chớ có mai danh ẩn tích, để thiên hạ phải lầm than mãi mãi. Nếu có ai khí tiết thanh cao như Tứ Hạo (3), lánh đời ẩn tích như Tử Phòng (4) cũng hãy ra cứu nạn cho dân đã, đợi khi thành công, muốn thoả chí xưa thì lại trở về rừng núi, không hề cấm giữ". **Toàn Thư**, Bản Kỷ, quyển 10, trang 34a

Sau đây là bản dịch **Chiếu khuyên dụ hào kiệt**, trong **Quân Trung Từ Mệnh Tập**:

"Chiếu khuyến dụ hào kiệt.

Hiện nay các thành đã phá, duy còn thành Đông Quan là chưa hạ. Vì thế ta nằm không yên chiếu, ăn không ngon miệng, sớm hôm lo lắng. Vả bên cạnh ta chưa có được người tài. Ta tuy làm chủ tướng, nhưng một thì già yếu bất tài, hai thì học ít biết cạn, ba thì nhiệm vụ nặng nề khó gánh vác nổi, mà tướng quốc, thái bảo, thái phó chưa đặt, thái úy, đô nguyên súy còn khuyết, hành khiển các quan khác mười phần mới được một hai. Vì thế ta nhún mình tỏ lòng thành thực, khuyên các bực hào kiệt đều nên cùng nhau gắng sức, cứu đỡ muôn dân, đừng có kín tiếng giấu tài, khiến thiên hạ phải hãm trong lầm than mãi mãi. Hoặc có người cao tiết như Tứ hạo gia độn (5) như Tử Phòng, cũng hãy nên vì dân cứu nạn, đợi khi thành công rồi có muốn được thỏa chí xưa, lại về rừng núi thì ta cũng không ngăn giữ." (**Quân Trung Từ Mệnh Tập**, a 45)

Bình Định vương ban cho Thiếu bảo Lê Văn An quyền lớn, coi vùng đất Sơn Tây, Vĩnh Phú ngày nay:

"*Lấy Thiếu bảo Lê Văn An làm Tổng tri, coi các việc quân của Quốc Oai Thượng* [Sơn Tây], *Quốc Oai Trung, Tam Đái* [Vĩnh Phú], *Quảng Oai* [Sơn Tây], *và lệnh cho rằng:*

'Nếu có viên chấp lệnh hay giám quan nào không theo quyền tiết chế của ngươi thì chém trước tâu sau." **Toàn Thư**, Bản Kỷ, quyển 10, trang 34a.

Cùng hạ lệnh khi sai phái thuộc hạ phải kiểm soát kỹ. Quan chức phát hiện được kẻ địch móc nối với nhau; hoặc những kẻ khỏe mạnh trốn lính hoặc sai dịch, đều được thưởng:

"*Hạ lệnh rằng*:

'Khi sai phái thuộc hạ dưới quyền, đều phải cấp giấy tờ có đóng dấu phải ký họ tên quan phụ trách và ghi rõ số người đi là bao nhiêu, đến chỗ nào, làm việc gì, hạn định ngày nào phải về dinh, không được đi lại tự do. Quan phụ trách và người dưới quyền nếu không tuân lệnh này thì tùy tội nặng

nhẹ, mà xử giáng cấp, phạt trượng, chặt chân, hay chém đầu. Nếu xét được tình trạng bọn giặc móc nối với nhau thì có trọng thưởng."

"*Hạ lệnh rằng người nào bắt được bọn to lớn khỏe mạnh mà chưa vào sổ quân dân, bọn du thủ thực, không chịu sai dịch, đưa đến cửa quân, thì được thưởng trước 1 tư* [1 cấp]." **Toàn Thư**, Bản Kỷ, quyển 10, trang 34b.

Lệnh ban vào tháng 4 [27/4-25/5/1427], cấm trao đổi mắm muối với Tù trưởng dân tộc thiểu số Cầm Lạn tại phủ Quì Châu, Nghệ An; đến tháng 6 [25/6-23/7/1427] thì Cầm Lạn quy thuận:

"*Cấm không được trao đổi mắm muối với Cầm Lạn.*"

"*Tháng 6, Phụ đạo Quỳ Châu Cầm Lạn quy thuận.*" **Toàn Thư**, Bản Kỷ, quyển 10, trang 35a.

Lúc này quân Minh tại thành Đông Quan ở vào tình thế cấp bách, Vương Thông muốn cầu hòa với Vua Lê Lợi, bèn đem ra nghị bàn; Án sát Dương Thời Tập có lời can:

"*Ngày 11 tháng 4 năm Tuyên Đức thứ 2* [7/5/1427]. *Ngày hôm nay bọn quan Tổng binh Giao Chỉ Thành sơn hầu Vương Thông bị giặc đánh vây gấp, nhưng gom binh lại không dám ra đánh, giặc bèn gửi thư cho Thông xin hòa. Thông từ khi quân bại tại Ninh Kiều, tinh thần suy sụp rất nhiều; tuy thắng một trận dưới thành nhưng chí khí không vững, bèn hứa cho giặc những đất tại các châu Thanh Hoá. Ý của Thông cho rằng Liễu Thăng đã xuất sư nhưng chưa đến ngay được, đường sá có nhiều sự ngăn trở; nay Lê Lợi cầu hòa, thành tâm dâng biểu tạ tội; thuận theo lời xin của y còn có đường sống, để có thể thu xếp cách tiến thủ sau này; vả lại Thiên tử nhân từ không muốn giết, dùng binh nên thể theo ý của*

Thiên tử.

Tướng hiệu dưới quyền có kẻ cho là đúng, có kẻ im lặng không có ý kiến, có người phản đối nhưng chưa ra mặt ngăn cản; chỉ một mình Án sát sứ Dương Thời Tập can:

- "Phụng mệnh đánh giặc lại chịu hòa với giặc. Tự tiện bỏ đất mang quân về, làm sao tránh tội được; việc này không thể làm được!"

Thông to tiếng nạt rằng:

- "Việc phi thường, chỉ có con người phi thường mới làm được, ngươi làm sao hiểu nổi!"

Từ đó không có ai dám nói. Bèn sai thuộc hạ cùng đi với người của Lê Lợi để dâng biểu, cùng phương vật." (**Minh Thực Lục Quan hệ Trung Quốc Việt Nam**, tập 2, trang 166)

Nhân thời cơ lúc Vương Thông chần chừ giữa hòa và chiến, Bình Định vương cho gửi thư thuyết phục:

"***Thư gửi cho Vương Thông.***

Ta thường nghe, người chuyên giữ công việc từ ngoài cửa thành trở ra được tùy tiện, đó là trách nhiệm của tướng soái; thờ nước lớn mà biết đạo sợ trời, là lòng thành của nước nhỏ. Nếu có thể đều làm được hết phận sự, thì lòng người lẽ trời cũng cùng thân với mình. Trước đây ta nhiều lần gửi thư đến ông, không ngại tần phiền, thực lòng cho là: đồ binh là thứ hung bạo, đánh nhau là việc nguy hiểm, việc hưng thịnh bại vong của một nước, nhân dân sống hay chết đều quan hệ ở điều đó. Thế mà ông vẫn lơ là không nghĩ, lại không có một lời nào nói đến, thế là không biết xử trí thế chăng? Hoặc không rõ sự thế mà thế chăng? Người trong cả nước tôi lâu ngày bị dãi dầu khổ vì đánh dẹp, bỏ nghề chăn tằm, làm ruộng, không được sinh đẻ, mọi người đều nghiến răng, giơ cánh tay, đều muốn liều chết, quyết đánh một trận, thế không thể nào hoãn được.

Nhưng, ta vẫn nghĩ đến nhân dân sinh sống trong một thành, không nỡ để cho người không có tội mà phải giết chết. Dù có muốn là cho hả cơn giận trong chốc lát, nhưng đối với lòng người, lẽ trời thực chưa yên tâm. Nay ông một mình giữ thành trơ trọi, đã trải bao năm tháng, mà quân cứu viện lại không đến được. Muốn đánh thì không đánh nổi, muốn giữ thì không giữ vững, lại câu nệ về ý riêng của mình, xua mạng người vào trong đám giáo mác, ta sợ rằng lòng hiếu sinh của thượng đế, tất không để cho làm thế đâu.

Nếu ông lại theo lời bàn trước, lấy việc giảng hòa làm quý, thì việc mà ông xử trí ở bên ngoài, ai dám bảo là không phải, mà người của Trung Quốc cũng được khỏi khổ về đánh dẹp, nhân dân của nước tôi cũng may mà thoát mình khỏi chỗ nước sôi lửa bỏng. Có thể Nam, Bắc từ đây không có việc gì, há chẳng hay lắm sao. Cớ gì hàng ngày lấy giáo mác cùng đánh nhau chuyên việc giết chết lẫn nhau. Nhẫn lòng làm cho con người ta phải bồ côi cha, vợ người ta phải góa chồng, lòng của người nhân đức, có ai chịu làm như thế không?

Thư này gửi đến, kính xin trả lời cho biết." (**Quân Trung Từ Mệnh Tập**, b2)

Vào tháng 5 [26/5-24/6/1427] tiếp tục chỉnh đốn quân ngũ, bắt các tướng hiệu làm tờ khai, cam đoan không làm điều sai trái; chấp hành đúng các hiệu lệnh:

"Tháng 5, hạ lệnh cho các tướng hiệu lớn nhỏ phải làm tờ khai, cam kết không gian tham nhận của đút lót, không lấy

vợ người bản lộ, không chiếm giữ người họ hàng của quân lính để sai khiến riêng."

"Hạ lệnh cho các tướng hiệu rằng: Khi nào nghe thấy 1 tiếng súng lớn mà không có chiêng thì các tướng phải đến ngay để nghe lệnh. Nếu thấy 2 hoặc 3 phát súng lớn và 2 hoặc hoặc 3 tiếng chiêng, như vậy là có báo động khẩn cấp, các chấp lệnh và đốc tướng phải chỉnh đốn ngay đội ngũ, còn thiếu úy thì tới ngay quân doanh nghe lệnh." **Toàn Thư**, Bản Kỷ, quyển 10, trang 35b.

Đối với người từng hợp tác với địch, bắt nạp các giấy tờ do địch cấp; cùng tịch thu tài sản quan chức làm tay sai cho địch:

"Hạ lệnh tiếp tục nộp những văn bằng, giấy khám hợp (6) *và ấn tín đã nhận trong thời giặc Ngô."*

"Hạ lệnh cho các thiếu úy, chấp lệnh, lộ quan bắt ngay những quân dân, vợ con, nô tỳ, tài vật, trâu bò của các thổ quan ngụy ở trong thành đem giải nộp cho hết, điều tra những kẻ có lòng khác, thu nhập văn bằng ấn tin của ngụy quan, theo đúng hạn nộp lên." **Toàn Thư**, Bản Kỷ, quyển 10, trang 35b.

Ra lệnh cho các xứ phía nam thành Đông Quan nuôi dưỡng tù binh và vợ con của họ, không để đói rét:

"Hạ lệnh cho các xứ Thiên Trường [Nam Định], *Kiến Xương* [Thái Bình], *Lý Nhân* [Hà Nam], *Tân Hưng* [Hải Dương] *nhận nuôi hơn 6 nghìn đàn ông, đàn bà ở các thành giặc đã đầu hàng, không để họ đói rét lang thang."* **Toàn Thư**, Bản Kỷ, quyển 10, trang 35b.

Trao chức quân sư cho Nguyễn Tử Hoan người Quảng

Bình; tưởng thưởng người có công trong trận Cơ Xá tại huyện Từ Liêm; cùng ban chức tước cho các tăng nhân, đạo sĩ giúp đỡ quan quân:

"Nguyễn Tử Hoan ở huyện Bố Chính dâng kế sách hợp ý vua, được trao chức Quân sư."

"Thưởng công đánh trận ở Cơ Xá huyện Từ Liêm."

"Hạ lệnh rằng, các tăng đạo phụ lão người nào đón tiếp quan quân nhiều lần thì quan ở lộ điều tra xem, nếu quả có đức hạnh, tuổi già thì cấp cho quan tước." **Toàn Thư**, Bản Kỷ, quyển 10, trang 35b..

Bấy giờ người Hoa tại phủ Tư Minh và dân tộc thiểu số họ Xa tại Mộc Châu, xin quy phụ. Riêng Tù trưởng Xa Khả Tham được ban quốc tính họ Lê, nên khi Tham dâng voi và vàng bạc lên, dùng tên và tước là Tư không Lê Khả Tham; sau đó Vua ban cho Tham lụa và ngựa:

"Bọn Vi Báo 12 người ở các châu Lăng, Thông thuộc phủ Tư Minh [Ninh Minh, Quảng Tây] *của nhà Minh sang đầu hàng. "*

"Bọn phụ đạo Mường Mộc [Mộc Châu, Sơn La], *trấn Gia Hưng là Xa Khả Tham quy thuận. Trao cho Khả Tham chức Nhập nội tư không đồng bình chương sự tri Đà Giang trấn thượng ban; ban cho túi kim ngư* (7), *tước Trụ quốc Quan Phục hầu. Cho Xa Lộc làm Kim ngô vệ thượng tướng quân, tước Đại Trí tự; Xa Khát, Xa Bàn, Xa Điểm* (8) *đều được làm Ngọc kiểm vệ đại tướng quân, tước Ninh tự, đều được ban quốc tính* (9)*."*

"Tư không Lê Khả Tham dâng 3 con voi, cùng vòng vàng, vòng bạc chiêng đồng."

"Thưởng cho Lê Khả Tham 20 tấm lụa, 10 con ngựa." **Toàn Thư**, Bản Kỷ, quyển 10, trang 36a.

Tình hình quan quân nhà Minh bây giờ, tại tỉnh Tứ Xuyên viên chỉ huy vệ Tùng Phan là Tiền Hoằng sợ đi đánh An Nam, bèn khích động dân thiểu số nổi dậy, rồi lấy cớ mang quân đi đánh, để khỏi phải mang quân sang An Nam. Việc phát giác, Vua Tuyên Tông cho bắt điều tra:

Ngày 9 tháng 5 năm Tuyên Đức thứ 2 [3/6/1427]. *Đô ty Tứ Xuyên tâu:*

'Bọn quân thuộc Thiên hộ sở Thanh Xuyên tên là Triệu Văn, Thư Nô đi đánh các trại Ha Dụng trở về báo rằng quân đến đèo Hoàng Thổ trú đóng, trèo lên điểm cao nhìn bốn phía không thấy tên giặc nào. Thực do Thiên hộ Tiền Hoằng vệ Tùng Phan khích động gây biến. Truy cứu nguyên nhân bởi triều đình điều quan quân vệ Tùng Phan đi đánh Giao Chỉ, bọn họ đều sợ hãi. Hoằng lập mưu dối trá báo rằng phiên Man cướp phá, cần mang quân đi đánh; việc này tâu lên vua, chắc được miễn việc đi đánh Giao Chỉ. Rồi Hoằng cùng bọn Thượng Thanh trước sau dẫn quân đột nhập vào Mạch Tạp và các làng khác cướp bóc bò, ngựa; người Man giận dữ, bèn xảy ra loạn."

Thiên tử bảo các quan hầu cận rằng:

"Trẫm vốn nghi rằng việc này do khích động xảy ra; nhưng ty Bố chánh, Án sát không thấy được sự thực; Đô ty cũng chỉ nghe người dưới báo cáo, không tìm hiểu kỹ về vấn đề tại biên giới!"

Bèn giáng sắc nghiêm khắc quở trách:

"Ngươi trước đây tâu rằng các trại Phiên tại Ha Dung

làm loạn, giết bọn Chỉ huy Trần Kiệt. Mới đây lại cho biết rằng quan quân vệ Tùng Phan sợ phải đi đánh Giao Chỉ, dối trá sinh sự; những tên Thiên hộ như Tiền Hoẳng, Thượng Thanh dù xử tử cũng không sạch hết tội. Riêng ngươi được chỉ định coi một vùng, có trách nhiệm nặng nề với triều đình; nghe những lời lừa dối, điều binh triều đình sai lầm, rồi tâu trình một cách mông lung, thì làm sao mà tránh tội được. Lần này Trẫm tạm khoan thứ; đợi các Đô chỉ huy Hàn Chỉnh, Cao Long điều tra kỹ vấn đề. Hãy áp giải về kinh đô những quan lại liên quan đến việc dối trá trong vệ Tùng Phan gồm bọn Tiền Hoẳng, Thượng Thanh và những người sợ đi đánh Giao Chỉ. Nếu như bọn Chỉ huy Trần Kiệt bị giặc hại, thì không thể dung được, hãy tuân theo sắc mệnh trước, lệnh Hàn Chỉnh điều quan quân chinh thảo giặc." (**Minh Thực Lục Quan hệ Trung Quốc Việt Nam**, tập 2, trang 167)

Tháng 6 [25/6-23/7/1427] Bình Định vương gia phong các trọng thần chức Tư đồ, Tư không, Tư mã, Thiếu úy:

"Gia phong thị trung Tư Tề làm Tư đồ; Đại tư mã Lê Nhân Chú làm Tư không; Thiếu úy Lê Vấn, Lê Sát làm Tư mã; Thượng tướng Lê Bôi làm Thiếu úy và răn họ rằng:

'Chức tước đã cao, sớm khuya chớ có lơ là, không được thỏa mãn mà xao nhãng lập công'. Ban cho mỗi người một chiếc lọng." **Toàn Thư**, Bản Kỷ, quyển 10, trang 36a.

Định lệ tiền chuộc thân nhân ngụy quan làm việc cho nhà Minh; hạ lệnh tích trữ lương thực:

"Đinh lệ tiền chuộc các vợ cả, vợ lẽ và nô tỳ của ngụy quan. Vợ Bố chính ty thì 70 quan, dưới đến các hạng sinh viên, thổ quan, thừa sai, bạn đương, thì vợ là 10 quan, con trai, con gái và nô tỳ từ 10 tuổi trở xuống thì 5 quan."

"Hạ lệnh cho các lộ tích trữ thóc công, không được khinh suất phát ra." **Toàn Thư**, Bản Kỷ, quyển 10, trang 36b.

Tháng trước kia quân ta chiến thắng tại Cơ Xá, huyện Từ Liêm, rồi cho đắp thành nhỏ, bị quân Minh đến đánh phá; nhưng nhà Vua không cho cứu, muốn kẻ địch đánh giá sai rằng quân ta nhát:

"Đắp thành nhỏ ở bãi Cơ Xá, quân Minh đến đánh phá, vua ra lệnh không cho cứu, để giặc tưởng là quân ta nhát." **Toàn Thư**, Bản Kỷ, quyển 10, trang 36b.

Bấy giờ có 3 tên lính tại thành Xương Giang liều chết chạy về nước báo tin thành này đang bị vây gấp; Vua Tuyên Tông nhà Minh ra lệnh Liễu Thăng, Mộc Thạnh sang cứu gấp:

"Ngày 6 tháng 6 năm Tuyên Đức thứ 2 [1/7/1427]. *Mệnh bộ Binh nơi hành tại trao cho những người lính tại Giao Chỉ gồm Lý Mậu Tiên, Nguyễn Tông Báo, Hoàng Thiêm Bảo chức Bách hộ; lại ban cho mũ, dây đai, y phục, tiền; theo ngựa trạm gặp An viễn hầu Liễu Thăng để được nghe và dùng. Lúc bấy giờ đứt liên lạc tại Giao Chỉ đã lâu không có tin báo về. Ba người này theo đường tắt về, báo rằng thành Xương Giang* [thị xã Bắc Giang] *bị vây rất gấp; nên ra lệnh Thăng cùng Kiềm quốc công Mộc Thạnh tiếp viện gấp cho Xương Giang."* (**Minh Thực Lục Quan hệ Trung Quốc Việt Nam**, tập 2, trang 169)

Tháng 7 [24/7-21/8/1427], ra lệnh làm sổ hộ tịch. Theo quy chế đời Trần cứ 3 năm làm 1 lần, theo lối "kiến tại" tức người ở đâu ghi hộ tịch tại đó, không căn cứ vào sinh quán:

"Mùa thu, tháng 7, hạ lệnh cho các lộ cùng quan văn các hỏa và tướng hiệu các quân làm sổ hộ tịch. Bấy giờ vẫn theo

danh hiệu cũ của nhà Trần gọi Hành khiển của Thượng thư sảnh và Môn hạ sảnh là Tả hữu hỏa." **Toàn Thư**, Bản Kỷ, quyển 10, trang 36b.

Trong tháng này, hai nước lân bang Chiêm Thành, Ai Lao đều đến cống:

"*Người Chiêm Thành dâng lễ vật địa phương.*"

"*Ai Lao dâng sản vật địa phương.*" **Toàn Thư**, Bản Kỷ, quyển 10, trang 37b.

Thưởng chiến công trận Thổ Khối, vị trí đối bờ với thành Đông Quan:

"*Xét thưởng chiến công trong trận Thổ Khối* [Gia Lâm, Hà Nội] (10) *thành Đông Quan. Ban thưởng ngân bài và tiền bạc, tơ lụa.*" **Toàn Thư**, Bản Kỷ, quyển 10, trang 37b.

Bình Định vương quy định cho thủy quân sử dụng người trên thuyền; kêu gọi tướng lãnh thuộc các binh chúng đem hết sở năng lo cho nước; ra lệnh cứu giúp thương binh, tử sĩ tại mặt trận; vận lương chứa trữ tại Xương Giang; riêng dân tộc ít người tại Mộc Châu, Sơn La đã quy thuận, nên không ngăn cản việc chuyên chở thực phẩm đến vùng này:

"*Hạ lệnh cho các vệ thủy quân, mỗi chiếc thuyền chiến dùng 50 người, giữ trại 5 người, vận lương 5 người, sai phái 5 người.*":

"*Ra lệnh cho các tướng rằng:*

'*Người cầm quân phải chăm đánh dẹp, người coi chuyên chở phải chăm tải lương. Vào núi xẻ ván, nấu cát làm muối, ngăn giữ trên bộ, dưới sông, chặn bắt những kẻ gian phi, ai nấy đều phải quên mình hết sức, cùng nhau lo việc diệt giặc. Ta là cha mẹ dân, có đâu lại không nghĩ tới nỗi gian lao mà dám gây ra việc đau khổ? Đó chỉ là do bất đắc dĩ mà thôi".*

"Hạ lệnh rằng: các quân khi ra trận, nếu 50 người hoặc 100 người kéo nhau rút chạy mà bỏ lại 1, 2 người không cứu thì bị chém cả toán. Nếu không may có người chết tại trận mà cùng nhau góp sức khiêng xác ra ngoài thì được tha tội."

"Hạ lệnh cho ba lộ Bắc Giang, mỗi lộ chuyển 3.000 gánh lương chứa tại thành Xương Giang. Hạ lệnh rằng hễ thấy người áo đỏ Mường Mộc chở mắm muối về thì không được ngăn cấm." **Toàn Thư**, Bản Kỷ, quyển 10, trang 37a.

Bình Định vương ban dụ hiệu triệu toàn dân nỗ lực phấn đấu nhằm giành chiến thắng cuối cùng; và đặc cách khen thưởng tướng hiệu, quân dân vùng Tân Bình, Thuận Hoá đánh giặc lập công nơi biên giới phía nam:

"Tháng 8, ban dụ cho cả nước rằng:

'Giặc còn ở trong nước ta, dân chúng vẫn chưa được yên, liệu các ngươi có yên được không? Trước kia, họ Hồ vô đạo, giặc thừa dịp ấy mà cướp nước ta. Tội ác tàn bạo của chúng, các ngươi cũng đã thấy cả rồi. Vả lại, ra sức khó nhọc trong một năm mà có cơ nghiệp thái bình muôn thuở, các ngươi hãy nghĩ cho kỹ điều đó, chớ để phải hối hận về sau".

"Ban dụ cho các tướng hiệu và quân nhân ở Tân Bình [Quảng Bình], *Thuận Hóa* [Quảng Trị, Thừa Thiên] *rằng:*

'Trước kia, nước Chiêm Thành trái mệnh, xâm lấn bờ cõi của ta, cha ông các ngươi đã dốc chí trung thành lo báo đền nhà nước, đánh giết bọn giặc lấy lại cõi bờ, tiếng thơm, công lớn còn sáng ngời trong sử sách. Ngày nay, giặc Minh vô đạo, trái mệnh trời, hung hăng hiếu chiến, hòng mở rộng mãi đất đai, khiến cho sinh dân lầm than đã hơn hai chục năm rồi.

Ngày ở kinh lộ của ta cũng chưa thấy có ai dốc lòng hết sức, lập công nêu danh mà bọn các ngươi là bề tôi ở chốn phên dậu biên cương lại biết nghĩ tới công sức của ông cha ngày trước, hết lòng với vua mà đánh giặc, lập công trước. Lòng trung thành đó, thực đáng ngợi khen. Vậy đặc biệt thăng cho các ngươi tước Á đại liêu ban, các ngươi hãy cố gắng". **Toàn Thư**, Bản Kỷ, quyển 10, trang 38a.

Riêng đối với Thanh Hoá, Nghệ An; Bình Định vương có lời ân cần biểu dương công lao và lòng trung thành của quân dân vùng này:

"***Thư dụ các thành Thanh Hoá Nghệ An.***

Bảo cho các tướng hiệu quân nhân ở các thành Thanh Hoá, Nghệ An biết: Xưa nay bỏ mình báo nước là đại tiết của bề tôi; định công ban thưởng là thường điển của nhà nước. Nay bọn ngươi lấy lòng trung nghĩa, lấy khí dũng cảm, đánh kẻ vua ghét, nhiều lần rạng công. Xưa bản triều ta [chỉ triều Trần], *đương buổi hưng thịnh đời tiên hoàng, Chiêm Thành trái mệnh, xâm lấn biên ấp nước ta, ông cha các ngươi đã hết lòng gắng sức lo báo nước nhà, đánh đuổi giặc Chiêm, thu về bờ cõi, tiếng thơm công lớn, sử sách lưu truyền. Nay giặc Minh bất đạo, trái với lòng trời, độc vũ cùng binh, mưu mở rộng đất, sinh dân khổ sở, hơn hai mươi năm. Song, vận trời tuần hoàn, đi rồi lại lại. Nghĩa binh nổi dậy, cuốn đất đuổi tràn, trong mấy tháng trời, khôi phục đất cũ. Duy một thành Đông Quan, tướng giặc Vương Thông, hồn đã lìa xa, còn chút hơi tàn, mà chỉ chực lại hung hăng dương cánh. Ta xem các quân ở Kinh lộ* [kinh đô] *cùng là các quân Dực Thánh tả hữu Thiên Trường, Thiên Cương* [tên các đạo quân] *ngày trước, hoặc là đứng đầu Nam ban Bắc ban, hoặc là tình thân hoàng tộc ngoại thích, song vẫn chưa thấy mấy người hết lòng gắng sức, dựng được công to. Thế mà bọn người lấy chức phận phiên thần, biết nghĩ đến công nghiệp của ông cha ngày trước, hết trung với nước, cùng lòng hợp sức, mưu rửa quốc sỉ, đánh hơn lấy được, đến đâu cũng là lập được công, trung thành như thế, thực đáng thưởng khen. Vậy sai ban thưởng để đền công lao. Các người cố đi!"* (**Quân Trung Từ Mệnh Tập**, a 40)

Tháng trước Chiêm Thành mang lễ vật đến cống, nay Bình Định vương cử Chánh, Phó sứ mang quà sang thông hiếu với Vua nước này:

"Lấy Viên ngoại lang Lê Khắc Hài và Bùi Tất Ứng làm chánh, phó sứ mang ngựa và đồ uống rượu bằng pha lê màu xanh trắng ban cho chúa Chiêm Thành." **Toàn Thư**, Bản Kỷ, quyển 10, trang 37b.

Bình Định vương ra lệnh chế tạo xe đánh thành, cho dân các lộ tới dinh Bồ Đề dự tuyển quân nhập ngũ; cấp giấy cho dân buôn lương thực, chỉ được bán tại nơi quy định:

"Ra lệnh chế tạo xe đánh thành và tu sửa chiến khí."

"Hạ lệnh cho nhân dân các lộ tới dinh Bồ Đề tuyển chọn người khỏe mạng bổ sung quân ngũ."

"Hạ lệnh cho các lộ rằng:

'Hễ thấy dân quân chở lương đi bán thì cấp giấy và chỉ bảo cho nơi đến bán, không được đi lung tung." **Toàn Thư**, Bản Kỷ, quyển 10, trang 37b.

Chú thích:

1. Ải Lê Hoa: Địa điểm ở ven sông Lô, tại vùng biên giới

tỉnh Hà Giang và tỉnh Vân Nam Trung Quốc.

2. Trương Tuần, Hứa Viễn: Thời Đường, khi An Lộc Sơn làm loạn, hai tướng của Đường là Trương Tuần, Hứa Viễn giữ thành Tuy Dương, để che đỡ cho miền Giang, Hoài. Sau vì không có viện binh, lương hết thành hãm mà bị hại.

3. Tứ Hạo: bốn ông già ở ẩn trên núi Thượng Sơn đầu đời Hán là Đồng Viên công, Ý Quý Ly, Hạ Hoàng công và Dụng Lý tiên sinh.

4. Tử Phòng: tức là Trương Lương, vốn là thần tử của nước Hàn, để trả thù cho vua Hàn bị Hạng Vũ giết, đã theo giúp Lưu Bang. Khi Lưu Bang đã thống nhất được Trung Quốc, Trương Lương bỏ đi ở ẩn.

5. Gia độn: Gia là tốt, độn là lui ẩn. Chữ ở quẻ Độn **Kinh dịch**. Ý nói là sự thoái ẩn hợp với chính đạo.

6. Khám hợp: Giấy chứng nhận có phần tồn căn giữ lại; lúc cần đem so lại xem có giả trá không.

7. Túi kim ngư: túi có hình con cá bằng vàng.

8. Xa Lộc, Xa Khát, Xa Bàn và Xa Điểm; đều là con Xa Tham,

9. Quốc tính: là họ vua, ở đây là họ Lê.

10. Thổ Khối: tên xã, ở tả ngạn sông Hồng, gần xã Bát Tràng, nay thuộc huyện Gia Lâm, Hà Nội.

81.
Bình Định Vương Lê Lợi: Thời kỳ khởi nghĩa (10)

Thành Xương Giang tọa lạc tại thị xã tỉnh Bắc Giang hiện nay; trước khi bị đánh chiếm vào ngày mồng 8 tháng 9 [28/9/1427], Bình Định vương đã mấy lần cho mang thư dụ. Sau đây là bức thư thứ nhất, trong **Quân Trung Từ Mệnh Tập**:

"***Thư dụ hàng các tướng sĩ trong thành Xương Giang.***

Kể ra, thích cho người sống mà ghét việc giết người, là một người tướng có nhân nghĩa; xét biết thời cơ mà biết lượng sức mình là một người tướng có trí thức. Ta kính vâng mệnh trời, lấy đại nghĩa chuyên việc đánh dẹp. Nghĩ đến cơ đồ tổ tông bị nguy đổ, thương nỗi nhân dân phải lầm than; đánh thành lấy đất không giết một người nào. Cho nên đánh đông dẹp tây, không nơi nào không phục.

Thành Xương Giang nhỏ mọn kia dám chống lại mệnh trời, nổi giận đi đánh, nghĩa nên phải thế, sự không được đừng. Nhưng đem núi Thái Sơn đè bẹp quả trứng, sức không chịu được bao lâu, lấy lửa đỏ rực đốt cháy lông gà, thế khó đương được chốc lát. Lấy thuận mà đánh kẻ nghịch, lo gì không phải theo; lấy sức mạnh mà đánh kẻ yếu, lo gì không đánh được. Mà, còn lấy lời nói chăm chăm hiểu dụ, thực vì nhân mạng trong một thành là hệ trọng, mà không nỡ làm cho thương tổn. Vả lại, các xứ Tân Bình [Quảng Bình], *Diễn Châu, Nghệ An, Thuận Hóa, thành không phải là không cao, hào không phải là không sâu, thóc không phải là không nhiều, binh không phải là không giỏi. Thế mà đô đốc họ Thái* [Thái Phúc] *cùng các quan ba ti đều bỏ thành về hàng, đem quân theo mệnh. Vì rằng họ hiểu rõ việc thành hay bại đều có mệnh trời mà không dám trái. Bọn các ngươi nếu biết trên xét thời trời, dưới suy việc người thì có thể giữ được vị lộc đến vô cùng, khỏi để nhân dân một thành bị chém giết; lũ các ngươi được là người trí thức mà ta cũng không mất tiếng là một vị tướng có nhân nghĩa. Thế mà cứ mê muội không hiểu biết gì, thì đến ngày thành bị hạ, ngọc đá không phân biệt, không phải là ta cho làm bạo ngược bừa bãi mà là tự lũ các người làm ra tội nghiệt đó thôi. Đó thực là lúc còn mất nguy cấp đấy, nên tính cho kỹ, chớ để hối về sau. Thư nói không hết lời.*" **Quân Trung Từ Mệnh Tập**, b 4.

Trước cuộc đại tấn công vào thành, lại một lần nữa phân tích rạch ròi, đem hết tình lý ra dụ dỗ:

"***Thư dụ tướng sĩ trong thành Xương Giang*.**

Ta nghe: đối với đạo quân nhân nghĩa, kẻ nào thuận đức thì sống, kẻ nào trái đức thì chết. Vì người cầm quân ấy giữ việc đánh giết, nắm quyền sống chết: khi thì khoan hồng như khí dương, khi thì thần khắc như khí âm, đều tuân theo lẽ phải của trời, không thể theo ý riêng mình được. Nay các ông bằng một nghìn quân, một mình giữ thành trơ trọi. Đã đến hơn một năm nay, tin tức không thông, mà tự cậy là thành cao hào sâu, có khác gì người mù mà không sợ cái chết, không biết tự liệu sức mình.

Kể ra, thời có khi thịnh khi suy, thế có kẻ mạnh kẻ yếu;

cũng là lẽ trời lòng người, thuận hay nghịch, hướng theo hai trái ngược. Nếu chỉ khăng khăng câu nệ và kiến thức hẹp hòi, cam lòng chịu lấy tai vạ, âu cũng đáng thương lắm. Vì thế mà tính mạng của mấy vạn đàn ông, đàn bà ở trong thành đều bị các ông lừa dối làm hại, làm cho bọn người không tội một mai bị chết. Cho nên ta không ngại nói đi nói lại, lại sai người đến nơi dụ bảo.

Nếu các ông biết tỉnh ngộ thì không những người cả trong thành ấy nhờ đó được an toàn; cả sự giàu sang của các ông cũng có thể giữ được lâu dài, mà đức hiếu sinh của thượng đế cũng thấm khắp đến với lòng dân. Nếu không thế thì giữa người thuận đức với kẻ trái đức, tất có một kẻ sống một kẻ chết. Đó là lẽ tất nhiên. Ta có thể tự theo ý riêng mình sao được! Các ông nên mau mau mở cửa thành, cởi áo giáp cùng ta hòa giải. Ta nếu trái lời giao ước tất nhiên trời chẳng dung cho, nếu các ông cứ chấp mê, ta tất không tha thứ.

Nay hãy tạm lấy một việc trước mắt, hãy tỏ từng việc cho các ông nghe: các thành Tân Bình, Thuận Hóa, Nghệ An, Diễn Châu, Tam Đái, Thị Cầu, Tiền Vệ đều may biết thời thế, hiểu quyền biến, chuyển họa làm phúc, để cho người trong các thành ấy có đến hơn 56.000 người đều được an toàn. Duy có một thành Khâu Ôn [Lạng Sơn] không hiểu sự biến, bo bo giữ kiến thức nhỏ, để cho người trong một thành ngọc đá đều bị thiêu cháy, há chẳng đáng xót thương! Các ông nên nghĩ, chớ để hối hận về sau." **Quân Trung Từ Mệnh Tập**, b 5.

Tháng 9, quân ta đánh chiếm thành Xương Giang tại thị xã Bắc Giang; thành này nằm trên đường giao thông huyết mạch đoàn quân Minh tiếp viện phải đi qua; nên chúng muốn giữ cho bằng được, mà phía ta cũng quyết đánh dứt điểm. Trải qua hơn nửa năm trời chiến đấu gay go, cuối cùng ta đắp đất mở đường, dùng câu liêm, giáo dài, tên lửa, súng lửa xông vào, thành bị hạ:

"*Tháng 9, ngày mồng 8* [28/9/1427], *bọn Thái úy Trần Hãn, Tư mã Lê Sát, thiếu úy Lê Triện, Lê Lý đánh lấy được thành Xương Giang. Khi ấy, viên chỉ huy nhà Minh là Kim Dận cho là thành này nằm ngay trên đường về của quân Minh, nên cùng với tên quan mới bổ đến là Lý Nhậm liều chết cố thủ. Trải qua hơn 6 tháng trời cầm cự với các quân Khoái Châu* [Hưng Yên], *Lạng Giang* [Lạng Sơn, Bắc Giang], *chúng vừa đánh vừa giữ, khiến quan quân không thể lên được thành. Vua sai bọn Hãn đắp đất, mở đường đánh nhau với giặc, dùng câu liêm, giáo dài, nỏ cứng, tên lửa, súng lửa, bốn mặt đánh vào, thành cuối cùng bị hạ. Bọn Dận, Nhậm đều tự sát. Đem ngọc lụa và con gái bắt được của giặc ban hết cho quân sĩ. Tổng binh Vương Thông được tin, làm hai bài văn tế. Được hơn 10 ngày thì viện binh giặc tới nơi, nhưng thành đã bị hạ.*" **Toàn Thư**, Bản Kỷ, quyển 10, trang 38b

Sử Trung Quốc **Minh Thực Lục** cũng mô tả việc đánh thành Xương Giang rất gay go, duy việc ghi thành bị hãm vào ngày 2 tháng 4 năm Tuyên đức thứ 2 [28/4/1427], là điều vô lý. Do bởi cũng bộ sử này sau đó chép vào ngày 6 tháng 6 năm Tuyên Đức thứ 2 [1/7/1427], tức gần 2 tháng sau đó, có 3 người lính theo đường tắt về, báo rằng thành Xương Giang bị vây rất gấp; nên Vua Tuyên Tông ra lệnh Liễu Thăng cùng Mộc Thạnh tiếp viện gấp cho Xương Giang. **Minh Thực Lục** chép về việc công hãm thành Xương Giang như sau:

"***Ngày 2 tháng 4 năm Tuyên đức thứ 2*** [28/4/1427].

Ngày hôm nay giặc Giao Chỉ Lê Lợi công hãm thành

Xương Giang. Lợi cho rằng Xương Giang là nơi quan trọng, trên đường đại quân ra vô; bèn dùng hơn 8 vạn quân đánh. Quan giữ thành Đô Chỉ huy Lý Nhiệm, Chỉ huy Cố Phúc ra lệnh già, trẻ, phụ nữ đều lên mặt thành, dương cờ hò hét, ngày đêm chống cự; Bọn Nhiệm bất ngờ mang quân tinh nhuệ ra công kích, đốt phá dụng cụ đánh thành. Bốn phía giặc đều xây núi đất, dùng phi minh bắn vào thành; Nhiệm sai quân cảm tử ban đêm mở cửa thành ra đánh, giết giặc giữ núi đất. Mưu tập kích doanh trại, giặc đào địa đạo vào thành, Nhiệm sai đào hào ngang chặn địa đạo, rồi ném đá xuống, khiến giặc chết nhiều.

Giặc nghe tin đại binh của Chinh di Tướng quân sắp tới, sợ sẽ dùng thành này làm chỗ dựa, bèn tăng cường thêm quân và voi tấn công. Tên đá bắn vào như mưa. Nhiệm dùng trăm cách để chống cự, trải qua 9 tháng trời, giao tranh hơn 30 trận; khởi đầu trong thành có hơn 2000 tướng sĩ, lúc này chết và tật bệnh đến một nửa, nhưng giặc vẫn quyết vây đánh, dùng thang mây leo lên thành, rồi đoạt cửa, Nhiệm điều lính quyết tử ba lần đánh lui, nhưng giặc lại xua voi và lính vào. Bọn Nhiệm kiệt sức, đánh không xuể, Nhiệm và Phúc đều tự tử; quan trong thành là Phùng Trí khóc ròng, hướng về phía bắc bái tạ, rồi cùng Chỉ huy Lưu Thuận, Tri phủ Lưu Tử Phụ thắt cổ chết. Trong thành các quan quân, cùng trai gái chết rất đông; giặc phóng hỏa đốt, cướp phá đến sạch không." (**Minh Thực Lục Quan hệ Trung Quốc Việt Nam**, tập 2, trang 165)

Theo bức thư chiêu dụ thành Bình Than sau đây; trong thư đề cập đến việc thành Xương Giang bị hãm vào ngày mồng 8 tháng 9 [28/9/1427], như vậy thời điểm gửi thư ắt phải xảy ra sau ngày nêu trên. Trong văn bản ghi người cầm đầu thành là Chỉ huy sứ vệ Trấn Di, nên hiểu Trấn Di là tên một vệ của quân Minh, chứ không phải là tên một phủ thuộc Lạng Sơn. Theo **Đại Nam Nhất Thống Chí** thì xã Bình Than thuộc huyện Quế Dương, tỉnh Bắc Ninh:

"Thư dụ hàng các tướng sĩ trong thành Bình Than.

Thư gửi chỉ huy sứ vệ Trấn Di là ông họ An và các quan ở trong thành.

Ta nghe: đại đức thích cho người ta sống, thần vũ không hay giết người, đem quân nhân nghĩa đi đánh dẹp cốt để yên dân. Người nào theo đúng lẽ ấy thì phúc nào cũng đem lại, làm trái lẽ ấy thì họa nào cũng đưa đến. Xem như xưa kia, Đặng Vũ không giết càn, Tào Bân giả cách ốm (1) so với việc Bạch Khởi, Lý Quảng (2) thỏa ý giết người quy hàng, đối với lẽ báo ứng: làm lành gặp lành, làm ác gặp ác, có thể lấy đó làm gương. Ta từ khi dấy nghĩa đến giờ, về việc thuận đức, trái đức, tuy đối với lẽ phải, cố nhiên có sự thỏa đáng, nhưng giữa những điều đối xử nghiệt hay khoan, cho hay lấy, không bao giờ là không thể theo đức hiếu sinh của trời đất và lòng đại lượng của thánh nhân: Thà bỏ sót một người mắc tội phi thường.

Nay các ngươi bằng số quân không đầy một ngàn mà còn giữ lấy một thành trơ trọi, ròng rã hàng năm, tin tức không thông, cái ngày mà thành bị hãm mất, chẳng sớm thì chiều. Ta sở dĩ để hoãn lại không kịp đánh ngay là có ý muốn bọn các ngươi xét rõ về cơ nghi của sự thế, hiểu rõ về lẽ thành bại, hoặc may trời nhủ bảo trong lòng, có thể chuyển họa làm phúc để toàn được tính mệnh cho cả một thành. Về lẽ họa phúc, chính ngay trước mắt, về cơ thuận nghịch, không thể không xét kỹ. Ngay như các thành Tân Bình, Thuận Hóa, Diễn Châu, Nghệ An, Tiều Hậu vệ Tam Giang, Thị Kiều, mà đô đốc họ Thái và 2 quan đô ti họ Chu, họ Tiết, quan bố chánh họ Kim, án sát họ Trương phụ trách (3) cùng các quan chỉ huy các thành, thiên hộ phủ, huyện đều biết thời thông biến; cùng ta hòa giải để cho nhân dân các thành ấy đều được sống cả. Ngày mà quân ta kéo vào thành, tịnh không xâm phạm mảy may; người nhà vợ con đều được yên vui, thì cái lẽ trời cao ban phúc cho người thiện há có sai đâu! Còn như cái thành Xương Giang tự cho là thành cao, hào sâu, lương chứa lại nhiều, không biết tự lượng; khác nào con bọ ngựa dám lấy càng mà chống lại xe đang đi. Ta mỗi khi nghĩ đến nhân dân trong thành, họ không có tội gì mà phải giết chết, mới gửi thư tín không ngại phiền phức, lấy lẽ họa phúc ân cần nhủ bảo; lại bảo đô đốc họ Thái và các quan chỉ huy ba ti ở các phủ huyện đều đến dưới thành, hai ba lần hiểu dụ mà kẻ kia vẫn cố chấp hôn mê như người lòa không biết sợ chết. Ta bất đắc dĩ mới sai bọn tì tướng đúng hẹn tiến đánh. Ngày 18 tháng này [Chánh sử **Toàn Thư** ghi ngày mồng 8 (28/9/1427), có lẽ đây chép sai], *giờ ngọ trống trận mới nổi 1 tiếng, liền bị tan vỡ. Đó là lầm lỗi của bọn chỉ huy Lý Nhiệm để đến nỗi người trong một thành, hóa ra máu chảy, há chẳng đáng đau xót lắm ru? Bọn các ông nên coi vào bọn họ Thái, thuận lẽ thì được hưởng phúc và bọn Lý Nhiệm trái lẽ thì bị mắc họa: ai hơn ai kém là người có ý thức, tất phải phân biệt. Nếu còn cậy thành cao, hào sâu, không răn việc xe trước đã đổ thì ta sợ thành trì của các ông không phải là nơi hiểm trở trời đặt ra mà không thể vượt qua. Vả lại, lòng người nhân đức đúng mực, không nỡ để cho một kẻ nào không được yên chốn, huống chi là người cả một thành? Thấy gan óc họ giày xuống đất mà không xót xa trong lòng* *hay sao? Ta sở dĩ luôn luôn lấy việc ấy để hiểu dụ chẳng qua là để theo đức hiếu sinh của trời để toàn vẹn cho sự sống còn của nhân dân trong một thành đó mà thôi. Bọn các ông hãy nghĩ cho kỹ, chớ để hối về sau. Thư nói không hết lời."* **Quân Trung Từ Mệnh Tập**, b 3.

Tại thành Đông Quan, nghĩa quân chiếm được đê sát bờ sông Hồng, bèn tu bổ thêm, tạo lợi thế để tấn công:

"Vua sai các tướng đắp đê Vạn Xuân (4) *để làm chiến lũy. Trước đây, quân Minh đào mương nhỏ cạnh sông Cái* [sông Hồng] *ngoài thành để chứa thuyền chiến và khí giới, lại đắp thêm thành phụ để cố thủ, mà đê Vạn Xuân là lối đi lại cho quân do thám và người chăn ngựa, cắt cỏ của giặc, ở trên đê cao này mà nhòm xuống thì rất tiện. Giặc cho thế là đắc sách. Khi quan quân tiến đánh, quân Minh thường đặt mai phục để tranh hơn. Vua hạ lệnh cho các tướng vượt sông, lừa lúc giặc không ngờ, cướp lấy đê đắp thành chiến lũy, chỉ một đêm là xong, toàn bộ quãng đê về ta. Đến khi nghe viện binh của giặc tới, các tướng sĩ nhiều người dâng thư khuyên vua đánh các thành ở Đông Đô để cắt đứt nội ứng của giặc. Vua nói:*

'Đánh thành là hạ sách. Ta đánh thành bền vững hàng năm hàng tháng không hạ được, khi ấy quân ta sức mỏi chí nhụt, nếu viện binh của giặc lại đến thì trước mặt, sau lưng đều bị tấn công, đó là con đường nguy hiểm. Chi bằng nuôi sức quân, mài giũa tinh thần sắc bén, để đợi viện binh của giặc. Viện binh giặc bị phá thì thành giặc nhất định phải hàng. Như thế là nhất cử lưỡng tiện, là mưu chước vẹn toàn.

Bèn hạ lệnh canh giữ nghiêm ngặt, ngày đêm tuần tra khám xét." **Toàn Thư**, Bản Kỷ, quyển 10, trang 38b.

Bấy giờ các đạo quân tiếp viện của Liễu Thăng, Mộc Thạnh sắp sang; nhà Vua ra lệnh tản cư dân chúng những nơi giặc có thể đi qua:

"Hạ lệnh cho các xứ Lạng Giang, Bắc Giang, Tam Đái [Vĩnh Phú], *Tuyên Quang, Quy Hóa* [Yên Bái, Lào Cai] *dời vợ con của quân dân đi xa để tránh viện binh của giặc tới."* **Toàn Thư**, Bản Kỷ, quyển 10, trang 39a.

Mấy ngày sau các đạo quân cứu viện vào biên giới. Phía Lạng Sơn, Liễu Thăng xua quân tiến gấp, thấy quân ta tháo lui y lại càng đắc chí khinh địch, xông trước đại quân; bị phục kích giết tại ải Chi Lăng. Kế đó quân Minh liên miên bị đánh, suốt từ huyện Chi Lăng, Lạng Sơn cho đến huyện Lạng Giang, Bắc Giang; các tướng Lương Minh, Lý Khánh, Thôi Tụ lần lượt chết, đạo quân xâm lăng hoàn toàn sụp đổ:

"Ngày 18 tháng 9 [8/10/1427], *nhà Minh sai Tổng binh Chinh lỗ tướng quân Thái tử thái phó An Viễn hầu Liễu Thăng, Tham tướng Bảo Định bá Lương Minh, Đô đốc Thôi Tụ, Binh bộ thượng thư Lý Khánh, Công bộ thượng thư Hoàng Phúc, thổ quan Hữu bố chính sứ Nguyễn Đức Huân đem hơn 10 vạn quân và 2 vạn ngựa đánh vào cửa Pha Lũy* [Nam Quan]. *Chinh Nam tướng quân thái phó Kiềm quốc công Mộc Thạnh, Tham tướng Hưng An bá Từ Hanh, Tân Ninh bá Đàm Trung đem 5 vạn quân và 1 vạn ngựa đánh vào cửa Lê Hoa* (5). *Cả hai đều đã tới đầu địa giới nước ta. Vua họp các tướng bàn rằng:*

'Giặc vốn khinh ta, cho là người nước ta nhút nhát, sợ oai giặc đã lâu, nay nghe tin đại quân sang, hẳn là ta rất hoảng sợ. Huống chi lấy mạnh nạt yếu, lấy nhiều lấn ít đó là lẽ thường. Giặc không thể tính được hình thế được thua của

người của mình, không thể hiểu được cơ vi qua lại của thời của vận. Vả lại, quân đi cứu nguy cấp phải lấy mau chóng làm quý, giặc nhất định phải hành quân gấp vội. Binh pháp có nói: Hành quân 500 dặm mà chỉ vội hám lợi thì sẽ què thượng tướng. Nay Liễu Thăng đến, đường sá xa xôi, quân lính tất mỏi mệt. Ta đem quân nhàn khỏe, đợi đánh quân mỏi mệt, nhất định sẽ thắng'.

Bèn sai bọn Lê Sát, Lê Nhân Chú, Lê Lãnh, Lê Liệt, Lê Thụ đem 1 vạn quân tinh nhuệ, 5 thớt voi, bí mật mai phục trước ở ải Chi Lăng (6) để đợi giặc. Trước đó, Lê Lựu giữ cửa Pha Lũy, thấy giặc đến, lui giữ cửa Ải Lưu. Giặc tiến đánh, Lựu lại bỏ cửa Ải Lưu lui về đóng ở Chi Lăng. Giặc lại tiến quân đánh phá uy hiếp Chi Lăng. Bọn Sát và Nhân Chú mật sai Lựu ra đánh rồi giả cách thua chạy. Giặc quả nhiên rất mừng. Ngày 20 [10/10/1427], Liễu Thăng đốc suất đại quân đuổi theo. Đến chỗ có mai phục, bọn Sát và Nhân Chú tung hết quân mai phục, bốn mặt đều nổi dậy xung vào đánh giặc. Quân giặc thua to. Chém được Liễu Thăng ở núi Mã Yên (7) và hơn 1 vạn thủ cấp quân giặc. Ngày 25 [15/10/1427], vua lại sai Lê Lý và Lê Văn An đem 3 vạn quân tiếp đến ải núi Mã Yên. Bọn Sát và Nhân Chú chỉ huy các quân tung hết binh sĩ ra đánh giặc, chém Bảo Định bá Lương Minh tại trận (8). Ngày 28 [18/10/1427], Lý Khánh cũng chết. Thôi Tụ và Hoàng Phúc dẫn quân miễn cưỡng tiến lên. Nhân Chú lại đánh bại bọn chúng, chém được hơn 2 vạn thủ cấp, bắt được lừa ngựa, trâu bò, quân tư khí giới nhiều không kể xiết (9).

Mùa đông, tháng 10, vua sai Lê Lý và Lê Văn An đem 3 vạn quân bao vây bốn mặt, lại dựng rào lũy ở tả ngạn sông Xương Giang để ngăn chặn. Bọn Tụ không còn mưu kế gì khác, đành phải đắp lũy giữa cánh đồng để tự vệ (10). Tụ ngỡ là thành

Xương Giang chưa bị phá, dẫn quân định đến đó. Khi tới nơi thì thành Xương Giang đã bị mất, chúng hết cả hy vọng, lại càng kinh hoàng sợ hãi. Gặp lúc trời báo tai biến, mưa to gió lớn, núi rừng gầm thét, người ngựa nhìn nhau không nhích lên được bước nào. Giặc chỉ còn cách đợi đến đêm vắng, bắn súng làm tín hiệu báo cho hai thành Đông Quan và Chí Linh để họ nghe thấy tiếng súng thì ra cứu viện. Nhưng Đông Quan và các thành khác tự cứu còn chưa xong, biết đâu đến chỗ khác! Vua bèn sai các quân thủy, bộ cùng tiến quân bao vây chúng. Lại chia quân chặn hết các ải Mã Yên, Chi Lăng, Pha Lũy, Bàng Quan (11). *Thôi Tụ và Hoàng Phúc muốn tiến cũng không được, muốn lui cũng không xong, bèn giả hòa, nhưng âm mưu định chạy vào thành Chí Linh. Vua biết được quỷ kế của chúng, kiên quyết khước từ không cho hòa. Kế đó, Trần Hãn chặn đứng đường vận chuyển lương thực của giặc, sai bọn Lê Văn, Lê Khôi, đem 3 nghìn quân Thiết đột, 4 thớt voi, cùng với bọn Sát, Lý, Nhân Chú, Văn An tấn công bọn giặc. Ngày 15 [3/11/1427], quân Minh đại bại, ta chém hơn 5 vạn thủ cấp giặc, bắt sống bọn Thôi Tụ, Hoàng Phúc và hơn 3 vạn tên, thu được vũ khí, ngựa chiến, vàng bạc, vải lụa nhiều không kể xiết. Còn những kẻ chạy trốn thì trong khoảng không đến 5 ngày đều bị bọn chăn trâu kiếm củi bắt gần hết, không sót tên nào."* **Toàn Thư**, Bản Kỷ, quyển 10, trang 39b.

Sử nhà Minh chép tương tự, riêng về thời gian chép sau **Toàn Thư** 8 ngày. Giáo sư Hoàng Xuân Hãn đã dày công nghiên cứu, so sánh lịch thời Minh và lịch nhà Lê nước ta có chung những tháng nhuần, nên xác nhận lịch 2 nước giống nhau. Vậy do bởi chiến dịch kéo dài hàng tháng, nên thời điểm mỗi bên chọn lựa để mô tả, ở vị trí khác nhau. Nội dung sử Minh chép thêm việc Vua Lê Lợi gửi thư xin bãi binh, và tiểu sử các tướng hàng đầu chết gồm Liễu Thăng, Lương Minh, Lý Khánh, Thôi Tụ. Riêng Bảo định bá Lương Minh, sử Việt chép bị giết, **Minh Thực Lục** chép bị bệnh chết:

"Ngày 10 tháng 9 năm Tuyên Đức thứ 2 **[30/9/1427/ 1427].** *Ngày hôm nay quân của quan Tổng binh An viễn hầu Liễu Thăng đến Ải Lưu quan; Lê Lợi cùng các đầu mục lớn nhỏ sai người đến cửa quân dâng thư xin bãi binh để yên dân và lập con cháu họ Trần làm chủ đất này. Bọn Thăng nhận thư, không mở ra xem, sai người tâu về kinh. Lúc này những chỗ quan quân đi qua, giặc làm trại để thủ, quan quân liên tiếp công phá, đến ngay ải Trần Di* [bắc huyện Chi Lăng] *như vào chỗ không người. Ý Thăng xem thường, Thăng là người võ dõng nhưng ít mưu. Bấy giờ Tả Phó Tổng binh Bảo định bá Lương Minh, Tham tán quân sự Thượng thư Lý Khánh đều bệnh; Lang trung bộ Lễ Sử An, Chủ sự Trần Dung nói với Khánh rằng:*

"Xem lời lẽ, sắc mặt của chủ tướng, có vẻ kiêu; kiêu là điều tối kỵ của nhà binh. Vả lại bọn giặc ngụy trá, hoặc có thể làm ra vẻ yếu để dụ chúng ta; huống tỷ thư dụ rõ ràng là phải phòng ngừa giặc đặt phục binh. Đây là phút an nguy, Ngài nên nói gấp."

Khánh rán ngồi dậy gặp Thăng, hết sức can gián. Thăng ừ ào, nhưng vẫn không nghiêm chỉnh phòng bị. Đến eo núi Đảo Mã, cùng với hơn trăm quân kỵ qua cầu; nửa chừng cầu bị sập, quân đằng sau không tiến được. Thăng rơi xuống vũng lầy, phục binh giặc nổi lên bốn phía, Thăng bị đâm chết bằng giáo; đám quân theo Thăng cũng bị giết sạch. Lúc này Hữu Tham tướng Đô đốc Thôi Tụ thu thập quan quân, chỉnh đốn đội ngũ. Cũng ngày hôm đó Lương Minh bệnh chết, lại ngày hôm sau Lý Khánh cũng chết. Rồi đến ngày hôm sau nữa, Thôi Tụ điều quan quân tiến; đến Xương Giang gặp giặc, quan quân ít giặc thì đông, cố gắng đánh nhưng giặc xua voi vào trợ chiến, nên quân loạn, Thôi Tụ bị bắt sống. Giặc hô lớn:

'Kẻ hàng không bị giết.'

Quan quân hoặc tử trận, hoặc chạy về biên giới, không một ai hàng. Lang trung Sử An, Chủ sự Trần Dung, Lý Tông Phương đều chết vào ngày hôm đó; duy một mình Chủ sự Phan Hậu thoát trở về được.

Liễu Thăng người đất An Khánh, huyện Hoài Ninh. Cha tên là Đức, thời Hồng Vũ giữ chức Bách hộ vệ Trung Cẩn, tại Yên Sơn.

Thăng thay chức, theo Thái tông Hoàng để dẹp yên nội nạn, tham dự trên hai mươi trận đều có công, mấy lần được thăng đến chức Đô Chỉ huy Đồng tri giữ Trung Đô. Năm Vĩnh Lạc thứ 3 thăng chức Tả quân Đô đốc Thiêm sự. Năm Vĩnh Lạc thứ 4 theo Anh Quốc công Trương Phụ bình Giao Chỉ, năm thứ 6 được thăng An viễn bá. Năm thứ 8 sung chức Phó Tổng binh hỗ tòng Thiên tử chinh phạt phía bắc, đến sông Huyền Minh đánh bại giặc, được đặc cách phong tước Phụng Thiên Tĩnh Nạn Suy Thành Tuyên Lực Vũ thần Đặc Tiến Vinh Lộc Đại phu Trụ Quốc An viễn hầu, hưởng lộc 1500 thạch, trấn tại Ninh Hạ. Rồi tuân chiếu chỉ về kinh, giữ chức Tổng binh đại doanh, lại hỗ tòng Thiên tử bắc chinh, tiến đến Thương Nhai, Hiệp Quỉ, sông Lực Nhi, Khánh Châu; đều có công lao.

Nhân tông Hoàng đế lên ngôi, được gia phong Thái tử Thái truyền, đến nay sung chức Tổng binh quan, đem quân đánh Giao Chỉ, tử trận. Thăng tính trực, giản, điềm tĩnh; xử sự bình dị; dõng cảm lúc lâm địch, thắng sinh kiêu, mà lại ít mưu lược nên đi đến chỗ thất bại.

Lương Minh người huyện Nhữ Dương, Hà Nam; thời Hồng Vũ tập ấm chức của cha làm Bách hộ Tiền vệ Yên Sơn. Lúc Thái Tông Hoàng đế tĩnh nội nạn, theo hầu Hoàng đế Nhân Tông ở lại giữ Bắc Kinh. Bấy giờ quân địch vây thành, Minh ra sức chiến đấu, lập kỳ công mấy lần thăng đến chức Hậu quân Đô đốc Thiêm sự. Khi Hoàng đế Nhân Tông giám quốc tại Nam Kinh, Minh can tội nhận hối lộ, bị hạ ngục. Năm Vĩnh Lạc thứ 19 được tha và phục chức rồi nhận sắc mệnh đến Quảng Đông đánh giặc Nụy. Lúc vua Nhân tông lên ngôi, được thăng Đô đốc Đồng tri mệnh trấn Ninh Hạ; lại được hậu thưởng về công thủ thành, được phong tước Bảo định bá, đến nay bị bệnh mất.

Minh tính rộng rãi, công việc ưa giản dị; nhưng quả cảm, gặp giặc hăng đi trước, rành chỉ huy quân lính; phút cuối nếu Minh không chết, Tụ không đến nỗi bị bại.

Thôi Tụ người đất Phượng Dương, huyện Hoài Viễn. Theo vua Thái tông bình nội nạn có công, được thăng đến chức Chỉ huy sứ vệ Tô Châu. Năm Vĩnh Lạc thứ 8, hỗ tòng Thiên tử chinh phạt phương bắc, đánh bại giặc tại Quảng Hán, được thăng Đô Chỉ huy Thiêm sự Hà Nam. Năm Hồng Hy thứ nhất thăng Tả quân Đô đốc Thiêm sự, đến nay theo bọn Liễu Thăng đánh Giao Chỉ. Sau khi Thăng chết quân bại, Tụ thu liễm thực lực đánh tiếp, nhưng sức không đương nổi, bị giặc bắt. Giặc ép Tụ dụ chúng hàng, Tụ không theo; giặc dùng trăm kế để cưỡng dụ, Tụ không nghe, nên bị giết.

Lý Khánh người huyện Thuận Nghĩa, phủ Thuận Thiên.

Vào thời Hồng Vũ, từ Sinh viên Quốc Tử giữ chức Đô sát viện Hữu thiêm Đô Ngự sử, sau đó được trao chức Viên ngoại lang bộ Hình, rồi thăng lên Tri phủ Thiệu Hưng. Năm Vĩnh Lạc thứ nhất chiếu ban Thị lang bộ Hình, năm thứ 5 cải sang Hữu Phó Đô Ngự sử Đô sát viện, xây dựng Bắc Kinh được thăng Thượng thư bộ Công, năm thứ 22 điều sang bộ Binh, kiêm Thái tử Thiếu bảo; Nhân tông Hoàng đế mệnh thị tòng yết Hiếu lăng. Khánh ước thúc, nên tùy tùng tướng sĩ không dám xâm phạm mảy may của dân. Thiên tử muốn săn bắn, mấy lần dâng thư can gián. Rồi lưu tại bộ Binh, Nam Kinh. Khi An viễn hầu Liễu Thăng chinh Giao Chỉ, mệnh Khánh tham tán quân sự, đến Quảng Tây phát bệnh, vào đất Giao Chỉ thì mất... "(**Minh Thực Lục Quan hệ Trung Quốc Việt Nam**, tập 2, trang 171)

Nhằm lung lạc lòng quân địch, trong thời gian đạo quân tiếp viện sang nước ta; Bình Định vương Lê Lợi sai quân sư Nguyễn Trãi soạn nhiều văn thư gửi cho các nhân vật quan trọng trong đạo quân này. Khi Tổng binh Liễu Thăng vượt biên giới khoảng 1 ngày, đến Ải Lưu thuộc Lạng Sơn; y nhận được thư đứng tên Trần Cảo hậu duệ nhà Trần, khuyên bỏ binh giáp, hòa giải, phục hồi triều đại nhà Trần; nhưng Liễu Thăng kiêu căng, không thèm mở thư ra xem, xua quân tiếp tục tiến:

"***Thư gửi Liễu Thăng.***

Ta nghe, Mạnh tử có bảo rằng: "Chỉ nó người nhân giả (người có lòng nhân đạo yêu thương mọi người v. v...) *là có thể mình là nước lớn mà đi lại tốt với nước nhỏ; người trí giả* (người khôn ngoan, tử tế v. v...) *là có thể mình là nước nhỏ mà hòa hảo với nước lớn. Nước lớn mà đi lại với nước nhỏ chính là biết vui theo đạo trời* (lẽ phải). *Nước nhỏ mà hòa hảo với nước lớn chính là biết kiêng nể mệnh trời.*

Xưa kia, đức Thái tổ Cao hoàng đế [Minh Thái Tổ] *ta lúc mới nổi lên làm vua, thì vua An Nam trước kia đã vào cống trước các nước, đặc biệt là được khen thưởng, được phong tước vương. Đời nọ truyền đời kia, giữ gìn bờ cõi, triều cống đầy đủ. Gẫm xem đức Thái tổ ta, theo đúng đường lối đạo lạc thiên, cùng với lòng thành úy thiên* [sợ trời] *của các vua Trần chúng tôi trước kia, đã thuận theo (lẽ phải) được hưởng phúc lành, há chẳng hay lắm sao?*

*Từ lúc Hồ (Quí Ly) gây việc càn bậy, lật đổ bàn thờ cúng tổ tiên (*họ Trần*) chúng tôi, hắn đối với trên thì nói dối triều đình, đối với dưới thì làm khổ cực dân chúng. Vì thế đức Thái tông đem quân trừng phạt, một khi đánh yên ngay, hạ chiếu tìm con cháu họ Trần để cho nối việc thờ cúng tổ tiên. Lúc đó, biên thần muốn lập công, tâu bậy về triều, bảo rằng con cháu họ Trần đều đã hết cả. Chúng liền xin đặt* (đất An Nam*) làm quận huyện giống như đời Hán Đường.*

Từ đấy đến nay hơn 20 năm, binh đao liền liền, tai vạ thảm thương, nhân dân Trung Quốc khổ về việc đánh dẹp. Kể cả những trận lần trước kia cùng là những trận lần gần đây, quân lính lừa ngựa đưa tới mười phần không còn một. Cái mà lấy được không bù nổi cái mất đi, mưu mẹo lo lắng không hàn gắn nổi vết thương nặng. Tất cả là do Hồ (Quí Ly) *không biết đi lại kính mến triều đình đến nỗi bị phải sụp đổ. Nhưng mà đối với đường lối thuận theo lẽ phải* (lẽ trời) *của nước lớn thì tôi sợ cũng có điều thiếu sót.*

Nay tôi tủi phận là con cháu còn sót lại của vua Trần, ẩn náu ở đất Lão Qua đã hơn 10 năm nay. Người trong nước tôi khổ về chính sự khắc nghiệt của các quan lại (triều đình);

nhớ lại ơn đức cũ của các vua Trần trước kia, mới cùng bàn nhau đánh đuổi bọn quan cai trị, ép tôi về nước. Khoảng tháng 11 năm ngoái, các quan quân đóng giữ ở các thành các xứ đều đã lục tục mở cửa, bỏ binh giáp, hòa giải cùng với chúng tôi. Tất cả các quan lại và quân dân trai gái gồm có hơn một vạn người, chúng tôi đều thu nuôi cả, không phạm đến mảy may.

Nay tôi lại nghe thấy, triều đình lại sai tướng quân đem đại quân đến bờ cõi (nước tôi); *không biết rõ đạo quân ấy là quân cứu viện chăng? Hay là quân đến đóng giữ chăng? Hay lại là quân đến làm việc lập lại họ Trần chăng? Các ông ví xét rõ sự tình thời thế, đóng đại quân lại rồi đem việc hòa giải của tất cả các quan lại quân dân nói trên kia, làm tờ sớ tâu rõ công việc về triều đình, tôi cũng liền lập tức cho đúc người vàng, mang tờ biểu, tiến cống thổ sản địa phương. Còn các bầy tôi trong triều may ra biết đem đường lối thẳng thắn* (can ngăn Vua) *lại làm việc dấy kẻ bị diệt, nối lại dòng kẻ mất gốc, mà tránh được việc phi lí dùng binh đến cùng, khoe khoang võ lực như đời Hán, Đường. Sai một vài đặc sứ dụ dỗ bằng lời nói êm ấm để tha tội cho nước An Nam. Làm như thế thì các ông có thể ngồi yên đó mà hưởng thành công. Mà nước lớn sẽ làm trọn được đạo "lạc thiên"; nước nhỏ cũng tỏ được hết lòng thành thực "úy thiên". Như thế há chẳng tốt đẹp lắm ru!"* **Quân Trung Từ Mệnh Tập**, b 6.

Lại một bức thư thứ hai, nhân danh Bình Định vương Lê Lợi cảnh cáo Liễu Thăng chớ hung hăng hiếu chiến; hãy lui quân ra khỏi bờ cõi, sẽ thông hiếu hòa bình:

"***Thư gửi Liễu Thăng***.

Thư bảo cho các vị tổng binh của Thiên triều. Ta nghe:

Quân của Vương giả chỉ có dẹp yên mà không có đánh chém. Việc làm nhân nghĩa cốt để yên dân. Trước đây gửi thư, chính là muốn Trung Quốc mở rộng đường vỗ yên, nước nhỏ hết lòng thành kính nể. May ra cái tệ thích khoe khoang, ưa lập công của nhà Hán, nhà Đường từ đây hết đi, mà đạo của vua Thang vua Vũ dấy nước bị diệt, nối dòng đã tuyệt, lại thấy cử hành, không biết thư trước có đến các ông hay không?

Nay nghe thấy đại quân thốt nhiên đến bờ cõi; tôi thật vừa sợ vừa mừng: đây là quân cứu viện chăng, hay sẽ làm việc dấy nước đã diệt, nối dòng đã tuyệt chăng? Trước đây hơn hai mươi năm, binh đao liền liền, tai họa lắm lắm. Quân lính của Trung Quốc mười phần không còn một phần. Dân vô tội của nước nhỏ tôi gặp nhiều sự chết uổng. Cái lấy được không đủ bù cho cái mất, sự thu hoạch không bõ vào sự mất đi. Nói đến việc ấy, chắc các ông không thích nghe.

Nay, nước tôi tìm được người cháu ba đời của họ Trần ở đất Lão Qua đã hợp lòng mọi người. Ngày tháng 11 năm nay [có lẽ vào năm ngoái đúng hơn], *nước tôi đã sai đúc hai pho tượng người bằng vàng, sắp đủ đồ sản vật địa phương để tiến cống, sai người đến kinh tâu bày. May ra cuộc bàn của đại đình lại tuân theo điều chương của Thái tổ* (hoàng đế), *và sự lý trong tờ chiếu để lại cho Thái tông hoàng đế, thì đó là sự may cho nước Giao Chỉ chúng tôi, và sự may lớn cho cả thiên hạ.*

Các ông là tướng lão luyện của Thiên triều vâng mệnh đem quân ra cõi ngoài, công việc ngoài đô thành, mình tự chuyên là được rồi. Sao không xét rõ thời nghi, tùy tiện sắp việc, lui quân ra ngoài bờ cõi, sai một viên sứ giả mang một lá thư đến, xem hư thực, rồi sau đem công việc nên làm ở trên đây xin mệnh lệnh của triều đình, may được chuẩn y, thì bọn các ông không phải khó nhọc lòng sức mà hưởng thành công. Nếu đình nghị không bằng lòng thì lúc đó tiến quân cũng chưa muộn gì. Nay, các ông không nghĩ đến việc ấy, đem quân cô độc đi sâu vào đất người, cầu may nên được công việc. Tôi không cho việc làm ấy của các ông là phải. Và lại, con ong cái bọ còn có cái nọc, huống chi người trong một nước, tôi há lại không có người nào là người có mưu kế dũng lược hay sao? Các ông chớ cho nước tôi là ít người mà coi thường. Đến lúc ấy thì lòng thành của nước tôi thờ nước lớn thực có phần thiếu, mà các ông hối lại sẽ không kịp nữa. Kể ra cứu đám đánh nhau, không nên đánh đập, gỡ mối rối loạn chớ nên tay không. Nay các ông quả muốn cứu đám đánh nhau chăng? Muốn gỡ mối rối loạn chăng. Xin chớ có đánh đập, chớ có tay không khiến cho người giận lại càng giận thêm mà rối loạn lại càng rối loạn thêm. Thư này đến nơi, kính mong trả lời cho biết." **Quân Trung Từ Mệnh Tập**, b 7.

Thư gửi cho Bảo định bá Lương Minh và Thượng thư Hoàng Phúc được gửi đi ngay sau khi Tổng binh Liễu Thăng bị phục kích tử trận vào ngày 20 tháng 9 [10/10/1427]; nội dung khuyên lui quân ra khỏi bờ cõi, sẽ sẵn sàng mở đường cho đi:

"***Thư gửi Lương Minh Hoàng Phúc.***

Thư gửi các ông: quan tổng binh là Bảo định bá tên là Lương Minh, quan Thượng thư Hoàng Phúc.

Tôi thường nghe, binh cốt để bảo vệ cho dân, không phải là để làm hại dân, dẹp yên để không phải giết, không phải là để giết nhiều người. Cho nên có câu rằng: "Binh là bất đắc dĩ mới phải dùng". Điều mà có thể thôi được hay không thể thôi được, không phải là bản tâm của thánh nhân. Nay các ông đem quân đi sâu vào (cõi đất người) *chính là bị hãm vào thế trong miệng cọp, muốn tiến không được, muốn lui không hay. Còn ta thì nhân thế chẻ tre, sau khi chẻ được mấy đốt, cứ lọng lưỡi dao mà chẻ đi, thực không khó gì. Nhưng ta vẫn nghĩ đến nghĩa nước nhỏ thờ nước lớn, có mặt trời soi trên, không dám thiếu lòng* (thành kính). *Cho nên nhiều lần phải, gửi thế là sự không may lớn cho cả nhân dân thiên hạ. Sao có thể thôi được mà không thôi hẳn.*

Trước đây, các thành Tân Bình, Thuận Hóa, Diễn Châu, Nghệ An và Tiền, Hậu Vệ, Thị Cầu, Xương Giang, Tam Giang đều đã mở cửa thành, cởi giáp cùng ta hòa giải. Phàm hết thảy quan quân, đàn ông, đàn bà, lớn bé cộng mấy vạn người, ta đều thu nuôi tất cả, không xâm phạm một chút nào. Xin các ông lui ngay quân ra ngoài bờ cõi, ta tự dẹp mở lối về, cho các ông được thung dung đem quân về, ta sẽ đem các quan lại đàn ông, đàn bà nói trên kia trao tất cả ở ngoài bờ cõi. Như thế thì các ông có thể ngồi hưởng thành công mà Nam, Bắc từ nay vô sự, há chẳng hay ư? Nếu có thể thôi được mà không thôi, là do các ông không biết dập tắt lửa đi để cho nó tự cháy lên, không phải là tội của ta vậy. Thư nói không hết lời." **Quân Trung Từ Mệnh Tập**, b 8.

Tiếp đến có 3 lá thư gửi chung cho các tướng hiệu nhà Minh; bảo rút quân ngay ra khỏi biên giới, hứa sẽ đem các quan lại quân nhân bị bắt tại các thành về nước, và dâng biểu triều cống. Nếu còn có ý trông đợi quân Vương Thông tại thành Đông Quan, hoặc quân Mộc Thạnh tại cửa ải Lê Hoa. Thực tế quân tại thành Đông Quan chỉ cách một ngày đường, đã không đến thì không bao giờ dám đến; quân Mộc Thạnh tại biên giới, sau khi thấy được bằng chứng Liễu

Thăng thua trận, đã vội rút về. Cuối cùng tối hậu thư, hẹn trong 3 ngày, phải rút về nước:

"***Đầu mục nước An Nam kính gửi các vị tỳ tướng của thiên triều.***

Tôi nghe: quân của Vương giả, cốt trên thuận lòng trời, dưới hợp lòng người. Nay các ông vâng mệnh đi đánh dẹp, chỉ nên trên xét lòng trời, dưới thuận việc người. Trước đây cái tai họa đắm thuyền (12), *thì trời đã răn bảo rõ lắm. phàm quan đi qua một đường nào, việc chạy trốn hại thường thường có đến bao nhiêu người, nhân dân chứa oán lại quá lắm. Các ông bỏ việc ấy không xét đến mà xông pha nguy hiểm, khinh xuất tiến quân. Kinh Dịch có câu nói rằng: "Quân đi phải có kỷ luật, nếu không có kỷ luật thì dẫu phải, cũng gặp sự không hay". Huống chi lòng trời lòng người đã như thế mà các ông còn cố gượng cứ làm, thì tự mua lấy thất bại, há chẳng đáng ư? Và lại, bọn An Viễn hầu* (Liễu Thăng) *Bảo định bá* (Lương Minh), *Lý thượng thư* (Lý Khánh) *lại nối nhau bị chết, quân không người thống lĩnh, và không theo kỷ luật, chẳng bại vong sao được. Xin các ông nên chóng lui quân, đóng lại ở đất Long Châu, Bằng Tường, tôi lập tức đem ngay các quan lại quân nhân đã bắt được ở các thành đến ngoài cõi, trả lại hết cả. Và đem người vàng đã đúc, sai người đi theo, dâng biểu vào cống để nước nhỏ tôi được hết lễ thờ nước lớn, mà nước lớn được hết đạo vỗ yên người xa. Làm một việc mà được hai điều lợi, hai bên đều tốt cả. Thế không phải là may lớn cho nhân dân cả thiên hạ ư? Các ông nếu còn dùng dằng lâu ngày, chứa lòng nghi ngờ, làm hỏng mưu kế, tôi sợ rằng các ông sẽ chết vùi xương trong bụng cá ở Xương Giang* [sông Thương], *còn có ích gì đâu?*

Thư này gửi đến, kính xin trả lời cho biết." **Quân Trung**

Từ Mệnh Tập, b 9.

*"**Đầu mục nước An Nam thư gửi các vị tỳ tướng thiên triều.***

Trước đây, mấy lần gửi thư, nói về việc thành hay bại của nhà nước và nỗi vui hay buồn của nhân dân. Những việc ấy rất là quan trọng. Người có chí vỗ yên bờ cõi há chẳng xót xa ư! Tôi không biết lá thư trước đây có đến nơi hay không?... Lòng của người nhân nhân quân tử, há lại dửng dưng như thế được sao?

Xưa nay đồ binh là thứ hung bạo, đánh nhau là việc nguy hiểm; thánh nhân bất đắc dĩ mới phải dùng đến. Còn việc đánh nhau đến cùng, thánh nhân vẫn có lời răn. Từ khi (triều Minh) *lấy được Giao Chỉ đến giờ, dụng binh liên miên, tai họa chồng chất, mỗi ngày càng quá lắm. Trừ số người, ngựa, nguyên phái đi đánh trước, và nhiều lần tiếp tục đem thêm đã bị chết hại thì không kể, mỗi năm lại đem sang thêm mấy vạn quân và ngựa nữa. Số quân mà tổng binh đem đến sau, hiện không còn ai. Nay An viễn hầu Liễu đại nhân thống lĩnh đại quân vào cõi, chúng tôi đã gửi thư* (các thư gửi cho Liễu Thăng) *đều khẩn khoản nói: nên trên xét thiên thời, dưới xem nhân sự, may ra nước lớn có thể hết đạo vỗ yên, người xa nước nhỏ được hết lòng thờ nước lớn. Nhưng không may các đại nhân cho là lời nói ấy không đáng nghe, đem quân đi sâu vào cõi nước tôi, quân lính giữ bờ cõi của chúng tôi không làm thế nào được, ví như loài chim cùng thì phải mổ lại, loài thú cùng thì phải đánh lại. Trong khi vội vàng còn thì giờ đâu mà nghĩ đến lễ nghĩa chứ? Đó tuy là tội lỗi của tôi, cố nhiên không thể chối cãi được, nhưng cũng vì các ông khu xử, chưa chắc đều là phải cả. Tính việc ngày nay không gì bằng* (các ông) *lui quân ra ngoài bờ cõi, tôi lập tức đem ngay các quân nhân đã bắt được ở các thành trả lại hết. Rồi đem thư của nước tôi và bản tâu nói rõ đầu đuôi, tâu lên triều đình. May ra mà lời bàn của triều đình ưng cho, thì các ông có thể không mất tiếng tốt, mà Nam, Bắc từ nay vô sự. Đó không những là sự may cho nước An Nam tôi, cũng là sự may lớn cho cả bàn dân thiên hạ. Các ông đều là người Trung Quốc; về đạo nhân nghĩa và lẽ thành bại, được, hỏng xưa nay, ngày thường đã học tập, tất biết rõ rồi, tôi còn phải nói đi nói lại làm gì nữa.*

Thư nói không hết lời." **Quân Trung Từ Mệnh Tập**, b 10.

"***Đầu mục nước An Nam thư gửi các vị tỳ tướng thiên triều.***

Tôi nghe, mưu việc từ trước khi có việc xảy ra, thì khi việc đến dễ mưu tính; việc xảy ra rồi mới mưu tính, thì mưu tính sẽ không kịp. Tôi đã gửi thư đến hai ba lượt không ngại phiền để nói nhiều. Mới rồi lại đã gửi đến một văn bản giãi tỏ chân tình, việc gì cũng nói hết ở trong bản ấy rồi. Các ông nên chóng lui quân ra ngoài cõi, không nên như Giả Hồ (không rõ nghĩa) lưu liên lâu ngày đến nỗi hỏng việc.

Kể ra, Vương giả không lừa dối bốn biển, Bá giả không lừa dối láng giềng, cho nên Văn hầu không tham đánh ấp Nguyên (13), Thương quân [Thương Ưởng] *không bỏ việc thưởng người dời cây gỗ; người mà không có tín thì làm gì được. Ngày nay tôi đã răn bảo quân lính, dẹp mở dường về cho các ông từ Cần Trạm* [Kép, huyện Lạng Giang, Bắc Giang] *đến Khâu Ôn* (14), *nếu thấy đại quân qua lại không được xâm phạm mảy may. Các ông, trọng hạn ba ngày, nên thu nhặt mà đi. Quá hạn ấy mà còn chậm lại, thế là các ông thất tín, không phải lỗi ở tôi vậy. Kinh thi có câu nói: "Người khác có lòng, ta lường tính xem". Chắc rằng các ông sở dĩ ở chậm lại, có ý trông mong vào quân ở thành Đông Quan sang tiếp ứng chăng? Hay là ở quân Vân Nam sang tiếp ứng chăng? Thì, từ Đông Quan đến đây chỉ có một ngày đường, không phải hẹn còn có thể tự đến cứu được, há lại nỡ lòng nào dửng dưng ngồi nhìn không đau lòng hộ ư? Thế thì các ông trông mong về quân thành Đông Quan đã tuyệt vọng rồi.*

Còn như Kiềm quốc công ở Vân Nam trước đây cùng với các ông cũng vâng mệnh trên họp quân ở đấy. Nhưng Kiềm đại nhân tuổi cao đức cả, đã sớm biết lẽ phải, thấy việc làm rõ. vừa mới đến bờ cõi, lập tức sai người dò thăm hư thực, nghe tin trước đây thành trì các xứ Tam Giang đều đã hòa giải, bèn lui quân về Lâm An (15), làm bản tâu về triều. Tôi lại đem những quân nhân của các ông mà tôi đã bắt được đưa đến chỗ Kiềm đại nhân, nói rõ duyên do, bọn An viễn hầu, Bảo định bá, Lý thượng thư bị chết. Kiềm quốc đại nhân đã lui quân về Vân Nam rồi. Thế là bọn các ông trông mong về đạo quân ở Vân Nam lại tuyệt vọng nốt.

Hai mặt trông mong ấy đều đã tuyệt vọng, mà quân nhân mỗi ngày một bị chết, lương thực lại hết thì các ông còn đợi gì mà dùng dằng ở lại không đi chứ? Sao mà xét việc câu nệ, mưu việc không sớm thế? Than ôi, chén nước đã đổ khó mà vét lại được nữa, việc trước đã qua rồi, bỏ việc ngày nay không mưu tính đến, hối sao cho kịp. Thư nói chẳng hết lời."

Quân Trung Từ Mệnh Tập, b 11.

Chú thích:

1. Tướng Tống Tào Bân tấn công nhà Nam Đường, bao vây Kim Lăng. Bỗng ông trở bệnh, không ngó ngàng gì tới

công việc. Các tướng lĩnh đến hỏi thăm bệnh tình của ông, Tào Bân nói rằng: "*Bệnh của ta không thể trị bằng thuốc men được. Vào ngày các ngươi chiếm được thành, nếu các tướng lĩnh của ta có thể nghiêm túc lập lời thề rằng sẽ không giết bừa một người nào, không tham lam trộm cướp bất cứ vật gì, thì bệnh ta sẽ khỏi!*". Các tướng lĩnh đều thắp hương và thề rằng sẽ tôn trọng triệt để quân lệnh này. Nhờ vậy Hậu Chủ Lý Dục và quan tướng cùng dân chúng được bảo toàn tính mạng.

2. Lý Quảng tướng nhà Hán, làm thái thú Lũng Tây. Người Khương làm phản, Lý Quảng dụ hàng. Người Khương hàng hơn tám trăm người, bị Quảng lừa giết cả trong một ngày.

3. Đô đốc Thái là Thái Phúc, trấn thủ thành Nghệ An. Hai quan Đô ty họ Chu, họ Tiết là Đô chỉ huy Chu Quảng và Tiết Tụ ở thành Diễn Châu. Án sát họ Trương có lẽ là Trương Lân ở thành Điêu Diêu, tức thành Tiền vệ của thành Đông Quan. Bố chính họ Kim chưa rõ tên.

4. Đê Vạn Xuân: Tức đê Thanh Trì ngày nay.

5. **Cương Mục** chú Lê Hoa: Theo **Tuyên Quang tỉnh chí**, tương truyền rằng, xưa kia, Lê Hoa thuộc tỉnh Tuyên Quang, về sau bị lấn mất vào Mông Tự thuộc Vân Nam. Vậy chưa biết có đúng không?

6. Chi Lăng: ải hiểm trở nhất trên con đường từ Pha Lũy đến Đông Quan, cách Pha Lũy khoảng 60 km, thuộc xã Chi Lăng, tỉnh Lạng Sơn ngày nay.

7. Mã Yên: Tên nôm là núi Yên Ngựa tại Chi Lăng, một hòn núi đá cao khoảng 40m so với mặt đất, chu vi 300m, nằm ở phía nam cánh đồng lầy lội, muốn qua phải bắc cầu mới đi được.

8. Đây là trận phục kích lớn xảy ra ở Cần Trạm, nay là vùng Kép và một số xóm phía tây nam xã Hương Sơn, huyện Lạng Giang, tỉnh Bắc Giang ngày nay.

9. Trận ngày 28 tháng 9 xảy ra ở Phố cát là vùng đồi đất giữa Cần Trạm và Xương Giang, khoảng xã Xương Lâm, huyện Lạng Giang, Hà Bắc ngày nay. Trận này, Lý Khánh phải thắt cổ tự tử.

10. Khu vực đóng quân của địch ở phía bắc thành Xương Giang, đó là một vùng đồng ruộng và xóm làng rộng lớn gồm xã Tân Dinh thuộc huyện Lạng Giang, tỉnh Bắc Giang ngày nay.

11. Ải Bàng Quan: hay Nội Bàng, ở vùng Chũ, tỉnh Hà Bắc ngày nay.

12. Thư số b15 trong **Quân Trung Từ Mệnh Tập** cũng có đoạn: "Hiện nay có An viễn hầu là Liễu Thăng vâng mệnh triều đình đem hơn 10 vạn quân, đi đến Quảng Tây, đã hai lần sắc thư gọi về, Liễu thăng trót đã mang quân ra, chống lại mệnh lệnh mà cứ đi. Quân đi đến Lễ giang, bị tai họa đắm thuyền, chết đuối đến hơn một vạn người. Đó là, trời bảo cho biết đã rõ lắm rồi".

13. Thời Xuân thu, Tấn văn công đánh nước Nguyên, cho đem lương ăn ba ngày, hẹn ba ngày không đánh được thì về. Hễ ba ngày không hạ được thành, quân xin ở lại để đánh. Văn công nói: "Tín là vật báu của nước, và là cái để cho dân dựa. Được Nguyên mà mất tín, thì dân dựa vào đâu". Liền cho lui quân một xá (30 dặm) để tỏ sự tín (**Tả truyện**).

14. Cần Trạm nay là vùng Kép, Khâu Ôn là vùng thị xã Lạng Sơn. Đó là hai địa điểm trên đường từ Pha Lũy đến Xương Giang.

15. Lâm An là một phủ thuộc Vân Nam Trung Quốc.

82. Bình Định Vương Lê Lợi: Thời kỳ khởi nghĩa (11)

Sau chiến thắng tại Chi Lăng, Cần Trạm, tiêu diệt đạo quân cứu viện của Liễu Thăng; Bình Định vương sai gửi thư đến Thành sơn hầu Vương Thông, phân tích cho y cơ hội cuối cùng để rút quân trở về, mang lại hòa bình cho hai nước:

"***Thư cho Vương Thông.***

Kể ra, nhà lớn gần xiêu, một cây gỗ khôn hay chống đỡ; đê dài sắp vỡ, một vốc đất khó thể chi trì. Nếu không biết lượng sức mà cứ cưỡng làm, thì ít khi không thất bại. Việc ngày trước bất tất bàn nữa. Lấy sự thể ngày nay mà nói, chỗ trông cậy của các ông chỉ là quân cứu viện mà thôi. Ngày tháng giêng năm nay, có sắc cho bọn An viễn hầu, Bảo định bá, Thôi đô đốc, Hoàng thượng thư, Lý Ngự sử (Lý Khánh) *cùng thổ quan là Nguyễn Huân* (viên Hữu bố chánh sứ người Việt) *đem quân sang, hẹn trong tháng 4 tiến binh vào cõi Giao Chỉ. Rồi trong một tháng* (theo **Toàn Thư** ngày 18 tháng 9 [8/10/1427]) *quân đến cửa ải của ta. Quân sĩ ở biên giới của ta dụ quân ấy đến ải Chi lăng. Ngày tháng 2* (theo **Toàn Thư** ngày 20 tháng 9 [10/10/1427]) *năm nay quân ta đánh một trận mà tan vỡ, binh mã quân tiên phong nhất thời quét sạch, mà tổng binh An viễn hầu thì chết ở trận tiền. Đến ngày 25* (15/10/1427), *quân ta lại đánh trận nữa, mà toàn* *quân tan hết; Bảo định bá thì tử trận, còn bại quân chạy tản vào rừng đều bị quân ta bắt được. Việc đến như thế, cũng không phải là ý tôi muốn, mà do tướng sĩ thủ biên của tôi làm thôi, khiến tôi lại thêm nặng lỗi. Ngài cầm quân nhân nghĩa, khi tới cõi Giao Chỉ đã biết lấy cái họa cùng binh độc vũ làm răn, xem bức thư ngài tâu xin lập họ Trần thì ân ý của ngài không nỡ phụ. Nay lấy một thành Đông Quan cỏn con, đem cả nước lại vây mà đánh, vẫn là rất dễ, song tôi sở dĩ làm như thế này, chính là cảm cái ơn ngày trước của ngài, lại để trọn cái lễ nước nhỏ thờ nước lớn. Nếu ngài biết chỉnh đốn quân sĩ, cởi giáp mở thành, lại theo lời ước trước, thì ngài có thể toàn quân về nước, mà cái tệ hiếu đại hí công* (ưa bành trướng, ham lập công) *của Hán Đường, từ đây chấm dứt, và cái đạo hưng diệt kế tuyệt* (phục hưng nước bị diệt, nối dòng bị đứt) *của Thang Vũ lại thấy cử hành. Thế chẳng tốt đẹp hay sao? Nếu còn do dự chưa quyết, tướng sĩ của tôi nhọc về chinh chiến, bỏ cả nông tang, quyết tâm đánh gấp, thế không thể ngăn. Đến lúc bấy giờ thì làm sao được nữa. Như thế lại càng thêm nặng lỗi cho tôi thôi. Thư này tới nơi, cúi xin trả lời cho biết.*" **Quân Trung Từ Mệnh Tập**, a 42.

Mộc Thạnh, với nhiệm vụ hành quân phối hợp với Liễu Thăng, điều cánh quân Vân Nam đến cửa ải Lê Hoa; bấy giờ viên tướng già này tỏ ra chần chừ, ngóng trông thành bại. Xử trí với cánh quân này, phía nghĩa quân nhân danh Trần Cảo, hậu duệ nhà Trần; khuyên y bãi binh, chuyển lời tâu về triều đình với lòng thành xin phục hưng nước bị diệt, nối dòng dõi nhà Trần bị dứt:

"***Cháu ba đời Vua nhà Trần nước An Nam trước là Trần Cảo, thư gửi quan Tổng binh Vân Nam Kiềm quốc công cùng các vị quyền ba ty xét.***

Tôi thường nghe: đạo người quân tử làm trọn cái tốt đẹp của người khác; lòng người có nhân thường muốn đạt ý người khác lên người trên. Trước đây tôi gửi thư đến nói về việc quan hệ giữa nhà nước thành hay bại, cùng sinh dân vui hay buồn. Người có lòng muốn yên dân, há chẳng chạnh lòng thương xót ư? Nay đã mấy tháng rồi, không biết thư tôi gửi khi trước có đến đại nhân hay không, mà không từng thấy một chữ nào trả lời cho biết. Lòng của người có nhân lại im lặng như thế ư? Kể ra đồ binh là thứ hung bạo, đánh nhau là việc nguy hiểm. Thánh nhân bất đắc dĩ mới dùng đến. Còn việc dùng binh đến cùng, cậy vào vũ lực là điều mà xưa nay vẫn răn dạy. Từ khi quân nhà vua dẹp yên cõi Giao Chỉ đến giờ, binh đao liền liền, tai vạ chồng chất, một ngày một quá lắm. Người Trung Quốc thì bị đòi bắt tần phiền, quân và ngựa đều bị chết. Cái mà lấy được không bù cho cái mà bị mất, cái mà cướp được không chữa được vết tổn thương. Trừ ra, nguyên số quân đi đánh lần trước, và nhiều lần tiếp tục, quân và ngựa chết hại không biết đâu mà tính, thì không kể; năm ngoái, lại điều phát quân và ngựa ở ba tỉnh Vân Nam, Tứ Xuyên, Quí Châu hiện nay mười phần không còn một phần. Cứ xem thế, (thì người xưa) *bảo đồ binh là thứ hung bạo, đánh nhau là việc nguy hiểm, há chẳng đúng lắm ru? Từ tháng 11 năm ngoái trở về sau, các xứ Tân Bình, Diễn Châu, Nghệ An đều đã cởi áo giáp ra ngoài thành cùng với chúng tôi bàn việc hòa giải. Các vị tổng binh quan Thành sơn hầu, Vinh xương bá, các quan Đô đốc họ Phương, họ Mã, họ Thái, Thái giám Sơn Thọ đều trong tháng 4 năm nay, đã mở cửa thành cởi áo giáp (1). Tất cả hết thảy quan viên quân nhân và người trong các thành, cộng mấy vạn người, tôi đều thu nuôi, không xâm phạm mảy may. Chỉ đợi ngày chiếu thư ban xuống thì đem trở về đủ số. Các đại nhân đều là nhân nhân quân tử, há lại không biết rõ nghĩa giao thiệp của với nước láng giềng cùng đạo vui trời, sợ trời. May ra được* (đại nhân) *đem ý trong thư trước của tôi chuyển tâu về triều đình rồi truyền bảo cho tôi biết ý định của triều đình để cho dân vô tội cõi Giao Chỉ tôi được thoát mình khỏi nước sôi lửa bỏng mà quân đi đánh dẹp của Trung Quốc được về quê hương; thế làm làm một việc mà được hai điều tiện lợi. Nếu không thế, chỉ chăm đòi bắt quân lính lại sang lần nữa, các ông đã biết rõ lời răn từ xưa tới nay về viêc cùng binh độc vũ, há chẳng thấy thế mà sờn lòng ư? Kính xin trả lời cho biết."* **Quân Trung Từ Mệnh Tập**, b 12.

Trong thời điểm đương đầu với đạo quân Liễu Thăng từ Quảng Tây xâm nhập; Bình Định vương Lê Lợi ra lệnh các tướng đặt mai phục đạo quân Vân Nam, chớ giao chiến vội. Đợi đến khi quân Liễu Thăng thua, bèn đem những sắc thư, phù ấn của Liễu Thăng đưa đến chỗ quân Mộc Thạnh; kèm bức thư sau đây, nhằm lung lạc lòng quân địch:

"***Thư của Đầu mục nước An Nam kính gửi Tổng binh quan. Thái phó, Kiềm quốc công xét.***

Tôi nghe, trời đất sinh muôn vật, tất trước phải có sấm sét làm vang động, rồi mới gia ơn mưa móc; thánh nhân trị nhân dân, tất phải đặt ra hình phạt để ngừa phòng rồi mới làm việc giáo hóa. Cho nên, vua Thành Thang đánh nhà Hạ là có ý đẩy nước đã mất lên làm làm vững người hiện còn; vua Vũ Vương đánh nhà Thương là có ý đẩy nước đã diệt mà nối dòng đã tuyệt. Lòng của thánh nhân, tức là lòng của trời đất về việc ban mệnh, về việc đánh dẹp, một khi vui mừng, một khi tức giận, toàn là do lòng chí công của trời đất, không có mảy may ý riêng ở đó. Trước đây (Hồ Quí Ly) *làm việc không có đức, Thái tông hoàng đế dấy quân hỏi tội;*

sau khi dẹp yên rồi, xuống chiếu tìm con cháu họ Trần, để giữ việc thờ cúng; thế thì đối với cái nghĩa làm vững người hiện còn, dấy nước bị diệt, há chẳng cùng một đường lối với vua Thang, vua Võ hay sao? Không may mà các quan coi biên giới tâu man là con cháu vua Trần đều đã chết hết, rồi đem bọn con cháu họ hàng nhà Trần như Trần Nguyên Hy, Trần Sư Trinh, Trần Nguyên Chỉ, vài mươi người đem về kinh sư, đem an trí mỗi người một nơi (2). Thế há chẳng rõ ràng là lừa dối triều đình ư?

Tự khi ấy đến giờ, binh đao liền liền, tai họa chồng chất, hơn hai mươi năm không được yên nghỉ. Cái mà lấy được không bù cho cái mất đi, số người bắt được không bõ với số người chết đi. Huống chi, nếu lấy được đất An Nam, không thể cho dân Trung Quốc đến ở được, bắt được dân An Nam không thể dùng để phục dịch cho Trung Quốc được. Thế thì được hay hỏng, lẽ phải hay trái, há chẳng rõ ràng lắm ư?

Kính nghĩ đại nhân là họ thân của nhà vua được ủy nhiệm cho việc nặng nề như ông Chu, ông Thiện ngày xưa. Trên chín lần [cửu trùng, Vua] *yêu dấu trông cậy, dưới muôn dân thấp thỏm ngóng trông. Ra làm tướng võ, vào làm tướng văn, thiên hạ yên hay nguy quan hệ ở mình. Văn sư võ bị không phải người thường tài có thể sánh kịp, nên mới vâng mệnh sang cõi Nam lấy đức vỗ về, mà người nào cũng vui lòng. Sau khi đem quân về thì công ơn để lại dân, còn nhớ mãi, chẳng khác gì cây cam đường của Thiện công nhà Chu (3) xưa kia.*

Nay lại vâng mệnh sang chầu lần nữa, đóng quân ngoài cõi, có thể tưởng thấy sự tiến hay dừng của đại nhân, vững chắc như gò núi. Về sự việc thấy sáng suốt, biết việc được sớm, tất người khác không thể theo kịp. Nay đem thực sự bày tỏ hết để đại nhân rõ:

Ngày tháng 9 năm này, An viễn hầu Liễu Thăng thống lĩnh đại quân đến địa phận thành Khâu Ôn. Tôi đã hai ba lần gửi thư nói kỹ về thiên thời, về nhân sự; nói đi nói lại không ngại rờm lời, mà Liễu công cho lời nói của tôi là không đáng tin, bèn mạo hiểm tiến quân vào sâu chuyên việc chém giết, ý định giết hết không để sót người nào (4). Nhưng không biết đạo trời ưa sống, lòng người ghét loạn. Thành hay bại, phúc hay họa, chỉ trong khoảng trở bàn tay thôi.

Ngày 20 tháng 9, (Liễu Thăng) tiến quân đến cửa Chi Lăng, quân lính giữ cửa ải của tôi không làm thế nào được, liền phải chống cự lại. Liễu công bị chết tại trước trận, không biết lẫn lộn vào đâu. Bảo định bá, Thái đô đốc, Lý thượng thư cũng bị chết nối nhau. Còn các quân lính đều bỏ trốn chạy tan. Đó tuy cũng là tội lỗi của tôi, cố nhiên không thể chối cãi được, mà cái họa của Liễu công tất phải tự mình chuốc lấy. Người xưa có câu nói: "Cậy vào đức thì tốt, cậy vào sức thì chết", tức là thế đấy.

Nay chúng tôi nhờ ơn của đại nhân như trời đất cha mẹ, nên mới thổ lộ tình thực; mong đại nhân thương cho. Đại nhân đem lòng người quân tử nhân đức, tất sẽ làm việc nhân nghĩa, để cho người đời này đều tiến lên cõi thái hòa, há lại chịu lấy đất chỗ An Nam bé như nốt ruồi, mà làm cho thiên hạ nhọc ư? Trước đây Hóa Châu làm loạn (5), đại nhân còn dung thứ vì tấm lòng hướng thiện của họ, bảo sắp đủ lễ vật, mong cho bản thân được đạt tới triều đình. Nhưng lời bàn của triều đình không ưng thuận, và cứ lo việc tiến đánh. Nay vua tôi nước tôi một lòng, quân lính cùng một chí hướng. Về cái nghĩa kính trời thờ nước lớn không dám bỏ thiếu. Trước đây các thành Tân Bình, Thuận Hóa, Diễn Châu, Nghệ An,

Tiền Vệ, Xương Giang, Thị Cầu, Tam Giang, Trấn Di đều mở cửa thành, cởi áo giáp cùng hòa giải với tôi. Hết thảy các quan lại quân dân cộng mấy vạn người, tôi nhất nhất thu nuôi cả, không xâm phạm đến mảy may nào. Đại nhân quả có lòng thương, tôi xin đem nộp tất cả các quan lại quân nhân nói trên và xin chuyển tâu về triều đình cái việc nói rõ trong lá thư này. May ra lời bàn của triều đình y cho cái ơn của đại nhân như trời đất cha mẹ, mới toàn vẹn được trước sau. Nếu triều nghị không nghe thì chúng tôi dẫu chết cũng không ân hận gì. Nay đem các quân lính của Liễu công mà tôi đã bắt được ấy, đưa trả về doanh (6). *Trừ ra việc hỏi rõ thực hư không kể, trước hết xin đệ trình bản thảo thư riêng chữ viết* (của Liễu công). *Kính xin đại nhân có lòng thương tới mà dạy bảo cho thì may lắm."* **Quân Trung Từ Mệnh Tập**, b 13.

Đạo quân Mộc Thạnh sau khi chứng kiến sự thực, hoảng sợ tự tan vỡ; quân ta truy kích, giết hàng vạn, tịch thu rất nhiều vũ khí:

"Bấy giờ Tổng binh Vân Nam là Kiềm quốc công Mộc Thạnh cùng với bọn Phạm Văn Xảo, Lê Khả, Lê Trung, Lê Khuyển cầm cự nhau ở Lê Hoa. Vua liệu tính rằng Mộc Thạnh tuổi đã già, từng trải việc đời đã nhiều, lại biết tiếng vua từ trước, nhất định còn đợi xem Liễu Thăng thành bại ra sao chứ không nhẹ dạ tiến quân, bèn gởi thư mật, bảo bọn Khả, Khuyển cứ đặt mai phục chờ đợi, chớ giao chiến vội. Đến khi quân Liễu Thăng đã bị thua, vua sai lấy 1 tên Chỉ huy và 3 tên Thiên hộ của giặc mà ta bắt được, cùng những sắc thư, phù ấn của Liễu Thăng đưa đến chỗ quân Mộc Thạnh. Bọn Thạnh trông thấy rất hoảng sợ, trong phút chốc quân hắn tan vỡ tháo chạy. Bọn Văn Xảo và Khả thừa thắng tung

quân ra đánh, phá tan quân giặc ở Lãnh Câu (7) *và Đan Xá* (7), *chém hơn 1 vạn thủ cấp, bắt sống hơn 1 nghìn tên và hơn 1 nghìn con ngựa, còn bị chết đuối ở khu vực thì nhiều không kể xiết. Mộc Thạnh thì chỉ còn một mình một ngựa tháo chạy. Ta thu được chiến khí, của cải, xe cộ nhiều hơn hẳn thành Xương Giang.*" **Toàn Thư**, Bản Kỷ, quyển 10, trang 41b.

Riêng sử Trung Quốc, cố giấu không chép đến sự thảm bại này; chỉ mô tả Mộc Thạnh điều quân vào biên giới:

"***Ngày 26 tháng 10 năm Tuyên Đức thứ 2*** **[14/11.1427].** *Ngày hôm nay quân của Chinh Nam Tướng quân Kiềm quốc công Mộc Thạnh đã đến trại Cao huyện Thủy vĩ* (8), *Giao Chỉ. Cả hai con đường thủy bộ giặc đều chống cự, giao thông bị ngăn trở. Bọn Thạnh đốc suất tạo binh thuyền, sai người tuần thám, tiếp tục theo hành trình mà tiến.*" (**Minh Thực Lục Quan hệ Trung Quốc Việt Nam**, tập 2, trang 176)

Mãi đến năm sau, lúc chiến tranh chấm dứt; quần thần nhà Minh họp nhau đàn hạch Mộc Thạnh; mới lộ việc Thạnh không hăng hái tiếp viện, để cho nghĩa quân thừa cơ chém giết, bỏ cả khí giới y giáp, thành trì thất thủ:

"***Ngày 16 tháng 5 năm Tuyên Đức thứ 3*** **[28/6/1428]**

Công, Hầu, Bá, cùng 5 phủ 6 bộ, Đô sát viện, Đại lý tự, Cẩm y vệ hặc tấu Thái truyền Kiềm quốc công Mộc Thạnh, Hưng an bá Từ Hanh, Tân ninh bá Đàm Trung, ...

... Khi nghe tin Thăng bi hãm, Thạnh không hăng hái phấn đấu tiếp viện, lại dẫn binh rút lui, để cho giặc thừa cơ chém giết quan quân, bỏ cả khí giới y giáp; bọn giặc tranh hoành, thành trì thất thủ. Bọn Thạnh đã làm trái với quân mệnh, nhục nước, chôn vùi quân đội; đáng làm rõ tội, để làm sáng tỏ ý thay trời thảo phạt." (**Minh Thực Lục Quan hệ**

Trung Quốc Việt Nam, tập 2, trang 197)

Về phía thành Đông Quan, Bình Định vương lại viết thư báo tin thêm cho Tổng binh Vương Thông, Thái giám Sơn Thọ và các tướng Minh ở trong thành này biết về sự thất bại của đạo quân tiếp viện:

"***Thư gửi quan Tổng binh, Sơn đại nhân và các vị.***

Ta nghe, người phương Nam, phương Bắc cũng ví như trâu với ngựa, khi tới kỳ sinh đẻ không bao giờ đến với nhau. Trước đây vì Hồ Quí Ly không có đức, mình chết nước mất, hơn hai mươi năm hoạ loạn, khổ cực lắm rồi. Dân mong được bình trị hầu như người đói mong ăn, khát mong uống. Con cháu họ Trần ta nhờ ơn người trước để lại, được người trong nước yêu mến suy tôn, mới được như thế. Nay quan tổng binh mang tiết việt chuyên việc đánh dẹp. Từ ngày vâng mệnh ra đi, được phép tiện nghi làm việc. Và, đại nhân thực không phụ với kí thác long trọng của triều đình. Xem như thư đã tâu lên, thì ý của đại nhân, thực đáng ghi nhớ. Nay đem chân tình thực sự báo cho đại nhân biết. Vào tháng giêng năm nay (năm Đinh Vị 1427), *triều đình sắc cho thái tử thái phó An viễn hầu là Liễu Thăng, đô đốc họ Thôi, thượng thư họ Hoàng* (Thôi Tụ, Hoàng Phúc)... *Ngày 20 tháng này* (10/10/1427), *họ đến cửa ải Chi Lăng, quân giữ cửa ải của ta liền cùng đánh nhau. Liễu Thăng tự mình lên trước, thân đốc quân tiền phong, bị quân ta giết chết. Những quân nhân đi trước thăm dò, đều bị giết hết. Đến ngày 25* [15/10/1427], *trận đánh ở núi Mã Yên* (Chi Lăng, Lạng Sơn), *Bảo định bá trúng phải phi lao bị thương nặng tắt thở ngay. Quân nhu khí giới mất hết không còn gì. Ngày 28* [18/10/1427] *trận đánh ở Cần Trạm* (Kép, Bắc Giang), *Lý Khánh cũng chết nối theo. Về lương thực, xe chở lương, các vật kiện công để thưởng cho quân, bài vàng, súng lớn, súng nhỏ, giáp sắt, đinh ba, cung tên các thứ, tất cả cùng bị quân ta lấy được. Ngày 29* (**Toàn Thư** ghi vào ngày 15 tháng 10 tức 3/11/1427) *lại đánh nhau, quân ta bao vây bốn mặt, bắt sống được các quan và đô đốc Thôi, thượng thư Hoàng hãy còn kia. Quân nhân mấy vạn người bị đói, rủ nhau trốn đi; có người vào rừng núi tự vẫn chết, không thể xiết kể. Ngày nay quân lính của ta, chỉ để giữ nước không lại cùng đánh nhau nữa. Tất cả các quân giỏi mạnh của ta và người có tri thức đều ở xứ khác; duy có bọn già yếu, ốm đau không dùng được, mới cho ở đấy giữ trại mà thôi. Nay nghĩ đến ơn của đại nhân ngày trước, săng sắc không quên, mới đem sự thực về quân tình của đàn trẻ báo cáo về, báo cho tướng quân biết đó thôi. Thư nói không hết lời.*" **Quân Trung Từ Mệnh Tập**, B 14.

Bấy giờ đến giai đoạn phải làm áp lực mạnh cứ điểm then chốt của giặc; Bình Định vương gửi thư tường thuật chi tiết đầu đuôi về thảm bại của đạo quân viễn chinh; từ lúc đương đầu với Liễu Thăng cho đến Lương Minh, Thôi Tụ:

"***Đầu mục nước An Nam là Lê Lợi thư gửi quan Tổng binh Vương đại nhân, Thái giám Sơn đại nhân xét***.

Tôi thường nghe: thời có nước thịnh suy, quan hệ ở vận trời; việc có thành bại thực bởi tại người làm. Nay thử lấy những việc đã qua, kể ra từng việc để các đại nhân rõ, rồi sau lấy việc ngày nay bày tỏ sự thực, có nên không? Trước đây về giao ước hòa giải, không những lòng của tôi và của các đại nhân đều được yên, mà cả đến lòng quân sĩ của hai nước đều thế, ai cũng vui mừng nhảy nhót tự bảo rằng: cả Nam lẫn Bắc từ nay trở đi đều được vô sự.

Tại sao hai ông Phương và Mã [Đô đốc Phương Chính,

Thái giám Mã Kỳ] *cố chấp ý riêng của mình, nệ mà không thông, đến nỗi làm ngăn trở việc hòa ước của hai bên. Thế tức là người xưa có câu: "Một lời nói làm hỏng việc" há chẳng đáng tin sao? Từ đấy biến thân thiết làm thù địch, chuyển yên làm nguy. Hàng ngày chỉ nghĩ việc đánh nhau, lại làm cho kẻ không có tội bị gan óc dây đầy cỏ nội, khí tức giận xông lên tận trời. Nước lớn lỗi đạo giải hòa, vỗ yên người xa, nước nhỏ thiếu lễ kính trời thờ nước lớn. Xét ra việc làm ấy là lỗi của ai? Song việc trước đã qua, thực không thể lấy lại được. Hiện nay có An viễn hầu là Liễu Thăng vâng mệnh triều đình đem hơn 10 vạn quân, đi đến Quảng Tây, đã hai lần sắc thư gọi về, Liễu Thăng trót đã mang quân ra, chống lại mệnh lệnh mà cứ đi. Quân đi đến Lễ Giang, bị tai họa đắm thuyền, chết đuối đến hơn một vạn người. Đó là, trời bảo cho biết đã rõ lắm rồi. Còn khi đi đường, người trốn, kẻ chết kể có đến hàng vạn người, lòng người không thuận, lại có thể thấy rõ hơn đấy. Khi đến Nam Ninh, lại có sắc chỉ đòi về, đó là bởi các quan ở trong triều tất có người biết thời thông biến, biết đem chính đạo can vua, muốn cho thánh thượng lại làm như việc dấy lại dòng giống đã tuyệt, nối lại cho nước đã bị diệt, như vua Thang, vua Vũ ngày xưa, mà không bắt chước việc làm thích khoe khoang, ưa lập công của nhà Hán, nhà Đường, Liễu Thăng không nghĩ đến mức ấy, không xét thời trời, không biết việc người, chỉ lấy việc chém giết làm oai, ý muốn đánh giết không sót người nào. Đã trái lòng người lại trái mệnh vua,* (Liễu Thăng) *tiến quân đến cửa ải Chi Lăng, cùng với quân lính giữ cửa ải ấy của ta đánh nhau kịch liệt một trận, rốt cuộc bị quân ta giết chết. Còn lại Bảo định bá* (Lương Minh) *lại thu họp tàn quân, ngày 25* (15/10/1427) *tiến ra Cần Trạm* (Kép, Bắc Giang), *lại bị quân ta giết chết; Lý thượng thư* (Lý Khánh) *cũng bị chết tại trận, duy có Thôi đô đốc một mình chạy thoát, thì lại tức tối không thể thôi được, ngày 28 tiến quân đến phố Cát, lại bị quân ta đánh cho thua, quân nhân đều mạnh ai nấy chạy, ẩn trốn tan nát, khí giới cũng bị mất hết chỉ còn lại hơn một vạn quân, quân ta đến nơi bao vây bốn mặt, muốn tiến không hay, muốn lui không được. Đến nay, đã 1 tháng, 14 ngày (9), lương thực hết cả, quân nhân chết đói xác chất thành núi. Kế cùng sức hết, bèn xông vòng vây mạo hiểm ra đánh, từ giờ mão đến giờ thân, sức không thể chống được. Quân của Thôi công, lại ngay khi đó bị đánh giết gần hết, chỉ còn lại người gầy yếu ốm đau, tự mở cửa trại ra hàng. Ta tuy không giết chết, cũng là bởi Thôi công trái mệnh trời, rước lấy tai họa. Mà câu nói là: "Việc thành hay bại, thực bởi người làm ra", há chẳng đúng lắm ư?*

Ví bằng việc hòa giải đã xong, thì ngày nay tất không có cái họa Liễu Thăng, mà cái ơn của đại nhân như ơn cha mẹ khi trước, quyết không thể quên được. Nay đem chân tình thực ý, phúc báo để cùng biết. Nếu như các đại nhân lại theo đúng ước xưa, tôi mong được Sơn đại nhân sang qua sông cùng họp, tôi sẽ xin lui quân về các vùng Thành Đàm, Ải Giang, để cho đại nhân được thung dung trở về nước. Phàm mệnh trời sở dĩ cầm quyền, đưa ra ý kiến không ngại phiền phức, chính là lấy lòng thành của nước nhỏ thờ nước lớn, muốn mưu việc lâu dài trên thuận lòng hiếu sinh của trời, dưới cứu thoát nhân dân từ trong chỗ nước sôi lửa bỏng. Nếu không thể, xua nhân mệnh vào đám tên đạn, để quyết sống mái, thì tôi xin quyết ý mà làm, cần gì phải nói đi nói lại mãi làm gì?" **Quân Trung Từ Mệnh Tập**, b15.

Bình Định vương sai người đem tù binh và chiến lợi phẩm làm bằng chứng đến thành Đông Quan, cả thành sợ hết vía, không còn tinh thần chiến đấu. Tuy vậy vẫn cho chuẩn bị dụng cụ đánh thành, để thị uy:

"Sai thông sự Đặng Hiếu Lộc giải Thôi Tụ, Hoàng Phúc và tù binh bắt được cùng là song hổ phù và ấn bạc hai tầng của Chinh lỗ tướng quân [Liễu Thăng], *chiến khí, cờ trống, sổ quân... bảo cho thành Đông Đô biết. Bấy giờ quân Minh trông thấy khí giới thu được ở thành Xương Giang đưa tới, lại nghe tin hai đạo quân cứu viện và hai thành Xương Giang và Chí Linh đều đã mất, nhưng trong lòng còn nghi hoặc chưa tin hẳn, vẫn đóng cửa thành cố thủ. Đến đây thấy ta bắt được bọn Phúc, Tụ, thì sợ hết vía, không dám hành động gì nữa.*

Hạ lệnh cho các tướng sĩ sửa soạn rào gỗ, chiến khí để vây thành Đông Quan." **Toàn Thư**, Bản Kỷ, quyển 10, trang 42a.

Vương Thông viết thư trả lời cho Bình Định vương Lê Lợi nhưng còn tỏ ra lo sợ, nghi ngại. Y sợ tự bỏ thành rút quân về thì mang tội với triều đình; sợ ta lừa dối, không bảo đảm cho quan quân Minh được rút về an toàn. Bình Định vương chủ trương khép chặt vòng vây quanh thành Đông Quan và chuẩn bị sẵn sàng lực lượng, phương tiện để khi cần thiết sẽ hạ thành, nhưng mặt khác vẫn kiên trì dụ hàng Vương Thông, mở đường rút lui cho quân Minh; đề ra việc trao đổi con tin, cử Sơn Thọ sang sông họp bàn trực tiếp.

*"**Đầu mục nước An Nam là Lê Lợi trả lời Tổng binh đại nhân, Thái giám Sơn, Mã đại nhân xét**:*

Tôi nghe: lời nói không cứ thực hay dối mà tình không thể tự che giấu được, việc phải có, phải hay trái mà lẽ không thể tự mờ tối được, duy có người trí giả mới có thể phân biệt được. Còn người chấp nhất thủ thường, mà đắm đuối vào việc nghe thấy, tất nhiên có chỗ mờ tối mà vẫn không tự xét ra.

Tôi nay nhận được thư đại nhân gửi đến, nói về thứ bậc lớn nhỏ, tôn ti và chia ra việc trí, ngu, được, hỏng. Lời nói ấy thực là đúng lắm. Phàm xưa nay tôi sở dĩ ân cần đưa ra, ý kiến hai ba lần gửi thư như thế, chính là đúng như lời tôn công đã nói. Nước lớn hết đạo của nước lớn, nước nhỏ hết lòng thành của nước nhỏ. Về việc mưu tính cho nhân dân trong thiên hạ, há chẳng sâu và xa ư? Đại nhân gọi là lễ chính, đạo lớn, trừ ra ngoài hai việc ấy, há lại có đạo lý nào khác nữa ư? Lại bảo rằng: tôi không lấy lối Diễn, Nghệ mà đối đãi với đại nhân, sao câu nói ấy không có lượng rộng thế! Tôi trước đây có bắt được quan và quân các thành, bất tất nói làm gì. Hiện nay lại mới bắt được quân lính đến hơn hai vạn: các cấp thượng thư đô đốc, đô ti, chỉ huy, thiên bách hộ, hơn một trăm người, ngựa 3.000 con, đều là tôi làm sự giả dối mà bắt được chăng? Nay tôi muốn giữ lại mấy vạn người phục dịch cho tôi cũng không ích gì, mà triều đình lại mấy vạn người ấy cũng không tổn gì. Nay tôi liệu tính số quân của các đại nhân ở trong thành, chẳng qua chỉ độ vài mươi vạn người mà thôi. Tôi tuy lại kiếm cách lừa dối để bắt được hết cũng chẳng bổ ích gi cho việc cả. Ví bằng dùng mưu kế dĩ nhiên trong một lúc mà để mối lo cho bốn biển đến mãi vô cùng, thì chi bằng khéo tính việc dài lâu để làm phúc cho nhân dân toàn thiên hạ. Cho nên sao bằng không thấy cái này mà đổi cái kia, bỏ cái ngắn mà lấy cái dài. Do đó mà bàn, thì sự thành thực hay giả dối của tôi có thể biết được.

Nay đại nhân mang tiết việt chuyên việc đánh dẹp, thì việc quân ở cõi ngoài có thể tùy tiện mà xử trí. Huống chi việc binh không thể ở xa mà ức đạc được; việc, có việc hoãn việc gấp, có thể nhất nhất đợi lệnh triều đình được ư? Nay kẻ bày kế cho đại nhân bảo chỉ có việc đánh và giữ, cuối cùng là chết, quyết không có lẽ nào không vâng mệnh mà tự bỏ về. Thế thì câu nói là: "Đại tướng ở bên ngoài, mệnh lệnh của vua có thể có việc không tuân theo cũng được". Câu nói ấy cho là không đáng tin ư? Huống chi bảo rằng: Chết mà có ích cho nước, dù chết cũng đáng. Nếu chết mà không bổ ích gì cho nước thì chết uổng mà thôi. Biết thế nào có ích, thế nào là vô ích? Kia như Trương Tuần giữ thành Thú Dương mà có ý che chắn cho Giang, Hoài. Nếu Giang, Hoài không giữ được thì nhà Đường sẽ nguy. Cho nên cái chết của Trương Tuần là đáng chết, không như thế, chỉ bo bo giữ tiết nhỏ mọn mà chết, làm hại cả tính mệnh của nhân dân trong một thành, thì lòng của người dân giả không làm thế. Nay, bọn các ông giữ một thành trơ trọi, mà tự bảo là chịu chết theo với thành, thế thì thực có bổ ích gì cho nước không? Hay là muốn đợi khi không còn viên đạn nào đều khêu ra cái họa cùng binh độc vũ chăng! Túng nhiên giữ được thành không bị mất thì có bổ ích gì cho Nhà nước? Nếu thành ấy bị hạ, lại có người như An viễn hầu (Liễu Thăng) lại đến, để cho dân nước nhỏ phải mệt mỏi tai họa, thế là lỗi của ai chứ? Đúng như câu nói: "Tham hư danh mà chịu thực họa".

Nếu bảo rằng: một năm không đánh được thì hai năm phải đánh được, cho đến năm năm, mười năm, hết năm này đến năm khác, cũng đến đánh được. Ta sợ rằng đức hiếu sinh của thượng đế tất không nỡ lòng như thế. Nếu quả như vậy là việc làm của đời cuối sắp suy mất. Lẽ nào ngày nay đương buổi thánh minh, mà đại nhân là vị nguyên soái có văn học, há lại không biết nhân dân có tội gì, mà nỡ để cho gặp phải họa hại lâu đến mãi trăm năm mà không dứt ư? Lại nói ngay đến chuyện nhà Hán với Hung Nô, nhà Đường với Cao Ly, đại nhân há chẳng thấy Vũ Đế (nhà Hán) *xuống chiếu bỏ Luân Đài; Thái Tông* (nhà Đường) *rút quân ở Tân Thị về. Hai bậc vua ấy, nếu không biết hối lỗi, thì thiên hạ chẳng suýt nữa nơm nóp lo ư? Sách Truyện* (tức **Luận ngữ**) *có câu: "Ba người cùng đi tất có người là thầy ta, mình chọn lấy điều nào thiện thì theo, điều nào ác thì đổi đi"* (三人同行，必有吾師焉。擇其善者而從之，其不善者而改之 Tam nhân đồng hành, tất hữu ngã sư yên: trạch kỳ thiện giả nhi tòng chi, kỹ bất thiện giả nhi cải chi). *Thế thì người thiện, người ác đều là thầy ta cả. Tôi không biết đại nhân sẽ lấy vua Hán, vua Đường biết hối lỗi là bậc đáng làm thầy ư? Hay là lấy vua Hán vua Đường cùng binh độc vũ là bậc đáng làm thầy ư? Sẽ lấy vua Thang vua Vũ dấy nước đã diệt nối dòng đã tuyệt làm phép nhất định chăng? Hay là lấy nhà Hán nhà Đường thích khoe khoang, ưa lập công làm phép nhất định ư?*

Nay hãy bỏ việc ấy mà bàn (thiết thực ngay): *đại nhân thực cho lời nói của tôi là phải thì nên theo ước trước, xin được Sơn thái giám sang qua sông cùng hội họp. Tôi cũng sai người thân ruột thịt của tôi vào thành trực hầu, để cho lời giao ước được chắc chắn, rồi sau sẽ lui quân ở các vùng Thanh Đàm, Lũng Giang* (sông Đáy) *để cho đại nhân được thung dung đem quân về nước. Phàm các đường sá, cầu đập, lương chứa cung cấp và sản vật địa phương đem triều cống, tờ biểu lời lẽ có lễ độ, các hạng, tôi dã dự bị sẵn. Và các ông Hoàng thượng thư, Thái đô đốc, cũng đã vì tôi dâng một bản tâu lên rồi. Đại nhân nếu có thể suy lòng mình, đặt vào lòng người, thì chúng tôi còn tội gì mà nỡ lòng phụ bạc nữa? Nếu cứ như thế, kéo dài năm tháng chỉ lấy lời nói suông cùng lừa dối nhau, muốn đợi quân khác đến cứu viện, như ngày trước đã làm, ngoài mặt thì hòa giải mà ngầm có mưu khác, rồi đại quân kéo đến, lại để cho tôi phải phía bụng, phía lưng đồng thời phải đương với địch thủ, như thế thì bọn ngu phu ngu phụ cũng còn chẳng tin được, huống chi tôi là kẻ tuy không có mưu trí mà lại tin thế ư? Những việc tôi làm đều là tình ý thực thà, có trời đất quỷ thần soi rọi trên đầu, xét ở bên cạnh. Nếu làm không đúng lời nói đã có mặt trời sáng soi.*

Thư này gửi đến, cúi xin trả lời cho biết." **Quân Trung Từ Mệnh Tập**, b16.

Vào tháng 11 [19/11-17/12/1427], hạ lệnh dâng kế sách ích quốc lợi dân, và kiểm tra xe đánh thành. Phía Minh gửi thư xin giảng hòa, Bình Định vương chấp nhận:

"Mùa đông, tháng 11, hạ lệnh các tướng hiệu dâng kế sách bàn về những việc đương thời, nếu có ích thì được ban thưởng hậu. Kiểm tra xe đánh thành và mang chiến khí của các quân."

"Tổng binh Vương Thông và nội quan Sơn Thọ nhà Minh sai viên thiên hộ họ Hạ mang thư đến giảng hoà, xin mở cho đường về. Vua chấp nhận, lại gởi tặng thổ sản và hải sản." **Toàn Thư**, Bản Kỷ, quyển 10, trang 42b.

Lúc bấy giờ có 2 thành Cổ Lộng và Tây Đô chưa chịu hàng, nhà Vua sai tướng đến dụ, nhưng không thành. Chờ đến sau ngày 22 tháng 11 [10/12/1427] hội thề với Vương Thông thoả thuận cho đem quân về, bèn đem thư của Thông đến các thành này, rồi giải vây cho rút về. Riêng Đèo Cát Hãn, thuộc châu Ninh Viễn [Lai Châu] trước kia theo nhà Minh, nay xin quy thuận:

"Sai bọn Đại tướng Nguyễn Lôi mang thư dụ hàng hai thành Cổ Lộng [huyện Ý Yên, Nam Định] *và Tây Đô* [Thanh

Hoá].” **Toàn Thư**, Bản Kỷ, quyển 10, trang 42b.

“*Sai Đồng tri Nguyễn Mẫn, Nguyễn Lôi mang thư đến hai thành Tây Đô và Cổ Lộng ra lệnh giải vây, vì hai thành này trước đây chưa hạ được.*” **Toàn Thư**, Bản Kỷ, quyển 10, trang 45b.

“*Sai bọn Chủ thư thị sử Trần Hồ đi chiêu dụ châu Ninh Viễn* (sau đổi là châu Phục Lễ, nay là phủ An Tây). *Phụ đạo châu ấy là Đèo Cát Hãn đem binh tướng theo về.*” **Toàn Thư**, Bản Kỷ, quyển 10, trang 42b.

Bình Định vương cho đúc tiền, ghi năm Thiên Khánh, tức niên hiệu của Trần Cảo; lại ban 6 điều dụ các tướng lãnh quân nhân:

“*Ban hành tiền mới đúc (tức là đúc vào năm Thiên Khánh).*”

“*Vua dụ các tướng hiệu, quan nhân 6 điều là:*

1- Kẻ làm tôi con phải trung thành thờ vua, không được làm điều dối trá.

2- Ở với mọi người phải cho ngay thẳng, không được làm điều gian phi.

3- Khi ra trận đánh giặc có bắt được tù binh, chém được giặc không được cướp công của nhau.

4- Có kẻ nào gian ác, phi pháp ở trong quân, trong dân thì phải bắt giữ để trị tội, mà các ngươi cũng phải lấy đó làm gương răn, chớ để tội đến thân mình.

5- Các quan thị vệ chớ cậy mình được yêu quý mà ngược đãi, bắt nạt mọi người.

6- Khi làm việc, lúc lập công, phải tự mình làm gương

trước, để mọi người dưới trông vào bắt chước.” **Toàn Thư**, Bản Kỷ, quyển 10, trang 43b.

Về phía quân Minh, tuy xin giảng hòa nhưng vẫn do dự chưa quyết, mấy lần gây hấn, bị đánh thua. Vua cho đắp lũy kề sát thành, quân Minh ở thế đường cùng đành phải khoanh tay:

“Quan quân vây thành gấp, quân Minh nhiều lần đánh đều thua. Bọn đi kiếm củi chăn ngựa đều bị ta bắt. Vương Thông tuy xin giảng hòa, nhưng vẫn do dự chưa quyết. Các quân ta đắp lũy, Vương Thông lo sợ, đem hết quân ra đánh. Quan quân đặt mai phục rồi giả vờ thua chạy. Quân Minh đuổi theo, quân phục xông ra đánh, phá tan quân giặc. Thông ngã ngựa suýt nữa bị bắt. Quân ta đuổi đến cửa Nam thành, đắp lũy phía ngoài để chẹn giặc. Vua lại thân đốc suất các tướng đắp lũy từ phường Yên Hoa [Yên Phụ, Hà Nội] *đến tận cửa Bắc thành, chỉ trong một đêm là xong.”* **Toàn Thư**, Bản Kỷ, quyển 10, trang 43a.

Việc đắp lũy khiến quân Minh ngờ vực, ảnh hưởng đến hòa nghị; nên Bình Định vương gửi thư cho Vương Thông nói tránh rằng bị quan quân bắn rát, nên quân lính đắp thêm quai nhỏ, để tránh tên đạn:

“***Thư lại gửi cho Vương Thông.***

Tri phủ phủ Thanh Hoá là Lê Lợi thư trả lời tổng binh quan Vương đại nhân và các vị đại nhân và các vị cùng soi xét:

Bữa nọ tôi gửi thư đến, chưa được trả lời, sai thông sự đi nói mồm không có gì làm bằng. Song, việc trước đã qua, khó lấy lại được, từ nay về sau, nên biết hối cải, chớ diễn lại nữa. Đại nhân nếu nghĩ đến nhân dân một phương An Nam, như đứa trẻ chập chững không biết gì, không nỡ để cho kẻ không có tội mà bị giết chết, thì lời nói ngày trước có thể không sai.

Tôi xin lại phiền Sơn đại nhân là người già cả sang qua sông cùng họp với chúng tôi. Tôi cũng sai một hai đầu mục hoặc người thân tín của tôi vào thành hầu tiếp. Tất phải như thế thì lòng ngờ vực của đôi bên mới tiêu tan được. Sau đó, tôi lập tức lui quân, dẹp mở đường về cho quân đại nhân. Phàm đại nhân có truyền bảo gì, tôi đều nghe theo hết. Nếu hoặc không thế, thì muôn nghìn câu nói, sợ cũng đều hão cả thôi. Đêm trước các lộ Thiên Trường, Nam Sách, người canh giữ ở cửa sông Tân Hà, thấy quan quân hàng ngày đánh đuổi, tên đạn bắn xuống nhiều, không nơi náu mình, bèn bàn nhau đắp con đường quai nhỏ, để làm kế náu mình, xin đại nhân chớ có hiềm nghi. Nghĩa lớn một khi đã nhất định, thì mọi việc khác không nên để ý lo ngại. Lòng tôi thực hay dối, lâu ngày sẽ biết rõ. Thư này gửi đến, kính xin trả lời cho biết. Thư nói không hết lời." **Quân Trung Từ Mệnh Tập**, b17.

Tuy muốn giảng hòa, nhưng bọn Vương Thông vẫn sợ rằng, ngày rút quân về, còn có mưu kế gì khác chăng; nên dùng dằng ngờ vực mà không thể quyết được; nên bức thư sau đây nhằm đả thông tư tưởng, củng cố lòng tin bọn chúng:

"Đầu mục nước An Nam là Lê Lợi thư gửi Tổng binh quan đại nhân, Thái giám Sơn, Mã hai đại nhân, các vị xét.

Về việc tôi muốn các đại nhân rút quân về, trước sau chưa từng thay đổi, may mà được thỏa lòng mong muốn ấy, là tự trời. Không may mà không được thỏa lòng mong muốn ấy cũng bởi tự trời. Nhưng, bảo rằng "lấy đất đem cho người, không phải là người làm tôi được tự chuyên", thì tôi thiết nghĩ là không phải.

Từ đời xưa, đế vương trị thiên hạ chẳng qua chỉ có "chín châu" mà nước Giao Chỉ lại ở ngoài "chín châu". Xét ra từ xưa Giao Chỉ không phải là đất của Trung Quốc rõ lắm rồi. Lại khi buổi đầu mới dẹp yên (Giao Chỉ), *Thái tông hoàng đế có chiếu tìm con cháu họ Trần để cho giữ việc thờ cúng. Thế là ý của triều đình vẫn không cho đất Giao Chỉ là đất của Trung Quốc. Vả lại, lời huấn của Thái tổ Cao hoàng đế để lại, hãy còn rõ ràng, cứ theo thế mà làm, có gì mà không nên. Huống chi đất ở ngoài cõi xa không dùng gì, nếu giữ lấy thì chỉ tốn cho Trung Quốc, bỏ đi thì dân Trung Quốc lại có thể sống lại. Thế thì bỏ đi và giữ lấy, nên hay không, tuy đến muôn đời sau ta cũng có lời nói được. Ai bảo là đại nhân ngày nay ở ngoài cửa ngoại thành, rút quân về mà không có danh nghĩa.*

Lại bảo rằng: không có việc nước nhỏ chống lại nước lớn, để cho bốn rợ di trông vào. Thì, như tôi nghe lại khác thế. Kể ra, nước nhỏ sợ trời, nước lớn vui trời, nước lớn nước nhỏ đều được phải đạo cả. Như Thái vương nhà Chu thờ nước Huân Dục; vua Văn đế nhà Hán hòa với Hung Nô. Hai vua ấy há chẳng đáng làm phép cho muôn đời sau ư? Vả lại, tôi nay muôn dặm vượt thuyền, trèo thang, đúc vàng làm người, dâng bản tâu tạ tội, xưng làm bầy tôi nộp cống phẩm, lại đem những quan quân đã bắt được quân hơn mấy vạn người, ngựa hơn mấy vạn con, và Hoàng thượng thư, Thái đô đốc cùng đô ti chỉ huy, thiên bách hộ hơn một vạn người, đều trở về kinh sư hết. Thế là tôi dám kháng cự với nước lớn ư?

Lời bàn của triều đình nếu biết lại lấy điều chương của Thái tổ Cao hoàng đế và tờ chiếu của Thái tông Văn hoàng để lại đem ra mà làm, thì ai bảo không phải là để cho bốn rợ, muôn nước trông vào? Tôi nghe: đấng vương giả trị nước ngoài, coi như là không thèm trị để mà trị; chưa nghe thấy làm nhọc dân, đem quân để làm việc ở chỗ đất vô dụng mà làm cho bốn rợ, muôn nước trông vào bao giờ. Tôi không biết ý của đại nhân thế nào?

Vả lại, đất Giao Chỉ từ mấy năm nay đến giờ, trồng dâu làm ruộng đều thất nghiệp, cùng nhau đau xót kêu gào. Hoặc còn giờ bảo rằng: nếu quân nhà vua không rút về thì đánh nhau không bao giờ thôi. Vả lại, chiếu lệnh của thiên tử, biết rõ có xá tội chăng? Hay lại hỏi tội cũng chưa biết chừng. Ngày nay, quân nhà vua tiến hay dừng lại, do ở đại nhân đạt quyền thông biến mà thôi. Tôi xem trong thư gửi đến đã nói, và suy xét rõ lời nói của đại nhân, chẳng qua (đại nhân muốn) *bảo là nghị luận là việc làm của tôi đều không tin được.* (Đại nhân) *sợ rằng, ngày rút quân về, hoặc có mưu kế gì khác chăng. Cho nên dùng dằng ngờ vực mà không thể quyết được.* **Kinh Thi** *có câu: "Người khác có lòng, ta lường tính xem". Tôi sở dĩ cần quyền gửi thư, đi đi lại lại không dứt, chính là ơn của đại nhân như trời đất cha mẹ, không ngày nào quên, mà cái lẽ nước nhỏ thờ nước lớn lại không thể thiếu được. Có thể may ra sẽ không còn lo về sau nữa. Nếu không, như người trước đã bảo: "Có đất thì phong lại còn xin gì"? Như thế thì tôi quyết ý không cùng đi lại với đại nhân nữa, còn đợi gì rút quân hay không rút quân? Cúi xin đại nhân thương đến cho, may lắm."* **Quân Trung Từ Mệnh Tập**, b18.

Rồi Vương Thông xin hội thề giảng hoà, nhà Vua chấp nhận; ra lệnh đắp đường, chuẩn bị thuyền bè, giúp cho quân Minh trở về nước:

"Vua đã cho quân Minh giảng hòa, hạ lệnh cho Bắc Giang, Lạng Giang sửa cầu đắp đường, lại hạ lệnh cho các lộ chuẩn bị thuyền ghe, buồm chèo đưa tới quân doanh giao cho chúng về nước."

"Ngày 22 [10/12/1427], *vua cùng với Tổng binh quan nhà Minh Thái tử thái bảo Thành Sơn hầu Vương Thông, Tham tướng hữu đô đốc Mã Anh, Thái giám Sơn Thọ, Mã Kỳ, Vinh xương bá Trần Trí, Anh Bình bá Lý An, Đô đốc Phương Chính, chưởng Đô ty sự đô đốc thiêm sự Trần Tuấn, Đô chỉ huy thiêm sự Trần Hựu, Giám sát ngự sử Chu Kỳ Hậu, Cấp sự trung Quách Vĩnh Thanh, Hữu bố chính sứ Dặc Khiêm, Hữu tham chính Lục Quảng Bình, Tả tham chính Hồng Bình Lương, Lục Trinh, Án sát sứ Dương Thì Tập, Thiêm sự Quách Đoan, hội thề ở phía nam thành. Họ hẹn đến ngày 12 tháng 12 thì đem quân về nước và sai người đem tờ trình xin trả lại đất đai cho ta."* **Toàn Thư**, Bản Kỷ, quyển 10, trang 43a.

Sử Trung Quốc cũng xác nhận sự kiện này; cho biết sau hội thề có yến tiệc, hai bên trao đổi quà tặng:

"***Ngày 24 tháng 10 năm Tuyên Đức thứ 2*** **[12/11/1427].** *Quan Tổng binh Giao Chỉ Thành sơn hầu Vương Thông tập hợp đông quân dân quan lại tại bờ sông thuộc vòng đai phòng thủ, lập đàn cùng Lê Lợi thề, ước hẹn rút quân; sau đó ban yến tiệc, tặng hàng dệt kim tuyến, lụa nõn hoa văn hai lớp trong ngoài. Lê Lợi cũng tạ bằng bảo vật."* (**Minh Thực Lục Quan hệ Trung Quốc Việt Nam**, tập 2, trang 175)

Bấy giờ quân dân ta căm giận lũ giặc tham tàn, muốn giết sạch chúng; nhưng Nguyễn Trãi xem mật thư, viết rõ tình hình địch không còn ý chí chiến đấu, nên nhà Vua chấp nhận giảng hòa:

"Khi ấy, các tướng sĩ và người nước ta, khổ vì bọn giặc tàn ngược đã lâu, rủ nhau cố xin với vua rằng giặc nhiều mánh khoé biến trá, phải dùng quân mà đánh thắng chúng, khuyên vua hãy giết chúng đi. Chỉ có Hành khiển Nguyễn Trãi tham mưu ở nơi màn trướng, đã xem thư bọc sáp của Thông gởi về nước chép rằng:

'Chớ vì một góc đất đai nhỏ nhoi mà bao phen làm nhọc quân đi muôn dặm. Giả sử dùng tới số quân như lần đánh ban đầu, có được 6, 7, 8 viên đại tướng... như bọn Trương Phụ thì mới có thể đánh được. Nhưng dẫu có đánh được cũng không thể nào giữ được'.

Nên Trãi biết rất rõ chỗ mạnh yếu của giặc, mới chủ trương hoà nghị. Vua nghe theo. Bèn lệnh cho các quân giải vây và rút ra. Bấy giờ quân Minh cho Sơn Thọ, Mã Kỳ ra dinh Bồ Đề làm con tin với vua. Vua cũng sai Tư đồ Tư Tề và Lê Nhân Chú vào thành Đông Quan làm con tin với quân Minh. Cuối cùng hòa ước đã thành. Trước đây, vua cho Lê Quốc Trịnh và Lê Như Tỳ đi làm con tin. Đến đây, vì muốn cho Sơn Thọ và Mã Kỳ tới hội, cho nên sai Tư Tề và Nhân Chú cùng đi." **Toàn Thư**, Bản Kỷ, quyển 10, trang 44a.

Theo bức thư dưới đây trong **Quân Trung Từ Mệnh Tập**, Bình Định vương đề nghị gửi Nguyễn Trãi, Lê Nhân Chú sang nhà Minh làm con tin; nhưng phút chót có sự thay đổi, như **Toàn Thư** chép, dùng con trưởng là Tư Tề và Lê Nhân Chú vào thành Đông Quan làm con tin:

"Đầu mục nước An Nam là Lê Lợi thư gửi quan Tổng binh Vương đại nhân cùng 2 vị Thái giám Sơn và Mã soi xét.

Tôi nghe: thiên hạ được yên hay phải nguy, sinh dân bị

họa hay hưởng phúc, thực do ở việc binh, mà giữ quyền lấy hay bỏ, cho hay cướp lấy, lại quan hệ ở người làm tướng. Cho nên có câu nói rằng: "Tướng là người giữ vận mệnh của quân".

Nay đại nhân chuyên việc đánh dẹp ở ngoài cửa ngoại thành trở đi. Một địa phương Giao Chỉ, mệnh bạc của dân chúng, cùng là trong thiên hạ yên hay nguy, do ở ngày nay quân của nhà vua tiến đi hay dừng lại. Vì bằng đại nhân không nghĩ đến lợi hại riêng mình, chuyên vì thiên hạ mưu tính công việc, thì chỉ cốt ở một tấm lòng thành thực mà thôi. Nếu quả là lòng thực chăng, thì nên đem lòng thực của mình đặt vào lòng người, quả là không có lòng thực chăng, thì trăm thứ lo, vạn thứ nghĩ, phòng giữ quá cẩn, mà việc đưa đến tất có việc xảy ra ngoài ý nghĩ của mình. Như bảo rằng người tâu việc đi ra ngoài cõi, cần phải có được thư tín chắc chắn, có bằng cứ về báo, chỉ có một việc ấy, sao cho là tin cả được. Tôi có thể lui quân và voi ngựa về Thanh Đàm; dìm thuyền xuống sông Xương Giang, nhưng nếu lòng tôi không thành, thì quân và voi ngựa đã lui cũng có thể lại tiến được, thuyền đã dìm xuống ấy cũng có thể làm lại cho nổi lên được. Huống chi trong khoảng dọc đường, đi đến đâu mà không có chỗ đáng ngờ. Như thế chỉ nhọc lòng tốn nghĩ uổng công, mà không ích gì cho việc cả.

Vả lại, Nhân Chú (hay Thụ) là con tôi, Nguyễn Trãi là mưu sĩ của tôi. Tất cả công việc phá thành đánh trận đều là công của hai người ấy. Các đại nhân há lại không biết Nhân Chú, Nguyễn Trãi là con tin, thì lòng nghi ngờ của các đại nhân cũng có thể tiêu tan được chứ. Nay đại nhân còn cho là chưa đủ tin, thì tôi không còn biết lấy kế gì câu nói gì để đại nhân cho là đáng tin được. Đại nhân nếu có lòng thương mà nghe lời tôi thì không những là may riêng cho một địa phương nước Giao Chỉ mà cũng là may chung cho cả thiên hạ nhân dân. Nếu không được đại nhân ưng thuận thì không thể làm thế nào được, tôi xin chịu tội lỗi với triều đình, chỉ có một điều là chết mà thôi." **Quân Trung Từ Mệnh Tập**, b19.

Tiếp theo, thư đề ra những biện pháp cụ thể để thực hiện sự thỏa thuận như trao đổi con tin, ăn thề, bảo đảm sự rút lui an toàn:

"Đầu mục nước An Nam là Lê Lợi thư gửi Vương Thông.

Tôi tiếp được thư, thấy lòng của đại nhân rất thành, có thể động đến trời đất, cảm được quỷ thần. Quả đúng như lời, thì không những may riêng cho nước An Nam, cũng là may chung có cả nhân dân trong thiên hạ. Chí nguyện của tôi từ đây thỏa mãn rồi, lại còn phải nói gì nữa. Xin cùng với các đại nhân giết muông sinh uống máu, đối chứng với quỷ thần, rồi sau tôi sai người thân ruột thịt và người đại đầu mục thay thế cho bản thân tôi, hoặc đại tiểu đầu mục năm ba người, đến thành đợi chỉ thị. Đại nhân thì sai Sơn đại nhân sang qua sông nói chuyện để cho lời ước được chắc chắn thêm, và xem lại công việc làm của tôi, quả là thực chăng hay dối trá chăng?

Tôi tự lui quân ở các vùng Ninh Kiều (10), Lũng Giang để đại nhân được thung dung sắp quân về nước. Khi đến Khâu Ôn, tức thì trả lại ngay các đầu mục của tôi nói trên đây trở về; tôi cũng thân cho đưa bọn Sơn đại nhân ra đến đấy. thế thì lòng ngờ vực của đôi bên đều tiêu tan mà lòng mọi người đều yên cả. Tất cả đường sá cầu đập, lương chứa cung ứng, đều đã đủ cả, không dám thiếu gì. Còn Hoàng thượng thư,

Thái đô đốc, bố chánh, án sát, chỉ huy, thiên, bách hộ, quan lại ở phủ, châu, huyện; quan quân ở các xứ Tân Bình, Thuận Hóa, Diễn Châu, Nghệ An, Tam Giang, và quân nhân, ngựa bắt được của An viễn hầu, hết thảy đưa trả về đủ số. Chỉ có bẩm lại như thế thôi, không có nói gì khác nữa. Cúi xin đại nhân soi xét." **Quân Trung Từ Mệnh Tập**, b20.

Theo **Toàn Thư** vào ngày 22 tháng 11 năm Đinh Mùi [10/12/1427], Bình Định vương Lê Lợi cùng với Vương Thông họp thề ở phía nam thành Đông Quan, hẹn đến ngày 12 tháng 12 [29/12/1427] thì đem quân về nước; không rõ tại sao nhật kỳ tại dưới ghi khác. Bài văn hội thề như sau:

"***Bài văn hội thề.***

Ghi rõ: năm Tuyên Đức thứ hai của nước Đại Minh là năm Đinh mùi tháng 11 ngày mồng 1 [19/11/1427] là ngày Ất Dậu qua đến ngày 24 [12/12/1427] là ngày Mậu Thân.

Tôi là đại đầu mục nước An Nam tên là Lê Lợi và bọn Trần Văn Hãn, Lê Nhân Chú, Lê Vấn, Trần Ngân, Trần Văn Xảo, Trần Bị, Trịnh Khả, Nguyễn Chích, Trần Lý, Phạm Bôi, Trần Văn An, Bế Khắc Thiệu, Ma Luân, cùng với:

Quan tổng binh của Thiên triều là thái tử thái bảo Thành sơn hầu tên là Vương Thông, và các quan tham tướng hữu đô đốc là Mã Ánh, Thái giám là Sơn Thọ, Mã Kỳ, Vinh xương bá là Trần Trí, Yên bình bá là Lý An, đô đốc là Phương Chính, Chương đô ti sự Đô đốc Thiêm sự là Thuế Lự, đô đốc thiêm sự là Trần Hựu, giám sát ngự sử là Châu Kỳ Hậu, Cấp sự trung là Quách Vĩnh Thanh, bố chính là Dặc Kiêm, tả tham chính là Thanh Quảng Bình, hữu tham chính là Hồng Thừa Lương, hữu tham nghị là Lục Trinh, Án sát sứ là Dương Thời Tập, thiêm sự là Quách Hội (11);

Kính cáo Hoàng thiên (trời), *Hậu thổ* (đất) *cùng với Danh sơn* (núi), *Đại xuyên* (sông) *và thần kỳ các xứ:*

Chúng tôi cùng nhau phát tự lòng thành, ước hẹn thề thốt với nhau:

Từ sau khi lập lời thề này, quan tổng binh Thành sơn hầu là Vương Thông quả tự lòng thành, đúng theo lời bàn, đem quân về nước, không thể kéo dài năm tháng, để đợi viện binh đến nơi. Lại phải theo đúng sự lí trong bản tâu, đúng lời bàn trước mà làm.

Bọn Lê Lợi chúng tôi nếu còn chứa giữ lòng làm hại, tự làm việc lừa dối, không dẹp xa ngay quân lính ngựa voi, việc làm không đúng lời nói ngầm sai... Các việc nói trên tuy là không tự mình làm lấy, lại chuyển sang người khác có xâm phạm đến một chút nào tức thì Trời, Đất, thần minh, núi cao sông lớn, cho đến thần kỳ các xứ, tôi cùng con cháu thân của tôi, và người cả một nước tôi, giết chết hết cả, không để sót lại mống nào.

Về phía bọn quan tổng binh Thành sơn hầu là Vương Thông, nếu không có lòng thực, lại tự trái lời thề (đối với việc) *người phục dịch và các thuyền đã định rồi, cầu đập đường sá đã sửa rồi, mà không làm theo lời bàn, lập tức đem quân về nước, còn kéo dài năm tháng để đợi viện binh, cùng là ngày về đến triều đình lại không theo sự lí trong bản tâu, không sợ thần linh núi sông ở nước An Nam lại bàn khác đi, hoặc cho quan quân đi qua đâu cướp bóc nhân dân, thì Trời, Đất cùng là Danh sơn, Đại Xuyên và thần kỳ các xứ tất đem bọn quan tổng binh Thành sơn hầu là Vương Thông, tự bản thân cho đến cả nhà, thân thích, làm cho chết hết, và cả đến quan quân cũng không một người nào về được đến nhà.*

Nếu mà cả hai bên đều do lòng thành cả thì Trời Đất thần minh đều phù hộ cho đến bản thân mình mạnh khỏe, trong nhà mình vinh thịnh, cùng hưởng lộc vị, đều được bình yên. Trời, Đất thần kì cùng soi xét cho!" **Quân Trung Từ Mệnh Tập**, b21.

Vương Thông vẫn còn nghi ngại nên viết thư muốn Lê Lợi gửi biểu văn và đồ tiến cống sang nhà Minh và cho quân lính bị bắt rút trước rồi mới chịu rút quân. Nên có thư trả lời và đề ra kế hoạch rút quân cho Vương Thông:

"***Thư gửi cho Vương Thông Sơn Thọ***.

Mới rồi tiếp được thư của ông, theo lời trong thư thì công việc đại khái cố nhiên đã định rồi. Nhưng, về chi tiết bên trong, còn có chỗ chưa ổn. Tôi thực là người khí lượng nhỏ hẹp, kiến thức nông cạn, không được như ông, độ lượng rộng lớn, không vì là không bao dung. Xin ông cố gượng y theo thì thật may cho tôi lắm.

Như bảo rằng, hãy cứ gửi biểu văn tâu xin dâng tiến, người, ngựa (đợi) báo về cho biết rồi mới đem quân ra khỏi cõi nước tôi. Thế là, ông còn có lòng ngờ, muốn tôi đem trước người và ngựa vào trong cõi đất Trung Quốc tạm lấy làm tin chắc chăng? Như thế e rằng đôi bên còn ngờ vực lẫn nhau. Ngày nay tôi cùng ông đều nên hết lòng rất thực, không nên còn có một ý riêng nào. Tôi thỉnh cầu: tờ biểu cùng người ngựa đi nộp ở thành Xương Giang, hôm trước thì hôm sau bọn các ông cũng sẽ khởi hành theo đường bộ. Còn ngoài ra các việc khác đều xin theo mệnh lệnh của ông." **Quân Trung Từ Mệnh Tập**, b23.

Chú thích:

1. Nội dung đoạn này nhằm tuyên truyền, thực ra vào tháng 4 thành Đông Quan chưa hạ được; do đó Vương Thông chưa hoàn toàn bó tay.

2. Sau khi đánh bại nhà Hồ (1406-1407), nhà Minh một mặt lấy cớ con cháu nhà Trần không còn ai để chiếm lấy nước ta, một mặt lùng bắt những người họ Trần trong đó có Trần Nguyên Hi, Trần Sư Trinh, Trần Nguyên Chí, đem đày về nước.

3. Thiệu Công Cơ Thích phò tá Chu Văn Vương, Chu Võ Vương. Có lần ông đi ra ngoài, có người dân đến kiện cáo. Ông bèn ngồi dưới gốc cây lê xử kiện. Sau khi ông đi khỏi, nhân dân nhớ tới ơn ông, bèn cùng nhau bảo vệ cây lê không cho ai chặt và làm thơ ca ngợi.

4. Khi đạo quân Liễu Thăng đến Khâu Ôn, Lê Lợi hai lần gửi thư cho Liễu Thăng xin lui binh về biên giới. Nhưng Liễu Thăng rất chủ quan, khinh địch, nhận được thư không thèm xem, chỉ sai người chuyển về triều rồi tiếp tục tiến quân (**Cương Mục** q. 14, 19b).

5. Hóa Châu là vùng Thừa Thiên, trước đây là căn cứ của cuộc khởi nghĩa Trần Quý Khoáng (1409-1414). Lúc đó Mộc Thạnh chỉ huy quân Minh ở nước ta đàn áp cuộc khởi nghĩa này.

6. Theo **Toàn Thư** (q. 10, 42a), **Cương Mục** (q. 14, 19b), Lê Lợi sai một số tù binh vừa bắt được trong đạo quân Liễu Thăng gồm 1 viên chỉ huy, 3 viên thiên hộ, mang sắc, thư, phù, ấn của Liễu Thăng đưa đến cho Mộc Thạnh xem.

7. Lãnh Câu và Đan Xá là hai địa điểm gần cửa ải Lê Hoa.

8. Thủy Vĩ: tên châu có từ đời nhà Nguyễn trở về trước, vị trí tại huyện Bảo Thắng tỉnh Lào Cai ngày nay.

9. **Toàn Thư** (q. 10, 41b) chép rõ ngày 15 tháng 10 (3-11-1427) quân ta mở cuộc tiến công tiêu diệt toàn bộ số quân địch bị vây ở Xương Giang. Điều đó phù hợp với câu trong **Bình Ngô Đại Cáo**: "Lại hẹn giữa tháng mười diệt giặc". Thời gian quân địch bị bao vây ở Xương Giang là từ sau trận Phố Cát ngày 28 tháng 9 đến 15 tháng 10 năm Đinh mùi (từ sau ngày 28-10 đến 3-11-1427) tính ra là khoảng 14 hay 15 ngày, chứ không phải 1 tháng 14 ngày. Có thể là do sao chép nhầm và nên chữa lại là 14 ngày.

10. Ninh Kiều vốn là cầu qua sông Ninh tức sông Đáy, thuộc huyện Chương Mỹ, Hà Tây.

11. Tên những người trong phái đoàn Vương Thông chép trong văn bản này có 4 người không phù hợp với tên ghi trong **Toàn Thư** (q. 10, 41a):

- Thuế Lự, **Toàn Thư** chép là Trần Tuấn.

- Tả tham chính Thanh Quảng Bình, **Toàn Thư** chép là hữu tham chính Lục Quảng Bình.

- Hữu tham chính Hồng Thừa Lương, **Toàn Thư** chép là tả tham chính Hồng Bỉnh Lương.

- Quách Hội, **Toàn Thư** chép là Quách Đoan.

83.
Bình Định Vương Lê Lợi: Thời kỳ khởi nghĩa (12)

Toàn Thư chép Bình Định vương Lê Lợi sai Nguyễn Trãi soạn thư cầu phong, dùng tên Trần Cảo dâng biểu lên Vua nhà Minh, xin lập dòng dõi nhà Trần; vua Minh lấy lý do yên dân, chấp thuận. Sau đó sai bọn La Nhữ Kính mang chiếu sang phong Trần Cảo làm An Nam Quốc vương, và cho rút quân về:

"Trước đó vua sai Nguyễn Trãi soạn thư cầu phong, sai người dâng biểu của Cảo xin lập làm dòng dõi họ Trần, chuyển tới Quảng Tây và Vân Nam nhà Minh mỗi nơi một bản. Kiềm quốc công Mộc Thạnh nhận được thư, lập tức chạy tâu về kinh, vua Minh nhận được biểu, ra dụ cho các quan văn võ rằng: "Những người bàn không hiểu ý nghĩa của việc ngừng can qua, hẳn cho rằng làm thế là không có uy vũ (1). Nhưng nếu dân được yên thì trẫm có kể gì lời bàn của người khác.

Rồi sai bọn Công bộ thượng thư La Nhữ Kính, Từ Vĩnh Đạt mang chiếu sắc phong Trần Cảo làm An Nam Quốc Vương, bãi quân nam chinh. Sắc thư viết: "Gần đây các quan biên ải đem thư từ tâu lên, thấy trình bày rất khẩn thiết, có điều hợp ý với trẫm, đáng được đại xá, không kể là tội lớn hay tội nhỏ, đều cho được sửa đổi duy tân". Và bảo vua kể rõ tên các con cháu nhà Trần hiện còn sống, tâu lên để sai sứ sang sách phong. Triều cống thì vẫn theo lệ cũ năm Hồng Vũ.

“**Toàn Thư**, Bản Kỷ, quyển 10, trang 44b.

Sử Trung Quốc công nhận các sự kiện nêu trên qua 3 văn bản có tính cách lịch sử, gồm:

- Văn bản thứ nhất đề ngày 29 tháng 10 năm Tuyên Đức thứ 2 [17/11/1427]; chép lại nguyên văn tờ biểu của Trần Cảo, cùng trình bày những lý do Vua Tuyên Tông chấp thuận biểu văn này.

- Văn bản thứ hai đề ngày 1 tháng 11 năm Tuyên Đức thứ 2 [19/11/1427] là nguyên văn tờ chiếu phủ dụ An Nam. Có chút khác biết với sử liệu **Toàn Thư** nêu trên; **Toàn Thư** ghi Công bộ thượng thư La Nhữ Kính, nhưng **Minh Thực Lục** ghi chức vụ La Nhữ Kính là Hữu Thị lang bộ Công.

- Văn bản thứ 3 đề cùng ngày 1 tháng 11 năm Tuyên Đức với văn bản thứ 2; là chỉ dụ Vua Tuyên Tông gửi riêng Vua Lê Lợi. Bản dịch 3 văn bản lần lượt như sau:

- “***Ngày 29 tháng 10 năm Tuyên Đức thứ 2*** [17/11/1427]. *Giặc Lê Lợi tại Giao Chỉ sai người dâng biểu cùng sản vật địa phương.*

Trước đó quan Tổng binh Thành sơn hầu Vương Thông hòa với giặc, bèn sai Chỉ huy Hám Trung cùng người của Lợi sai đi dâng biểu cùng phương vật, đến nay tới kinh. Biểu rằng:

‘Cháu ba đời dòng đích Quốc vương cũ Trần Hiệt thuộc nước An Nam, thần là Trần Cảo kinh hoàng sợ hãi, dập đầu cúi đầu dâng lời như sau:

Trước đây bị tặc thần cha con Lê Quí Ly soán đoạt ngôi vua, giết hại dòng họ đến gần hết, thần Cảo chạy trốn sang Lão Qua, mong kéo dài hơi tàn, đến nay đã 20 năm. Mới đây người trong nước được tin thần còn sống, bèn ép thần trở về, bọn chúng đều nói rằng:

"Trước đây khi Thiên binh mới dẹp xong giặc họ Lê, có chiếu chỉ tìm hỏi con cháu nhà Trần để lập làm vua, lúc đó tìm chưa được bèn đặt quận huyện. Nay muốn thần trần tình sự việc, để xin mệnh được lập."

Thần tự biết tội đáng chết vạn lần, nhưng nghĩ đến ơn sinh thành của trời đất bèn kính cẩn dâng biểu lên.

Thần Cảo nghĩ rằng Nam Giao vốn là đất hải ngoại, thời Thiên triều Thái Tổ mới mở vận nước, tổ phụ thần là nước đầu tiên đến triều, hàng năm nạp cống, mấy đời được phong tước vương. Mới đây giặc họ Lê [Lê Quí Ly] *chất chứa tội ác, khiến mệt nhọc Thiên binh từ xa đến thảo phạt, rồi tìm hỏi con cháu họ Trần để kế tục; lúc này họ hàng bôn ba phiêu tán tại làng mạc nên không tìm ra được; vì nhu cầu cai trị nhân dân, nên đặt ra châu huyện.*

Nay dân địa phương vẫn nghĩ đến việc kế tục sự nghiệp tổ phụ thần, may mắn chiếu chỉ của Thiên triều cũng thường nhắc đến việc "phục hưng nước bị diệt, nối lại dòng bị đứt"; Thần lọc máu viết lời trần tình, cầu Thiên triều xin thỉnh mệnh. Duy Hoàng đế Bệ hạ rộng lòng che chở như trời đất, chiếu rọi tựa mặt trời mặt trăng, như mùa xuân ban khắp bốn biển, mây bay mưa móc đượm nhuần; nghĩ đến tổ phụ thần chết không trọn kiếp, riêng thần lênh đênh cô khổ, cho thần có được nước cũ, thần Cảo há dám không khắc vào xương, ghi vào lòng, trung thành quy thuận, mãi mãi kính mệnh trời, chăm chăm với lòng thành thờ nước lớn. Bọn thần Cảo trong lòng sợ hãi ngưỡng cầu ơn Trời, Thánh.'

Thiên tử đọc xong tờ biểu, bèn dụ quần thần văn võ như

sau:

'Trước đây khi Thái Tổ Hoàng đế mới định thiên hạ, An Nam đến triều cống trước tiên. Đến lúc tặc thần soán ngôi chúa, độc hại người trong nước, Thái Tông Văn Hoàng đế vì cớ đó phát binh diệt, rồi hỏi tìm con cháu họ Trần để lập; tìm không được nên phải đặt quận huyện; sau này vua cha ta than tiếc khi nghĩ đến việc họ Trần không có người nối dõi. Mấy năm nay nước này không yên, vương sư bị mệt nhọc, Trẫm há lại vui vì việc dùng binh ư! Nay họ Trần có người nối dõi, lời cầu xin nên chấp nhận, hay không nên?'

Quần thần đều tâu:

'Lòng của Bệ hạ cũng giống như lòng của tổ tiên, vả lại xếp việc binh để yên dân, trên hợp với lòng trời, nay chấp nhận cho họ là đúng.'

Vua bảo:

"Có người không hiểu được ý nghĩa từ "chỉ qua" cho rằng không dùng vũ lực không ngừng được can qua, nhưng nếu dân được yên thì Trẫm sá kể gì lời bàn đó (1)!" (**Minh Thực Lục Quan hệ Trung Quốc Việt Nam**, tập 2, trang 178).

"Ngày 1 tháng 11 năm Tuyên Đức thứ 2 [19/11/1427]. *Mệnh Tả Thị lang bộ Lễ Lý Kỳ, Hữu Thị lang bộ Công La Nhữ Kính làm Chánh sứ, Hữu Thông chính thuộc ty Thông chính Hoàng Ký, Hồng lô Tự khanh Từ Vĩnh Đạt làm Phó sứ mang chiếu phủ dụ An Nam. Chiếu thư như sau:*

"Đạo trời chí nhân, dựa theo sự mong muốn của con người; vua cũng thể theo lòng trời để cai trị. Trước đây khi Thái Tổ Cao Hoàng đế mới nhận mệnh trời thống ngự Trung Hoa và các Di Địch, Quốc vương An Nam Trần Nhật Khuê

đầu tiên cung thuận xưng thần, đời sau con cháu nối tiếp một lòng theo. Rồi bị tặc thần Lê Quí Ly thí vua soán đoạt ngôi vị, giết họ hàng nhà Trần, độc hại người trong nước, không có chỗ tố cáo. Bấy giờ vua Thái Tổ Văn Hoàng đế ta, mệnh tướng xuất sư thay trời thảo phạt, trừ kẻ tàn bạo, nối dòng bị đứt, bản chất thực là bực thánh nhân. Cha con Lê Quí Ly bị bắt sống, hỏi han trong nước về con cháu nhà Trần nhưng không có tin tức; bèn ra lệnh đặt quận huyện để cai trị. Trải qua năm tháng, quan lại cai trị thất sách khiến dân không yên, phải mệt nhọc quân lính. Trẫm là chúa thiên hạ, há nỡ để một phương chịu cảnh tệ hại, nên ngày đêm lo nghĩ làm cách nào thu xếp để được an ninh.

Nay viên Tổng binh cho người mang thư của bọn Lê Lợi đến bảo rằng con cháu nhà Trần hiện còn sót lại, lòng người nghĩ đến triều trước, vậy xin ân mệnh được thừa kế, vĩnh viễn phụng chức cống. Xem lời lẽ khẩn thiết, làm đẹp lòng Trẫm, nên ban ân mệnh để được đổi mới. Phàm các quan lại lớn nhỏ, quân dân tại Giao Chỉ, phạm tội không kể lớn nhỏ đều được tha. Về việc cháu của Vương An Nam họ Trần xưa, lệnh đầu mục kỳ lão trình bày đầy đủ sự thực, rồi sai sứ sách phong; triều cống thì vẫn theo chế độ cũ thời Hồng Vũ. Bọn quan Tổng binh Thành sơn hầu Vương Thông hãy điều động quan quân trở về nguyên vệ sở. Các quan lại văn võ, quân nhân các hiệu cờ, thuộc Giao Chỉ Đô ty, Bố chánh ty, Án sát ty, vệ, sở, phủ, châu, huyện được mang gia thuộc trở về. Trấn phủ, công sai, nội quan, nội sứ đều trở về kinh.

Y Hy! Hưng diệt kế tuyệt thể theo lòng của tổ tiên, xếp võ yên dân thuận đức chở che của trời đất. Nay chiếu chỉ đặc cách, biểu thị tấm lòng! Bọn Hành nhân Lý Kỳ được ban tiền giấy 5000 quan." (**Minh Thực Lục Quan hệ Trung Quốc**

Việt Nam, tập 2, trang 180)

- ***Ngày 1 tháng 11 năm Tuyên Đức thứ 2*** **[19/11/1427].** *Sắc dụ bọn Đầu mục Giao Chỉ Lê Lợi:*

"Trước đây tại thời vua Thái Tổ Cao Hoàng đế nước ta mới thống ngự xã tắc, An Nam là nước đầu tiên đến quy thuận, kính cẩn giữ tiết bề tôi, trước sau không trái. Đến lúc tặc thần cha con Lê Quí Ly soán thí chúa, giết cả họ Trần, tàn độc với người trong nước, xâm hại lân cảnh; vua Thái Tông Văn Hoàng đế nước ta thể theo lòng trời mang quân điếu phạt, vì muốn trừ tàn bạo, nối dòng bị đứt để yên ổn một phương. Tội nhân đã bắt được, nhưng bỏ thời gian lâu tìm kiếm con cháu họ Trần thì không gặp, bèn ra lệnh chia đất này thành quận huyện, đặt quan lại để cai trị. Ngày tháng lâu dài, quan lại cai trị hiền ác không đều, nên dân chúng không yên, lại phải mệt nhọc đến quân lính, trải qua năm này đến năm khác, việc binh giáp không chấm dứt được.

Trẫm cho rằng dân trong bốn biển đều là con đỏ của ta, làm cha mẹ há để một phương bị chìm đắm, nên ngày đêm lo tính sự yên ổn. Nay viên Tổng binh tâu thư từ của ngươi trình rằng con cháu họ Trần An Nam xưa vẫn còn, xin thể theo mệnh của Thái Tông Văn Hoàng đế "nối dòng bị đứt"; lời lẽ khẩn khoản, hợp với lòng Trẫm. Phàm đạo của bậc Đế Vương thuận theo dân để trị, lời nói có lợi cho dân tất nghe theo; đã hạ chiếu đại xá Giao Chỉ, mọi việc đều được đổi mới. Lệnh Đầu mục, kỳ lão tâu trình đầy đủ rõ ràng việc con cháu nhà Trần vẫn còn, để sai sứ sang sách phong. Nay sai bọn Thị lang Lý Kỳ mang sắc dụ ngươi, từ nay trở đi nên yên dân, giữ gìn biên cảnh, thể theo lòng kính trời thương người của Trẫm. Khâm tai!" **(Minh Thực Lục Quan hệ Trung Quốc Việt Nam**, tập 2, trang 182)

Cần lưu ý về tư liệu **Toàn Thư** trích dẫn nêu trên "*Trước đó vua sai Nguyễn Trãi soạn thư cầu phong, sai người dâng biểu của Cảo xin lập làm dòng dõi họ Trần, chuyển tới Quảng Tây và Vân Nam nhà Minh mỗi nơi một bản.*" Bản gửi qua Quảng Tây do viên Chỉ huy Hám Trung và người của Bình Định vương gửi đến được **Minh Thực Lục** ghi trong văn bản ngày 29 tháng 10 năm Tuyên Đức thứ 2 [17/11/1427]. Riêng **Quân Trung Từ Mệnh Tập** còn có bản thứ hai, e rằng bản này gửi qua Kiềm quốc công Mộc Thạnh tại Vân Nam; xin sao lục như sau:

"***Tờ tấu cầu phong.***

Cháu ba đời của tiên Trần chúa là Trần Cảo cùng đại đầu mục là Lê Lợi ở nước An Nam, kính cẩn tâu về việc cầu phong.

Thần trộm nghĩ: Nước thần ở lánh tại miền xa vắng, xa cách phong hóa Trung Hoa. Khi Thái tổ Cao hoàng đế [Minh Hồng Vũ] *mới lên ngôi, trước các nước tổ tiên thần đã vào cống. Đặc ân khen ngợi, phong cho tước vương. Từ đấy đời đời giữ cõi bờ, thường không thiếu triều cống. Mới rồi họ Hồ cướp nước, lật đổ tòng tự nhà thần; trên dối triều đình, dưới khổ dân chúng; trời giáng tai vạ, quan dân lìa lòng. Thái tôn hoàng đế* [Minh Vĩnh Lạc] *không nỡ để dân một phương khổ sở, liền dấy quân hỏi tội. Sau khi dẹp yên, lại xuống chiếu tìm con cháu họ Trần. Bảo rằng con cháu họ Trần đều đã chết hết, không còn ai có thể kế tập, bèn lại xin đặt quận huyện, rồi đem con cháu họ Trần là bọn Trần Nguyên Hy, Trần Sư Tích, Trần Quang Chỉ, vài chục người đưa về Kinh sư để an trí. Lại mở đặt ba ty Đô, Bố, Án, cùng các nha môn phủ huyện vệ sở, và đặt quan cai trị. Song các quan đặt ra không thể theo ý của Triều đình yên vỗ người xa, lại chỉ chăm bóc lột dân để sung sướng một mình. Người giữ trách nhiệm địa phương thì không biết đại thể, tối đường thừa tuyên* [tối tăm con đường tuyên truyền giáo hóa]; *kẻ ở đài Ngự sử thì ngậm miệng làm thinh, ngồi nhìn dân khổ; quan chăm dân thì không lo nuôi nấng, chỉ vụ vét vơ; tôi làm tướng thì không để lòng vệ dân, hoành hành tàn ngược. Còn như bọn hoạn quan thì chuyên mặt thu lượm, bóc lột lương dân, bắt kiếm ngọc tìm vàng, kiệt chằm trơ núi, đòi hỏi nhặt nhạnh, không còn sót gì. Muốn tiền của có nhiều, thì đục khoét của dân mà lấp hố dục; muốn nhà cao cửa đẹp, thì cướp việc mùa màng mà bắt dựng xây. Thuế công thu vào một phần, giám lâm ăn ngoài quá nửa. Quan lại thương dân chúng thì tuyệt không có ai, mà xem dân như cừu thù, thì đều như thế cả. Càng ngày càng tệ, dân sống không yên, như đắm nước sâu, như thui lửa nóng. Khốn nỗi trời thì cao, mà Triều đình xa, tình dưới không kêu thấu được.*

Song đói rét thiết thân thì không còn đoái gì lễ nghĩa, bèn đem nhau để giết quan lại, đó là thế bất đắc dĩ trong nhất thời, để mong bớt chút khổ cực ở trong nước lửa mà thôi.

Thần lánh mình ở nước Lão Qua hơn mười năm, đến giờ người cả nước không bảo nhau mà cùng một lời tự ý mời xin nài ép. Trong lúc thảng thốt, thần không kịp kén chọn, đã phải thuận lòng dân chủ để chờ mệnh Triều đình. Ngày 11 tháng 11 năm Tuyên Đức thứ 1 [9/12/1426], *thần về đến bản quốc, thấy người trong nước đã thu phục được hết bờ cõi đất đai của tổ phụ thần. Các thành trì Tân Bình, Thuận Hóa, Nghệ An, Diễn Châu, Thanh Hoá, Tiền Vệ, Xương Giang, Trấn Di, Thị Cầu, Tam Giang đều đã mở cửa cởi giáp để giảng hòa. Các quan vệ sở châu huyện cùng tất cả quan quân, thần đều thu nuôi hết cả, không xâm phạm mảy may. Còn bọn Tổng binh*

Vương Thông, cùng Trần Trí, Lý An, Mã Anh, Phương Chính, nội quan Sơn Thọ, Mã Kỳ cũng đã cùng thần hòa giải. Thần đã xin bọn Vương Thông sai người đem thư về tâu. Nhưng bọn ấy vừa sợ tội, vừa hoài nghi, nên không dám sai đi. Bọn thần tự biết mang tội rất nặng, không biết tiến thoái đường nào. Song thần trộm nghĩ từ xưa thánh nhân như Thang Võ đánh kẻ có tội mà cứu dân, hết thảy đều xuất tự lẽ trời chí công, không thể có chút tư ý ở trong. Vì thế nên nhà Hạ, nhà Thương tuy đã mất, mà con cháu còn được phong ở nước Kỷ nước Tống. Việc đánh việc phong, chưa từng không theo ý trời. Đến sau như nhà Hán, nhà Đường thích lớn ham công, mà cũng chỉ ky my nước thần mà không để ý. Huống chi điều chương của Thái Tổ Cao hoàng đế để lại đời sau rành rành ở đó, chiếu lập con cháu họ Trần của Thái Tôn Văn hoàng đế mực vẫn chưa khô. Cúi nghĩ Hoàng đế bệ hạ là bực thánh thần văn võ, trí tuệ thông minh, đức hiếu sinh [tiếc mạng sống] *đây đó thấm đều, lòng nhất thị* [coi như một] *xa gần không khác. Tất như Hán Võ hạ chiếu bỏ Luân Đài, tất như Đường Thái rút quân ở Tân Thị, tất tuân theo điều chương của Thái Tổ, tất thi hành chiếu thư của Thái Tôn, tất xá cho thần tội lỗi như núi gò, tất tha cho thần hình phạt bằng phủ việt, khiến thần được giữ đất cõi Nam, nộp cống cửa khuyết. Nếu thế thì không những may mắn cho một mình thần mà dân cả nước thần, không ai là chẳng vui mừng nhảy nhót, cảm đội ơn đức Triều đình, không khác gì khí xuân làm tươi cỏ héo, gió ấm làm tan nước đông vậy. Thần xin ghi dạ khắc xương, hết lòng trung thận, tâu biểu xưng thần, tiến cống không thiếu. Ngoài ra việc sai người dâng tiến cống thì thần chưa dám tự chuyên. Vậy kính cẩn tâu bày, cúi chờ sắc chỉ.*"

Quân Trung Từ Mệnh Tập, a 44.

Đúng theo bài bản ghi trong các chỉ dụ nêu trên; phải chờ khi phái đoàn Lý Kỳ, La Nhữ Kinh đến tuyên bố Chiếu phủ dụ An Nam, Vương Thông mới được mang quân rút về. Nhưng bị nghĩa quân bức bách, nên Vương Thông không kịp đợi lệnh Bắc triều, phải mang quân về nước gấp; đây là điều điếm nhục quốc thể, nên khi trở về nước Thông bi đàn hạch nặng nề, suýt bị tử hình. Lúc đoàn quân Vương Thông về nước; quan quân và những người hợp tác với nhà Minh được chọn lựa, hoặc đi hoặc ở lại; nhưng phần lớn xin ở lại quê hương:

"Thành Sơn hầu Vương Thông không đợi lệnh mà đem quân về trước, vì bị vua đánh gấp, còn thư từ qua lại lời lẽ rất thành khẩn, đều là do Trãi vâng lệnh soạn thảo cả.

Bọn hương hộ (2) người địa phương là Vương Manh đem vợ con 39 người tới dâng đoạn tấm và hương quý. Bấy giờ đối với nguỵ quan, thổ quân và các hộ đãi vàng, tìm hương liệu trong thành, Vương Thông cho họ được tự nguyện về phương Bắc hay ở lại nước Nam theo ý của mình. Nhưng người muốn ở lại thì nhiều, muốn xin đi thì ít." **Toàn Thư**, Bản Kỷ, quyển 10, trang 45b.

Lúc này Bình Định vương Lê Lợi cử một phái đoàn gồm 4 đầu mục, 4 tòng nhân, cùng tướng hiệu của Vương Thông tháp tùng; dâng biểu lên Vua Minh, mang nhiều vật quý sang cống, cùng danh sách quan lại quân lính được trở về:

"*Ngày 29* [tháng mười một, 17/12/1427], *sai sứ sang trình bày với nhà Minh. Trước đó, vua đã lập Trần Cảo. Hồi tháng 8, đã sai sứ sang cầu phong. Đến đây, lấy Hàn lâm đãi chế Lê Thiếu Dĩnh người làng Khả Mộ, nay là Mộ Trạch, huyện Đường An, Chủ thư sứ Lê Cảnh Quang đều làm Thẩm hình viện sứ. Quốc tử bác sĩ Lê Đức Huy, Kim ngô vị tướng quân Đặng Hiếu Lộc làm Thẩm hình viện phó sứ; bốn người này đều là đầu mục. Nội lệnh sử Đặng Lục và Lê Trạc, Vũ vệ tướng quân Đỗ Lãnh và Trần Nghiễm đều làm An phủ sứ; bốn người này đều là tòng nhân. Đem tờ biểu và phương vật:*

Hai pho tượng người bằng vàng thay cho mình,

Một chiếc lư hương bạc,

Một đôi bình hoa bạc,

300 tấm lụa thổ,

14 đôi ngà voi,

20 lọ xông hương áo,

2 vạn nén hương,

24 khối trầm hương và tốc hương.

Cùng với bọn chỉ huy do Vương Thông sai về, đều lên đường đưa về Yên Kinh. Đồng thời, đưa cả chiếc song hổ phù và quả ấn bạc hai tầng của Quan tổng binh An Viễn hầu, nguyên lĩnh Chinh lỗ phó tướng quân, 13.578 quân nhân, 280 viên sĩ quan, 2.137 viên quan lại, 13.180 tên quân cờ, 1.200 con ngựa tốt, lập bản danh sách đầy đủ, đưa sang Yên Kinh để trần tình và xin phong Trần Cảo là Quốc vương. Sau khi sai bọn Lê Thiếu Dĩnh sang cầu phong, tất cả bọn ngụy quan và lương dân bị cưỡng bức đi theo ở trong thành Đông Quan, vua đều sai đưa về cả.” **Toàn Thư**, Bản Kỷ, quyển 10, trang 45b.

Bài Biểu Tiến Cống do bọn Lê Thiếu Dĩnh đưa sang nhà Minh, **Quân Trung Từ Mệnh Tập** chép như sau:

“Bài biểu tiến cống, tâu trình tạ tội.

Đại đầu mục nước An Nam, thần là Trần Cảo, thực rất sợ hãi rạp đầu dâng lên mấy lời:

Thần kính thấy năm Vĩnh lạc thứ 4 (1406) *sau khi đại quân dẹp yên cõi Giao Chỉ, người trong nước lại sinh ra nhiễu loạn. Thần lánh mình sang nước Lão Qua để kéo dài hơi thở tàn. Không ngờ người trong nước lại bức bách thần về nước, cho đến nỗi này. Thần tự biết tội thần đáng chết muôn phần, kính xin dâng biểu trân tình tạ tội.*

Kính nghĩ: đánh kẻ có tội cứu vớt nhân dân, là thánh nhân làm việc đại nghĩa, dấy nước đã diệt, nối dòng đã tuyệt, là vương giả có lòng chí nhân. Xét từ đời xưa, vẫn có thường điển (lề lối thương). *Thần trộm nghĩ, đất cõi Giao Nam thực là nơi ở bên ngoài biển* (Trung Quốc). *Nhà Hán, nhà Đường tuy đặt làm quận huyện, mà thực ra chỉ ràng buộc qua loa; đời Tống, đời Nguyên cũng có đem quân dẹp yên, mà sau lại ban phong tước mệnh. Đến khi Thái tổ Cao hoàng đế ta mở vận, cha ông thần, trước cả các nước* (cho người) *đến chầu. Hàng năm tiến cống để đình, liền đời nối phong vương tước.*

Mới rồi, vì Hồ Quí Ly không có đức để đến nỗi làm mệt quân thiên triều đi đánh xa, Triều đình khoan nhân, xuống chiếu tìm con cháu họ Trần để giữ việc thờ cúng; biên thần tâu bậy xin đặt (Giao Chỉ) *làm quận huyện mà bổ quan cai trị. Tuy lòng Thiên triều chăm việc dạy dỗ tác thành, nhưng tục mọi rợ chưa thể biến đổi được hết. Rủ nhau trái lời dạy bảo, cùng nhau thường vẫn làm càn. Nhân dân lưu li liền năm chết hại không sao xiết kể; quân lính đánh dẹp nhiều hồi khốn khổ rất là đáng thương. Thần ban đầu cũng vì trong lúc vội vàng, mà chiều theo lòng chúng; đến sau bởi tự nghĩ ngu xuẩn mà can phạm phép trời. Tự biết tội lỗi do mình làm ra, thường nghĩ náu mình không nơi ẩn trốn, có đau đớn mới biết thét gào, là lẽ thường tình tất nhiên; thấy tội lỗi tự biết đổi thay, chắc được thánh nhân dung thứ, hết lòng thành sự tình bày tỏ; kêu nhà vua mệnh lệnh rộng ban.*

Kính nghĩ, Hoàng đế bệ hạ, như thiên địa chở che; như nhật nguyệt soi sáng. Như mùa xuân nuôi sống, như đáy biển thênh thang, tỏ ra lượng cả bao dung; như áng mây kéo phủ, như hạt mưa thấm nhuần, rày khắp ơn trên đào tạo. Cho là tổ tiên của thần hết lòng trung nghĩa, mà trèo non vượt biển không ngại xa xội; thương đến nhân dân của thần, không mắc tội tình mà khốn khổ lầm than, không may đụng độ. Xá lỗi, tha tội, rộng suy hiếu sinh đức tốt; nghĩ bình yên dân, dùng đến chỉ qua (3) vũ thuật. Thần dám chẳng ghi lòng tạc dạ, theo thuận dâng trung. Dâng biểu xưng là thần chức phiên bang từ nay xinh kính giữ; kính trời, thờ nước lớn, lòng nước nhỏ xin hết tiết chân thành. Thần, lòng dưới trông trời thành, khôn xiết vui mừng, kính dâng tờ biểu, bày tỏ tạ tội, tâu lên ngự lãm.

Danh sách các cống phẩm gửi theo:

- Hai pho tượng người vàng người bạc thay cho bản thân để thân để tạ tội, cộng nặng 200 lạng. (1 pho vàng nặng 100 lạng; 1 pho tượng bạc nặng 100 lạng)

- Sản vật địa phương: Lương hương bạc 1 cỗ, Bình cắm hoa bạc một đôi, cộng nặng 300 cân, Lụa thổ sản 300 tấm, Ngà voi 10 chiếc (4) Hương xông áo 20 bánh, cộng 130 cân. Hương nén 20.000 nén. Trầm hương, tốc hương 24 khối.

- Số người đầu mục tiến kinh: Đầu mục 4 người là: Lê Dĩnh, Lê Cảnh Quang, Lê Đức Huy, Đặng Hậu Lộc. Người giúp việc 4 người là: Đỗ Thế Lãnh, Lê Trạch, Đặng Lục, Trình Nghiễm.

- Các hạng trả về: Hai đài Song hổ phù của tổng binh quan An viễn hầu lĩnh chinh lỗ phó tướng quân. Một quả ấn bạc. Các quan và quân nhân: 13.587 viên danh, Quan coi quân: 280 viên, Quan coi dân và điển lại: 137 viên, Kỳ quân: 13.170 viên danh (4). Ngựa: 1.200 con." **Quân Trung Từ Mệnh Tập**, b 22.

Ngày 12 tháng 12 [29/12/1427] cho quân Minh về nước, người trong nước giận chúng muốn giết đi, nhưng nhà Vua mong dập tắt mối họa chiến tranh, nên không chấp thuận; bèn cho quân bộ về trước, kế đó thủy quân theo sau:

"Tháng 12, ngày 12, Vương Thông nhà Minh sai quân bộ qua sông Lô đi trước, quân thủy theo sau.

Bấy giờ các tướng sĩ và người nước ta rất căm thù quân Minh đã giết hại cha con, thân thích họ, liền rủ nhau tới khuyên vua giết bọn chúng đi. Vua dụ rằng:

'Trả thù báo oán là thường tình của mọi người, nhưng không thích giết người là bản tâm của bậc nhân đức. Vả lại, người ta đã hàng, mà mình lại giết thì là điềm xấu không gì lớn bằng. Nếu cốt để hả nỗi căm giận trong chốc lát mà mang tiếng với muôn đời là giết kẻ đã hàng, thì chi bằng tha mạng sống cho ức vạn người, để dập tắt mối chiến tranh cho đời sau, sử xanh ghi chép tiếng thơm muôn đời, há chẳng lớn lao sao?'

Bèn hạ lệnh: Cánh đường thủy, cấp 500 chiếc thuyền, cho Phương Chính, Mã Kỳ lãnh nhận. Cánh đường bộ, cấp lương thảo, cho Sơn Thọ, Hoàng Phúc lãnh nhận. Còn hơn 2 vạn người bị bắt hoặc đầu hàng và 2 vạn con ngựa thì do Mã Anh lãnh nhận. Chinh man tướng quân Trần Tuấn đem quân trấn thủ đi theo. Tất cả đều tới dinh Bồ Đề lạy tạ mà về. Bọn

Phương Chính vừa xúc động vừa hổ thẹn đến rơi nước mắt."
Toàn Thư, Bản Kỷ, quyển 10, trang 46b.

Riêng trong đám tướng giặc có Đô đốc Thái Phúc tỏ ra thành khẩn hợp tác với ta, nên không được nhà Minh tin dùng; lúc đại quân trở về, Bình Định vương cảm khích, khuyên y ở lại sẽ trọng dụng. Nhưng Thái Phúc trở về nước, rồi bị xử tử:

"***Thư cho Thái Đô đốc.***

Đệ ở Lam Sơn kính thư gửi lão huynh Thái Công. Kể ra kẻ sĩ quý ở gặp thời, đạo quý ở thực hành. Song đạo có thực hành được hay không là quan hệ ở thời có gặp hay không gặp. Vì thế anh hùng hào kiệt đời xưa, bình nhật ôm ấp điều gì, ai mà chẳng muốn dốc ra thi thố để cho đạo sáng tỏ ở đời. Song thời có gặp hay không phải là ở tự trời vậy. Ngày xưa Bách Lý Hề (5) ở Ngu thì Ngu mất nước, mà sang Tần thì Tần nên nghiệp bá, Lý Tả Xa (6) ở Triệu thì Triệu bị diệt, mà theo Hán thì Hán dấy nghiệp vương, nào phải là ở nơi này thì ngu mà ở nơi kia thì trí đâu. Chỉ là tại gặp thời hay không gặp thời mà nên thế. Lão huynh là bực tướng cũ của tiên triều, buổi đầu sang đánh Giao Chỉ, phá thành Đa Bang thì ông bắc thang mây lên thành trước, công to bực nhất. Rồi sau mỗi năm chinh phạt, cũng đều lập được chiến công. Song không may cho ông là không được đời biết, cho nên không được vượt lên trên người; gia dĩ lại bị khiển trách luôn, chí không được thỏa, đạo không được hành, rốt cuộc ngày nay lại bị Vương Thông lừa bán, thế lại là điều không may cho ông, cũng là điều rất không may cho Trung Quốc vậy. So với xưa Bách Lý Hề ở Ngu, Lý Tả Xa ở Triệu thì có khác gì. Nay quốc chúa (chỉ Trần Cảo) *tôi vốn biết ông là hiền, muốn đặt ông vào địa vị đại thần để được nghe dạy bảo, không biết ý ông thế nào? Như Hàn Tín (7) bỏ Sở mà theo Hán chăng? Thì quốc chúa tôi sẽ sẻ cơm nhường áo, hẳn không kém gì Hán Cao Tổ; hay như Cơ Tử (8) không chịu làm tôi Chu chăng? Thì quốc chúa tôi sẽ xuống xe hỏi đạo, hẳn không kém gì Chu Vũ vương. Trong hai kế ấy, ông định kế nào? Vả nước dấy hay mất, thịnh hay suy, do ở vận trời, sức người không thể làm được. Nay ông lại về mà dùng cho Trung Quốc, thì hiện nay ở Trung Quốc, bên trong có cái vạ tiêu tường, bên ngoài có cái lo Bắc khấu, nắng lụt tiếp nhau, yêu nghiệt đến mãi, đại thần lấn át, cả nước chia lìa, trời làm táng vong chẳng sớm thì muộn. Kẻ sĩ minh triết nên sớm biết cơ mầu. Khi các ông, không may mà gặp cái thời không thể làm được, lại không may mà không được thỏa cái chí có thể làm được, chính như Đường Thái Tôn bảo "Hết trung không ích gì" vậy. Nay kế hay của ông chẳng gì bằng thuận theo sở ngộ, nghe theo mệnh trời, nhân thời cơ này dựng nên công nghiệp, khiến cho dân ta may được thoát khổ lầm than, mà công trạng lớn lao của ông được rạng rỡ trong sử xanh (9), há chẳng tốt đẹp ư? Nếu cứ khư khư giữ cái tiểu tiết, thì thực không phải là bực hào kiệt biết thời vậy. Kính xin xét định. Thư nói không hết."* **Quân Trung Từ Mệnh Tập**, a 38.

Rồi vào ngày 17 [3/1/1428], Vương Thông đem đám quân bộ cuối cùng trở về, từ đó việc binh đao chấm dứt:

"Ngày 17, Vương Thông nhà Minh dẫn quân bộ đi sau. Thông cùng vua nói chuyện từ biệt suốt đêm rồi đi. Vua sai đưa trâu rượu, cờ thêu, trướng vẽ cùng các lễ vật tiễn chân rất hậu. Quân thủy, bộ của ba thành Tây Đô, Cổ Lộng, Chí Linh cùng lục tục rút tiếp. Từ đây, việc binh đao dập tắt, khắp thiên hạ thái bình." **Toàn Thư**, Bản Kỷ, quyển 10, trang 47a.

Sau khi dẹp yên giặc Minh, vua sai ông Nguyễn Trãi làm

tờ bá cáo cho thiên hạ biết gọi là **Bình Ngô Đại Cáo. Đại Cáo** này làm bằng Hán Văn, là một tác phẩm văn chương rất có giá trị, bản dịch của Bùi Kỷ và Trần Trọng Kim trong **Việt Nam Sử Lược** như sau:

Tượng mảng:

Việc nhân nghĩa cốt ở yên dân, quân điếu phạt chỉ vì khử bạo [trừ kẻ tàn bạo].

Như nước Việt từ trước, vốn xưng văn hiến đã lâu.

Sơn hà cương vực đã chia, phong tục bắc nam cũng khác.

Từ Đinh, Lê, Lý, Trần, gây nền độc lập; cùng Hán, Đường, Tống, Nguyên, hùng cứ một phương.

Dẫu cường nhược có lúc khác nhau, song hào kiệt đời nào cũng có.

Vậy nên: Lưu Cung [Vua Nam Hán] *sợ uy mất vía, Triệu Tiết* [tướng Tống] *nghe tiếng giật mình.*

Cửa Hàm Tử giết tươi Toa Đô, sông Bạch Đằng bắt sống Ô Mã.

Xét xem cổ tích, đã có minh trưng [bằng chứng rõ ràng].

Vừa rồi:

Vì họ Hồ chính sự phiền hà, để trong nước nhân dân oán hận.

Quân cuồng Minh đã thừa cơ tứ ngược [ngang ngược], *bọn gian tà còn bán nước cầu vinh.*

Nướng dân đen trên ngọn lửa hung tàn, vùi con đỏ xuống dưới hầm tai vạ.

Chước dối đủ muôn nghìn khóe, ác chứa ngót hai mươi

năm.

Bại nhân nghĩa, nát cả càn khôn [trời đất], *nặng khoa liễm* [thu thuế má] *vét không sơn trạch* [ruộng vườn sông núi].

Nào lên rừng đào mỏ, nào xuống bể mò châu, nào hố bẫy hươu đen, nào lưới dò chim sả.

Tàn hại cả côn trùng thảo mộc; nheo nhóc thay quan [đàn ông chết vợ] *quả* [đàn bà mất chồng] *điên liên* [không nhà ở].

Kẻ há miệng, đứa nhe răng, máu mỡ bấy no nê chưa chán.

Nay xây nhà, mai đắp đất, chân tay nào phục dịch cho vừa.

Nặng nề về những nỗi phu phen, bắt bớ mất cả nghề canh cửi.

Độc ác thay! trúc rừng không ghi hết tội; dơ bẩn thay! nước bể không rửa sạch mùi.

Lẽ nào trời đất tha cho, ai bảo thần nhân nhịn được.

Ta đây:

Núi Lam Sơn dấy nghĩa, chốn hoang dã nương mình.

Ngẫm non sông căm nỗi thế thù, thề sống chết cùng quân nghịch tặc.

Đau lòng nhức óc, chốc là mười mấy nắng mưa; nếm mật nằm gai, há phải một hai sớm tối.

Quên ăn vì giận, sách lược thao suy xét đã tinh; ngẫm trước đến nay, lẽ hưng phế đắn đo càng kỹ.

Những trằn trọc trong cơn mộng mị, chỉ băn khoăn một

nỗi đồ hồi [mưu đồ khôi phục].

Vừa khi cờ nghĩa dấy lên, chính lúc quân thù đang mạnh.

Lại ngặt vì:

Tuấn kiệt như sao buổi sớm, nhân tài như lá mùa thu.

Việc bôn tẩu thiếu kẻ đỡ đần, nơi duy ác (10) hiếm người bàn bạc.

Đôi phen vùng vẫy, vẫn đăm đăm con mắt dục đông (11); mấy thủa đợi chờ, luống đằng đẵng cỗ xe hư tả (12).

Thế mà trông người, người càng vắng ngắt, vẫn mịt mờ như kẻ vọng dương (13). thế mà tự ta, ta phải lo toan, thêm vội vã như khi chửng nịch (14).

Phần thì giận hung đồ ngang dọc, phần thì lo quốc bộ khó khăn.

Khi Linh Sơn lương hết mấy tuần; khi Khôi huyện quân không một lữ.

Có lẽ trời muốn trao cho gánh nặng, bắt trải qua bách chiết thiên ma [hàng trăm lần thất bại, hàng ngàn lượt quyết chí dùi mài]*; cho nên ta cố gắng gan bền, chấp hết cả nhất sinh thập tử* [trăm phần chết, một phần sống.]

Múa đầu gậy, ngọn cờ phất phới, ngóng vân nghê bốn cõi đan hồ. Mở tiệc quân, chén rượu ngọt ngào, khắp tướng sĩ một lòng phụ tử.

Thế giặc mạnh, ta yếu mà ta địch nổi; quân giặc nhiều, ta ít mà ta được luôn.

Dọn hay:

Đem đại nghĩa để thắng hung tàn, lấy chí nhân mà thay

cường bạo.

Trận Bồ Đằng sấm vang sét dậy, miền Trà Lân trúc phá tro bay.

Sĩ khí đã hăng, quân thanh càng mạnh.

Trần Trí, Sơn Thọ mất vía chạy tan; Phương Chính, Lý An tìm đường trốn tránh.

Đánh Tây Kinh phá tan thế giặc, lấy Đông Đô thu lại cõi xưa.

Dưới Ninh Kiều máu chảy thành sông; bến Tốt Động xác đầy ngoại nội.

Trần Hiệp đã thiệt mạng. Lý Lượng lại phơi thây.

Vương Thông hết cấp lo lường, Mã Anh không đường cứu đỡ.

Nó đã trí cùng lực kiệt, bó tay không biết tính sao; ta đây mưu phạt tâm công, chẳng đánh mà người chịu khuất.

Tưởng nó phải thay lòng đổi dạ, hiểu lẽ tới lui; ngờ đâu còn kiếm kế tìm phương, gây mầm tội nghiệt.

Cậy mình là phải, chỉ quen đổ vạ cho người; tham công một thời, chẳng bỏ bày trò dơ duốc.

Đến nỗi đứa trẻ ranh như Tuyên Đức (15), nhàm võ không thôi; lại sai đồ nhút nhát như Thạnh, Thăng, đem dầu chữa cháy.

Năm Đinh Mùi tháng chín, Liễu Thăng từ Khâu Ôn tiến sang; lại năm nay tháng mười, Mộc Thạnh tự Vân Nam kéo đến.

Ta đã điều binh giữ hiểm để ngăn lối Bắc quân; ta lại sai

tướng chẹn ngang để tuyệt đường lương đạo.

Mười tám, Liễu Thăng thua ở Chi Lăng, hai mươi, Liễu Thăng chết ở Mã Yên. Hai mươi lăm, Lương Minh trận vong; hai mươi tám, Lý Khánh tự vẫn.

Lưỡi dao ta đang sắc, ngọn giáo giặc phải lùi.

Lại thêm quân bốn mặt vây thành, hẹn đến rằm tháng mười diệt tặc.

Sĩ tốt ra oai tì hổ, thần thứ đủ mặt trảo nha.

Gươm mài đá, đá núi cũng mòn; voi uống nước, nước sông phải cạn.

Đánh một trận sạch không kình ngạc, đánh hai trận tan tác chim muông.

Cơn gió to trút sạch lá khô, tổ kiến hổng sụt toang đê cũ.

Thôi Tụ phải quì mà xin lỗi, Hoàng Phúc tự trói để ra hàng.

Lạng Giang, Lạng Sơn thây chất đầy đường, Xương Giang, Bình Than máu trôi đỏ nước.

Gớm ghê thay! sắc phong vân cũng đổi; thảm đạm thay! sáng nhật nguyệt phải mờ.

Binh Vân Nam nghẽn ở Lê Hoa, sợ mà mất mật; quân Mộc Thạnh nghe tan Cần Trạm, chạy để thoát thân.

Suối máu Lãnh Câu, nước sông rền rĩ; thành xương Đan Xá, cỏ nội đầm đìa.

Hai mặt cứu binh, cắm đầu trốn chạy; các thành cùng khấu, cởi giáp xuống đầu.

Bắt tướng giặc mang về, nó đã vẫy đuôi phục tội; thể lòng

trời bất sát, ta cũng mở đường hiếu sinh.

Mã Kỳ, Phương Chính, cấp cho năm trăm chiếc thuyền, ra đến bể chưa thôi trống ngực.

Vương Thông, Mã Ánh, phát cho vài nghìn cỗ ngựa, về đến Tàu còn đổ mồ hôi.

Nó đã sợ chết cầu hòa, ngỏ lòng thú phục; ta muốn toàn quân là cốt, cả nước nghỉ ngơi.

Thế mới là mưu kế thật khôn, vả lại suốt xưa nay chưa có.

Giang san từ đây mở mặt, xã tắc từ đây vững nền.

Nhật nguyệt hối mà lại minh, càn khôn bĩ mà lại thái.

Nền vạn thế xây nên chăn chắn, thẹn nghìn thu rửa sạch làu làu.

Thế là nhờ trời đất tổ tông khôn thiêng che chở, giúp đỡ cho nước ta vậy.

Than ôi! Vẫy vùng một mảng nhung y nên công đại định, phẳng lặng bốn bề thái vũ mở hội vĩnh thanh.

Bá cáo xa gần, ngỏ cùng cho biết.

Chú thích:

1. Câu này lấy từ điển Chỉ qua vi vũ 止 戈 爲 武 " **Hán Thư** giảng như sau: Thánh nhân dùng vũ lực bằng cách cấm bạo loạn, ngừng can qua; do đó chữ vũ 武 được cấu tạo theo phép hội ý gồm chữ chỉ 止 và qua 戈 gộp lại.

2. Hương hộ: là những hộ tìm kiếm hương liệu.

3. Chỉ qua: Xem chú thích thứ nhất.

4. **Toàn Thư** ghi trên, chép: ngà voi 14 chiếc; kỳ quân 13.180 người.

5. Bách Lý Hề là người thời Xuân thu, trước làm đại phu nước Ngu, 7 năm không thi thố gì. Khi Tấn diệt nước Ngu, bắt Hề, đem làm người thần bộc đi đưa dâu vợ Mục công nước Tần. Hề lấy làm hổ, bỏ đi, bị người Sở bắt được. Tần Mục công nghe biết Hề là người hiền, lấy da 5 con dê đem chuộc Hề về, rồi dùng làm tướng. Hề giúp Tần làm nên nghiệp bá.

6. Lý Tả Xa người thời Hán, trước làm quan ở nước Triệu. Khi Hán đánh Triệu, Triệu vương Thành an quân Trần Dư không theo kế của Tả Xa, sau Triệu bị quân Hán đánh thua, Hàn Tín bên Hán mời được Tả Xa đem về làm quân sư, giúp Hán Cao tổ được nên cơ nghiệp.

7. Hàn Tín người thời Hán, trước theo Hạng Vũ, Vũ không biết dùng. Sau Tín bỏ Sở theo về Hán. Bái công trọng dụng, nhường áo sẻ cơm cho Tín rồi trao cho chức Đại tướng.

8. Cơ Tử là tôi nhà Ân, khi Ân bị diệt, ông không chịu là tôi nhà Chu. Vũ vương nhà Chu thường lún mình hỏi kế của ông. Sau phong cho ông ở Triều Tiên.

9. Ngày xưa chưa chế được giấy, phải chép sách và mảnh tre cật xanh, vì thế gọi là "thanh sử" (sử xanh).

10. Duy ác: Nơi màn trướng, bộ tham mưu làm việc.

11. Dục đông: ý nói muốn về lấy Đông Đô.

12. Hư tả: Cỗ xe bên trái để đợi người hiền, chưa có người ngồi.

13. Vọng dương: Trông ra biển không thấy gì.

14. Chửng nịch: Vớt người chết đuối.

15. Vua Tuyên Tông nhà Minh, niên hiệu Tuyên Đức.

84.
Mối di lụy cho quan quân Trung Quốc thời Minh về cuộc chiến tại Đại Việt.

Trong cuộc xâm lăng nước ta dưới thời nhà Hồ, Liễu Thăng chiếm công đầu; đến năm Tuyên Đức thứ 2 [1427], lại được giao chức Tổng binh, cứu viện Vương Thông. Ỷ binh hùng, tướng mạnh, có thể chiến thắng một cách dễ dàng, nên thái độ y đầy kiêu ngạo. Biết rõ tâm lý, Bình Định vương Lê Lợi sai sứ nghênh đón tận quan ải, mong bãi binh, và dâng thư xin quy phụ. Theo tư liệu sưu tầm được, có 2 thư gửi cho Liễu Thăng; một bản do Trần Cảo đứng tên, nhan đề "**Thư Gửi Liễu Thăng**", xuất xứ từ **Quân Trung Từ Mệnh Tập**, b 6, đã đăng tại phần trên; một bản đứng tên Lê Lợi, xuất xứ từ **Minh Thực Lục**, đăng dưới đây. Với thái độ ngạo mạn, y không thèm xem qua thư, cho chuyển thẳng về triều, rồi điều quân tiến gấp:

"***Ngày 28 tháng 10 năm Tuyên Đức thứ 2*** [16/11/1427]. *Hồng lô tự tâu trình Thiên tử bức thư của Lê Lợi gửi qua quan Tổng binh An viễn hầu Liễu Thăng. Thư như sau:*

"Kẻ hèn này được nghe thầy Mạnh Tử dạy: Duy bậc nhân mới có thể dùng đức người trên vỗ về kẻ dưới; kẻ trí lấy lễ người dưới để thờ người trên. Lấy đức người trên vỗ về kẻ dưới là vui với đạo trời, lấy lễ kẻ dưới thờ người trên là sợ trời.

Trước đây khi Thái tổ Hoàng đế mới lên ngôi báu, tiên Quốc vương nước An Nam là nước đầu tiên đến triều cống; được đặc biệt khen thưởng và ban tước Vương, đời đời giữ đất, triều cống không khuyết. Từ khi Lê Quí Ly làm điều thoán nghịch, lật cả một dòng họ, trên thì lừa dối triều đình, dưới hành hạ dân khổ. Thái tông Hoàng đế hưng sư thảo phạt, một lần ra quân đều bình định, ban chiếu tìm con cháu nhà Trần để phụng thừa tổ miếu. Bấy giờ vì lâm vào cảnh độc hại của Quí Ly, con cháu họ Trần đều phiêu dạt trốn tránh nơi xa xôi, nên nhất thời không tìm ra được.

Nay con cháu họ Trần có người tên Cảo, trốn tránh tại Lão Qua đã 20 năm. Người trong nước không quên ân trạch của Tiên vương, tìm Cảo tại chốn ky lữ, muốn được Cảo kế thừa tổ tiên. Trăm vạn tấm lòng không hẹn cùng đồng lòng, do vậy bọn Lợi không dám mạo phạm uy trời với lời ngông dại, chỉ mong được ơn Thiên tử thể theo chiếu thư của Thái tông Hoàng đế với lời ghi rõ "kế tuyệt" khiến họ Trần đã diệt lại được phục hồi, thì chẳng riêng Cảo được hưởng đại ân, mà mọi người trong nước đều được đội ơn Thiên tử vô cùng vậy."(**Minh Thực Lục Quan hệ Trung Quốc Việt Nam**, tập 2, trang 177)

Với việc dâng thư, nhún nhường xin bãi binh, làm tăng lòng kiêu căng của Liễu Thăng; khiến y không chút chần chừ, không chịu tuần thám nhìn ngó sau trước, coi như chỗ không người, mang quân tiến thẳng. Hậu quả không chỉ di luỵ riêng y, bị chết vì phục kích; mà cả một đạo quân hùng mạnh, chỉ còn một mình viên Chủ sự Phan Hậu chạy thoát trở về:

"*Ngày 10 tháng 9 năm Tuyên Đức thứ 2* [1/10/ 1427]...... *Đến eo núi Đảo Mã, cùng với hơn trăm quân kỵ qua cầu; nửa* *chừng cầu bị sập, quân đằng sau không tiến được. Thăng rơi xuống vũng lầy, phục binh giặc nổi lên bốn phía, Thăng bị đâm chết bằng giáo; đám quân theo Thăng cũng bị giết sạch. Lúc này Hữu Tham tướng Đô đốc Thôi Tụ thu thập quan quân, chỉnh đốn đội ngũ. Cũng ngày hôm đó Lương Minh bệnh chết, lại ngày hôm sau Lý Khánh cũng chết. Rồi đến ngày hôm sau nữa, Thôi Tụ điều quan quân tiến; đến Xương Giang gặp giặc, quan quân ít giặc thì đông, cố gắng đánh nhưng giặc xua voi vào trợ chiến, nên quân loạn, Thôi Tụ bị bắt sống. Giặc hô lớn:*

- "Kẻ hàng không bị giết."

Quan quân hoặc tử trận, hoặc chạy về biên giới, không một ai hàng. Lang trung Sử An, Chủ sự Trần Dung, Lý Tông Phương đều chết vào ngày hôm đó; duy một mình Chủ sự Phan Hậu thoát trở về được." (**Minh Thực Lục Quan hệ Trung Quốc Việt Nam**, tập 2, trang 171)

Vua Tuyên Tông nhận được tin, đau lòng than thở, rồi cũng chẳng cứu vãn được tình hình:

"***Ngày 7 tháng 11 năm Tuyên Đức thứ 2*** **[25/11/1427]**. *Dịch trạm báo rằng An viễn hầu Liễu Thăng chết vào tay giặc. Thiên tử phán rằng:*

"Trẫm nghĩ rằng Thăng trước đây từng ở tại Giao Chỉ, biết rõ địa thế và lòng người, nên dùng vào việc. Nhưng lại lo rằng tính tự thị sức mạnh và kiêu, nên dặn kỹ phải cẩn thận. Còn giặc thì cũng chẳng có mưu mô gì khác lạ, chỉ đặt phục binh và trá hàng để dụ địch. Việc này ắt Thăng không nghe lời Trẫm, nên đến nỗi thất bại; đó là Thăng đã phụ lòng của Trẫm." Thiên tử than van mãi!" (**Minh Thực Lục Quan hệ Trung Quốc Việt Nam**, tập 2, trang 183)

Sau khi biết tin viện binh của Liễu Thăng hoàn toàn thảm bại, không còn cơ hội nào khác; Vua Tuyên Tông đành thể theo bức thư của Vua Lê Lợi, dùng Trần Cao để phục hồi lại nhà Trần, nhằm chấm dứt chiến tranh. Bèn sai hai viên tướng hiệu mang sắc ra lệnh bọn Thành Sơn hầu Vương Thông suất lãnh quan quân cùng mọi người trở về nước:

***"Ngày 1 tháng 11 năm Tuyên Đức thứ 2** [19/11/1427]. Sai Đô Chỉ huy Trương Khải, Chỉ huy Thiêm sự Điền Khoan mang sắc dụ bọn quan Tổng binh Thành sơn hầu Vương Thông, Hữu Tham tướng Đô đốc Mã Ánh rằng:*

*"Nhân quan Tổng binh An viễn hầu Liễu Thăng tiến đến An Nam, nên nhận được thư của bọn Đầu mục Lê Lợi, cùng cháu đích tôn của Vương An Nam trước là Trần Cảo khẩn khoản xin phục hồi họ Trần để nối dõi, lời thiết tha hợp với lòng Trẫm. Trẫm là chúa thiên hạ, đều muốn cho dân trong bốn biển vạn nước được an cư lạc nghiệp, há nỡ để cho Giao Chỉ riêng chịu cảnh tệ hại. Gần đây dân nước này không yên, cũng do quan lại cai trị sai, ngược đãi; xét về bản tâm cũng có chỗ đáng thương. Nay đều chấp nhận theo lời xin, đặc biệt ban chiếu xá tội cùng canh tân. Sắc đến, bọn ngươi hãy suất lãnh quan quân cùng mọi người trở về."!" **(Minh Thực Lục Quan hệ Trung Quốc Việt Nam**, tập 2, trang 183)*

Nhưng Vương Thông lâm vào tình thế sợ địch hơn sợ Vua; bị áp lực quân ta, nên không đợi sắc chỉ của triều đình đến nơi, tự tiện mang quân về:

***"Ngày 17 tháng 12 năm Tuyên Đức thứ 2** [3/1/1428]. Bọn quan Tổng binh Giao Chỉ Thành sơn hầu Vương Thông đã thề ước với Lê Lợi, cùng nghe lời Lợi đem tờ biểu của Trần Cảo tâu lên. Ngày hôm nay Thông không đợi mệnh của triều* *đình mang quân ra khỏi Giao Chỉ do đường bộ về Quảng Tây; bọn Thái giám Sơn Thọ cùng Trần Trí theo đường thủy về châu Khâm. Phàm các quan viên văn võ thuộc tam Ty Giao Chỉ, quân dưới cờ, lại, Thừa sai cùng gia thuộc trở về gồm 86.640 người. Cũng còn một số bị Lợi lưu lại chưa cho đi."* (**Minh Thực Lục Quan hệ Trung Quốc Việt Nam**, tập 2, trang 184)

Sau khi trở về đến Quảng Tây, Vương Thông cố đem lời trần tình rằng trong thành quân ít, lòng người kinh sợ, chí không vững; các đường thủy bộ quan trọng đều bị địch chiếm; nếu thành mất, không khỏi phải hưng binh một lần nữa. Nhưng Vua Tuyên Tông không tha, kết tội Thông tự tiện liên lạc với giặc, không đợi mệnh lệnh của triều đình mang quân trở về, không còn theo lễ bề tôi nữa:

"***Ngày 8 tháng 2 năm Tuyên Đức thứ 3*** **[22/2/1428].** *Bọn quan Tổng binh Giao Chỉ Thành sơn hầu Vương Thông sai người đến tâu rằng:*

'Năm ngoái Lê Lợi tấn công và vây thành Giao Chỉ, Thần mang quân đánh, mấy lần thắng, chém bọn Tư đồ ngụy Lê Trĩ [Lê Triện], *bắt sống bọn Tư không ngụy Đinh Lễ, cùng đuổi hàng vạn giặc đến sông Phú Lương, chết trôi nhiều không kể xiết, giặc sợ không dám đánh tiếp. Gần đây Lê Lợi tập trung dân bản xứ, tự phong ngụy Vương để làm vững lòng dân chúng, bất ngờ mang đại quân vượt sông xâm lược. Bọn thần mong đại quân đến tăng viện gấp, lại nghe An viễn hầu Liễu Thăng đến quan ải Trấn Di tử trận, Bảo định bá Lương Minh, Thượng thư Lý Khánh đều bị bệnh chết, Đô đốc Thôi Tụ mang quân tới Xương Giang thì bị giặc tập kích, Kiềm quốc công, Tân ninh bá đến châu Qui Hóa bị giặc ngăn trở không tiến được.*

Thần đôn đốc ngày đêm công kích, Lê Lợi sợ triều đình lại mang đại quân đến đánh bắt, bèn sai người đưa thư xin hàng, lại đem đầu mục lớn nhỏ đến cửa quân chịu tội, cùng ngụy Vương Trần Cảo sai người dâng biểu trần tình tạ tội, cống người vàng, người bạc thay thân. Lại tiễn Đô đốc Thái Phúc, Đô Chỉ huy Lỗ Tăng đưa 13.391 người cùng 1.200 lừa ngựa về kinh trước, xin toàn bộ ban sư; kế tiếp lại sai con cháu đến cửa quân nạp lễ xin quy thuận triều đình.

Thần trộm nghĩ phụng mệnh diệt giặc, đáng dốc lòng trung thành liều chết để đợi viện binh, nhưng trong thành quân ít, lòng người kinh sợ, chí không vững; bọn giặc lại điên cuồng giảo hoạt hơn trước, các đường thủy bộ quan trọng đều bị chúng chiếm, cho dù có viện binh cũng khó đến ngay được. Nếu thành trì bị hãm, không khỏi phải hưng binh một lần nữa; vì một góc đất mà mệt nhọc nhiều người trong thiên hạ, khiến đấng quân phụ phải lo, không hợp với lòng trung thành của kẻ thần tử. Thần và chúng quan bàn rằng nhân cơ hội này, chỉnh đốn quân lữ, vượt trở về đất sống rồi tái mưu đồ hậu sự. Thần đã đốc suất các nha lại trực thuộc Giao Chỉ cùng quan quân trở về Nam Ninh, Quảng Tây để phục mệnh, và trông đợi Hoàng thượng xét Trần Cảo có đúng danh nghĩa con cháu nhà Trần không; sai sứ qua lại xem xét, nếu có sự giả mạo, xin lượng cho thêm quân mã thủy bộ chia đường cùng tiến thảo; nếu còn một lần nữa không có hiệu quả, bọn thần xin chịu tru lục. Kính cẩn phủ phục đợi mệnh.'

Thiên tử xem tờ tấu, nói với thị thần rằng:

"Quan Tổng binh ở ngoài tự tiện liên lạc với giặc, không đợi mệnh lệnh của triều đình mang quân trở về, không còn theo lễ của bề tôi nữa!" (**Minh Thực Lục Quan hệ Trung Quốc Việt Nam**, tập 2, trang 184)

Bấy giờ bọn Sứ thần Lý Kỳ trên đường sang nước Đại Việt, gặp Vương Thông tại Quảng Tây; cũng tâu về triều việc Vương Thông tự tiện bỏ thành mang quân trở về:

"***Ngày 10 tháng 2 năm Tuyên Đức thứ 3*** **[24/2/1428].** *Thị lang bộ Lễ Lý Kỳ, Thị lang bộ Công La Nhữ Kính tâu rằng:*

'Thành sơn hầu Vương Thông không đợi mệnh triều đình, tự tiện bỏ thành mang quân trở về. Bọn thần gặp tại Nam Ninh, Thông can bọn thần đừng đi, đợi để tâu về triều. Thần không dám nghe lời, bèn đến Long Châu để đợi người Giao Chỉ nghênh tiếp." (**Minh Thực Lục Quan hệ Trung Quốc Việt Nam**, tập 2, trang 187)

Nhận được lời tấu của bọn Vương Thông, Vua Tuyên Tông trách mắng nặng nề; lệnh chuyển các quân trở về đơn vị cũ, riêng bọn Thông phải về triều trình diện:

"***Ngày 11 tháng 2 năm Tuyên Đức thứ 3*** **[25/2/1428].** *Sắc dụ Thành sơn hầu Vương Thông, Đô đốc Mã Anh. Nhận tờ tấu của các ngươi, được biết quan quân đã về tới Nam Ninh, Quảng Tây. Trước đây nghe tin An viễn hầu Liễu Thăng, Đô đốc Thôi Tụ bị bại; Trẫm cho rằng các ngươi sẽ đem hết dạ trung thành, tiếp tục chiến đấu không ngừng. Nghĩ rằng sinh linh có tội tình gì mà gan óc phải phơi bày nơi đất cát, nên muốn tìm kế vẹn toàn, vốn là ý nguyện của trẫm.*

Mới đây nhận tờ biểu của Trần Cảo, cùng thư của Lê Lợi gửi quan Tổng binh xin lập hậu duệ họ Trần, lời lẽ phù hợp lòng Trẫm, nên sai bọn Thị lang bộ Lễ Lý Kỳ mang chiếu xá tội quân dân quan viên Giao Chỉ, lệnh con cháu nhà Trần đến trình bày sự thực để sai sứ sắc phong; lại sắc dụ các ngươi suất lãnh quan quân, cùng Trấn thủ, Nội quan, quan lại thuộc Tam ty (1) *trở về. Làm việc này chứng tỏ rằng không phải vì bọn giặc cường ngạnh đại binh không tiêu diệt được, mà chỉ vì không nỡ để con đỏ bị lầm than quá lâu.*

Các ngươi đáng nên giữ vững thành trì để đợi mệnh lệnh của Trẫm, cớ sao thông đồng với giặc, bỏ thành trở về nước. Các ngươi lo gấp kế bảo toàn cho bản thân, còn về quốc thể thì sao; lại thất lễ vua tôi, há không bị bọn man di chê cười hay sao! Khi sắc tới, phải đưa quân lính mang về, cùng quân rã ngũ bị Lê Lợi tống về, cho trở về nguyên vệ, sở. Số quân các ngươi lãnh tại kinh đô cho trở về, những người Trần Cảo và Lê Lợi sai đến cũng được tới kinh. Lại sắc bọn Nội quan Sơn Thọ, Mã Kỳ, cùng Thông tới kinh." (**Minh Thực Lục Quan hệ Trung Quốc Việt Nam**, tập 2, trang 187)

Sau khi bọn Vương Thông trở về kinh đô, nhà Vua cho họp các quan đại thần tại 5 phủ, 6 bộ, cùng Đô sát viện để truy tội:

"***Ngày 27 tháng 4 nhuần nămTuyên Đức thứ 3* [9/6/1428].** *Bọn quan Tổng binh Giao Chỉ Thành sơn hầu Vương Thông về đến kinh đô. Văn võ quần thần hặc tấu Thông, cùng Đô đốc Mã Ánh; bọn Sự quan Trần Trí, Lý An, Phương Chính, Bố chính sứ Dặc Khiêm; bọn Nội quan Sơn Thọ, Mã Kỳ, về tội trái mệnh tự tiện hòa với giặc, bỏ thành mang quân trở về. Thiên tử mệnh Công, Hầu; hành tại 5 phủ, 6 bộ, các nha môn Đô sát viện cùng truy tội."* (**Minh Thực Lục Quan hệ Trung Quốc Việt Nam**, tập 2, trang 196)

Sau 3 ngày họp, quần thần đàn hạch bọn Thông phạm tội trọng, xin giam tại ngục Cẩm Y Vệ và tịch thu tài sản; nhà Vua chấp thuận:

"***Ngày 29 tháng 4 nhuần năm Tuyên Đức thứ 3* [11/6/1428].** *Công, Hầu, Bá, 5 phủ, 6 bộ, các nha môn Đô* *sát viện tâu rằng Vương Thông, Trần Trí, Mã Ánh, Phương Chính, Dặc Khiêm trên trái với mệnh của triều đình, tự tiện hòa với giặc, bỏ thành trở về; Sơn Thọ che chở bọn phản tặc, Mã Kỳ gây biến một phương, đều đáng chịu tội đặt vào trọng điển. Mệnh tất cả đều bỏ vào ngục Cẩm Y vệ (2). Pháp ty lại tâu bọn Thông theo luật đáng tịch thu gia sản; Thiên tử chấp thuận.*" (**Minh Thực Lục Quan hệ Trung Quốc Việt Nam**, tập 2, trang 196)

Cũng trong một cuộc họp khác, các đại thần Công, Hầu, Bá, cùng 5 phủ 6 bộ, Đô sát viện, Đại lý tự, Cẩm y vệ hặc tấu bọn Kiềm quốc công Mộc Thạnh không hăng hái phấn đấu tiếp viện; lại dẫn binh rút lui, để cho giặc thừa cơ chém giết quan quân, bỏ cả khí giới y giáp, thành trì thất thủ. Nhà Vua tạm khoan thứ cho Thạnh; riêng đòi bọn phụ tá Thạnh như Từ Hanh, Đàm Trung về kinh đô xét hỏi:

"***Ngày 16 tháng 5 năm Tuyên Đức thứ 3* [28/6/1428].** *Công, Hầu, Bá, cùng 5 phủ 6 bộ, Đô sát viện, Đại lý tự, Cẩm y vệ hặc tấu Thái truyền Kiềm quốc công Mộc Thạnh, Hưng an bá Từ Hanh, Tân ninh bá Đàm Trung. Mới đây bọn ác nghiệt còn lại tại Giao Chỉ chưa yên, mệnh bọn Thạnh tổng binh cùng An viễn hầu Liễu Thăng chia đường cùng tiến, mưu tiêu diệt. Hoàng thượng đã ban sắc lưu ý họp nhau lại để làm thế ỷ dốc, giặc có thể bắt được.*

Bọn Thạnh đã không tuân mệnh của Thiên tử, chần chừ rụt rè mãi đến trên 3 tháng mới đến lãnh thổ giặc, lại không tiếp xúc được với Liễu Thăng; đến nỗi giặc tự tiện dồn sức chống cự Vương sư. Khi nghe tin Thăng bị hãm, Thạnh không hăng hái phấn đấu tiếp viện, lại dẫn binh rút lui, để cho giặc thừa cơ chém giết quan quân, bỏ cả khí giới y giáp; bọn giặc tranh hoành, thành trì thất thủ. Bọn Thạnh đã làm trái với quân mệnh, nhục nước, chôn vùi quân đội; đáng làm rõ tội, để làm sáng tỏ ý thay trời thảo phạt

Thiên tử phán:

"Mộc Thạnh để đó không hỏi đến; Đô sát viện thảo văn thư cho biết như vậy. Còn Hanh, Trung thì chờ về đến đây sẽ tính." (**Minh Thực Lục Quan hệ Trung Quốc Việt Nam**, tập 2, trang 197)

Ngoài ra các đại thần đã nghiêm khắc đàn hặc 6 tướng hiệu gồm: Đô đốc Thái Phúc, Đô chỉ huy Chu Quảng, Tiết Tụ, Vu Tán; Chỉ huy Lỗ Quý, Thiên hộ Lý Trung. Sau đó nhà Vua kết tội tử hình phơi thây ngoài chợ và tịch thu tài sản những tướng hiệu này:

"***Ngày 30 tháng 5 năm Tuyên Đức thứ 3*** **[12/7/1428].** *Thái Phúc, Chu Quảng, Tiết Tụ, Vu Tán, Lỗ Quý, Lý Trung bị xử tử. Phúc là Đô đốc; Quảng, Tụ, Tán đều giữ chức Đô Chỉ huy, Quý là Chỉ huy, Trung là Thiên hộ. Bọn Phúc trước đây tại Giao Chỉ trấn thủ Nghệ An, bị giặc vây, Phúc không đánh, lại đem bọn Quảng hàng giặc, lại chỉ cho giặc tạo chiến cụ để đánh thành Đông Quan. Lúc bấy giờ hơn 9000 quân định đốt trại giặc, bọn Phúc lệnh Bách hộ Mưu Anh tố cáo giặc; giặc giết sạch 9500 người, rồi đánh các thành như Xương Giang. Phúc đi thuyết dụ những người trong các thành ra hàng; đến Thanh Hoá phi ngựa đến dưới thành, kêu to rằng:*

'Thủ thành lợi dụng cơ hội đầu hàng có thể bảo tồn mạng sống, không nghe thì gan não phơi mặt đất.'

Bị bọn Tri châu La Thông chửi mắng nên bỏ đi. Nay bọn Lợi đưa bọn Phúc đến kinh sư. Mệnh Công, Hầu, Bá, 5 phủ, 6 bộ, Đô sát viện, cùng các quan 3 bốn lần hặc tội. Đều phúc tấu tội trạng, mệnh hành quyết phơi thây ngoài chợ và tịch thu gia sản." (**Minh Thực Lục Quan hệ Trung Quốc Việt Nam**, tập 2, trang 203)

Lại còn trường hợp trốn tránh chiến trận, như viên Đô chỉ huy thiêm sự Trương Quí bị điều sang nước Đại Việt tham chiến, bèn đào ngũ trở về quê; bị đày làm lính tại Quảng Tây:

"***Ngày 5 tháng 10 năm Tuyên Đức thứ 2*** [24/10/1427]. *Bãi chức Hồ Quảng Đô ty Đô chỉ huy Thiêm sự Trương Quý, đày làm lính. Quý đi đánh Giao Chỉ, đào ngũ trở về, sự việc phát giác, Đô sát viện tâu rằng chiếu theo pháp luật đáng xử tội chết. Thiên tử khoan hồng tha chết, giáng làm lính."* (**Minh Thực Lục Quan hệ Trung Quốc Việt Nam**, tập 2, trang 174)

Riêng quan quân cấp thấp, đào ngũ nhiều không kể xiết; nhà Vua đành ra lệnh chung hẹn trong vòng 2 tháng, phải trình diện tại đơn vị cũ; nếu không tuân bị xử theo quân pháp:

"***Ngày 4 tháng 2 năm Tuyên Đức thứ 3*** [18/2/1428]. *Sắc Hồ Quảng Đô ty, Bố chánh ty, Án sát ty cùng Tuần Án Giám sát Ngự sử. Phàm quan quân đi đánh Giao Chỉ đào ngũ đều được tha tội; hạn trong vòng 2 tháng phải trở về vệ, sở cũ. Nếu vẫn tiếp tục đào ngũ không ra trình diện, bắt được chiếu theo quân pháp xử trị."* (**Minh Thực Lục Quan hệ Trung Quốc Việt Nam**, tập 2, trang 185)

Có trường hợp trầm trọng hơn xảy ra tại tỉnh Tứ Xuyên; vệ Tùng Phan, một đơn vị tương đương với lữ đoàn ngày nay, bị điều đi tham chiến tại nước Đại Việt. Viên Thiên hộ Tiền Hoảng và quân lính không muốn đi, bèn lập mưu khích động dân tộc thiểu số Dung Nhi Kết tại vùng này làm loạn; để được ở lại dẹp loạn. Việc phát giác, viên Thiên hộ bị xử chém:

"***Ngày 27 tháng 2 năm Tuyên Đức thứ 3*** [12/3/1428]. *Xử chém Tiền Hoẳng Thiên hộ vệ Tùng Phan, biếm trích Đô Chỉ huy Cao Long làm Sự quan, bắt Hàn Chỉnh, Đặng Giám sung quân tại Quảng Tây.*

Khởi đầu Hoẳng khích động Phiên man Dung Nhi Kết làm loạn. Thiên tử mệnh Chỉ huy Cẩm Y vệ Nhiệm Khải, Giám sát Ngự sử Lý Ngọc tra vấn sự thực, đến nay bọn Khải tâu rằng Phiên man làm loạn thực do Thiên hộ Tiền Hoẳng khích động. Nguyên do vệ Tùng Phan mang quân đánh Giao Chỉ, quân lính sợ không muốn đi bèn mưu với Hoẳng. Hoẳng nói chỉ có cách là tung tin người man làm phản, Đô ty phải báo về triều, tất phải sai vệ Tùng Phan đánh dẹp và đình chỉ việc đi đánh tại Giao Chỉ. Rồi vu cáo Phiên man Dung Nhi Kết làm phản, vệ lập tức báo lên Đô ty, quả nhiên cho đình chỉ việc đi đánh Giao Chỉ và sai Chỉ huy Trần Kiệt mang binh đánh bắt. Nhưng Dung Nhi Kết thực không làm loạn, nên Tiền Hoẳng thấy quan quân Đô ty đến, bèn cho người bí mật vào trại man uy hiếp và nói rằng:

- Triều đình bảo các ngươi làm loạn nên mang quân đến đánh; đưa trâu, ngựa, tài vật; bọn ta có thể giúp đình chỉ việc này.

Man Dung Nhi Kết bèn mang trâu, ngựa cho bọn chúng; nhưng khi thấy quân triều đình đến ngay biên cảnh bèn chạy vạy kết giao với các sinh Phiên (3) *vùng Hắc Thủy làm loạn, chém giết quân dân; bọn Trần Kiệt đều bị giặc giết. Quân Phiên quấy nhiễu lớn, bọn Hàn Chỉnh, Cao Long dừng quân không dám tiến, chỉ miệt mài tham dâm làm dân biên giới khổ sở, nên thế giặc hoành hành, cướp phá càng lớn, để lại nhiều tàn phá.*

Thiên tử phán dân Man làm loạn Trẫm vốn nghi là bị khích động, bọn Hàn Chỉnh tham dâm dưỡng giặc, ăn hối lộ tội không chối vào đâu được, bèn sắc dụ Khải chém Hoằng tại Tùng Phan, bêu đầu thị chúng, tịch thu gia sản; 20 người tòng phạm được xá tội chết để sung quân; bọn Chỉnh bị phát vãng làm lính tại Quảng Tây." (**Minh Thực Lục Quan hệ Trung Quốc Việt Nam**, tập 2, trang 189

Chú thích

1. Tam ty: gồm Đô Chỉ huy Sứ ty, Bố chánh ty, Án sát ty.

2. Cẩm y vệ: Là cơ quan đặc vụ thiết lập dưới thời Minh; công tác chuyên về an ninh, tình báo, bắt bớ, giam cầm.

3. Sinh phiên: Người Trung Quốc đối với các dân tộc thiểu số cho là kém khai hóa nên gọi là Phiên. Dân Phiên ở trên núi gọi là sinh Phiên, ở miền đồng bằng gọi là thục Phiên.

85.
Vua Lê Thái Tổ [1428-1433] (1)

Sau khi đánh đuổi quân Minh ra khỏi bờ cõi, Bình Định vương Lê Lợi lên ngôi Vua, đặt niên hiệu là Thuận Thiên:

"Mậu Thân, Thuận Thiên năm thứ 1 (Minh Tuyên Đức năm thứ 3). Mùa xuân, tháng giêng [17/1-14/2/1428], *quân Minh đã về nước, vua bèn thâu tóm cả nước, lấy năm này làm năm đại định."* **Toàn Thư**, Bản Kỷ, quyển 10, trang 54b.

Nhà Vua ra lệnh các quan tại trung ương bàn định pháp lệnh cai trị quân dân; các tướng hiệu trị quân theo pháp luật; các lộ tại địa phương tra xét dân tình không để cho tàn dư quân Minh lọt lưới:

"Hạ lệnh cho các quan Tư không, Tư đồ, Tư mã, Thiếu úy, Hành khiển bàn định pháp lệnh cai trị quân dân, để người làm tướng biết phép trị quân, quan các lộ biết phép trị dân, cũng để răn dạy quân dân biết là có pháp luật. Mọi công việc đều có các cơ quan phụ trách riêng, dâng lên vua xem.

Hạ lệnh cho các tướng hiệu và các quan rằng: Từ xưa tới nay, trị nước phải có pháp luật, không có pháp luật thì sẽ loạn. Cho nên học tập đời xưa đặt ra pháp luật là để dạy các tướng hiệu, quan lại, dưới đến dân chúng trăm họ biết thế nào là thiện, là ác, điều thiện thì làm, điều chẳng lành thì tránh, chớ để đến nỗi phạm pháp. Hạ lệnh cho các đại thần, thiếu úy, chấp lệnh, truyền lệnh cho các lộ, nếu thấy ngụy quan, thổ quân và dân chúng từ các thành trốn ra mà che dấu, không giải trình thì chém.

Lại hạ lệnh cho các lộ tra xét những người lạ mặt qua lại, ai dám dung túng cho giặc Minh và ngụy quan trốn lọt mà không biết, thì lộ quan cùng người thủ đội đều bị chém. Hạ lệnh cho con em các nhà đầu mục và các tướng hiệu đều nên trở về nhận ruộng đất ở quê cha đất tổ, để chấm dứt nạn tranh chiếm ruộng đất.

Nhà Minh có chiếu nói rằng: Tất cả bọn quan lại, quân nhân của triều đình sai sang còn bị giam giữ đều phải trả về hết, các vũ khí còn giữ lại cũng phải đưa nộp. Vua bèn cho yết bảng nghiêm cấm, nếu người nào chứa giấu quan quân của nhà Minh từ 1 người trở lên thì giết không tha. Người ra thú lục tục cho đưa về Yên Kinh [Bắc Kinh].” **Toàn Thư**, Bản Kỷ, quyển 10, trang 55b.

Vào ngày 10 tháng giêng [26/1/1428], Trần Cảo trốn vào Nghệ An, bị bắt đem về, rồi phải uống thuốc độc chết:

“Bấy giờ các quan đều dâng sớ nói Trần Cảo không có công gì với dân, sao lại ở trên mọi người, nên sớm trừ đi. Vua cũng biết là như vậy, nhưng trong lòng không nỡ, đối xử càng hậu. Cảo biết người trong nước không phục mình, bèn ngầm đi thuyền vượt biển trốn vào châu Ngọc Ma [Phủ Trấn Định, Nghệ An]. *Đến Ma Cảng đất Nghệ An quan quân đuổi bắt được, đem về Đông Quan, bắt uống thuốc độc chết.”* **Toàn Thư**, Bản Kỷ, quyển 10, trang 55a.

Tháng 2 [15/2-15/3/1428], ghi chép công trạng công thần đầu tiên theo khởi nghĩa từ đất Lũng Nhai, Lam Sơn. Cho họ được phong tước có thứ bậc hơn kém khác nhau và được theo quốc tính họ Lê:

"Tháng 2, định các mức khen thưởng cho những Hỏa thủ [đội trưởng] *và quân nhân của quân Thiết đột có công lao siêng năng khó nhọc ở Lũng Nhai gồm 121 (1) người. Công hạng nhất, được ban quốc tính là bọn Lê Vấn, Lê Quy, Lê Dịch, Lê Ê 52 người làm Vinh lộc đại phu, tả Kim ngô vệ đại tướng quân, tước Thượng trí tự.*

Công hạng hai, được ban quốc tính là bọn Lê Bồ, Lê Liệt, Lê Khảo 72 người, làm Trung lượng đại phu, tả Phụng thần vệ tướng quân, tước Đại trí tự.

Công hạng ba, được ban quốc tính là bọn Lê Lễ, 94 người, làm Trung vũ đại phu Câu kiềm vệ tướng quân, tước Trí tự. Hành khiển Lê Cảnh phụng mệnh làm biểu ngạch." **Toàn Thư**, Bản Kỷ, quyển 10, trang 56b.

Lúc này sứ bộ nhà Minh được Vua Tuyên Tông sai đến nước Đại Việt đã đến Long Châu, Quảng Tây; đang chờ để được đón vào nước:

Ngày 10 tháng 2 năm Tuyên Đức thứ 3 **[24/2/1428].** *Thị lang bộ Lễ Lý Kỳ, Thị lang bộ Công La Nhữ Kính tâu rằng:*

'Thành sơn hầu Vương Thông không đợi mệnh triều đình, tự tiện bỏ thành mang quân trở về. Bọn thần gặp tại Nam Ninh, Thông can bọn thần đừng đi, đợi để tâu về triều. Thần không dám nghe lời, bèn đến Long Châu để đợi người Giao Chỉ nghênh tiếp." (**Minh Thực Lục Quan hệ Trung Quốc Việt Nam**, tập 2, trang 187.)

Ngày mồng 8 tháng 3 [23/3/1428] sứ bộ nhà Minh đến nước ta, đến ngày 18 tháng 3 [2/4/1428] trở về nước. Dịp này có 2 phái đoàn Đại Việt tháp tùng: Một phái đoàn do cháu Vua là Hộ bộ lang trung Lê Quốc Khí cầm đầu, sang tạ ơn; phái đoàn thứ hai do bọn Khu mật thiêm sự Hà Phủ báo tang Trần Cảo mất:

"*Tháng 3, ngày mồng 8* [23/3/1428], *chánh sứ nhà Minh là Lễ bộ tả thị lang Lý Kỳ và Công bộ hữu thị lang La Nhữ kính, phó sứ là Thông chính sứ ty hữu thông chính Hoàng Ký và Hồng lô tự khanh Từ Vĩnh Đạt đến kinh sư. Trước đây, tháng 8, năm Đinh Mùi* [22/8-20/9/1427], *vua sai bọn Lê Thiếu Dĩnh sang nhà Minh dâng biểu cầu phong, xin lập con cháu nhà Trần. Tháng 11* [19/11-17/12/1427], *nhà Minh sai bọn Lý Kỳ, Nhữ Kính mang chiếu dụ và lệnh ân xá sang, đến nay tới kinh sư.*

Ngày 18 [2/4/1428], *sai sứ sang nhà Minh. Bấy giờ bọn Lý Kỳ, La Nhữ Kính về nước, vua sai bọn Hộ bộ lang trung Lê Quốc Khí (cháu ruột Thái Tổ), Phạm Thành sang tạ ơn, bọn Khu mật thiêm sự Hà Phủ, Hà Liễn sang báo tang của Trần Cảo, cùng đi với bọn Kỳ.*" **Toàn Thư**, Bản Kỷ, quyển 10, trang 57a.

Phái đoàn Trung Quốc và Đại Việt lặn lội trên 2 tháng trời, đến ngày 13/6/1428 mới đến Bắc Kinh, kinh đô nhà Minh:

"***Ngày 1 tháng 5 năm Tuyên Đức thứ 3*** [13/6/1428]. *Bọn Hành tại bộ Lễ Hữu Thị lang Lý Kỳ, Công bộ Hữu Thị lang La Nhữ Kính đi sứ Giao Chỉ trở về. Lê Lợi sai bọn Đầu mục Lê Khí, Hà Phủ đi theo bọn Kỳ đến triều đình dâng biểu tạ ơn và tâu rằng cháu họ Trần là Cảo mất vào ngày mồng 10 tháng giêng năm nay. Con cháu họ Trần đều tuyệt, nên người trong nước suy cử Lợi cẩn thận giữ nước, để đợi mệnh của* *triều đình.*" (**Minh Thực Lục Quan hệ Trung Quốc Việt Nam**, tập 2, trang 196)

Ngoài ra trong tháng 3, phong cho con thứ Nguyên Long tước Quận công; định công ban thưởng các quan văn võ, Thừa chỉ Nguyễn Trãi được ban tước Quan phục hầu:

"*Phong con thứ là Nguyên Long làm Lương quận công.* [57b]

Đại hội các tướng và các quan văn võ để định công, ban thưởng, xét công cao thấp mà định thứ bậc. Lấy thừa chỉ Nguyễn Trãi làm Quan phục hầu; tư đồ Trần Hãn làm Tả tướng quốc; Khu mật đại sứ Phạm Văn Xảo làm Thái Bảo; đều được ban quốc tính." **Toàn Thư**, Bản Kỷ, quyển 10, trang 57a.

Chia cả nước làm 5 đạo, gồm: Tây, Đông, Nam, Bắc, và Hải Tây. Thiết lập các vệ quân, đặt Tổng quản và Hành khiển chia giữ sổ sách về quân và dân. **Địa Dư Chí** trong **Lịch Triều Hiến Chương** của Phan Huy Chú chép:

"*Các trấn Tam Giang, Tuyên Quang, Hưng Hóa và Gia Hưng đều thuộc Tây Đạo.*

Các lộ Thượng Hồng, Hạ Hồng, Nam Sách thượng, Nam Sách hạ và trấn An Bang đều thuộc Đông Đạo.

Các trấn và các lộ Bắc Giang, Lạng Giang và Thái Nguyên đều thuộc Bắc Đạo.

Các lộ Khoái Châu, Lý Nhân, Tân Hưng, Kiến Xương và Thiên Trường đều thuộc Nam Đạo. Các lộ Thanh Hoá, Nghệ An, Tân Bình và Thuận Hóa đều thuộc Hải Tây Đạo."

Sai các quan đi cúng tế các thần núi, sông, cùng lăng tẩm các triều trước; tôn thụy hiệu tổ tiên nhà Vua:

"Sai các quan chia nhau đi tế thần kỳ núi, sông, đền, miếu các xứ và lăng tẩm của triều trước.

Truy tôn thuỵ hiệu từ khảo tỷ (2) trở lên. Tổ khảo Đinh làm Chiêu Đức Hoàng Đế, bà là Nguyễn Thị Quách làm Gia Thục hoàng hậu, cha là Khoáng làm Tuyên Tổ Hoàng Đế, mẹ là Trịnh Thị Thương làm Ý Văn hoàng hậu." **Toàn Thư**, Bản Kỷ, quyển 10, trang 57b.

Vào tháng 4, Vua từ dinh Bồ Đề dời về thành Thăng Long; chính thức lên ngôi, đặt quốc hiệu là Đại Việt. Nhà Vua xuống chiếu miễn thuế, miễn sai dịch cho người già; quy định văn thư phải dùng đúng quốc hiệu, niên hiệu, và quy định chữ húy cần phải kiêng:

"Mùa hạ, tháng 4, vua từ điện tranh ở Bồ Đề về đóng ở thành Đông Kinh.

Ngày 15 [29/4/1428], vua lên ngôi ở Đông Kinh, đại xá, đổi niên hiệu là Thuận Thiên, dựng quốc hiệu là Đại Việt, đóng đô ở Đông Kinh (tức là thành Thăng Long. Vì Thanh Hoá có Tây Đô, cho nên gọi thành Thăng Long là Đông Kinh). Xuống chiếu rằng, các thứ thuế như tô ruộng, vàng bạc, đầm phá, bãi dâu trong cả nước, đều tha cho 2 năm không thu, những người già ở các lộ từ 70 tuổi trở lên được miễn sai dịch, những người con hiếu thảo, đàn bà góa giữ tiết thì cho các quan ở lộ tâu lên để biểu dương khen thưởng. Các gia đình quân, dân, nếu trong 1 hộ có 3 người sung quân thì cho miễn 1 người. Những lăng miếu của đế vương và công thần các đời thì cho huyện sở tại làm bản tâu lên để xét cấp cho người quét dọn.

Ngày 17 [1/5/1428], ra lệnh chỉ rằng, từ sau ngày chiếu thư ban ra, nếu quân hay dân có dâng thư nói việc gì thì phải theo đúng niên hiệu, quốc hiệu, đô hiệu như trong chiếu thư, ai trái thế thì phải xử phạt trượng hay biếm chức; những giấy tờ, văn khế, khoán ước về mua bán, đổi chác, vay mượn mà không theo đúng như trong chiếu thư thì sẽ không có giá trị.

Ngày 20 [4/5/1428], dùng ban các chữ húy tông miếu và chữ húy tên vua. Tất cả các chữ húy chính khi viết đều không được dùng, nếu đồng âm mà khác chữ thì không phải húy. Húy Tông miếu có 5 chữ: Hiển Tổ Chiêu Đức Hoàng Đế húy là Đinh, Hiển Tổ Tỷ Gia Thục Hoàng Thái Hậu húy là Quách, Tuyên Tổ Hiến Văn Hoàng Đế húy là Khoáng, Trinh Từ Ý Văn Hoàng Thái Hậu húy là Thương, huý của vua là Lợi, của hoàng hậu là Trần, của anh vua là Học. Khi có chiếu lệnh đại xá đều xưng là Thuận Thiên Thừa Vận Duệ Văn Anh Vũ Đại Vương, hiệu là Lam Sơn động chủ." **Toàn Thư**, Bản Kỷ, quyển 10, trang 58a.

Nhân lên ngôi, vàng được tìm ra từ sông Nhị Hà, nên các quan dâng biểu chúc mừng. Cũng dịp này Vua truy tặng Lê Thạch chức Trung vũ đại vương và ban chức quan cho 2 người cháu; Thạch là con người anh Vua, trước đây lập nhiều chiến công, hy sinh trong trận đánh quân Ai Lao vào năm 1421. Vua cũng ra lệnh miễn giảm thuế cho những nơi gặp chiến họa, và trị tội bọn nguỵ quan:

"Sông Nhị nảy vàng ròng, các quan dâng biểu chúc mừng.

Truy tặng Lê Thạch làm Trung Vũ Đại Vương, đưa vào thờ ở tẩm miếu. Lấy Lê Tri Vận làm tri Tả hữu ban, phong liệt hầu; Nguyễn Lỗ là Xa kỵ vệ tổng tri (Tả hữu ban nắm kho tàng của nhà nước, tổng tri thì coi quân). Hai người đều là họ ngoại. Tri Vận vì có công làm con tin trong thành, sau được tặng phong Nguyên cữu Quan nội hầu.

Ra lệnh chỉ cho các lộ là nơi nào bị quân giặc cướp phá thì được miễn giảm thuế.

Trị tội các ngụy quan." **Toàn Thư**, Bản Kỷ, quyển 10, trang 58b.

Trước đó, vào tháng 11 năm Đinh Mùi [19/11-17/12/1427], Vua sai bọn Lê Thiếu Dĩnh sang nhà Minh dâng biểu cầu phong và xin lập con cháu nhà Trần.; nay phái đoàn Lê Thiếu Dĩnh trở về nước, phúc trình nội dung như sau:

"*Tháng 3* [16/3-14/4/1428] *năm nay, Lê Thiếu Dĩnh đến Yên Kinh dâng biểu. Đến đây trở về, vua Minh ban cho Thiếu Dĩnh áo vóc hoa, tiền giấy và có sắc dụ cho nước ta, đại ý nói: Lập con cháu nhà Trần là việc rất quan trọng, phải hợp với lòng người trong nước, không được tự tiện chuyên quyền, phải cùng với các bô lão, trình bày sự thực về người cháu đích tôn của họ Trần, tâu lên để làm bằng cứ mà ban chiếu sắc phong. Số người và chiến khí còn bị giữ lại, cũng đưa trả về hết.*" **Toàn Thư**, Bản Kỷ, quyển 10, trang 59a.

Sử Trung Quốc chép, khi đến Yên Kinh Lê Thiếu Dĩnh dâng biểu của Trần Cảo lên Vua Tuyên Tông, xin cho An Nam được tự trị:

"***Ngày 15 tháng 3 năm Tuyên Đức thứ 3*** **[30/3/1428].** *Thành sơn hầu Vương Thông đưa bọn đầu mục Lê Thiếu Dĩnh đến kinh đô dâng biểu, biểu văn như sau:*

"*Cháu 3 đời của tiền Quốc vương Hiệt nước An Nam là Trần Cảo; cùng thần Đầu mục Lê Lợi tâu:*

Trộm nghĩ ở dưới vòm trời này chẳng có đất nào không phải là đất của Thiên tử; trong cõi đất này chẳng có dân nào không phải là dân của Thiên tử. Xưa lúc đức Thái tổ Cao

Hoàng mới lên ngôi báu, tổ tiên thần là Trần Nhật Khuê đầu tiên triều cống, được khen và ân sủng ban cho tước Vương; từ đó đời đời được phong và triều cống không khuyết. Rồi nhân họ Lê soán nghịch, Thái tông Văn Hoàng đế hưng binh hỏi tội; bình định xong ban chiếu tìm con cháu nhà Trần để nối dõi. Vì lẽ con cháu nhà Trần bị giặc họ Lê giết gần hết, kẻ sót lại thì chạy trốn nơi xa xôi, nên lúc bấy giờ chiếu thư tìm hỏi không được, bèn đặt quận huyện để cai trị nhân dân. Thần Cảo, lúc này trốn tránh tại Lão Qua, chỉ mong qua hết ngày tàn. Nhưng người trong nước vẫn nghĩ đến tổ tiên xưa của Thần, ép Thần trở về nước. Thần bất đắc dĩ phải nghe lời, vào năm Tuyên Đức thứ nhất trở về nước cũ, người trong nước nghĩ đến tổ tiên Thần, nên số đông thuận theo. Thần mới đây sai người dâng biểu, cùng thư trần tình của Lê Lợi, đến chỗ quan Tổng binh An viễn hầu Liễu Thăng nhờ chuyển đạt lên Thiên tử; lại sai cha con Lê Lợi đem Đầu mục lớn nhỏ đến cửa quân của Thành sơn hầu Vương Thông trình bày xin rút quân để sinh linh nước nhỏ được bảo toàn. Lời yêu cầu được chấp thuận, định ngày mồng 1 tháng 12 ban sư.

Thần tự biết mang tội nặng nề tiến thoái lưỡng nan, nhưng nghĩ rằng trời đất đối với vạn vật tuy có sấm sét giận dữ nhưng cái ý nuôi sống vẫn nằm ở trong đó; cha mẹ với các con cái, tuy dùng roi vọt dạy dỗ nhưng ơn nuôi dưỡng thể hiện trong lòng. Bởi vậy con người ta bị đau, không ai không kêu trời, kêu cha mẹ. Vì vậy thần không thể không khẩn khoản dâng lời để kêu van về sự đau khổ. Kính mong Hoàng thượng y theo theo chiếu thư của Thái Tông Văn Hoàng đế, cho tìm kiếm con cháu họ Trần; nghĩ đến lòng thành của tổ tiên thần đầu tiên đến triều cống, xá cho Thần tội lớn như gò đống đáng cam chịu tội búa rìu, cho Thần được nối dõi cõi

Nam hoang dã, làm tròn chức cống Thiên triều, thì không riêng một thân, một nhà của Thần được may mắn, mà sinh linh cả nước cũng được may mắn; không riêng sinh linh một nước được may mắn mà tổ tông Thần dưới đất cũng được thấm nhuần ơn Thiên tử. Thần xin ghi lòng khắc cốt, dốc lòng cung thuận, làm tròn chức cống, vĩnh viễn trung thành không ngớt. Nay đem người vàng, người bạc thay thân, dâng biểu văn tạ tội cùng phương vật, sai bọn Đầu mục Lê Thiếu Dĩnh phụng dâng. Thần ngu muội đáng tội chết, tâu lời biểu này." (**Minh Thực Lục Quan hệ Trung Quốc Việt Nam**, tập 2, trang 190)

Vua Minh tỏ ra chưa tin, nên ra sắc dụ cho Vua Lê Lợi phải cùng với kỳ lão trong nước trình bày đầy đủ sự thực về cháu đích tôn họ Trần, và đòi hỏi phải trả hết người và vũ khí còn giữ lại:

"***Ngày 1 tháng 4 năm Tuyên Đức thứ 3*** **[15/4/1428].** *Giao Chỉ sai Đầu mục Lê Thiếu Dĩnh từ giã trước bệ rồng; ban cho áo văn ỷ, sa, cùng sắc dụ Đầu mục Lê Lợi rằng:*

"Tháng 10 năm ngoái trong quân gửi đến thư trần tình cùng biểu văn của các ngươi xin lập con cháu họ Trần. Trẫm thể theo lòng hiếu sinh của trời đất, cùng ý muốn lúc khởi đầu của Thái Tông Văn Hoàng đế, thuận theo lời thỉnh. Đặc cách sai bọn Thị lang bộ Lễ Lý Kỳ mang chiếu thư đại xá Giao Chỉ; lệnh cho ngươi, cùng các Đầu mục, kỳ lão trong nước trình bày đầy đủ sự thực về cháu đích tôn họ Trần.

Đáng ra các ngươi phải kính cẩn đợi mệnh của triều đình, nhưng lại ôm lòng xảo trá nghị hòa riêng với bọn Vương Thông, dụ rút quan quân để vào chiếm thành trì, tiếm quyền vô lễ không phải chỉ một chuyện. Tuy hiện nay ngươi dâng lời xin tạ tội, nhưng các quan văn võ quần thần hợp tấu rằng tội ngươi không thể tha được. Trẫm đã ban ân mệnh cho ngươi, nay vẫn giữ sự khoan hồng, nhưng việc làm sau này phải hợp lòng dân, ngươi không thể tự chuyên được. Khi sắc tới phải cùng với kỳ lão Giao Chỉ trình bày đầy đủ sự thực về cháu đích tôn họ Trần, đợi tâu lên, để căn cứ vào đó mà ban chiếu sách phong. Ngươi phải đem những người còn bị câu lưu cùng binh khí về kinh, để một phương được an định. Tấu chương của quần thần cũng được giao cho Lê Thiếu Dĩnh đưa cho ngươi, để ngươi hiểu rõ." (**Minh Thực Lục Quan hệ Trung Quốc Việt Nam**, tập 2, trang 192)

Tháng 4 nhuần [14/5-12/6/1428], lệnh các đại thần chọn các quan tài giỏi liêm khiết giữ các nơi quan trọng, như cửa biển, đầu nguồn; cho đúc tiền Thuận Thiên:

"Ra lệnh chỉ cho bọn đại thần định lại các quan lộ, huyện, quan trấn thủ, cùng các quan giữ đầu nguồn, cửa biển và những nơi xung yếu, đều phải dùng những người tài giỏi, liêm khiết, chính trực, cho các đại thần đều được tiến cử.

Đúc tiền Thuận Thiên." **Toàn Thư**, Bản Kỷ, quyển 10, trang 59b.

Mốc tháng 4 nhuần này rất quan trọng trong việc khảo cứu lịch, vì trong năm này lịch **Đại Thống** nhà Minh cũng có tháng 4 nhuần; chứng tỏ Âm lịch của ta cũng giống Trung Quốc, do đó có thể theo lịch Trung Quốc đổi ra Dương lịch được. Sử nước ta vào tháng 4 nhuần cũng chép sự kiện Thành Sơn hầu Vương Thông nhà Minh về đến Yên Kinh, bị các quan hặc tội:

Bọn Thành Sơn hầu Vương Thông nhà Minh về đến Yên Kinh, bị các quan hặc tội, đều phải giam vào ngục Cẩm y vệ, có chiếu tha tội chết, biếm quan tước. **Toàn Thư**, Bản Kỷ, quyển 10, trang 59b.

Tương tự **Minh Thực Lục** chép sự kiện này vào ngày 29 tháng 4 nhuần năm Tuyên Đức thứ 3 [11/6/1428].

Ngoài ra trong tháng này có 160 người nước ta từng làm việc với nhà Minh, xin trở về nước:

"***Ngày 10 tháng 4 nhuần năm Tuyên Đức thứ 3*** **[23/5/1428]**

Sai các Giám sinh, Thổ quan, Thổ lại Giao Chỉ gồm bọn Nguyễn Trí, Vũ Hy Dật 160 người trở về nước. Mệnh Đô đốc Sơn Vân sai người hộ tống đến biên giới Giao Chỉ." (**Minh Thực Lục Quan hệ Trung Quốc Việt Nam**, tập 2, trang 195)

Ngày 12 tháng 5 Vua họp các đại thần quyết định bổ nhiệm các quan lộ, trấn; định luật, đặt quy chế về chức tước:

"*Mùa hạ, tháng 5, ngày 12* [24/6/1428], *vua và các đại thần cùng nghị bàn việc nước; quyết định các quan viên, các quan trấn thủ tại các lộ, trấn và những nơi xung yếu, định luật lệnh kiện tụng, quy chế về chức tước.*" **Toàn Thư**, Bản Kỷ, quyển 10, trang 59b.

Cũng trong tháng này, có 95 người Việt từng làm việc việc với nhà Minh cùng thân nhân, xin ở lại Trung Quốc:

"***Ngày 20 tháng 5 năm Tuyên Đức thứ 3*** **[2/7/1428].** *Nha môn quan quân địa phương Giao Chỉ thuộc vệ Trấn Di, bọn Chỉ huy Đồng tri Vũ Hiếu Tiên 95 người tâu xin ở tại kinh đô cư trú. Thiên tử mệnh hành tại bộ Lễ tuân theo lệ người phương Bắc đến hàng, ban cho các vật như y phục dệt kim, lụa, tiền giấy, lụa quyên, gấm, vải bố, yên ngựa. Lại mệnh ty* *sở quan cấp phòng ốc, khí mãnh như lệ."* (**Minh Thực Lục Quan hệ Trung Quốc Việt Nam**, tập 2, trang 199)

Tháng 6, ra lệnh khảo xét các quan trong triều và ngoài địa phương, chia cao thấp thành 3 hạng; lệnh các quan tiến cử người có tài đức; nhà Vua còn hỏi về phép trị nước:

"Tháng 6, ra lệnh cho các đại thần khảo xét các quan trong ngoài; hạng nhất là những người có tài văn võ, tháo vát, tinh nhanh; hạng nhì là những người biết chữ tháo vát tinh nhanh; hạng ba là những người viết tinh, viết thảo, làm tính; ngoài ra những người không được xếp hạng nào thì kê riêng thành một hạng.

Ra lệnh cho các đại thần và các quan văn võ đều tiến cử người hiền lương phương chính; nếu tiến cử được người giỏi thì được thăng thưởng theo lệ tiến cử hiền thần, nếu vì tiền tài, vì thân quen, tiến cử người không tốt thì bị trị tội theo lệ tiến cử kẻ gian.

Ngày 26 [7/8/1428], ra lệnh chỉ cho các đại thần và các quan văn võ rằng: "Trẫm là người thế nào mà được trao mệnh trời? Nhờ đâu mà thành nghiệp lớn? Hiện nay công việc của triều đình rất bề bộn, việc gì nên làm trước, việc gì nên làm sau? Các tướng trong triều ai có thể cáng đáng được việc lớn, có thể trao cho sứ mệnh ở ngoài ngàn dặm? Ai là người có thể dạy dỗ thái tử?". **Toàn Thư**, Bản Kỷ, quyển 10, trang 59b.

Vào tháng 7, Quốc vương Chiêm Thành sai sứ thần sang cống nhà Minh:

Ngày *24 tháng 7 năm Tuyên Đức thứ 3* [3/9/1428]. *Quốc vương Chiêm Thành Chiêm Bà Đích Lại sai bọn Sứ thần Bô Sa Phạ Tế Gia đến kinh đô dâng biểu bằng vàng lá* *cùng cống sản phẩm địa phương.* (**Minh Thực Lục Quan hệ Trung Quốc Việt Nam**, tập 2, trang 204)

Vua Tuyên Tông tỏ lòng ưu ái, ân cần ban thưởng cho sứ thần, cùng Quốc vương và Vương phi:

Ngày 3 tháng 8 năm Tuyên Đức thứ 3 [11/9/1428]. *Ban cho bọn Sứ thần Chiêm Thành Bồ Sa Phạ Tế Gia bạc giấy, lụa nõn trong ngoài; y phục lụa là, trử* (3), *quyên* (4) *dệt kim có sai biệt. Mệnh mang sắc; cùng tơ, lụa là, nhung, gấm ban cho Vương và Vương phi.* (**Minh Thực Lục Quan hệ Trung Quốc Việt Nam**, tập 2, trang 204)

Tháng 8, lấy ngày sinh nhật mồng 6 của Vua Lê làm ngày Vạn thọ thánh tiết; ngày 10 quy định cờ xí, nghi trượng, vũ khí cho các quân; ngày 20 nhà Minh gửi sắc thư yêu cầu những quan lại Trung Quốc đã được cấp ruộng đất sinh sống tại nước Đại Việt, phải trở về nước:

"Mùa thu, tháng 8, lấy ngày sinh làm Vạn Thọ thánh tiết (tức ngày mồng 6) [14/9/1428].

Ngày mồng 10 [18/9/1428], *quy định cờ xí, nghi trượng, chiến khí, thuyền bè của các quân: trung đội cờ vàng, thượng đội cờ đỏ, hạ đội cờ trắng. Mỗi vệ có 1 lá cờ lớn của chủ tướng. Mỗi quân có 1 lá cờ hạng trung, 10 lá cờ đội, 40 lá cờ nhỏ, 10 chiếc thuyền hỏa chiến, 2 chiếc thuyền nhỏ trinh sát, 1 chiếc ống phun lửa "Đại tướng quân", 10 ống phun lửa cỡ lớn, 10 chiếc cỡ trung, 80 chiếc cỡ nhỏ, nỏ cứng 50 chiếc, câu liêm 50 cái, giáo dài 50 cái, phi liêm 40 cái, mộc mỗi người 1 chiếc, phiêu thì mỗi người dùng 4 thủ tiễn* (5) *hạng nhất, hạng nhì thì mỗi 1 người dùng 3 chiếc, đại đao thì mỗi người dùng 1 thanh. Mỗi quân dùng 1 người làm sao quân, mỗi đội dùng một người làm sao đội* (6).

Ra lệnh chỉ đổi chức hỏa đầu thành chánh phó ngũ trưởng.

Ngày 20 [28/9/1428], nhà Minh có sắc thư yêu cầu trả bọn lại nhân mà Giao Chỉ đã cấp ruộng đất cho ở để họ trở về nước." **Toàn Thư**, Bản Kỷ, quyển 10, trang 60a.

Lần trước vào ngày mồng 8 tháng 3 [23/3/1428] phái đoàn La Nhữ Kính đến nước Đại Việt, Vua Lê cho biết Trần Cảo đã mất. Sau khi trở về nước, nhận sắc dụ của Vua nhà Minh đưa cho Vua Lê; đến ngày 21 tháng 9 này [29/10/1428] lại đến nước ta. Nội dung sắc dụ đòi hỏi phải hết lòng tìm tòi con cháu họ Trần, và trả cho hết người, vũ khí của nhà Minh còn giữ lại:

"*Tháng 9, ngày 21* [29/10/1428], *nhà Minh sai bọn La Nhữ Kính, Từ Vĩnh Đạt lại mang sắc thư sang dụ vua rằng họ Trần nhiều đời vẫn được lòng người, bảo vua phải dò tìm cho được con cháu họ Trần mà tâu lên để ban cho mệnh lệnh nối dòng đã tuyệt. Lại bảo rằng đó hẳn là do các đầu mục bô lão chưa hỏi khắp, có thể vẫn còn người, nhưng họ chưa dám nói ra.*

Lại dụ rằng những quan lại và quân nhân còn giữ lại hãy đưa trả cho hết, các đồ quân khí còn lưu lại cũng nộp trả cho hết." **Toàn Thư**, Bản Kỷ, quyển 10, trang 61a.

Nguyên văn sắc dụ **Minh Thực Lục** chép như sau:

"***Ngày 18 tháng 5 năm Tuyên Đức thứ 3*** **[30/6/1428].** *Mệnh hành tại Công bộ Hữu Thị lang La Nhữ Kính, Hồng lô tự khanh Từ Vĩnh Đạt lại mang sắc đến Giao Chỉ dụ Lê Lợi, cùng Kỳ lão quân dân. Sắc rằng:*

"*Trẫm thể theo đạo trời để cai trị nước, thuận lòng dân phục hưng đạo lý, bốn biển trong ngoài đều đối xử chung một lòng nhân. Được biết rằng dân Giao Chỉ không quên họ Trần, xin lập con cháu để coi sóc một phương; ý Trẫm muốn khoan tuất cho dân, nên cúi xuống chấp nhận lời xin; bỏ qua lỗi cũ, triệu quân chinh thảo trở về, ban đặc chiếu cho Đầu mục, Kỳ lão trình bày đầy đủ sự thực về con cháu họ Trần, để làm bằng mà kiến lập. Nay bọn Lê Lợi tâu rằng cháu họ Trần tên Cảo đã mất vào tháng giêng, lại không còn con cháu; chỉ trong vòng mấy tháng, lời lẽ vội thay đổi. Phàm họ Trần có nước đã lâu, tất con cháu còn đông. Trước đây Vương sư mới bình Giao Chỉ, ban chiếu tìm con cháu họ Trần để lập, người trong nước đều bảo rằng đã bị Lê Quí Ly giết hết, nên mới đặt quận huyện đất này. Nhưng hơn 20 năm sau vẫn còn người như Cảo, cớ sao Cảo mới mất lại bảo không còn ai? Chắc Đầu mục, Kỳ lão tìm hỏi chưa hết khắp, kẻ sống còn không dám tự nói ra; làm phận bề tôi cần thành tâm, nếu còn một chút chưa tận lòng thành cũng không nói là trung được. Khi sắc đến, các ngươi Đầu mục, Kỳ lão quân dân hãy hết lòng tìm hỏi con cháu họ Trần rồi tâu lên, để ban sắc mệnh nối dòng bị đứt; nhằm yên một phương, đáp ứng tấm lòng thể theo đạo trời thương người, phô bày đức rộng, người xa kẻ gần đều được hưởng phúc.*

Quan lại quân lính của triều đình, cùng người nhà bị Giao Chỉ giữ lại; hãy đưa về để đáp ứng sự trông mong của cha mẹ vợ con họ; những quân khí bị lưu giữ hãy tống nạp, ngõ hầu có đường cầu phúc. Trẫm lấy đạo chí thành đãi người, chớ nghi hoặc, tự chuốc lấy lo buồn. Ban cho bọn Nhữ Kính tiền giấy làm phí tổn đi đường; lại ban cho Đầu mục đưa đến là bọn Lê Khí tiền giấy cùng y phục lụa ỷ có hoa văn. Mệnh cùng đi về với Nhữ kính." (**Minh Thực Lục Quan hệ Trung Quốc Việt Nam**, tập 2, trang 198)

Cũng vào cuối tháng 9, sứ bộ La Nhữ Kính chuẩn bị về nước, nhà Vua ban tiền và chi phí dọc đường, lại sai Lê Quốc Khí cùng đi sứ sang Minh. Ngoài ra Vua quy định phẩm tước cho các quan, ban quốc tính họ Lê cho các công thần, và cho sa thải quân lính già yếu:

"*Ban tiền giấy và chi phí dọc đường cho bọn Nhữ Kính, đồng thời ban tiền giấy và áo lót vóc hoa cho sứ nước ta là bọn Lê Quốc Khí, sai họ cùng đi với bọn Nhữ Kính.*

Quy định phẩm tước của quan chức văn võ. Ban quốc tính cho các công thần.

Thải quân già yếu, quy định biên chế quân ngũ." **Toàn Thư**, Bản Kỷ, quyển 10, trang 61b.

Vào tháng 10, phái đoàn La Nhữ Kính lên đường về nước; Vua sai bọn Hà Lật sang tạ ơn, nạp cống; tâu bày đã tìm tòi con cháu nhà Trần nhưng không thấy, quan quân cũng đã đưa về hết:

"*Ngày 19 [25/11/1428], sứ nhà Minh là bọn Nhữ Kính về nước. Vua sai bọn Hà Lật sang tạ ơn nhà Minh và nộp lễ cống, tượng người vàng thế thân, và tâu rằng đã tìm hỏi con cháu họ Trần nhưng không còn người nào, các quan quân ra thú cũng đã lục tục đưa về rồi.*" **Toàn Thư**, Bản Kỷ, quyển 10, trang 61b.

Bấy giờ bọn Hà Lật dâng tờ tâu về việc đã tìm tòi con cháu họ Trần nhưng không thấy, như sau:

"***Tờ tâu về việc tìm hỏi con cháu họ Trần.***

Thân tộc họ Trần, trước bị Hồ Quí Ly giết hết, không thấy một ai. Năm Tuyên Đức thứ 1 (1426) mới tìm được ở đất Lão Qua Trần Cảo xưng là con cháu họ Trần. Năm Tuyên Đức thứ

2 (1427), Trần Cảo về nước, thì người cả nước đều quy phụ, đã sai thần Lê Lợi cùng các đầu mục gửi thư cho quan Tổng binh xin rút quân; năm Tuyên Đức thứ 2 đã sai Lê Thiếu Dĩnh dâng biểu trần tình tạ tội, không ngờ thấm thoát mấy ngày, Trần Cảo ốm chết. Con cháu họ Trần hiện nay thực không còn ai. Nếu quả có còn ai, bọn thần tuy chưa phụng sắc, cũng đã phải gõ cửa quan mà xin mệnh, lẽ nào ân chiếu như thế mà thần lại mang lòng khác, việc đó tất nhiên không có. Lại trong sắc có truyền phải trả về hết những quan lại quân nhân còn giữ lại. Thần lấy làm lo sợ, không dám yên lòng. Đó là khi trước quan quân sang chinh thảo, người nước thần sợ bị giết chóc, liền đem nhau ra giữ gìn phòng bị, làm kế tự vệ, không khác gì chim cùng thì mổ, thú cùng thì vồ. Trừ những người đã tử thương ở trước lưỡi gươm mũi giáo ra, những quân nhân hiện còn, thần đã sai Thiếu Dĩnh dâng danh sách. Thần lại hết sức tìm tòi, nay theo lời những người đầu mục kỳ lão trong nước thì những hạng người nói trên thực không còn ai cả." **Quân Trung Từ Mệnh Tập**. a 46.

Tháng 11, Vua lại sai sứ bộ Đỗ Như Hùng sang nhà Minh khẳng định việc con cháu nhà Trần quả không còn ai, quan quân và khí giới cũng đã đưa về hết. Lại tâu thêm việc con gái Vua trước đây bị hoạn quan Mã Kỳ bắt đưa về kinh đô; nay xin hoàn lại:

"Tháng 11, ngày mồng 1 [7/12/1428]*, vua sai bọn Đỗ Như Hùng sanh nhà Minh tâu bày rằng con cháu họ Trần quả thực không còn ai, các quan lại, quân nhân cùngkhí giới bắt được của nhà Minh đã đưa trả hết rồi, không còn giam giữ, chúa giấu gì cả. Lại xin trả lại người con gái của vua bị lạc.*

Trước kia, trong buổi loạn ly, vua bị lạc mất người con gái nhỏ mới lên 9 tuổi. Viên nội quan nhà Minh là Mã Kỳ đem về nuôi, rồi đưa về Yên Kinh tiến làm cung tỳ (7). Đến đây, vua sai sứ sang xin về." **Toàn Thư**, Bản Kỷ, quyển 10, trang 62a.

Sau khi nhận được lời tâu, Vua Tuyên Tông đích thân trả lời rằng con gái nhà Vua đưa sang Trung Quốc, vì không hợp thủy thổ, nên đã mất từ lâu:

Ngày 28 tháng 3 năm Tuyên Đức thứ 4 [1/5/1429]

.... Riêng dụ ngươi về việc ngươi tâu rằng có con 9 tuổi bị Mã Kỳ thu dưỡng đem về kinh sư, muốn được đoàn tụ. Nghe việc này động lòng trắc ẩn, Trẫm là cha mẹ của thiên hạ lại nỡ để cho một trẻ nhỏ không được gần người thân ư! Nên đã ra lệnh tìm hỏi ngay việc này. Nhưng con gái ngươi vì không hợp thủy thổ, nên bị bệnh mất đã lâu. Tình thương yêu cha con người người giống nhau, nhưng phần số mỗi người thì đã định; bảo riêng để ngươi biết. Nay ban cho Kỳ, Vĩnh Đạt, Thông tiền phí tổn đi đường; Sứ giả Hà Lật được ban y phục, tiền giấy, cho đi theo cùng Kỳ." (**Minh Thực Lục Quan hệ Trung Quốc Việt Nam**, tập 2, trang 210)

Ngoài ra trong tháng 11 còn có các việc khác, như giết bọn ngụy quan Trần Phong âm mưu làm loạn; làm sổ hộ tịch, sổ ruộng đất; đặt xã quan; chuẩn bị việc sát hạch các quan văn, võ vào tháng 5 năm sau:

"Ngày 24 [30/12/1428], giết bọn giặc phản nghịch tên là Phong, tên Nhữ Hốt, tên An Vinh, tên Trung, tên Tồn, tên Sĩ Văn, tên Sùng Lễ, tên Xác.

Trước kia, bọn Phong đón hàng giặc Minh, giúp giặc làm điều bạo ngược, chống lại quan quân. Đến khi giặc Minh bị dẹp mới ra đầu hàng, được vua tha tội cho. Nhưng bọn Phong vẫn gây nhiều tội ác không chịu chừa, lại âm mưu làm loạn, ngấm ngầm kết bè đảng, viết thư mật, ngầm sai người đi đường tắt tới xui quân Minh gây sự, bọn chúng sẽ làm nội ứng. Người mang thư bị Thượng tướng Thái Nguyên là Hoàng Nguyên Ý bắt được. Vua giết tên đưa thư rồi giấu chuyện ấy đi. Tháng 8 [9/9-8/10/1428], lại có một tên trong bọn đến cáo giác, việc cũng giống thế. Đến đây, vua mới hạ chiếu giết cả bọn.

Ngày 25 [31/12/1428], làm sổ ruộng đất, sổ hộ tịch. Ra chỉ thị cho các phủ, huyện trấn, lộ khám xét các chằm bãi, ruộng đất, mỏ vàng bạc, những sản vật núi rừng trong hạt, các loại thuế ngạch cũ, cùng ruộng đất đã sung công của các nhà thế gia và những người tuyệt tự, và ruộng đất của những bọn đào ngũ, hạn đến trung tuần tháng 2 năm Kỷ Dậu trình lên. Sổ hộ tịch năm Mậu Thân và sổ ruộng đất năm Kỷ Dậu thì đến tháng 4 năm Quý Sửu sẽ nộp. Khi làm sổ ruộng đất và hộ tịch thì khai cả từng hạng nguỵ quan.

Ngày 27 [2/1/1429], ra lệnh chỉ đặt xã quan. Xã lớn từ 100 người trở lên thì đặt 3 viên, xã vừa từ 50 người trở lên đặt 2 viên, xã nhỏ 10 người trở lên đặt 1 viên.

Ngày 28 [3/1/1429], ra lệnh chỉ cho các quan viên và quân dân cả nước, hạn đến tháng 5 sang năm tới Đông Kinh để các quan văn hỏi thi kinh sử, ai tinh thông được bổ làm quan văn; các quan võ hỏi thi về võ kinh, pháp lệnh, kỳ thư...” **Toàn Thư**, Bản Kỷ, quyển 10, trang 62a.

Tháng chạp, Vua ban cho những người tham gia khởi nghĩa trong giai đoạn đầu, nếu chưa ra làm quan, thì con cháu được miễn sai dịch; lệnh đối chiếu khám xét ruộng đất tài nguyên; xây các điện tại kinh đô; chế tạo vũ khí, thuyền bè, và đúc tiền:

"Tháng 12, ngày mồng 7 [11/1/1429], ra lệnh chỉ cho các quan văn quan võ: Người nào đã đưa vợ con lên lẩn tránh ở núi rừng cùng trẫm mưu lo việc nước, từ ở Mường Thôi đến Bồ Đằng, Chí Linh, Khả Lam thì cho con hoặc cháu được miễn các việc quân dịch và dân dịch. Nếu đã làm quan thì không thuộc lệ này. Con cháu, anh em của tên nào đã bỏ đạo nghĩa, cầu an hàng giặc thì không được nhận. Ai làm trái thì xử tội biếm hay bãi chức.

Ngày 22 [26/1/1429], ra lệnh chỉ cho các quan phủ, huyện, lộ, trấn, xã, sách đối chiếu, khám xét ruộng đất, đầm bãi công tư trong các huyện, xã của lộ mình, cùng cá mú, hoa quả, mắm muối và các rạch cá tư ngoài cửa biển, các loại vàng, bạc, chì, thiết, tiền.

Vua làm điện Vạn Thọ, lại làm Tả, Hữu điện, điện Kính Thiên, điện Cần Chính.

Chế tạo chiến khí, thuyền bè. Đúc tiền Thuận Thiên thông bảo, cứ 50 đồng là 1 tiền. Trước kia, thời Trần Thái Tông Kiến Trung năm thứ 2 [1226] có chiếu quy định trong dân gian tiêu tiền thì mỗi tiền là 69 đồng, dùng chính thức là 70 đồng." **Toàn Thư**, Bản Kỷ, quyển 10, trang 63a.

Chú thích:

1. Con số này **Toàn thư** ghi là 121, **Cương Mục** ghi 221, cả hai đều không ăn khớp với những con số đã nêu ở dưới: 52+72+94=218, e có sự kể sót hay chép lầm chăng.

2. Khảo tỷ: Cha đã chết gọi là "khảo', mẹ đã chết gọi là "tỷ".

3. Trử: hàng tơ gai, mặc mùa hè.

4. Quyên: Lụa mộc, lụa sống.

5. Thủ tiễn: tên ném bằng tay, cũng gọi là phiêu.

6. Sao quân, sao đội: là người giữ việc biên chép trong 1 quân, 1 đội.

7. Cung tỳ: Tôi tớ trong cung.

86.
Vua Lê Thái Tổ. (2)

Tháng giêng, Vua ra lệnh nghiêm trị tệ trạng uống rượu, cờ bạc; quy định bảo vệ, và sử dụng ấn:

"Kỷ Dậu, Thuận Thiên năm thứ 2, (Minh Tuyên Đức năm thứ 4). Mùa xuân, tháng giêng, ngày mồng 4 [7/2/1429], ra lệnh chỉ cho các quan, cho kinh đô và các lộ, huyện, xã rằng: Kẻ nào du thủ thực, đánh cờ đánh bạc thì quan ty và quân dân bắt nộp để trị tội. Đánh bạc thì chặt 5 ngón tay, đánh cờ thì chặt 1 ngón tay, những kẻ không phải là việc quan mà vô cớ tụ họp uống rượu thì xử phạt 100 trượng, người chứa chấp bị tội kém một bậc.

Ra lệnh chỉ cho các quan lộ, huyện, xã rằng: Hễ là ấn công thì do viên chánh giữ. Ở các lộ thì Tri phủ giữ ấn, không có Tri phủ thì Trấn phủ giữ ấn. Ở các huyện thì Tuần sát giữ ấn. Nếu không có Trấn phủ, Tri phủ thì dùng Chiêu thảo hoặc Phòng ngự giữ ấn. Có việc thì cùng bàn với nhau đáng đóng dấu thì mới dùng." **Toàn Thư**, Bản Kỷ, quyển 10, trang 63b.

Nhà Vua chuẩn bị lập Hoàng tử Nguyên Long lên làm Vua, nên phong con trưởng là Tư Tề làm Quốc vương, con thứ Nguyên Long làm Hoàng thái tử. Hạ chiếu lựa con các quan văn võ vào hầu Thái tử học tập và đến nhà Quốc học để theo học:

"Ngày mồng 7 [10/2/1429], sai Nhập nội kiểm hiệu bình chương sự Lê Vấn, Nhập nội đại tư mã Lê Ngân, Nhập nội

thiếu phó Lê Văn Linh mang kim sách lập Hữu tướng quốc Khai quân công Tư Tề làm Quốc vương, giúp coi việc nước. Sai Nhập nội tư khấu Lê Sát, Tư không Lê Nhân Chú, Nhập nội tư mã Lê Lý, Nhập nội thiếu úy Lê Quốc Hưng mang kim sách lập Lương quận công Nguyên Long làm Hoàng thái tử.

Ngày mồng 8 [11/2/1429], ra lệnh chỉ cho đại thần và các quan văn võ cùng các lộ, phủ, huyện, châu, trấn rằng: Nếu ai có việc đến Quốc vương và Hoàng thái tử thì dùng chữ "khải", chứ không được dùng chữ "tấu" và xưng là "Quốc vương điện hạ", "Thái tử điện hạ". Nếu Quốc vương có tuyên cáo hiệu lệnh gì thì dùng chữ "Quốc vương chỉ huy", không được dùng chữ "sắc".

Ngày mồng 9 [12/2/1429], ra lệnh chỉ rằng:

Quan võ từ chức Quản lĩnh, quan văn từ chức Hành khiển trở lên, ai có con trai từ 5 tuổi trở xuống, 9 tuổi trở lên, cho được vào hầu Hoàng thái tử. Ngày 15 tháng này [18/21429], tới học đường để kiểm mục, quan Nội mật viện lấy danh sách. Quan võ từ Đồng tri trở xuống đến Đại đội trưởng, Đội trưởng trở lên, quan văn từ Thượng thư trở xuống đến thất phẩm, ai có con trai 17 tuổi trở xuống, 9 tuổi trở lên tới nhà Quốc học điểm mục để học quan lấy danh sách dạy học." **Toàn Thư**, Bản Kỷ, quyển 10, trang 64a.

Nhà Vua ra lệnh các đại thần bàn bạc phép chia ruộng đất, để được công bằng hơn:

"Ngày 22 [25/2/1429], ra lệnh chỉ cho quan văn võ đại thần nghị bàn việc lớn của nhà nước. Như người đi đánh giặc thì nghèo, kẻ rong chơi thì giàu. Người đi chiến đấu thì không có một thước, một tấc đất mà ở; những kẻ du thủ du thực, không có ích gì cho nước lại có quá thừa ruộng đất, hoặc đi

làm nghề trộm cướp. Thành ra không có ai chịu hết lòng với nước, chỉ ham nghĩa phú quý mà thôi. Nay ra lệnh chỉ cho các đại thần bàn định số ruộng cấp cho quan lại, quân nhân và dân chúng, trong từ đại thần trở xuống, dưới đến người già yếu, mồ côi, góa chồng, đàn ông, đàn bà trở lên, loại nào được cấp bao nhiêu thì tâu lên." **Toàn Thư**, Bản Kỷ, quyển 10, trang 65a.

Tháng 2, ra lệnh thao diễn quân đội một cách quy mô; rồi chia phiên cho về làm ruộng:

"*Tháng 2, ngày 21* [25/3/1429], *ra lệnh chỉ cho tướng hiệu và quân nhân các vệ quân năm đạo rằng: Đến ngày 27* [31/3/1429] *sẽ diễn tập chiến trận thủy, bộ, ai vắng mặt sẽ bị trị tội. Diễn tập xong, sẽ chia mỗi vệ thành 5 phiên, 1 phiên ở lại, còn 4 phiên cho về làm ruộng."* **Toàn Thư**, Bản Kỷ, quyển 10, trang 65b.

Sắc cho Đại thần, Hành khiển, và các quan đặc trách về can gián; hễ thấy điều lệnh có gì bất tiện, hoặc chính lệnh hà khắc, thuế má nặng nề, cần phải tâu ngay:

"*Ngày 26* [30/3/1429], *ra lệnh chỉ cho đại thần và các quan Hành khiển:*

Nếu thấy các điều lệnh của trẫm có điều gì bất tiện cho việc quân, việc nước, hoặc các việc sai dịch không hợp lý, hoặc thuế khóa nặng nề, hoặc có việc tà dâm bạo ngược, thì tâu xin sửa lại.

Lại ra lệnh chỉ cho các ngôn quan (1) rằng:

'Nếu thấy trẫm có chính lệnh hà khắc, thuế má nặng nề, ngược hại lương dân, thưởng công phạt tội không đúng, không theo đúng phép xưa, hay các đại thần, quan lại, tướng

hiệu, quan chức trong ngoài không giữ phép, nhận hối lộ, nhiễu hại lương dân, thiên hư phi pháp, thì phải lập tức dâng sớ đàn hặc ngay. Kẻ nào cứ ngồi nhìn mà dung túng, chỉ giỏi trò vặt, cùng là nói hão không đâu, thì phải chiếu luật trị tội. Lại như các quan vào sân điện, nếu để áo, mũ, cân đai không đúng phép, đi lại ngang dọc không theo đúng lễ phép, thì ngôn quan không được coi là phận sự của mình mà đàn hặc, vì việc ở điện đình đã có Tổng quan và Chỉ huy sứ năm quân Thiết đột, Ngự tiền Thiết đột, Nội mật viện xét hặc."
Toàn Thư, Bản Kỷ, quyển 10, trang 65b.

Vua ban tờ chiếu bắt giam Thái úy Hữu Tướng quốc là Trần Nguyên Hãn, Hãn liền tự sát. Hãn thuộc dòng dõi quan Tư đồ Trần Nguyên Đán, Nguyễn Trãi cũng là cháu ngoại Trần Nguyên Đán. Nguyễn Trãi lập công lớn giúp Vua Lê, nhưng trong dịp phong hầu vào ngày 3 tháng 5 [4/6/1429] sau đó, ông chỉ được phong tước Á Hầu, đứng dưới 35 người khác. Vậy có thể suy luận rằng tiền đồ của Nguyễn Trãi bị suy giảm, bởi vụ án Trần Nguyên Đán. Nội dung sự việc như sau:

"*Là dòng dõi tư đồ Trần Nguyên Đán, Hãn có học thức, giỏi binh pháp, giúp Lê Thái Tổ khởi nghĩa, ngày càng được yêu thương hậu đãi, thường được dự bàn những việc bí mật; theo đi trận mạc, đến đâu cũng lập được chiến công đấy. Năm Mậu Thân, Thuận Thiên thứ 1 [1428], tưởng lục công thần, Hãn được gia phong Hữu tướng quốc, cho lấy theo họ Lê. Công lao và danh vọng của Hãn thật cao tột. Hãn có nói riêng với người thân tín rằng:*

'Nhà vua có tướng như Việt vương Câu Tiễn; không thể cùng hưởng yên vui sung sướng được!'.

Hãn xin về hưu, được nhà vua ưng thuận; nhưng vì là dòng dõi nhà Trần nên bị nghi kỵ. Khi đã về ấp Sơn Đông, sống trong cảnh quê hương, Hãn xây dựng phủ đệ, đóng thuyền không giữ gìn hình tích. Những kẻ tâng công gièm pha với nhà vua rằng Hãn mưu toan làm phản. Nhà vua tin lời, ra lệnh cho lực sĩ đến bắt. Khi thuyền đi đến bến Sơn Đông, Hãn tự trầm chết." **Cương Mục**, Chính Biên, quyển 15, trang 20a.

Tháng 3, định lệ cấp đất vườn tại kinh thành cho quan quân, cấm không được để hoang:

"Tháng 3, ngày 20 [23/4/1429], ra lệnh chỉ cho Đô tổng quản và Quản lĩnh các đạo cùng quan viên các phường trong kinh thành rằng: Hiện nay, phần đất của các quan và phủ đệ của công hầu trăm quan đều có phần nhất định, nên trồng cây trồng hoa và các loại rau đậu, không được để đất hoang, ai không theo thế thì mất phần đất của mình. Các công hầu đã được ban cho đất ở, nếu trong phần đất của quân Thiết đột thì không cho quá nhiều, chỉ từ 5 sào trở xuống; nếu không phải trong phần đất của quân Thiết đột thì cho 2 mẫu trở xuống đến 1 mẫu. Nếu đã được chia ruộng đất vườn nhà nhất định rồi, lại còn chiếm đất trong thành Đại La làm nhà cửa khác nữa thì không được." **Toàn Thư**, Bản Kỷ, quyển 10, trang 66a.

Vào cuối tháng 3 [1/5/1429], Vua Minh sai sứ bộ Lý Kỳ đến nước ta ban chỉ dụ. Sự kiện liên quan đến việc năm ngoái ngày 25/11/1428 phái bộ Hà Lật nước ta đi sứ; đến ngày 15/3/1429 đến triều Minh. Sứ thần Hà Lật thay Vua Lê tâu rằng đã tìm kỹ con cháu nhà Trần, nhưng không còn sót ai; về quan quân nhà Minh, đã đem về tất cả; riêng có con gái 9 tuổi bị Mã Kỳ đưa về kinh đô, xin được hoàn lại. Nay Vua

Minh sai sứ bộ Lý Kỳ đến nước ta ban chỉ dụ bảo phải tìm kỹ thêm rồi tâu lên; riêng về con Vua, thì Vua Tuyên Tông cho biết đã mất. Sự việc được ghi lại trước sau, qua 2 văn bản dưới đây:

Ngày 11 tháng 2 năm Tuyên Đức thứ 4 [15/3/1429]. *Bọn Hành tại Công bộ hữu Thị lang La Nhữ Kính đi sứ Giao Chỉ trở về. Lê Lợi cùng Kỳ lão sai bọn Đầu mục Hà Lật cống sản vật địa phương cùng người vàng thay người thật. Tâu rằng:*

"Khâm tuân Thánh dụ tìm hỏi con cháu họ Trần, nhưng không còn ai sót lại."

Lại tâu:

"Được ơn trên đòi hỏi về việc lưu giữ quan lại quân nhân, cùng gia thuộc quân khí. Trước đây khi quan Tổng binh Thành sơn hầu Vương Thông ban sư, đã đưa về tất cả. Bề tôi, Lợi, từng treo bảng cấm ước, nếu có kẻ nào dấu một quan quân trở lên đều bị chém đầu, những người ra trình diện đều được lục tục đưa về. Nay nhận được chiếu sắc lại cẩn thận giới sức trong nước và sai người đi tìm tòi bốn phương, nếu còn sót lại thì đưa về hết, không dám cô phụ Thánh Thiên tử yêu thương con dân; cúi mong ánh sáng mặt trời soi xét sự tình kẻ dưới."

Lại tâu:

"Vào ngày 20 tháng 8 năm Tuyên Đức thứ 3, Thần được xem sắc xá tội cho Giao Chỉ, lệnh cấp ruộng đất cho những Thư lại trở về nước; Thần ngưỡng vọng Thiên tử từ nơi vạn dặm thấy được mọi việc, đoái nghĩ đến những người nhớ đến quê hương đất cũ. Nhân thần có chút tình riêng: thần trước đây bị quan quân xua đuổi, trong lúc thảng thốt để mất con gái nhỏ mới 9 tuổi. Dò la được biết Nội quan Mã Kỳ mang

về, tiến dâng làm quan nô tỳ. Thần tội to như gò núi đã được tha, nghĩ đến gia đình chỉ mong được đoàn tụ, xin sắc chỉ tha cho về để được vẹn tình cha con, Thần đáng ghi khắc vào tâm cốt, cảm ơn không bao giờ quên." (**Minh Thực Lục Quan hệ Trung Quốc Việt Nam**, tập 2, trang 208)

"***Ngày 28 tháng 3 năm Tuyên Đức thứ 4*** **[1/5/1429].** *Sai Thị lang bộ Lễ Lý Kỳ, Hồng Lô Tự khanh Từ Vĩnh Đạt, Hành nhân Trương Thông mang sắc dụ Đầu mục Lê Lợi cùng các kỳ lão rằng:*

"Đã xem xong tờ tấu của các ngươi; Trẫm lãnh mệnh trời coi dân vạn nước trong bốn biển như con, lo cho yên ổn và no đủ. Nước An Nam ngươi cách kinh khuyết không xa, họ Trần là nước đầu tiên đến quy thuận, há lại để riêng nước này không toại nguyện lòng mong muốn. Trước đây họ Trần có cháu còn sống, bọn ngươi xin lập để làm chủ tông miếu; Trẫm cũng vui lòng, liền ra lệnh bãi binh, mệnh các quan thú mục trấn thủ trở về. Lại ra lệnh đầu mục kỳ lão các ngươi trình bày sự thực, vì vui thích thuận lòng dân để mong bảo toàn một phương vậy. Chẳng bao lâu bọn ngươi tâu cháu họ Trần bị bệnh mất, ngươi cẩn thận giữ nước để đợi mệnh của triều đình. Trẫm cho rằng con cháu họ Trần sống còn chẳng phải một người, nên bảo hãy tìm tòi tiếp. Nay các ngươi xưng là hậu duệ thực không còn ai nữa, xin được đổi sắc mệnh. Phàm kiếm được một người cai quản được nước là hợp với ý của Trẫm; nhưng kiến lập là việc hệ trọng, đáng cẩn thận và thành khẩn; bởi lẽ họ Trần trước kia đức dày, con cháu chắc còn có người sống ẩn dật nơi cùng tịch. Trước kia vào thời Vĩnh Lạc, đại quân vừa bắt cha con Lê Quí Ly, lập tức tìm con cháu nhà Trần để lập, lúc đó người trong nước đều bảo không còn ai, nhưng hơn 20 năm sau vẫn còn; suy việc

trước đem so sánh với việc ngày hôm nay, không thể chắc rằng không còn có ai nữa. Nay các kỳ lão đi tìm hỏi khắp nơi, như còn con cháu nhà Trần thì cho biết tên, nếu thực không có, triều đình sẽ có cách xử trí.

Ngươi Lợi hãy dụ các Thổ quan và gia đình quân dân khắp nơi xem có ai tàng trữ quan lại quân nhân của triều đình, cùng gia thuộc; thì hãy tống hoàn hết. Vũ khí vứt bỏ nơi núi đầm thì đã hư hoại, nếu con lưu trữ tại thành quách cũng mang nạp. Kẻ trên ngự trị kẻ dưới với lòng bao dung, người dưới thờ người trên với tấm lòng thành kính; ngõ hầu trừ nguy để yên, ngươi phải nên kính cẩn.

Riêng dụ ngươi về việc ngươi tâu rằng có con 9 tuổi bị Mã Kỳ thu dưỡng đem về kinh sư, muốn được đoàn tụ. Nghe việc này động lòng trắc ẩn, Trẫm là cha mẹ của thiên hạ lại nỡ để cho một trẻ nhỏ không được gần người thân ư! Nên đã ra lệnh tìm hỏi ngay việc này. Nhưng con gái ngươi vì không hợp thủy thổ, nên bị bệnh mất đã lâu. Tình thương yêu cha con người người giống nhau, nhưng phần số mỗi người thì đã định; bảo riêng để ngươi biết. Nay ban cho Kỳ, Vĩnh Đạt, Thông tiền phí tổn đi đường; Sứ giả Hà Lật được ban y phục, tiền giấy, cho đi theo cùng Kỳ. " (**Minh Thực Lục Quan hệ Trung Quốc Việt Nam**, tập 2, trang 210)

Tháng 4, ra lệnh các quan lấy được vàng tại bến Đông, tùy theo thứ bực cao thấp phải đem nạp ít nhiều; các ngụy quan được tha tội, ruộng đất được miễn sung công:

"*Mùa hạ, tháng 4, ngày 27* [29/5/1429], *ra lệnh chỉ cho đại thần và trăm quan phải nộp số vàng lấy được ở bến Đông* (2) *cho nhà nước tùy theo thứ bậc: chánh nhất phẩm nộp 2 lạng, tòng nhất phẩm 1 lạng rưỡi, chánh nhị phẩm 1 lạng, tòng nhị phẩm 5 đồng cân, chánh tam phẩm đồng cân, tòng tam phẩm 2 đồng cân, chánh tứ phẩm đến chánh ngũ đều 1 đồng cân, còn từ tòng ngũ trở xuống không phải nộp.*

Ngày 30 [1/5/1429], ra lệnh chỉ rằng những nguỵ quan trước đã có lệnh cho tha tôi chuộc mệnh, thì cho miễn cả ruộng đất không phải sung công." **Toàn Thư**, Bản Kỷ, quyển 10, trang 66b.

Tháng 5, phong tước hầu, cao thấp gồm 9 cấp cho các công thần; quy định các cấp được dùng y phục áo đỏ. Ra lệnh các nhân tài bị bỏ sót, đến văn phòng Thiếu phó Lê Văn Linh tự tiến cử, để tùy tài sử dụng:

"Tháng 5, ngày mồng 3 [4/6/1429], ban biển ngạch công thần cho 93 viên:

Huyện thượng hầu 3 người là Lê Vấn, Lê Sát, Lê Văn Xảo.

Á thượng hầu 1 người là Lê Ngân.

Hương thượng hầu 3 người là Lê Lý, Lê Văn Linh, Lê Quốc Hưng,

Đình thượng hầu 14 người là Lê Chích, Lê Văn An, Lê Liệt, Lê Thố, Lê Lễ, Lê Chiến, Lê Khôi, Lê Đính, Lê Chuyết, Lê Lỗi, Lê Nhữ Lãm, Lê Sao, Lê Kiệm, Lê Lật.

Huyện hầu 14 người là: Lê Bị, Lê Bì, Lê Bĩ, Lê Náo, Lê Thụ, Lê Lôi, Lê Khả, Lê Bồi, Lê Khả Lang, Lê Xí, Lê Khuyển, Lê Bí, Lê Quốc Trinh, Lê Bật.

Á hầu 26 người là bọn Lê Lạn, Lê Trãi.

Quan nội hầu 16 người là bọn Lê Thiệt, Lê Chương.

Quan phục hầu 16 người là bọn Lê Cuống, Lê Dao.

Thượng trí tự Trước phục hầu 4 người là bọn Lê Khắc

Phục, Lê Hài.

Ra lệnh chỉ rằng những văn võ hào kiệt nào còn bị bỏ sót, hoặc bị chìm đắm chưa có chức tước gì, không được ai tiến cử; hoặc vì thù hằn mà bị đè nén, vùi dập, thì đến ngay chỗ Thiếu phó Lê Văn Linh mà tự tiến, nếu xét thực có tài đức thì tâu trình để cất nhắc sử dụng, không cứ là ngụy quan hay sĩ thứ, cốt lấy tài đức là hơn.

Ra lệnh chỉ rằng: Các quan chức văn võ, quan võ từ Thượng tướng tước Trí tự Trước phục hầu trở lên đều cho mặc áo đỏ tía; quan văn từ Nhập nội đại hành khiển Quan phục hầu trở lên cũng cho mặc áo đỏ tía." **Toàn Thư**, Bản Kỷ, quyển 10, trang 66b.

Ngoài ra trong tháng 5, lệnh ban các nơi đề cử những người thông kinh sử, chuẩn bị đến kinh đô thi hội:

"*Ngày 26* [27/6/1429], *ra lệnh chỉ rằng: Quân nhân các lộ phủ và những người ẩn dật ở núi rừng, nếu ai quả thực thông kinh sử, giỏi văn nghệ thì đến ngày 28 tháng này tới sảnh đường trình diện, chờ đến ngày cho vào trường thi hội, người nào đỗ sẽ được tuyển dụng.*

Ngày 28 [29/6/1429] *ra lệnh chỉ cho các quan văn võ trong ngoài, người nào tinh thông kinh sử, từ tứ phẩm trở xuống, hạn đến ngày 20 tháng này đều tới sảnh đường để vào trường thi hội."* **Toàn Thư**, Bản Kỷ, quyển 10, trang 67b.

Tháng 6, mở cuộc thi các thầy tăng, những người không đậu phải hoàn tục. Cho lập sổ dân đinh:

"*Mùa hạ, tháng 6, ngày mồng 10* [11/7/1429], *ra lệnh chỉ cho các tăng đạo, người nào thông kinh điển, trong sạch, giữ tiết hạnh, hẹn đến ngày 20* [21/7/1429] *tháng này tới sảnh đường trình diện, để xét duyệt cho thi, ai đỗ thì cho làm tăng đạo, ai không đỗ thì bắt hoàn tục.*

Làm sổ đinh." **Toàn Thư**, Bản Kỷ, quyển 10, trang 68a.

Tháng 7, ra lệnh các quan họp bàn về quy chế tiền tệ; nhà Vua gợi ý chọn giải pháp thuận lòng dân:

"Mùa thu, tháng 7, ngày mồng 5 [4/8/1429], *ra lệnh cho các đại thần và các quan văn võ trong ngoài họp bàn về quy chế đồng tiền. Tờ chiếu viết:*

'Tiền là mạch máu của sinh dân, không thể không có. Nước ta vốn có mỏ đồng, nhưng tiền đồng cũ đã bị nhà Hồ hủy bỏ, trăm phần chỉ còn được một. Đến nay, việc quân, việc nước thường hay bị thiếu. Muốn cho tiền được lưu thông sử dụng, để thuận lòng dân, há chẳng khó sao? Mới rồi có người dâng thư trình bày, xin lấy tiền giấy thay cho tiền thực (3). *Trẫm sớm khuya nghĩ ngợi, chưa nghĩ ra cách gì. Vì rằng tiền giấy là thứ vô dụng, lại được lưu hành như vật hữu dụng trong dân, thực không phải là ý nghĩa yên dân, dùng của. Nhưng đời xưa đã có người cho rằng vàng, bạc, da, lụa, tiền thực, tiền giấy đều không thể cân ngang nhau được, thế thì thứ gì là hơn? Truyền cho các đại thần trăm quan và những người hiểu việc đời ở trong, ở ngoài, đều nghị bàn quy chế đồng tiền cho thuận lòng dân, để không vì ưa thích riêng của một người mà bắt ép muôn nghìn người không muốn phải theo, để làm phép hay của một đời. Nên phải bàn định sớm rồi tâu lên, trẫm sẽ tự chọn lấy mà cho thi hành".* **Toàn Thư**, Bản Kỷ, quyển 10, trang 68a.

Tháng 8, ra lệnh giải quyết dễ dãi cho gia đình ngụy quan, cùng những gia đình liên quan đến giặc Minh, được vào sổ hộ tịch:

"Mùa thu, tháng 8, ngày 19 [17/9/1429], ra lệnh chỉ cho quân dân cả nước rằng: Những ngụy quan, văn từ Tri châu, võ từ Thiên hộ trở xuống, đã chết từ trước và thổ quan cùng dân thường vào thành giặc, khi thành bị hạ thì ra hàng, cho đến quan lại cũ nhà Hồ bị giặc bắt đưa về phương Bắc, nay có vợ con ở các xã lộ, huyện, nếu họ chưa được vào sổ hộ tịch, thì có thể miễn tiền chuộc mệnh. Người nào đã sung làm nô tỳ công hoặc đã ban cho các quan rồi, cùng những kẻ có tiếng xấu thì không thuộc lệ này." **Toàn Thư**, Bản Kỷ, quyển 10, trang 68b.

Tháng 9, ra lệnh quần thần cần phải chí công vô tư, chăm lo việc nước. Cùng ra lệnh chỉ khuyến khích việc canh nông, trồng dâu nuôi tằm; chỉnh đốn quân ngũ:

"Tháng 9, ngày 16 [13/10/1429], ra lệnh chỉ cho các đại thần trăm quan rằng:

'Từ nay về sau, nếu viên quan nào bàn một việc gì, đều phải lấy việc quân, việc dân làm điều cần kíp, không được đem tình lý riêng tư làm đầu. Bởi vì, trẫm từng nghiệm thấy, trong các việc tiến cử, hoặc xử án, hay như việc công tư khác, rất nhiều khi người ta dung túng, che chở cho nhau, để biến hóa đổi thay, qua đó biết được người làm quan trong sạch thì ít mà nhơ bẩn thì nhiều. Nay trẫm xét ra việc của bọn phạm nhân Mộng Vân, Lương Châm, mới biết rõ tình trạng thực, giả của các quan, cho nên ra mệnh lệnh này. Những kẻ làm tôi con phải hết lòng thờ vua, không được lấy tư hại công, khi chuyện xảy ra, hối sao kịp nữa? Nay ban chiếu cho mọi người đều biết.'

Ngày 27 [24/10/1429], ra lệnh chỉ rằng: "Đại thần văn võ trăm quan các ngươi hãy chăm việc nông tang, chỉnh đốn quân ngũ, sửa sang chiến khí, thuyền bè". **Toàn Thư**, Bản Kỷ, quyển 10, trang 69a.

Tháng 10, xuống chiếu cho các quan từ tam phẩm trở lên phải tiến cử người hiền tài; nếu tiến cử người tài đức thì được trọng thưởng:

"Mùa đông, tháng 10, ngày mồng 1 [28/10/1429], *hạ lệnh cho các đại thần văn võ, công hầu đại phu từ tam phẩm trở lên phải tiến cử hiền tài. Tờ chiếu viết:*

"Trẫm nghĩ, muốn thịnh trị phải được người hiền tài, muốn được người hiền tài phải do tiến cử. Cho nên người đứng đầu thiên hạ phải lo việc ấy trước tiên. Thời đại thịnh trị xưa kia, người hiền ở triều rất đông đúc, người nọ nhường người kia. Cho nên ở dưới không sót tài, ở trên không bỏ việc, làm nên thịnh trị yên vui. Đến như bề tôi đời Hán, Đường, không ai là không tiến người hiền, nhường người giỏi, lôi kéo dẫn dắt lẫn nhau, như Tiêu Hà tiến cử Tào Tham, Ngụy Vô Tri tiến cử Trần Bình, Địch Nhân Kiệt tiến cử Trương Cửu Linh, Tiêu Tung tiến cử Hàn Hưu. Dẫu tài năng phẩm hạnh của họ có hơn kém khác nhau, nhưng không ai không cử được người giỏi, xứng đáng với chức trách được trao.

Nay trẫm gánh vác trách nhiệm nặng nề, sớm khuya kính cẩn lo sợ, như đứng bờ vực thẳm, chỉ vì chưa tìm kiếm được người hiền tài giúp đỡ trị nước. Vậy ra lệnh cho đại thần văn võ, công hầu đại phu từ tam phẩm trở lên, mỗi viên tiến cử lấy một người, ở trong triều hay ngoài thôn dã, đã làm quan hoặc chưa làm quan. Nếu người nào có tài năng, tri thức văn võ, có thể cai trị dân chúng, thì trẫm sẽ tùy tài bổ dụng. Vả lại, tiến cử được người hiền sẽ được thưởng mức cao nhất, lễ xưa vẫn thế. Nếu tiến cử được người có tài bậc trung, thì được tăng tước hai bậc. Nếu tiến cử được người tài đức đều ưu tú, vượt hẳn mọi người, thì nhất định được trọng thưởng.

Tuy vậy, nhân tài ở đời cố nhiên là không ít, nên đường lối tìm người cũng không phải chỉ có một phương. Nếu có ai ôm ấp tài lược kinh bang tế thế nhưng vẫn phải chịu khuất ở hàng quan thấp, không có người tiến cử cho, cùng là những người hào kiệt còn bị vùi dập ở bụi bờ, hay lẫn lộn trong quân ngũ, nếu không tự đề bạt thì trẫm làm sao biết được? Từ nay về sau, các bậc quân tử, có ai muốn theo ta, đều cho tự tiến cử. Ngày xưa, Mao Toại tự tỏ tài mà theo Bình Nguyên Quân (4), Nịnh Thích gõ sừng trâu mà cảm ngộ Hoàn Công (5), có bao giờ câu nệ tiểu tiết đâu? Khi chiếu này ban ra, các quan hãy đem hết lòng thành, lo việc tiến cử. Còn như kẻ sĩ hàn vi ở chốn hương thôn, cũng chớ cho thế là phải đem ngọc bán rao mà hổ thẹn, để trẫm phải thở than vì thiếu nhân tài". **Toàn Thư**, Bản Kỷ, quyển 10, trang 69b.

Ngày 28 tháng 3 năm nay [1/5/1429], Vua Minh sai sứ bộ Lý Kỳ đến nước ta ban chỉ dụ; đến ngày 13 tháng 10 [9/11/1429] đến nước ta. Ngày 29 [25/11/1429], Sứ nhà Minh về nước; Vua sai bọn Đầu mục Đào Công Soạn mang vàng bạc và sản vật địa phương sang nhà Minh cầu phong; đồng thời giải đáp về việc đòi trả người và khí giới, cùng việc tìm con cháu họ Trần. Nhưng Vua Tuyên Tông vẫn chủ trương tiếp tục gây khó khăn; nằng nặc đòi phải tìm hỏi con cháu họ Trần lần nữa:

"Ngày 13 tháng 10 [9/11/1429], nhà Minh sai bọn Lễ bộ thị lang Lý Kỳ, Hồng lô tự khanh Từ Vĩnh Đạt, Hành nhân ty hành nhân Trương Thông sang dụ bảo tìm kiếm con cháu họ Trần và trả lại số người và chiến khí của nhà Minh còn bị

giữ lại. Lại cho bọn Hà Lật y phục, tiền nong, cho cùng đi với bọn Kỳ.

Ngày 29 [25/11/1429], sứ nhà Minh là bọn Lý Kỳ về nước. Vua sai bọn đầu mục là Đào Công Soạn, Lê Đức Huy, Phạm Khắc Phục mang vàng bạc và sản vật địa phương sang nhà Minh cầu phong, đồng thời giải đáp về việc đòi trả người và khí giới, cùng việc tìm con cháu họ Trần.

Lời cầu phong đại ý là: Người nước chúng tôi đã tìm khắp nơi, nhưng con cháu họ Trần đều không thấy còn ai. Bọn thần nghĩ rằng người đại đầu mục nước chúng tôi là Lê Lợi, là người khiêm tốn, cung kính, cẩn thận, trung hậu, biết cách trị dân, rất được lòng người, có thể trông coi được đất nước. Vua Minh xem xong bảo các thị thần:

"Những lời này chưa thể vội tin được, phải cho đòi nữa đã".

Rồi xuống chiếu cho Lễ bộ ban áo vóc hoa cho bọn Công Soạn, rồi sai họ mang sắc về dụ vua và các đầu mục, bô lão tìm hỏi con cháu họ Trần lần nữa, nếu quả thực không còn ai thì làm biểu liên danh tâu sang để xử trí. Lại ban tiền giấy cho bọn Công Soạn theo thứ bậc khác nhau." **Toàn Thư**, Bản Kỷ, quyển 10, trang 69b.

Ngoài ra trong tháng này, Vua ra lệnh chỉ trách các quan chức trễ biếng; nếu không sửa đổi sẽ trừng phạt theo pháp luật:

"Ngày 18 tháng 10 [14/11/1429], ra lệnh chỉ cho các đại thần, Tổng quản, Hành khiển trở xuống rằng:

"Người xưa có câu: Vua không chọn tướng thì khác gì dâng nước mình cho giặc. Trẫm luôn suy nghĩ điều đó, ngày

đêm không quên, nên đem việc quân, việc nước quan trọng trao cho các ông. Thế mà các ông cứ điềm nhiên ngồi nhìn, không để ý tới, nên phụ lòng tin dùng của triều đình, dưới chẳng đoái thương tới quân dân, sao lại trễ biếng chức sự quá thế? Nay ra chiếu này để răn bảo, nếu không biết sửa lỗi đổi mới, vẫn lại như thế nữa, thì nhà nước còn luật pháp đó, chớ bảo là trẫm phụ bề tôi cũ có công đấy!". **Toàn Thư**, Bản Kỷ, quyển 10, trang 71a.

Tháng 11, nhà Vua về Tây đô Thanh Hoá, bái yết lăng miếu; nhân dịp này ban tước thưởng cho quan quân:

"Tháng 11, vua ngự về Tây Đô bái yết sơn lăng, thưởng cho các tướng hiệu và quân nhân theo hầu, mỗi người được thăng 1 tước bậc. Nếu là Thượng trí tự và Đại trí tự thì được thăng tước 1 tư. Người nào có con cháu được phong hầu thay mình và những người không có công lao thì không thuộc lệ này." **Toàn Thư**, Bản Kỷ, quyển 10, trang 71b.

Tháng chạp, chủ trương tận dụng ruộng đất; ruộng để hoang giao cho người nghèo cày cấy. Qui định nơi lưu đày tội đồ; mở khoa thi cho thầy tăng, kẻ đậu được cấp giấy chứng nhận:

"Tháng 12, ngày 19 [13/1/1430]*, ra lệnh chỉ cho các quan phủ, lộ, châu, huyện, xã rằng: Xã nào có nhiều ruộng đất nhưng ít người, để bỏ hoang thì cho phép các quan nơi đó cho những người không có ruộng ở các xã khác đến cày cấy, người chủ ruộng xã đó không được chiếm giữ rồi bỏ hoang. Ai vi phạm sẽ bị xử theo tội cưỡng bức chiếm đoạt.*

Ngày 27 [21/1/1930]*, ra lệnh chỉ cho hình quan rằng:*

Những người phạm tội phải xử tội đồ lưu, thì hạng phải thích từ 30 đến 20 chữ đày vào châu Bố Chính, hạng phải thích từ 10 đến 6 chữ đày vào Diễn Châu, hạng phải thích 4 chữ đến đồ làm khao đinh phải vào phường voi, tất cả đều giải đến cho quan Hành khiển ở đạo đó nhận lấy để giao tới chỗ bị lưu hoặc đồ.

Mở khoa thi tăng đạo để cấp giấy." **Toàn Thư**, Bản Kỷ, quyển 10, trang 72a.

Trước đây, lúc mới khởi nghĩa Lê Lai lập công liều mình cứu Vua, nay truy phong chức Thái úy:

"Trước kia, nhà vua bị quân Minh bao vây bức bách, phải long đong lao đao ở nơi hang núi. Nhà vua hội họp các tướng, bàn việc thay đổi áo bào như chuyện Kỷ Tín ngày xưa. Riêng có Lê Lai hăng hái nói:

'Nay bị quân địch bức bách nguy khốn như thế này, ta cứ ngồi yên ở chỗ hiểm nghèo, e chẳng ích gì; nếu làm chước này may ra có thể hòa hoãn tình thế được đôi chút thì, vì lòng yêu vua, người trung thần còn có tiếc gì!'.

Nhà vua ngước lên trời, nguyền rằng:

'Lê Lai đổi áo bào, chịu chết thay để lo tròn báo đáp. Mai sau nếu ta không nhớ nghĩ đến công ấy thì nguyền nơi hành điện sẽ hóa rừng núi, quả ấn báu sẽ hóa thành cục đồng, thanh thần kiếm sẽ hóa đao binh'.

Lê Lai liền quản lãnh quân và voi, xông pha hướng về phía địch, bị giặc bắt và bị giết. Kịp khi trong nước đã yên, nhà vua tặng phong Lê Lai là Thiếu úy Lũng Nhai công thần. Đến đây, lại tặng phong thêm chức Thái úy, sai Lê Trãi (6) chép lời thề nguyền của nhà vua cất vào trong hòm bằng vàng để tỏ ý ghi nhớ không quên." **Cương Mục**, Chính Biên, quyển 15.

Chú thích:

1. Ngôn quan: Chỉ các quan giữ trách nhiệm khuyên can vua và đàn hặc các quan.

2. Năm Thuận Thiên thứ 1, mùa hạ, tháng 4, có ghi sự kiện: "Sông Nhị nảy vàng ròng". Có lẽ ở đây nói tới số vàng đó.

3. Tiền thực: Chỉ tiền đồng, bạc, vàng vv...khác với tiền giấy.

4. Mao Toại: người đời Chiến Quốc, gia khách của Bình Nguyên Quân, ngày thường cũng như mọi người, không lộ chút tài năng gì. Khi nước Triệu bị nước Tần đánh, Mao Toại tự tiến cử mình, xin cùng đi với Bình Nguyên Quân sang cầu cứu nước Sở. Kết quả là nhờ có Mao Toại thuyết phục được vua Sở, nên lời giao ước "hợp tụng" để chống quân Tần được thực hiện.

5. Nịnh Thích: Người nước Vệ, nhà nghèo phải đi đẩy xe thuê. Một hôm, thấy Tề Hoàn Công đi qua, Nịnh Thích gõ vào sừng trâu mà hát, Hoàn Công cho là lạ, đưa về cho làm thượng khách, sau có nhiều công lao, được phong tới Tướng quốc.

6. Lê Trãi: Nguyễn Trãi, lúc này được ban quốc tính họ Lê.

87.
Vua Lê Thái Tổ. (3)

Năm ngoái vào ngày 25/11/1429, nhân sứ nhà Minh là bọn Lý Kỳ về nước; Vua Lê Thái Tổ sai bọn đầu mục là Đào Công Soạn mang vàng bạc và sản vật địa phương sang triều cống. Đến ngày 3/4/1430 đến kinh đô nhà Minh, đưa lời tâu của Vua, cùng các kỳ lão, một lần nữa khẳng định rằng người và khí giới đã trả về hết; con cháu họ Trần đã tìm khắp nơi nhưng không còn ai; xin cầu phong. Sự việc trình bày qua văn bản sau đây:

"***Ngày 11 tháng 3 năm Tuyên Đức thứ 5*** [3/4/1430]. *Bọn Thị lang Lý Kỳ đi sứ Giao Chỉ trở về. Lê Lợi sai bọn Đầu mục Đào Công Soạn triều cống khí mãnh bằng vàng, bạc; cùng sản vật địa phương. Lại dâng lời tấu như sau:*

"Đội ơn Thiên tử ban chỉ dụ nhắc nhở về việc quan quân tại địa phương cùng gia đình dân chúng nếu có ẩn tàng lưu giữ quan lại quân nhân, cùng gia thuộc, khí giới của triều đình thì phải tống hoàn đầy đủ. Thần cúi đầu tâu rằng trước đây quan quân chinh thảo, trừ số tử thương, số còn lại gồm quan quân 280 viên, quan dân sự hoặc lại 157 viên, quân dưới cờ 15.170 người, ngựa 1200 con. Thần cẩn thận cho chép tên tuổi, cấp lương thực, chuẩn bị thuyền bè, cùng tài vật khí dụng của các quan và những người trong nhà; tất cả đều được vận tải trở về, dù một vật nhỏ cũng không dám xâm phạm. Số khí giới quan quân mới đưa đến, hoặc bị bỏ sót

trong rừng, hoặc tự ý đốt hủy đều không còn nữa.

Ngày mồng 8 tháng 3 năm Tuyên đức thứ 3 [15/4/1428] được đọc chiếu thư đòi thần thông sức cho người trong nước, cùng sai người đi bốn phương tìm hỏi, chỉ có được số người như trên đều đã được đưa trở về; còn những người bệnh tật không thể đi được thì giao cho thầy thuốc trị liệu, cung cấp y phục lương thực, chờ lúc thuyên giảm, hộ tống xuất cảnh, để tự về quê. Nay nhận được chiếu sắc, chỉ dụ những điều giống như lần trước, thần lại sai người đi khắp các nơi rừng núi, chốn hoang tịch xa xôi, hết sức tìm tòi; người trong nước Đầu mục thuộc các phủ châu huyện cùng Kỳ Lão đều xưng thực không còn ai.

"Thần tự nghĩ rằng tội thần lớn như gò núi được Thiên tử khoan hồng. Những Thổ quan người Giao Chỉ dự khảo mãn cùng các sinh viên mong nhớ quê hương, được Hoàng thượng nghĩ đến tấm lòng hoài hương quyến luyến đất cũ, đều mệnh cho trở về. Bọn thần tuy tan xương nát thịt cũng không đủ để báo đáp. Nếu trong muôn một còn dám giữ lại người của triều đình, không tuân theo chiếu mệnh, thì thần không những lừa Thiên tử, lừa trời, mà lại còn không biết yêu người trong nước; vì muốn làm điều nghiệt chướng để gây họa về sau, người trong một nước đều kết oán vào thần; tuy thần là kẻ ngu, nhưng cũng không ngu quá như vậy! Kính mong ánh mặt trời sáng suốt chiếu xuống soi thấu cho."

Lại xin gửi tấu chương của Đầu mục Kỳ lão, như sau:

"Vào ngày 13 tháng 10 năm Tuyên Đức thứ 4 [9/11/1429] được xem sắc thư tái dụ rằng nếu con cháu họ Trần còn thì tìm cho được; nếu không còn ai thì triều đình sẽ có cách xử trí.; lại bảo rằng có được người để coi một nước thì hợp với

ý nguyện của Trẫm.

"Bọn Thần cả nước không ai là không vui mừng nhảy múa, trông lên Thánh Thiên tử có lòng đoái tưởng ban ân lớn cho kẻ phương xa. Bọn Thần tự nghĩ rằng dân một nước và xã tắc không thể không có người coi sóc, nhưng mấy lần khẩn cầu mà vẫn không có cơ duyên. Trước đây bọn Thần mấy lần phụng nhận sắc chỉ tìm hỏi con cháu họ Trần, tâu lên để được ban mệnh nối dòng bị đứt. Hoàng thượng đối với họ Trần, thương ông cha trung cần, nghĩ đến con cháu không được nối nghiệp nên có lòng ái tuất khôn xiết; huống bọn Thần là là bề tôi, hưởng lộc hậu của họ Trần, há lại không thể theo thịnh ý của triều đình, đem hết sức ra tìm hỏi. Bởi vậy mọi người tìm kiếm khắp nơi ở trong nước và nơi biên giới xa xôi; hỏi thăm từng nhà từng hộ, nhưng đều không thấy.

"Bọn Thần nghĩ rằng Đại Đầu mục Lê Lợi của bản quốc là người cẩn hậu; biết cách yên ủi vỗ về, được lòng dân rất nhiều, có thể kham được việc quản trị. Trước đây đã trình tâu, kính mong Hoàng thượng nghĩ đến sự thỉnh cầu của dân chúng chấp nhận lời xin, để Lê Lợi được tuyên bố Thánh đức yên lòng người xa xôi; tuyên dương Hoàng thượng uy danh làm vững phong cương, vĩnh viễn làm phiên thần, thường phụng chức cống, đó là phúc lớn được Thánh Thiên tử đối xử tốt với người phương xa, mà cũng là đại hạnh cho cả nước của bọn thần vậy."

Thiên tử xem xong, nói với đám bề tôi hầu cận rằng:

"Bọn Man Di ngụy trá, chưa có thể tin được; cần phải tra hỏi thêm."

Mệnh hành tại bộ Lễ ban cho bọn Công Soạn áo lụa ỷ có hoa văn." **(Minh Thực Lục Quan hệ Trung Quốc Việt**

Nam, tập 2, trang 216)

Tháng sau vào ngày 7/5/1430, Vua Tuyên Tuyên Tông sai Đào Công Soạn trở về nước, đưa chỉ dụ cho Vua Lê. Tuy vẫn còn đòi hỏi phải tìm kiếm thêm, nhưng chỉ dụ có ý mở đường với câu "*nếu không còn ai, thì liên danh dâng biểu tâu, Trẫm sẽ có cách xử trí.*":

Ngày 15 tháng 4 năm Tuyên Đức thứ 5 **[7/5/1430].** *Sai bọn Đầu mục An Nam Đào Công Soạn, mang sắc trở về nước dụ Lê Lợi rằng:*

"Sử sách chép: khi Thái Tổ Cao Hoàng đế thống nhất thiên hạ, An Nam là nước đầu tiên trước các dân tộc bốn phương đến quy thuận; họ Trần lại ban ân trạch cho nước này đã lâu, nhân tâm chưa quên. Trước đây ban mệnh tìm kiếm con cháu họ Trần để làm chủ nước, vì muốn thể theo lòng dân để được yên ổn một phương. Nay các Đầu mục, kỳ lão An Nam đều nói, giống như đã tâu lần trước, không còn chỗ nào để tìm tòi thêm, hậu duệ của họ Trần thực không còn ai; lại bảo ngươi, Lợi, là người cẩn hậu biết cách cai trị rất được lòng dân, có thể quản lý mọi việc, Trẫm rất vui lòng. Vì lòng Trẫm muốn theo ý nguyện của dân, nên hãy tập trung rộng rãi các Đầu mục, kỳ lão tìm hỏi thêm về con cháu họ Trần, nếu không còn ai, thì liên danh dâng biểu tâu, Trẫm sẽ có cách xử trí.

Binh khí nhằm mục đích bảo vệ dân, dân chúng An Nam đều là con đỏ; nay để tại đó hoặc mang về đây Trẫm cũng không hỏi thêm. Duy quan lại quân nhân của triều đình cùng gia thuộc chưa trở về; họ đều có cha mẹ, vợ, con, trông ngóng, khiến ân ái cách tuyệt lòng sao nỡ! Vì ý riêng, khiến cho kẻ có cha mẹ không người bảo dưỡng, con trở nên mồ côi, vợ thành quả phụ; nhân giả quyết không làm. Trời đất quỉ thần ở trên chứng giám; kẻ bất nhân sẽ không được phù hộ; vậy làm rạng đạo nhân hãy đưa trở về, ngõ hầu nhận phước. Nay ban cho bọn Công Soạn tiền giấy có sai biệt." (**Minh Thực Lục Quan hệ Trung Quốc Việt Nam**, tập 2, trang 219)

Bình Ngô Đại Cáo ca tụng chiến thắng Lê Hoa, với lời văn đầy hứng khởi:

Binh Vân Nam nghẽn ở Lê Hoa, sợ mà mất mật;

Dịch giả **Toàn Thư** chú thích (1) ải Lê Hoa là một địa điểm ở ven sông Lô, chảy qua vùng biên giới tỉnh Hà Tuyên và tỉnh Vân Nam, Trung Quốc bấy giờ.

Văn bản **Minh Thực Lục** dưới đây phủ nhận vị trí Lê Hoa tại ven sông Lô; và cho biết ải này thuộc phủ Lâm An, thượng nguồn sông Hồng, giáp với tỉnh Lào Cai nước ta:

"Ngày 26 tháng 5 năm Tuyên Đức thứ 5 [16/6/1430]. *Thăng cấp trại sách chợ cũ Lê Hoa thành Trung Hữu Thiên hộ sở thuộc vệ Lâm An. Trước đó Kiềm quốc công Mộc Thạnh cho rằng Lâm An đất giáp Giao Chỉ, bấy giờ có nhiều trộm cướp, xin tuyển dân 1000, tuyển bách phu trưởng 10 người chia ra trông coi, tại chợ cũ Lê Hoa lập đồn cùng với quan quân tại Lâm An hiệp đồng thủ bị, đến nay đã 10 năm. Bọn Bách phu trưởng xin khăn, dây đai, ấn, tuyển một Thiên phu trưởng thống lãnh. Thạnh đều tâu lên, được Thiên tử chấp thuận."* (**Minh Thực Lục Quan hệ Trung Quốc Việt Nam**, tập 2, trang 219)

Tháng 6, năm Thuận Thiên thứ 3 [6/1430], quy định các ngạch thuế; ra lệnh đổi Đông Đô thành Đông Kinh, Tây Đô thành Tây Kinh:

"Mùa hạ, tháng 6, ngày mồng 10 [30/6/1430], *quy định các ngạch thuế.*

Lại ban luật lệ. Đổi Đông Đô thành Đông Kinh, Tây Đô thành Tây Kinh." **Toàn Thư**, Bản Kỷ, quyển 10, trang 72b.

Tháng 11, Vua mang quân đi đánh thổ tù Bế Khắc Thiệu, Nông Đắc Thái, dẹp xong, tháng 3 năm sau trở về:

"Mùa đông, tháng 11 [12/1930], *vua đi đánh bọn nghịch tặc ở châu Thạch Lâm* [huyện Thạch An, Cao Bằng] (2), *trấn Thái Nguyên là Bế Khắc Thiệu và Nông Đắc Thái. Bấy giờ, Khắc Thiệu và Đắc Thái tranh nhau tự lập, nên phải đi đánh. Vua đến châu Thạch Lâm, có đề thơ trước cửa động rằng:*

Bất từ vạn lý chỉnh sư đồ,
Duy lục biên manh xích tử tô.
Thiên địa bất dung gian đảng tại,
Cổ kim thùy xá bạn thần chu.
(Chẳng từ muôn dặm cất quân đi,
Mong cứu dân đen cõi biên thuỳ.
Trời đất không dung phường gian ác,
Xưa nay tội phản phải tru di).

Tháng 2 năm Thuận Thiên thứ 4 [3/1931], *vua bắt được Bế Khắc Thiệu và Nông Đắc Thái đem về. Tháng 3* [4/1931]*về đến Kinh sư."* **Toàn Thư**, Bản Kỷ, quyển 10, trang 72b.

Ngoài ra trong tháng 11, có việc tuyển quân tại dinh Bồ Đề tại Gia Lâm; và cho làm sổ hộ tịch:

"Tuyển chọn quân bộ ở Bồ Đề. Người nào tình nguyện trước được thưởng 1 tư [1 cấp].

Làm sổ hộ tịch." **Toàn Thư**, Bản Kỷ, quyển 10, trang 72b.

Ngày mồng 1 tháng giêng năm Thuận Thiên thứ 4 [12/2/1931],sứ bộ Lê Nhữ Lãm, Hà Lật, sang nhà Minh cầu phong:

"Tân Hợi, Thuận Thiên năm thứ 4, (Minh Tuyên Đức năm thứ 6). Mùa xuân, tháng giêng, ngày mồng 1, vua sai bọn chánh sứ Lê Nhữ Lãm, phó sứ Lại bộ thượng thư Hà Lật và Lê Bính sang nhà Minh cầu phong, đồng thời trần tình và giải đáp về việc có dụ đòi trả chiến khí và tìm con cháu họ Trần.

Lời biểu đại ý là: "Đã huy động rất nhiều người trong nước, tìm kiếm con cháu họ Trần ở khắp nơi, đích thực không còn một ai. Trộm nghĩ đất nước chúng tôi không thể không có người trông coi, nhưng vẫn chưa được lệnh của triều đình, vì thế cứ phải tỏ bày mãi mãi". **Toàn Thư**, Bản Kỷ, quyển 10, trang 72b.

Ngày 3 tháng 5 [12/6/1431], sứ bộ Lê Nhữ Lãm, Hà Lật, đến kinh đô nhà Minh, nhân danh Vua Lê Lợi và các kỳ lão, dâng biểu văn dài. Tâu rằng người và vũ khí đã đem về nước hết; về việc con cháu nhà Trần đã cho tìm hỏi khắp nơi nhưng không còn ai, khẩn khoản xin cầu phong; cuối cùng Vua Tuyên Tông chấp thuận:

*"**Ngày 3 tháng 5 năm Tuyên Đức thứ 6;** Lê Lợi nước An Nam sai bọn Đầu mục Hà Lật tạ tội, cống sản phẩm địa phương cùng dâng lời trần tình như sau:*

"Vào tháng tám năm Tuyên Đức thứ 5 [1430] người của thần sai đi là Đầu mục Đào Công Soạn từ kinh đô trở về, mang một đạo sắc dụ thần rằng:

- Binh khí dùng để bảo vệ dân, dân An Nam đều là con đỏ

của Trẫm; nay để tại đó hoặc mang về đây cũng được cũng không cần hỏi thêm.

Bọn thần và dân cả nước không ai là không hoan hỷ đội ơn. Riêng dụ về "quan lại quân nhân gia thuộc, cùng việc họ Trần"; thần tự biết mang tội nặng nề, không có chỗ để tránh. Thần chỉ biết dựa vào lượng trời đất che chở không chỗ nào là không bao dung, ánh sáng mặt trời mặt trăng không nơi nào mà không chiếu tới; nhưng thần trước sau bị thánh Thiên tử ra chỉ dụ, lại mấy lần cho người đến trần tấu nhưng chưa được chấp nhận; thần lấy làm đau khổ trong lòng, không dừng được phải kêu gào trời đất, cha mẹ và lại xin cầu khẩn Bệ hạ xét cho:

Năm Tuyên Đức thứ 2 [1427] đã lập danh sách quan quân còn lại dâng triều đình, riêng quan quân trấn thủ tại các vệ, cùng quân dân quan lại tại các phủ đều được quan Tổng binh Thành sơn hầu Vương Thông cùng Nội quan Sơn Thọ dẫn về. Sau đó nhận được sắc dụ đòi thêm, thần đã ra lệnh trong nước rằng còn có ai như tình trạng trên đều phải tống xuất; những người bệnh tật thì cho Y sĩ điều trị thuyên giảm rồi đưa đến biên giới Quảng Tây để tự trở về. Đầu mục kỳ lão các nơi đều xưng không thấy ai còn lưu lại, nay nhận được lời dụ của Thiên tử về việc trước đây, thần rất sợ hãi không được an lòng; phải chăng lòng thành phận nhỏ sâu kiến không đạt được lên trên, hoặc như vật mọn nằm dưới chậu lật úp nên ánh mặt trời không dọi tới. Vả lại thân thuộc của thần cùng người trong nước bị quan quân bắt, ngày ban sư đều bị mang về, thần và người trong nước chỉ biết nhìn mà nhỏ nước mắt, tuy rằng cha con anh em cũng không dám nhìn; huống đâu dám giữ người của Trung Quốc, trái với mệnh triều đình để mang lấy tội! Hoặc là ngày đưa quân nhân gia thuộc trở về, có nhiều chướng lệ ba đào nơi núi biển xảy ra, nhiễm thành tật bệnh rồi mất, người ở nhà không biết lý do xảy ra, nhân đó kêu ca đến Thánh Thiên tử, khiến người thương hại ban lời dụ về cảnh con không cha, vợ không chồng. Thần tuy là kẻ ngu dốt, há lại không có tấm lòng trắc ẩn, để đáp ứng tấm lòng nhân của đấng Thiên tử. Khốn nỗi số người nêu ra, thực không còn, nên không thể nào đáp ứng chiếu mệnh, khiến thần chỉ biết quì xuống đất gục đầu vái trời, tăng phần lo sợ mà thôi!

Về việc con cháu họ Trần, lúc Lê Quí Ly soán đoạt, bắt giết đến hết, còn lại những người tầm thường như Giản Định, Quí Khoách; dưới thời Vĩnh Lạc [1403-1424] *tiếp tục gây hao tổn, bị đại quân tiễu trừ đến không còn ai. Nay phụng theo sắc dụ của Thánh thiên tử bọn thần lại tập trung nhiều người trong nước làm tiếp một cuộc tìm hỏi, nhưng cũng không thấy thêm. Cúi xin Thánh minh nhân từ rủ lòng thương xót tha cho thần tội như gò đống, ban ơn mưa móc thì chẳng riêng gì thần được may mắn, mà sinh linh trong nước cũng gặp may vậy.*

Bọn Hà Lật cũng dâng lời tâu của bọn Đầu mục và kỳ lão tấu xin cầu phong, như sau:

'Phụng sắc thư chuẩn lời tâu của bọn thần rằng Lê Lợi là kẻ cẩn thận, cai trị có phương cách, rất được lòng dân chúng, có thể cai quản gánh vác được. Thiên tử tuyên bố: "Trẫm cũng vui vẻ về điều này.'

Lại bảo:

'Tập trung nhiều người trong nước hỏi tìm về con cháu họ Trần, nếu như tìm không được thì liên danh lại tâu lên, Trẫm sẽ có cách xử trí.'

Bọn thần dân cả nước không ai là không hân hoan hăng hái tuân theo Thánh chỉ tập trung nhiều người dò tìm khắp nơi nhưng thực không còn! Bọn thần kính nghĩ địa phương bản quốc không thể không có người cai quản, Lê Lợi chưa nhận được triều mệnh, việc này bọn thần chỉ biết khẩn khoản dâng lời, chớ không có cách nào khác. Cúi mong Hoàng thượng cúi xuống thương xót lòng mong muốn của con dân chấp nhận lời thỉnh cầu ban ơn mưa móc để Lê Lợi được trông coi đất Nam hoang, phụng cống cửa khuyết, trên thì hoằng dương Thánh Thiên tử đối xử chung một lòng nhân; dưới có thể làm sống lại sinh linh một phương.'

Thiên tử chấp thuận." (**Minh Thực Lục Quan hệ Trung Quốc Việt Nam**, tập 2, trang 221)

Toàn Thư chép vào ngày 5 tháng giêng [16/2/1431] Vua Tuyên Tông cử phái bộ Chương Xưởng sang nước ta sách phong. Xét về thời gian thấy không hợp lý; bởi ngày mồng 1 tháng giêng năm Thuận Thiên thứ 4 [12/2/1931],sứ bộ Lê Nhữ Lãm, Hà Lật, sang nhà Minh cầu phong; đến ngày 3 tháng 5 [12/6/1431], sứ bộ này đến kinh đô dâng biểu văn. Sau khi xem biểu văn Vua Tuyên Tông mới sai phải bộ Chương Xưởng sang phong; vậy thời gian bọn Chương Xưởng khởi hành, phải xảy ra sau ngày 3 tháng 5. Nhưng **Toàn Thư** lại chép vào ngày 5 tháng giêng, như sau:

"*Vua Minh bằng lòng. Ngày mồng 5 [6/2/1431], sai bọn chánh sứ là Hữu thị lang Chương Xưởng và Thông chính ty hữu thông chính Từ Kỳ mang ấn sắc sang phong vua làm Quyền thự An Nam Quốc Sự. Ban tiền giấy cho bọn Hà Lật và cho đi theo bọn Xưởng về nước.*" **Toàn Thư**, Bản Kỷ, quyển 10, trang 73a.

Riêng sử Trung Quốc chép sứ bộ Chương Xưởng khởi hành vào ngày 7 tháng 6 [15/7/1431] là điều hợp lý; nguyên văn chiếu thư bọn Chương Xưởng chuyển giao Vua Lê Thái Tổ như sau:

"***Ngày 7 tháng 6 năm Tuyên Đức thứ 6* [15/7/1431].** *Sai Hữu Thị lang bộ Lễ Chương Xưởng, Hữu Thông chính Từ Kỳ mang chiếu chỉ mệnh Đầu mục nước An Nam Lê Lợi quyền trông coi công việc nước An Nam. Chiếu rằng:*

"Trẫm cung kính giữ ngôi lớn, thống ngự thiên hạ; thể theo lòng trời để thương dân, thuận theo lòng người mà trị nước; hải nội, hải ngoại đều cư xử chung một lòng nhân. An Nam các ngươi cương vực sát liền Trung Quốc; khi tổ tiên ta mới chịu mệnh trời, nước ngươi đầu tiên đến quy phụ. Vốn chăm lo săn sóc cho dân, nhưng rồi bị bọn bề tôi Lê Quí Ly soán ngôi giết chúa, làm độc hại một cõi. Thái Tông Hoàng đế bèn mang quân điếu phạt, muốn khôi phục họ Trần nhưng tìm con cháu khắp nơi không gặp, bèn thuận theo ý đám đông lập quận huyện đặt quan cai trị. Vào tháng mười năm Tuyên Đức thứ hai có Trần Cảo tự xưng là cháu nội của Vương An Nam xưa từ Lão Qua trở về, cùng Đầu mục Lê Lợi xin lập Cảo kế tục tước vị nhà Trần, lời lẽ thành khẩn.

Trẫm ngưỡng lên trên noi theo chí của tiên đế, ngó phía dưới thương xót dân tình, bèn xuống chiếu rút các quan lại cai trị cùng quân lính trấn thủ trở về; xem lại sự kiến lập, mọi việc phải hợp với lòng dân trong nước, nên truyền chiếu để hỏi ý kiến dân chúng. Sứ giả chưa quay gót, thì Lê Lợi tâu Cảo đã mất; đây là ý trời ư, hay chỉ do mưu người! Từ đó suốt năm này qua năm khác, các đầu mục và kỳ lão tại An Nam đều tâu con cháu nhà Trần không còn nữa, xin cho Lê Lợi quản nhiếp việc nước; mọi người đều tâu với lòng thành, biểu chương trình lên không ngớt; quả có được người xứng để cai trị, trong lòng Trẫm cũng vui mừng. Nay chấp nhận lời xin, đặc cách sai sứ đưa ấn chương, mệnh Lợi quyền trông coi quốc sự nước An Nam để trị dân. Hãy thể theo lòng dân, hoằng dương đức nhân của trời đất, thờ nước lớn với lòng thành để giữ phước cho sinh linh, nay ban chiếu thư này để mọi người đều được nghe và hiểu rõ.

Riêng sắc dụ Lợi rằng:

'Nay mệnh ngươi quyền trông coi quốc sự nước An Nam, hãy tuân Trẫm mệnh, không kiêu mạn, chỉ có lòng thành mới cảm cách được với trời, duy kính cẩn để thờ nước lớn, duy lòng nhân có thể vỗ về dân, duy tín nghĩa có thể giữ nước. Hãy đem hết tâm lực ra để đón nhận phước lành. Khâm tai!'

Ban cho bọn Hà Lật tiền, vải để theo Sưởng về nước. Lại ban cho Sưởng tiền làm phí tổn đi đường." (**Minh Thực Lục Quan hệ Trung Quốc Việt Nam**, tập 2, trang 221)

Ngày 1 tháng 11 sứ bộ Chương Xưởng đến nước ta mang sắc phong Vua Lê Thái Tổ; ngày 20 tháng 11 sứ bộ trở về nước. Vua cho bọn sứ thần Nguyễn Văn Huyến tháp tùng, sang nhà Minh tạ ơn nạp 5 vạn lạng vàng tiến cống. Sau đó xin theo lệ thời Minh Thái Tông, 3 năm cống một lần; đồ cống gồm các đồ dùng bằng vàng, bạc; sừng tê, ngà voi, lục bạch, hương xông, giáng hương, trầm hương, tốc hương, mộc hương, hương vòng đen và quạt giấy:

"Mùa đông, tháng 11, ngày mồng 1 [5/12/1431], sứ Minh là Chương Xưởng và Tử Kỳ tới kinh, mang ấn phong vua làm Quyền thự An Nam Quốc Sự.

Ngày 20 [24/12/1431], bọn Xưởng, Kỳ về nước. Vua sai Thẩm hình viện phó sứ Nguyễn Văn Huyến và Ngự sử trung thừa Nguyễn Tông Chí đi theo bọn Xưởng sang nhà Minh tạ ơn và nộp 5 vạn lạng vàng tuế cống, xin theo lệ cống 3 năm 1 lần đời Hồng Vũ (3). Từ đó về sau tiến cống thường xuyên không dứt. Vua Minh ban tiền giấy cho bọn Văn Huyến và cho trở về." **Toàn Thư**, Bản Kỷ, quyển 10, trang 73b.

Sứ bộ Nguyễn Văn Huyến nước ta, theo bọn Chương Xưởng, làm cuộc hành trình gần 3 tháng trời, mới đến kinh đô nhà Minh dâng biểu, nạp cống:

"***Ngày 7 tháng 2 năm Tuyên Đức thứ 7*** **[8/3/1432].** *Bọn Thị lang bộ Lễ Chương Xưởng đi sứ An Nam trở về. Quyền trông coi quốc sự An Nam Lê Lợi bèn sai Sứ giả là bọn Nguyễn Văn Huyến theo Xưởng dâng biểu tạ ơn và cống vàng, bạc, khí mãnh cùng sản vật địa phương* (**Minh Thực Lục Quan hệ Trung Quốc Việt Nam**, tập 2, trang 226)

Tháng chạp, sai soạn **Lam Sơn Thực Lục**, đích thân Vua làm bài tựa ghi là Lam Sơn động chủ:

"*Tháng 12, ngày mồng 6* [9/1/1432], *vua sai làm sách* ***Lam Sơn thực lục****, vua tự làm bài tựa, ký là Lam Sơn động chủ."* **Toàn Thư**, Bản Kỷ, quyển 10, trang 73b.

Cũng trong tháng chạp [1/1432], thổ tù Đèo Cát Hãn tại châu Ninh Viễn làm phản; Vua sai con là Quốc vương Tư Tề đi đánh:

"*Đèo Cát Hãn, thổ tù châu Ninh Viễn* [Sơn La, Lai Châu], *làm phản. Nhà vua sai Quốc vương Tư Tề và Tư khấu (4) Lê Sát đi đánh. Liên kết với Kha Lại, bầy tôi phản nghịch của Ai Lao; Đèo Cát Hãn lấn lướt khuấy nhiễu nhân dân ở nơi biên giới. Việc này lên đến triều đình, nhà vua sai tướng đi đánh; kế đó lại định chính mình cầm quân đi dẹp."* **Cương Mục**, Chính Biên, quyển 15.

Vào tháng giêng năm sau, tức năm Thuận Thiên thứ 5, Vua mang đại quân tăng cường, đánh thắng bọn Đèo Cát Hãn, đổi châu Ninh Viễn thành châu Phục Lễ:

"Tháng giêng [2/1432], mùa xuân. Nhà vua chính mình cầm quân đi đánh châu Ninh Viễn, thắng trận: Kha Lại chạy rồi chết, Đèo Cát Hãn lẩn trốn. Nhà vua đặt đất Ninh Viễn là châu Phục Lễ.

Tháng 3 [4/1432], trở về cung, dâng tù binh ở nhà Thái miếu. Quan quân chia hai đường thủy bộ cùng tiến, thẳng tới châu Ninh Viễn: cả phá được địch. Kha Lại phải chạy về Lự Động thuộc Ai Lao. Nhà vua ra lệnh cho Lê Sát tiến quân đến đầu địa giới Ai Lao. Người Lào sợ, bèn giết Kha Lại, rồi đến xin hàng tại cửa trại quân ta. Cát Hãn trốn xa. Nhà vua sai bắt hết làm tù binh các bè đảng của hắn. Đặt đất Ninh Viễn làm châu Phục Lễ; rồi hạ chiếu rút quân về, dâng tù binh ở nhà Thái miếu." **Cương Mục**, Chính Biên, quyển 15.

Đèo Cát Hãn vốn theo nhà Minh từ lâu; trước kia từng tố cáo với Minh Thái Tông, bị cha con Hồ Quí Ly ức hiếp. Nên trong ngày khởi đầu xâm lăng An Nam [19/11/1406]; Trương Phụ truyền hịch 20 điều kể tội nhà Hồ, trong đó có 2 điều hài tội ức hiếp Đèo Cát Hãn:

"9. Châu Ninh Viễn đời đời triều cống Trung Quốc. Giặc họ Lê cậy mạnh chiếm 7 trại; rồi cai trị dân chúng, giết cả nam lẫn nữ; tội thứ chín.

10. Giết rể của Thổ quan Đèo Cát Hãn là Đèo Mãnh Mạn; bắt con gái y để dễ bề sai khiến, đòi nạp tiền, phục dịch trăm thứ; tội thứ mười." (**Minh Thực Lục Quan hệ Trung Quốc Việt Nam**, tập 1, trang 235)

Lúc này bị Vua Lê mang quân đánh, Đèo Cát Hãn vội cầu

cứu nhà Minh, nhưng Minh Tuyên Tông từng bị sa lầy tại nước Đại Việt, mới rút được chân ra; không dám mạo hiểm thêm một lần nữa:

"***Ngày 22 tháng 2 năm Tuyên đức thứ 7*** **[23/3/1432].** *Đô ty Vân Nam tâu rằng:*

'Thổ quan châu Ninh Viễn Tri châu Đèo Cát Hãn mới đây bị giặc Giao Chỉ đánh, xin viện binh. Tam ty bàn định điều quan quân 6000 người, do Đô đốc Mộc Ngang đốc suất, đến giúp.'

Thiên tử sai người mang sắc dụ Ngang rằng:

'Bọn Man Di ngụy trá, chưa thể khinh suất tin được. Trước đây nam chinh từng điều quân Ninh Viễn 7000, nhưng quân Ninh Viễn nhưng không chịu đến, bọn chúng ngầm trợ giúp Lê Lợi phản nghịch. Nay theo lời chúng xin, chắc có sự thù giết, cũng không biết được. Làm sao lại khinh động quan quân, vì bọn man di lao dịch nơi xa xôi. Phải quan sát sự thực mới nên tiến hay dừng." (**Minh Thực Lục Quan hệ Trung Quốc Việt Nam**, tập 2, trang 227)

Đèo Cát Hãn, ở thế cùng; hai cha con bèn xin hàng:

"*Tháng 11* [12/1432], *mùa đông. Đèo Cát Hãn và con là Mạnh Vượng xin hàng. Nhà vua tha tội cho Cát Hãn và phong làm Tư mã.*" **Cương Mục**, Chính Biên, quyển 15.

Vào tháng giêng năm Thuận Thiên thứ 6, tuyển chọn con trai các quan và sĩ tử thuộc các lộ Quốc Oai, Bắc Giang cho vào học Quốc tử giám:

"*Năm Thuận Thiên thứ 6 mùa xuân, tháng giêng* [2/1433], *tuyển chọn con trai các quan và học trò ba lộ Quốc Oai* [Sơn Tây], *hai lộ Bắc Giang sung vào Quốc tử giám.*" **Toàn Thư**,

Bản Kỷ, quyển 10, trang 74a.

Tháng 4, Vua sai sứ bộ Trần Thuấn Du sang nhà Minh tiến cống và giải thích việc cống vàng theo lệ thời Hồng Vũ [1368-1388]:

"Mùa hạ, tháng 4, ngày mồng 8 [18/8/1433], *sai bồi thần là Trần Thuấn Du, Nguyễn Khả Chi, Bùi Cầm Hổ sang nhà Minh tiến cống: Vua Minh 3 phần, hoàng thái hậu và hoàng thái tử đều 1 phần, đồng thời giải thích việc cống vàng hàng năm."* **Toàn Thư**, Bản Kỷ, quyển 10, trang 74a.

Tháng 8, đến Yên kinh, Trần Thuấn Du dâng biểu; cống vàng bạc, sản vật địa phương:

"***Ngày 11 tháng 8 năm Tuyên Đức 8*** **[25/8/1433].** *Quyền trông coi quốc sự nước An Nam, Lê Lợi, sai Sứ giả Trần Thuấn Du dâng biểu; cống vàng, bạc, khí mãnh cùng sản phẩm địa phương.* (**Minh Thực Lục Quan hệ Trung Quốc Việt Nam**, tập 2, trang 232)

Đến tháng 8 nhuần, sứ bộ Trần Thuấn Du khởi hành trở về nước; Vua Tuyên Tông sai bọn Thị lang bộ binh Từ Kỳ cùng đi, mang sắc dụ Vua Lê:

"***Ngày 20 tháng 8 nhuần năm Tuyên Đức thứ 8*** **[3/10/1433].** *Ban cho bọn Sứ giả An Nam Trần Thuấn Du y phục bằng lụa ỷ, cùng tiền giấy, rồi sai trở về. Mệnh Thị lang bộ Binh Từ Kỳ, Hành nhân Quách Tế cùng đi với Thuấn Du mang sắc dụ Lê Lợi trên phải thuận lòng trời, dưới tạo phúc cho dân, để kết quả được tốt đẹp."* (**Minh Thực Lục Quan hệ Trung Quốc Việt Nam**, tập 2, trang 232)

Vào tháng chạp, bọn Chánh sứ Từ Kỳ đến nước ta lại đòi cống thêm vàng. Đòi hỏi này trái với ý nguyện Vua yêu cầu theo lệ cống thời Minh Thái Tông Hồng Vũ [1368-1388], nên có sự tranh luận:

"Ngày 19 [29/1/1434], nhà Minh sai chánh sứ là Binh bộ thị lang Từ Kỳ, phó sứ là Hành nhân ty hành nhân Quách Tế sang đòi số vàng cống hàng năm. Trước đó, nhà Minh mấy lần sai sứ sang đòi nhiều số vàng cống hàng năm. Cao Hoàng Đế xin theo như lệ cống ba năm một lần đời Hồng Vũ. Vua Minh khăng khăng không chịu. Đến đây lại sai bọn Kỳ, Tế sang." **Toàn Thư**, Bản Kỷ, quyển 10, trang 76a.

Về nội bộ triều đình, vào tháng 8, nhà Vua giáng con trưởng Tư Tề, cho con thứ Nguyên Long kế thừa; Vua trở về thăm Lam Kinh, Thanh Hoá:

"Mùa thu, tháng 8, giáng con trưởng Tư Tề làm Quận vương, lấy con thứ Nguyên Long kế thừa tông thống.

Vua về Lam Kinh." **Toàn Thư**, Bản Kỷ, quyển 10, trang 74a.

Tháng 8 nhuần, Vua mất. Nhân ôn lại sự nghiệp buổi khởi đầu quân yếu tướng ít; nhưng kinh dinh bốn phương, đánh đâu thắng đấy. Quần thần thì cho rằng Vua lấy nhân nghĩa thay bạo tàn, đổi loạn thành trị. Riêng nhà Vua thì khiêm tốn, cho bởi giặc tàn ác quá quắt, dân không sống nổi, nên việc dấy nghĩa, chỉ là điều bất đắc dĩ mà thôi:

"Tháng 8 nhuận, sao Chổi mọc ở phương tây.

Ngày 22 [5/10/1433], vua băng ở chính tẩm.

Buổi đầu vua kinh dinh bốn phương, phía Bắc đánh giặc Minh, phía tây đuổi Ai Lao, tránh chỗ thực, đánh chỗ hư, đến đâu được đấy, chỉ có võ thần là bọn Lê Thạch, Lê Lễ, Lê Sát, Lê Vấn, Lê Ngân, Lê Lý 30 người; văn thần là bọn Lê Linh, Lê

Quốc Hưng; quân cha con thì có 200 quân Thiết đột, 200 nghĩa sĩ, 300 dũng sĩ, 4 thớt voi; còn quân khinh dũng và quân già yếu hộ vệ chỉ có 1 nghìn người mà thôi.

Vua có lần sau muôn việc được thư thả, cùng bầy tôi bàn về lẽ còn mất, được thua xưa nay, nhân bàn đến việc giặc Minh sở dĩ thua, ta sở dĩ được, là vì sao, các bề tôi đều nói: "Vì giặc Minh hình phạt bừa bãi, chính lệnh bạo ngược, mất lòng dân đã lâu, còn vua thì trái lại, lấy nhân nghĩa thay bạo tàn, đổi họa loạn thành yên trị, nên mới thành công chóng thế". Vua nói:

'Lời các khanh nói cố nhiên là như vậy, nhưng cũng chưa hết. Trẫm xưa kia gặp buổi loạn lạc, nương mình ở Lam Sơn, vốn chỉ mong giữ được mạng mình thôi, chứ không có ý muốn lấy thiên hạ. Đến khi giặc tàn ngược quá quắt, dân không sống nổi, những ai có tri thức đều bị chúng giết hại, trẫm tuy đem hết của cải để thờ phụng chúng, mong khỏi tai họa, nhưng tim đen chúng muốn hại trẫm vẫn không bớt chút nào. Việc dấy nghĩa binh thực là bất đắt dĩ thôi". **Toàn Thư**, Bản Kỷ, quyển 10, trang 74b.

Tin nhà Vua mất truyền sang Trung Quốc, viên Đô đốc Quảng Tây tâu về triều rằng Vua An Nam mất, vì bỏ con trưởng lập thứ nên nội bộ chia rẽ; có một số thổ quan tại vùng biên giới xin sang Thái Bình, Long Châu tỵ nạn. Vua Tuyên Tông ra lệnh phòng bị biên giới, trợ cấp cho người tỵ nạn:

"*Ngày 9 tháng 3 năm Tuyên Đức thứ 9* [17/4/1434]. *Quan Tổng binh Quảng Tây Đô đốc Thiêm sự Sơn Vân tâu:*

'Lê Lợi tại Giao Chỉ chết, con đầu ngông cuồng, con thứ còn thơ ấu; bọn gian thần Lê Vấn, Lê Sát chuyên quyền lập

đảng giết lẫn nhau, dân chúng sợ hãi. Thổ quan huyện Thoát [huyện Văn Lãng, Lạng Sơn] *là Nguyễn Thế Ninh, Thổ quan châu Thất Nguyên* [huyện Tràng Định, Lạng Sơn] *là Nguyễn Công Đình, mỗi người mang gia thuộc cùng bộ hạ hơn 300 người đến tỵ nạn, xin cư trú tại phủ Thái Bình (5), cùng Thượng Hạ Đống Châu thuộc phủ Long Châu (6), Quảng Tây.'*

Thiên tử dụ Vân rằng:

"Lê Lợi xuất thân từ đám thấp hèn, nhân Trần Cảo được dân ngưỡng mộ, bèn dâng biểu xin lập. Trẫm muốn dân yên, bèn ra lệnh bãi binh, nên ra lệnh xét để lập. Nhưng y lại tâu Cảo chết, Cảo chết thì Lợi có thể được nắm quyền. Lúc bấy giờ triều đình muốn thêm binh trách phạt, nhưng không nỡ làm độc hại sinh linh, nên thể theo đức hiếu sinh của trời, ban ân rộng rãi, cho y quyền coi quốc sự. Con người làm việc bất nghĩa như vậy đáng bị trời phạt!

"Ngươi nên răn bảo lính biên phòng, nghiêm cẩn phòng thủ, không được lơ là. Bọn Nguyễn Thế Ninh đến tỵ nạn, nên chú ý trợ cấp và chấp nhận cư trú; sắp đặt việc ăn uống cần dùng để được yên chỗ; đừng để người xa đến phải thất vọng." (**Minh Thực Lục Quan hệ Trung Quốc Việt Nam**, tập 2, trang 233)

Ngày mồng 8 tháng 9, Thái tử Nguyên Long lên ngôi, tức Vua Lê Thái Tông:

"Mùa thu, tháng 9, ngày mồng 8 [20/10/1433], *thái tử Nguyên Long lên ngôi Hoàng đế. Đại xá, đổi niên hiệu, lấy năm sau làm năm Thiệu Bình thứ 1. Bấy giờ vua mới 11 tuổi."* **Toàn Thư**, Bản Kỷ, quyển 10, trang 76a.

Tháng 11, Nguyễn Trãi vâng lệnh soạn văn bia, gọi là **Bia**

Vĩnh Lăng. Quần thần rước Vua về an táng tại Vĩnh Lăng, Lam Sơn, miếu hiệu là Thái Tổ:

"Mùa đông, tháng 11 [12/1433], *Nguyễn Trãi vâng lệnh soạn văn bia, Hàn lâm viện đãi chế Vũ Văn Phỉ vâng lệnh viết chữ.*

Ngày 22 [2/1/1434], *rước vua về táng ở Vĩnh Lăng tại Lam Sơn, miếu hiệu là Thái Tổ, dâng tôn hiệu là Thống Thiên Khải Vận Thánh Đức Thần Công Duệ Văn Anh Vũ Khoan Minh Dũng Trí Hoàng Nghĩa Chí Minh Đại Hiếu Cao Hoàng Đế."*
Toàn Thư, Bản Kỷ, quyển 10, trang 76a.

Tháng chạp, sai các bồi thần sang nhà Minh báo tang; dựng điện Lam Sơn thờ Vua:

"Tháng 12, ngày mồng 2 [12/1/1434], *sai bọn bồi thần Lê Vỹ, Trình Chân sang nhà Minh báo tang.*

Các quan theo hầu về Tây Kinh, dựng điện Lam Sơn (7)."
Toàn Thư, Bản Kỷ, quyển 10, trang 76a.

Chú thích:

1. **Đại Việt Sử Ký Toàn Thư**, NXB Khoa Học Xã Hội: Hà Nội, 1998, tập 2, trang 268.

2. Châu Thạch Lâm thời Lê tương đương với huyện Thạch An, Nguyên Bình, tỉnh Cao Bằng ngày nay.

3. Theo **Cương Mục**, Chính Biên, quyển 15, trang 29a; dẫn từ **Hội Điển** nhà Minh.

4. Tư khấu: Chức quan trông coi về việc đánh bắt giặc.

5. Phủ Thái bình đời Minh vị trí tại sông Tả Giang, gần biên giới Việt Nam; Bằng Tường, Long Châu nằm trong phủ này.

6. Long Châu: vị trí gần biên giới Việt Nam, nay thuộc huyện Long Châu, Sùng Tả thị, tỉnh Quảng Tây.

7. Điện Lam Sơn: **Cương mục**, Chính Biên, quyển 15, trang 33a; dẫn **Hoàng Việt dư địa chí**, nói rằng điện này ở xã Lam Sơn, huyện Thuỵ Nguyên, phủ Thiệu Hóa, nay là xã Xuân Lam, huyện Thọ Xuân, tỉnh Thanh Hoá.

88.
Vua Lê Thái Tông
[1434-1442] (1)

Vua tên húy là Nguyên Long, con thứ của vua Thái Tổ, ở ngôi 9 năm, băng khi đi tuần miền Đông, thọ 20 tuổi, táng ở Hựu Lăng. Mẹ vua là Cung Từ hoàng thái hậu Phạm thị, tên húy là Trần, người hương Quần Lai, huyện Lôi Dương, tỉnh Thanh Hoá. Vào ngày 20 tháng 11 năm Quí Mão [22/12/1423], sinh ra vua; tháng 3 năm Thuận Thiên thứ 1 [4/1428], phong làm Lương quận công; ngày mồng 6 tháng giêng năm Thuận Thiên thứ 2, [9/2/1429], được lập làm Hoàng thái tử. Ngày mồng 8 tháng 9 năm Thuận Thiên thứ 6 [20/10/1433], lên ngôi, lấy năm sau làm năm Thiệu Bình thứ 1. Bấy giờ, vua mới 11 tuổi, nhưng không phải nhờ mẫu hậu buông rèm coi việc nước; mọi việc trong thiên hạ do nhà Vua tham khảo với bầy tôi quyết định.

Ngày mồng 1 tháng giêng năm Thiệu Bình thứ nhất, nhân tết Nguyên Đán Vua dẫn các quan bái yết thái miếu; lại cùng với bọn sứ thần nhà Minh, Từ Kỳ, mới đến nước ta, làm lễ bái vọng kinh khuyết phương Bắc. Sau đó sai 2 sứ bộ theo Từ Kỳ sang Trung Quốc; một sứ bộ giải thích việc cống vàng; một sứ bộ xin cầu phong:

"Giáp Dần, Thiệu Bình năm thứ 1, (Minh Tuyên Đức năm thứ 9). Mùa xuân, tháng giêng, ngày mồng 1 [9/2/1434], vua dẫn các quan đến bái yết Thái miếu, lại dẫn các quan cùng với sứ thần phương Bắc tới khách quán bái vọng cửa khuyết.

Ngày mồng 4 [12/2/1434], sai Môn hạ ty hữu thị lang Nguyễn Phú (sau đổi là Nguyễn Truyền), Hữu hình viện lang trung Phạm Thì Trung cùng đi với sứ Bắc là bọn Từ Kỳ, Quách Tế sang nhà Minh. Trước đó, nhà Minh sai bọn Từ Kỳ đem thư sang hỏi về những người còn bị ta giam giữ và số vàng phải đem cống, cho nên vua sa bọn Phú sang để trả lời.

Ngày mồng 6 [14/2/1434], sai bọn Tuyên phủ sứ Nguyễn Tông Trụ, Trung thư hoàng môn thị lang Thái Quân Thực, kỳ lão Đái Lương Bật mang tờ biểu và lễ vật địa phương sang nhà Minh cầu phong." **Toàn Thư**, Bản Kỷ, quyển 11, trang 1b.

Nhà Vua ra chiếu chỉ cho các quan phải hết lòng trung thành, tiến cử người tài; các vệ quân trong nước chuẩn bị lương thực 2 tháng để duyệt binh, tập trận; cùng ra lệnh dân chúng dùng tiền đồng, không phân biệt tốt, xấu:

"Ngày mồng 6 [14/2/1434]; ra lệnh chỉ cho văn võ đại thần và các quan lớn nhỏ trong ngoài, đại ý là:

'Đạo làm tôi cốt yếu có hai điều. Trên thì yêu vua, dưới thì yêu dân. Yêu vua phải hết lòng trung thành, thế thôi. Tất cả các quan được trẫm tin dùng, nếu có ai không hết lòng trung thành, mà bỏ bê phận sự, thì nhà nước có pháp luật. Mới rồi, tìm người hiền để giúp việc nước, đã có lệnh cho mọi người tiến cử người mình biết. Nay đã lâu rồi mà chưa có ai theo lệnh tiến cử một người nào để đáp ứng lòng trẫm là cớ làm sao'.

Ngày mồng 9 [17/2/1434], ra lệnh chỉ cho các quân ngự tiền và các vệ quân năm đạo chuẩn bị lương ăn trong 2 tháng, hạn đến ngày 20 tháng này phải tới địa phận Đông Kinh để điểm danh và luyện tập võ nghệ. Còn quân trấn giữ ở các trấn Thanh Hoá, Nghệ An, Tân Bình, Thuận Hóa thì tới địa phận phủ, trấn mình để kiểm duyệt. Ai vi phạm sẽ bị trị tội.

Ngày 12 [20/2/1434], ra lệnh chỉ cho kinh thành và các phủ, lộ, huyện, châu, xã, sách, thôn, trang rằng: Từ nay về sau, tiền đồng sứt nhưng còn xâu dây được thì phải lưu thông tiêu dùng, không được chê bỏ, nếu đã mẻ gãy không xâu dây được nữa thì thôi không tiêu. Người nào trái lệnh, từ chối không nhận, hay kén chọn tiền lành, thì phải tội như nhau. Từ buổi đầu dựng nước đến nay, đã nhiều lần ra chiếu chỉ cấm dân chê bỏ tiền, nhưng bọn coi kho khi nhận tiền lại hay kén chọn tiền tốt, ở trong dân cấm cũng không được, cho nên lại có lệnh này." **Toàn Thư**, Bản Kỷ, quyển 10, trang 2a.

Qui định con đầu, cháu đầu các quan văn, võ, từ lục phẩm trở lên, được ghi tên vào học Quốc tử giám. Riêng dân chúng, thì các lộ, huyện lập danh sách; rồi mở cuộc thi toàn quốc lấy đỗ 1.000 người, chia làm 3 hạng; lấy hạng nhất, nhì, cho vào học Quốc tử giám. Các sinh viên Quốc tử giám được miễn sai dịch:

"Ngày 12 [20/2/1434], ra lệnh chỉ cho các quan văn võ rằng: Các quan từ lục phẩm trở lên có coi việc quân dân và các quan phụ đạo, thủ lĩnh ở các phiên trấn mà có con đích, cháu đích thuộc cùng một hộ tịch hay các hộ tịch khác đều được miễn thuế và sai dịch. Nếu là đắp đê quai vạc, làm đường và các việc điều động khẩn cấp, thì không được miễn. Các con đích, cháu đích đều cho ghi tên vào học ở Quốc tử giám để đợi tuyển dụng.

Ngày 15 [23/2/1434], ra lệnh chỉ cho các quan lộ, huyện trong nước phải lập ngay danh sách người dự thi của lộ mình, hẹn tới ngày 25 tháng này phải tới bản đạo tập hợp điểm danh, đến ngày mồng 1 tháng 2 thì thi. Người nào đỗ thì được miễn lao dịch, bổ vào Quốc tử giám. Những học trò ở nhà học của các lộ, đến 25 tuổi trở lên mà không đỗ thì đuổi về làm dân. Lấy bọn Thính hậu văn đội Đỗ Thuận 5 người làm Giáo thụ Quốc tử giám.

Ngày mồng 4 tháng 2 [14/3/1434], *thi học sinh trong cả nước. Lấy đỗ hơn 1.000 người, chia làm ba bậc. Bậc nhất và bậc nhì thì đưa về Quốc tử giám, bậc ba thì cho về học tại nhà học các lộ, đều cho miễn lao dịch.*" **Toàn Thư**, Bản Kỷ, quyển 11, trang 2a.

Ngoài ra trong tháng giêng còn có các việc khác như: Dân tộc thiểu số Lạo tại Tuyên Quang đến cống; bổ dụng 156 quan trong triều và các địa phương; Vua sai các quan bái yết Thái miếu, tuyên thệ trung thành. Cũng ra lệnh cho các quan đại thần không được tới lui nhà người con trưởng Vua Thái tổ, tức Quận vương Tư Tề:

"*Ngày mồng 7* [15/2/1434], *người Lạo ở Bình Nguyên* (1), *trấn Tuyên Quang đến cống. Sai Đô đốc Lê Vấn truyền lệnh dụ bảo, cho trở về nghiệp cũ.*

Ngày 13 [21/2/1434], *bổ các quan viên lớn nhỏ trong ngoài là bọn Lê Trãi 156 người. Những người tội nhẹ xử đi đày nhưng được ân xá là bọn Phan Quý Khanh cũng được dự trong số đó.*

Ngày 15 [23/2/1434], *vua bái yết Thái miếu, sau đó sai quan văn làm lễ. Vua ra trường đấu xem bọn đại thần Lê Sát và các quan văn võ trong ngoài tế cáo trời, đất, thần kỳ danh sơn* [núi danh tiếng], *đại xuyên* [sông lớn], *giết ngựa trắng lấy máu cùng thề. Đồng thời sai các quan đi tế thần kỳ ở các xứ trong nước.*

Ngày 28 [8/3/1434], ra lệnh chỉ cho đại thần và các quan rằng: Từ nay về sau không được lui tới chỗ của Quận Vương. Quận vương nếu không có người đến gọi thì không được vào chầu. Kẻ nào lén lút dẫn đầu, hoặc người coi cửa cho vào, cùng các quan nào lén lút đến nhà Quận Vương đều bị trị tội nặng. Bấy giờ có ba đứa hầu chạy tới tâu với Quận Vương, nói nhiều điều càn bậy, sai trái, cho nên có lệnh này. Lấy bọn Ngự tiền học sinh Trình Thanh và Nguyễn Thiên Tích làm Ngự tiền học sinh cục trưởng, Chu Tam Tỉnh và Trần Phong làm cục phó, Bùi Thì Hanh làm Thái sư thừa." **Toàn Thư**, Bản Kỷ, quyển 11, trang 2a.

Ngày mồng 3 tháng 2 [13/3/1434], quan Tư mã Bắc đạo Lê Văn An mang quân đánh dẹp bọn Quản lãnh Lạng Sơn làm phản; cuối tháng vào ngày 22 [1/4/1434], dẹp xong:

"Tháng 2, ngày mồng 3 [13/3/1434], quản lĩnh trấn Lạng Sơn là Hoàng Nguyên Ý mưu phản. Sai Bắc đạo tư mã Lê Văn An đi đánh dẹp.

Ngày 22 [1/4/1434], Tư mã Lê Văn An đánh giặc trở về. Trước kia, bọn Hoàng Nguyên Ý, Hoàng Văn Ngạc, Nguyễn Thế Ninh, Nguyễn Công Đình ở trấn Lạng Sơn đều là các phụ đạo của trấn đó, vì có công theo về triều đình, đều được làm quản lĩnh, vẫn được ở đất cũ của mình. Bọn Tuyên úy Lê Đồ, Lê Lộng không biết vỗ về, chế ngự nên bọn nguyên Ý đều mang lòng oán hận. Quận Vương có người vợ lẽ, vì có lỗi phải đuổi đi. Nguyên Ý về chầu trông thấy rất thích, ngầm đem theo về, đến nỗi lộ việc. Lại có tên gia nô của Ý là Phi Báo, vì bị Ý đánh, chạy đến chỗ bọn Đồ và Lộng, vu cáo là Nguyên Ý đã dấy binh. Vua liền sai Văn An đem quân Ngự tiền, Thiết đột và quân ở Bắc đạo đi đánh. Khi đến nơi thì Văn Ngạc đã bị trấn binh giết chết, bọn Ý đều bỏ cả vợ con chạy trốn sang đất Minh. Văn An liền chia quân lùng bắt thân thích, nô tì, tài sản, gia súc của bốn tên đó cùng vợ con của trấn quân được tới hơn nghìn người đem về dâng nộp. Vua thả hết dân thường, đem gia thuộc của bốn tên đó ban cấp cho các quan." **Toàn Thư**, Bản Kỷ, quyển 11, trang 4a.

Ngày mồng 8 tháng 2 [18/3/1434] bổ nhiệm các quan trong triều và ngoài lộ; tuyển dụng dân đinh các đạo làm lính. Riêng bãi bỏ chức Hành khiển của Lê Khắc Phục; vì anh Phục là Lê Nhân Chú bị quyền thần Lê Sát giết, Sát cho rằng Phục oán hận, nên tìm cách đoạt chức để tránh mối lo về sau:

"Ngày mồng 8 [18/3/1434], lấy Ngự tiền võ đội là bọn Mạc Thôn 47 người làm Trấn phủ các lộ. Thời tiên đế [Lê Thái Tổ], *tướng hiệu các đội phạm tội giáng làm võ đội, đến đây lại được bổ dùng.*

Lấy Lê Khuyển làm Nhập nội thiếu úy, Tham tri Hải tây đạo chư vệ quân sự thái giám như cũ; Lê Khiêm làm đô áp nha tri tả ban sự.

Bãi chức Nam đạo Hành khiển của Lê Khắc Phục, cho làm Phán đại tông chính. Bấy giờ, Lê Sát đã giết Lê Nhân Chú, ngờ Khắc Phục oán mình, tâu xin đoạt lại quyền hành của Phục, cho coi việc hành ngục. Khắc Phục là em cùng mẹ với Nhân Chú.

Lấy Lê Quốc Trinh làm Nam đạo Hành khiển tri quân dân bạ tịch chính sự, từ tụng như cũ. Lấy Lê Thừa là Thiết đột trung quân hành quân tổng lĩnh; Lê Ê làm Điện tiền đô kiểm điểm đồng thái nội giám nội ngoại chư dịch; Lê Thê làm Chỉ huy sứ.

Sai Đại tư đồ Lê Sát, Tư khấu Lê Ngân, Tư mã Lê Liệt, Lê

Bôi tuyển đinh tráng các đạo làm lính. Ra lệnh rằng: Những con trai của các hạng quân, dân đều chọn cả. Còn con trai của các quan văn võ từ lục phẩm trở lên có coi việc quân, dân và học trò Quốc tử giám, các sắc dịch, các hạng nô công và tư, do nhà nước cho phép, đã thích chữ đều được miễn. Nếu là quân ngự tiền, võ đội, thiết đột mà có 1, 2,3 con trai thì được miễn 1 người; quân, dân có từ 3 con trai trở lên, cũng chỉ miễn 1 người, còn lại đều tuyển chọn cả." **Toàn Thư**, Bản Kỷ, quyển 11, trang 4a.

Trước kia vào tháng 2 năm Thuận Thiên thứ 2 [3/1429], bọn Trình Hoàng Bá dâng sớ mật, khuyên Vua Lê Thái Tổ giết các công thần Trần Nguyên Hãn, Phạm Văn Xảo. Sau nhà Vua biết bọn Hoàng Bá là lũ tiểu nhân, nên ra lệnh không được dùng lại nữa. Nay Đại tư đồ Lê Sát cho ân xá, có ý dùng lại. Các vị quan đặc trách can gián là Nguyễn Thiên Tích, Bùi Cầm Hổ kịch liệt khuyên can; lời tâu được chấp thuận:

"Ngày mồng 8 [18/3/1434], Đại tư đồ Lê Sát cho là Trình Hoành Bá trước đây bị tội, nhưng có tài đáng tiếc, sai Thiếu bảo Lê Quốc Hưng biên vào sổ các quan cũ được hưởng ân xá, khi có chiếu chỉ, sắc lệnh cho được hầu cùng với Hành khiển của bản đạo, có ý định dùng lại.

Ngôn quan (2) Nguyễn Thiên Tích và Bùi Cầm Hổ tâu rằng:

"Tiên đế đã có lệnh là bọn Lê Quốc Khí, Trình Hoành Bá, Lê Đức Dư có tài, nhưng không được dùng lại nữa. Bề tôi có kẻ nào mưu việc phản nghịch cần phải tố cáo cũng không cho chúng được cáo giác. Nếu dùng lại thì trái với lệnh của Tiên đế. Vả lại, những kẻ như bọn Hoành Bá thì còn ai dùng nữa?".

Rút cuộc, xóa bỏ tên hắn, sai bổ vào quân ngũ. Sau lại sợ Hoành Bá ở trong quân, nhất định sẽ gây chuyện có hại, bấy giờ mới thích chữ vào trán đuổi về làm dân.

Trước kia, Thái Tổ khi về già có nhiều bệnh, lại thêm Quận Vương Tư Tề ngông cuồng, bậy bạ, vua thì còn trẻ thơ, mà Trần Nguyên Hãn, Phạm Văn Xảo đều có công lao giúp nước, rất được người đương thời trọng vọng. Nguyên Hãn lại là con cháu nhà Trần và Văn Xảo cũng là người kinh lộ, lo rằng sau này họ có chí khác, nên bên ngoài thì đối xử theo lễ tiết hậu, nhưng trong lòng lại rất ngờ vực hai người.

Bọn Đinh Bang Bản, Lê Quốc Khí, Trình Hoành Bá, Nguyễn Tông Chí, Lê Đức Dư đón biết ý vua, dâng sớ mật, khuyên Thái Tổ quyết ý giết đi. Nếu có ai không vui, bọn Quốc Khí liền chỉ vào họ mà bảo họ là bè đảng của hai nhà ấy, nên rất nhiều người bị xử tử và đi đày. Các quan đều sợ miệng bọn chúng không dám nói gì. Nhưng Thái Tổ biết rất rõ bọn Quốc Khí đều là loại tiểu nhân xảo quyệt, trong bụng vẫn ghét chúng. Sau này bọn chúng đều có tội, lần lượt bị đuổi đi, song lại lo chúng được dùng lại cho nên nói thế để ngăn ngừa." **Toàn Thư**, Bản Kỷ, quyển 11, trang 5a.

Ngoài ra trong tháng 2, viên Phụ đạo dân tộc thiểu số Mường Việt, Sơn La; vợ Đèo Cát Hãn tại Mường Lễ [Lai Châu] vào chầu. Nhà Vua lại nhắc nhở tiến cử người tài, giúp trị nước:

"Ngày mồng 8 [18/3/1434], cho viên phụ đạo đóng ở Mường Việt (3) là Cầm Công được đội mũ thắt đai vào chầu.

Ngày 14 [24/3/1434], người mẹ của Đèo Mạnh Vượng là vợ của Đèo Cát Hãn châu Mường Lễ về hàng. Sau khi Đèo Cát Hãn chết, con là Mạnh Vượng đem mẹ về ở đất cũ. Người mẹ một mình về hàng trước. Vua hỏi Mạnh Vượng sao không tự đến. Trả lời: Vượng vì em là Đạo Thu dẫn bọn Mường Lự (4) đến đánh nên không thể bỏ đi xa, thiếp già nay xin về vâng mệnh triều đình trước. Vua sai người dụ bảo bà ta bảo cho Mạnh Vương vào chầu.

Ngày 15 [25/3/1434], ra lệnh chỉ cho các quan viên văn võ rằng:

'Những người mà các ngươi tiến cử, những lời mà các ngươi tâu lên, chả lẽ ta không biết hay sao? Song những lời của các ngươi chẳng có mưu kế lạ gì có thể dùng được, những kẻ được tiến cử đều là bọn tầm thường dung tục. Các ngươi nếu có lòng vì nước, lại càng phải để ý xét hỏi rộng khắp, xem có ai còn ẩn dật chốn núi rừng, hay nương náu nơi thôn dã, chưa được triều đình xét dùng tới, hãy tiến cử lấy một vài người giúp trẫm lo việc trị nước, như thế thì mới có thể là tận trung với nước, sẽ được thưởng vượt bậc". **Toàn Thư**, Bản Kỷ, quyển 11, trang 5b.

Bấy giờ vào tháng 4 mùa hè, trời hạn hán lúa chết; cho rước Phật từ chùa Pháp Vân về để cầu mưa; lại thả vài chục tên tù nhẹ. Đến ngày 22, vẫn không mưa, lập chay đàn tại điện Cần Chính:

"Mùa hạ, tháng 4, ngày mồng 1 [9/5/1434], vua sai các quan rước Phật chùa Pháp Vân (5) ở Cát Châu về Đông Kinh để cầu mưa. Bấy giờ, trời đã lâu không mưa, mà chỉ rước Phật đọc chú để cầu đảo. Nguyễn Thiên Hựu dâng sớ tâu rằng:

'Bệ hạ sửa đức, tha tù oan, thả bớt cung nữ mà trời không mưa thì xin chém đầu thần để tạ trời đất'.

Đại tư đồ Lê Sát ghét Hựu nói thẳng, sớ chưa được trả

lời, thì gặp trận mưa nhỏ, bèn gọi Thiên Hựu mà hỏi rằng:

'Đêm hôm qua chẳng mưa nhỏ rồi là gì?'

Ngày mồng một tháng 4 [9/5/1434], *thả vài chục tên tù tội nhẹ vì hạn hán đã lâu.*

Ngày 22 [30/5/1434] *đặt đàn chay ở điện Cần Chính, vì hạn hán hại lúa, sét đánh cháy thuyền."* **Toàn Thư**, Bản Kỷ, quyển 11, trang 7a.

Tại trường Quốc tử giám có người dán thư nặc danh, tố cáo Đại tư đồ Lê Sát giết quan đại thần Lê Nhân Chú. Lê Sát nghi Giám sinh Nguyễn Đức Minh là thủ phạm; bắt đi đày và tịch thu tài sản:

"*Ngày mồng 1 tháng 4* [9/5/1434], *đày giám sinh Nguyễn Đức Minh ra châu xa. Đức Minh dời nhà đến ở Quốc tử giám, có thư nặc danh dán trên vách miếu thần bên cạnh đường, trong đó có câu: "Đại tư đồ Sát và Đô đốc Vấn cùng mưu giết ông Sĩ phán đại lý (tức là Nhân Chú) ". Đức Minh gọi người đến xem, rồi bóc lấy xé nát ném xuống nước. Sát ngờ thư ấy do Đức Minh làm, sai bắt về tra khảo, nhưng Đức Minh không nhận, định đem chém, nhưng hình quan cho là tội còn ngờ, nên được giảm tội chết, bắt đi đày và tịch thu gia tài."* **Toàn Thư**, Bản Kỷ, quyển 11, trang 7b.

Triều đình bổ nhiệm 2 quan đại thần; và thăng thưởng tướng hiệu, 851 viên thuộc 5 đạo, 596 viên thuộc Ngự tiền:

"*Ngày mồng 1 tháng 4* [9/5/1434], *lại lấy Lê Khả làm Vinh lộc đại phu Lạng Sơn trấn tuyên úy đại úy tri quân sự; lấy Lê Nhữ Tổ làm Chính sự viện đồng tham nghi tước Minh tự.*

Ngày 25 [2/6/1434], *thăng chức cho các tướng hiệu các vệ quân năm đạo, từ vệ đồng tri, quản lĩnh, dưới đến đội trưởng là 851 viên, những người ở trong được thăng và ở các quận ngự tiền được chọn bổ là 596 viên; 155 người có tội nhẹ được ân xá và sử dụng. Quan nội mật gọi tên cấp sắc suốt từ sáng đến trưa vẫn chưa hết. Những người ở trong mà chưa được thăng thì được thưởng mỗi người một tư.*" **Toàn Thư**, Bản Kỷ, quyển 11, trang 7b.

Vào đầu năm, vào ngày mồng 4 [12/2/1434], Vua sai Môn hạ ty hữu thị lang Lê Truyền, tháp tùng sứ bộ Từ Kỳ sang nhà Minh đến Yên Kinh:

"***Ngày 12 tháng 4 năm Tuyên Đức thứ 9*** **[20/5/1434].** *Bọn Từ Kỳ, Hữu Thị lang bộ binh, từ An Nam trở về. Quyền coi quốc sự nước An Nam Lê Lợi chết, con là Lân* (6) *sai Đầu mục Lê Truyền theo bọn Kỳ đến cáo tang, hiến người vàng cùng sản phẩm địa phương.*" (**Minh Thực Lục Quan hệ Trung Quốc Việt Nam**, tập 2, trang 234)

Ngày 19 tháng 4, dân Mường tại Thanh Hoá làm phản, Tuần sát Lê Thống đánh dẹp được. Cũng trong ngày, Chiêm Thành mang binh thuyền cướp phá tại Cửa Việt, Quảng Trị, bị quân dân ta đánh đuổi:

"*Ngày 19* [27/5/1434], *dân Mường Ba Long, phủ Thanh Hoá làm phản theo về nước Ai Lao. Tuần sát Lê Thống đi đánh, chém giết bọn đinh tráng, bắt sống hơn 30 người đàn ông, đàn bà.*

Chiêm Thành cướp bắt người châu Hóa.

Chúa Chiêm Thành là Bố Đề nghe tin Thái Tổ băng, thấy vua mới lên ngôi, ngờ là nước ta có biến loạn, bèn tự mình cầm quân ra đóng sát biên giới, chực mưu vào cướp. Nhưng vì chưa rõ thực hư, không dò hỏi vào đâu được, mới sai thuyền đi ngầm vào Cửa Việt cướp bắt mấy người rồi đi.

Dân địa phương đánh lại, bắt được 2 người đem nộp." **Toàn Thư**, Bản Kỷ, quyển 11, trang 7b.

Đại tư đồ Lê Sát lạm dụng giết tù tội, không chờ cứu xét:

"Ngày 19 [27/5/1434], xử chém ngay tội tù.

Trước đây, người của quân Uy viễn là Nguyễn Bẩm và của trung quân Thiết đột là Trịnh Thọ Lộc chuyên nghề dụ trộm những nô tỳ nhà nước ban cho các quan. Tư mã Lê Liệt bắt được tâu lên. Vì bấy giờ các nô tỳ công và tư bỏ trốn nhiều, Đại tư đồ Lê Sát giận lắm, sai hình quan tra ngay ở sân điện, xét xong, lôi ra chém ngay."

Viên Thái sử Bùi Thì Hanh tâu rằng ngày 1 tháng 5 có nhật thực, đất nước sẽ gặp tai biến; Tư đồ Lê Sát xin cho nghỉ chầu, bắt vượn đem giết để trấn yểm:

"Tháng 5, ngày Đinh Sửu, mồng 1 [7/6/1434], nghỉ chầu.

Trước đó, Thái sử Bùi Thì Hanh bí mật tâu rằng, ngày mồng 1, tháng 5, có tinh vượn đen ăn mặt trời, hôm ấy sẽ có nhật thực. Có nhật thực thì trong nước có tai biến. Nếu bắt được vượn sống đem giết để trấn yểm thì có thể chấm dứt được tai biến. Đại tư đồ Lê Sát tin là thực, tâu xin ra lệnh cho quan lại các trấn Tuyên Quang, Thái Nguyên đốc thúc dân chúng bủa lưới săn lùng khắp rừng núi khe hang, bắt vượn khỉ đóng cũi gửi về nườm nợp không ngớt. Đến ngày ấy nghỉ chầu, làm phép trấn yểm trong cung cấm, các quan không một ai được biết. Thì Hanh chỉ tâu cho Lễ bộ thị lang Trình Toàn Dương, trước là đạo sĩ, cùng làm phép với mình. Hai người đều được thưởng rất hậu." **Toàn Thư**, Bản Kỷ, quyển 11, trang 8b.

Sứ thần nước ta đến Yên Kinh cáo tang vào ngày 12 tháng

4 năm Tuyên Đức thứ 9 [20/5/1434]; đến ngày 3 tháng 5 Vua Tuyên Tông sai sứ sang điếu tế:

"*Ngày* ***3 tháng 5 năm Tuyên Đức thứ 9*** **[9/6/1434]**. *Sai Hành nhân Quách Tế, Chu Bật đến An Nam tế Lê Lợi. Ngày này Đầu mục An Nam bọn Lê Truyền từ giã trước bệ rồng, ban cho tiền giấy làm phí tổn đi đường.*" (**Minh Thực Lục Quan hệ Trung Quốc Việt Nam**, tập 2, trang 234)

Ngày mồng 5, đặt quy định mới đánh thuế bãi dâu:

"*Ngày mồng 5* [11/6/1434], *ra lệnh chỉ cho các phủ, lộ, trấn, huyện, xã, sách, trang rằng: Các loại thuế dân đinh, đầm hồ năm nay thì theo lệ năm Quý Sửu* [1433], *còn thuế bãi dâu thì theo lệ mới quy định.*" **Toàn Thư**, Bản Kỷ, quyển 11, trang 9a.

Lệnh 5 đạo diễn tập võ, cho bọn tù Chiêm Thành xem, rồi thả cho về. Lại cho tuần tra kỹ các tỉnh Bình, Trị, Thiên, để phòng ngừa Chiêm Thành đến cướp phá; cùng tuần phòng nghiêm mật tại các cửa ải:

"*Ngày 12* [18/6/1434], *sai quân năm đạo diễn võ ở trường đấu, dẫn bọn tù Chiêm Thành tới xem rồi cho về.*

Sai Nhập nội tư mã Lê Liệt, tổng đốc các quân Nghệ An, Tân Bình, Thuận Hóa, đi tuần tra các nơi thuộc Tân Bình, Thuận Hóa, nếu gặp giặc cỏ Chiêm Thành vào cướp biên giới, mà có viên chỉ huy hay tên lính nào vi phạm quân lệnh hay sợ hãi rút lui thì cho phép chém trước tâu sau. Lại sai Nhập nội thiết úy Lê Khôi và Hành khiển tổng quản Lê Truất cùng đốc suất các quân ở Tân Bình và Thuận Hóa đi theo.

Ngày 18 [24/6/1434], *ra lệnh chỉ cho các đội tuần kiểm coi giữ cửa ải ở các lộ, trấn, huyện phải tuần tra, canh giữ nghiêm ngặt lùng bắt trộm cướp.*" **Toàn Thư**, Bản Kỷ, quyển

11, trang 9a.

Sai sứ dâng biểu cầu phong, biểu do Hành khiển Nguyễn Trãi soạn, bọn Nội mật viện Nguyễn Thúc Huệ muốn đổi vài chữ; Nguyễn Trãi giận chửi mắng Thúc Huệ, khiến gây ác cảm với quyền thần Lê Sát:

"Ngày 16 [22/6/1434], *sai bọn Tuyên phủ sứ Nguyễn Tông Trụ: Trung thư hoàng môn thị lang Thái Quân Thực: kỳ lão Đái Lương Bật mang tờ biểu và phương vật sang cầu phong nhà Minh. Hành khiển Nguyễn Trãi soạn xong tờ tâu, bọn Nội mật viện Nguyễn Thúc Huệ và Học sĩ Lê Cảnh Xước muốn đổi lại mấy chữ: Nguyễn Trãi giận nói:*

'Bọn các ngươi là hạng bề tôi vơ vét, nạn hạn hán này là do các ngươi gây nên cả'.

Thúc Huệ tố cáo với Đại tư đồ Sát và Đô đốc Vấn. Sát và Vấn tức lắm, trách Trãi rằng:

'Làm nên nỗi có thiên tai không phải là do lỗi của bọn ấy, lỗi ở vua và tể tướng thôi, sao ông trách nhau quá như thế?'.

Trãi từ tạ nói:

'Thúc Huệ chỉ vì chút tài vét thuế mà chiếm chỗ then chốt của thiên hạ, mỗi khi có sổ sách tâu vào đều muốn vơ của dân về cho quan, để mong hợp ý vua, cho nên tôi nhân việc này mà nói ra thôi, không dám chê bàn gì đến vua và tể tướng cả'.

Sát vẫn chưa nguôi giận. Nhưng bản tâu vẫn theo như của Trãi, không thay đổi." **Toàn Thư**, Bản Kỷ, quyển 11, trang 9b.

Ngày 24 tháng 5 [10/6/1434], một người thợ xây cất chùa Báo Thiên, lao động cực nhọc, bèn đem lời chê trách triều đình. Việc phát giác, các quan can gián xin giảm án tử hình, nhưng Đại tư đồ Lê Sát cương quyết xử tử:

"Bấy giờ, điều động thợ ở các cục tất tác làm chùa Báo Thiên. Công việc thổ mộc rất nặng nề, Sư Đăng phải làm lụng vất vả, nói vụng rằng:

'Thiên tử không có đức, để đến nỗi hạn hán. Đại thần ăn của đút, cử dùng kẻ vô công, có gì là thiện đâu mà phải làm chùa to thế'.

Bị người cáo giác. Đại tư đồ Lê Sát giận lắm. Quan thẩm hình Nguyễn Đình Lịch nói:

'Nó dám nói càn đến việc nước, nên chém'

Nguyễn Thiên Hựu và Bùi Cầm Hổ đều xin tha tội chết, vua sắp nghe theo, thì Sát nói:

'Trước đã nghe lời bọn Thiên Hựu không giết Nguyễn Đức Minh, để rồi nó bỏ thư nặc danh vu cho nhau, nay lại định tha thằng này thì làm thế nào cho đứa khác răn sợ?'

Bọn Thiên Hựu không dám nói nữa. Bèn chém Sư Đăng. Ngay hôm ấy vừa gặp có mưa nhỏ. Hôm sau, Sát nói trong triều rằng:

'Nếu nghe lời ngôn quan, làm gì có trận mưa ấy?'.

Lê Ngân nói:

'Giết nhiều kẻ ác thì được mưa nhiều, chỉ có điều xương người chất đầy đường khó đi thôi". **Toàn Thư**, Bản Kỷ, quyển 11, trang 10a.

Tháng 6, bộ tộc Bồn Man nước Ai Lao sai người đến cống:

"Ngày mồng 8 [13/7/1434], *Mường Bồn Man* (7) *nước Ai Lao sai người sang cống lễ vật, ban cho hai chiếc áo dệt kim*

tuyến và năm tấm lụa." **Toàn Thư**, Bản Kỷ, quyển 11, trang 11a.

Ngày 12, Đào Lộc con viên Đồng tri phủ Đào Quí Dung thời Minh cai trị, từ Vân Nam trở về hàng:

"Ngày 12 [18/7/1434], *Đào Lộc về hàng. Lộc là con của Đào Quý Dung. Trước kia, khi Thái Tổ dẹp giặc Ngô, viên phụ đạo trấn Quy Hóa* [Yên Bái, Lào Cai] *là Đồng tri phủ nguỵ Quý Dung không phục, đem gia thuộc trốn sang Vân Nam. Đến đây, Quý Dung chết, con hắn về hàng."* **Toàn Thư**, Bản Kỷ, quyển 11, trang 11a.

Nhà Vua truy tôn mẹ đẻ là Cung từ quốc thái mẫu:

"Ngày 24 [29/7/1434], *truy tôn mẹ đẻ là Cung Từ quốc thái mẫu. Trước kia, Thái Tổ không lập chính thất, chỉ có vài người như Trịnh Thần phi là mẹ Quận vương* [Tư Tề] *và Phạm Huệ phi thôi. Quốc mẫu cũng là vợ lẽ của Tiên đế, đã mất ngay từ buổi đầu gian lao dựng nước. Đến đây, vua tưởng nhớ, truy tôn là Quốc thái mẫu. Thần chủ cũ của Quốc thái mẫu ở Lam Kinh, vua sai cậu là Hữu ban Lê Liên và Trung thư thị lang Trần Thuấn Du rước thần chủ mới và Kim sách đến miếu làm lễ truy tôn."* **Toàn Thư**, Bản Kỷ, quyển 11, trang 12a.

Đại tư đồ Lê Sát cho xây dựng xong các chùa Thanh Đàm và Chiêu Độ:

"Ngày 24 [29/7/1434] *Đại tư đồ Lê Sát dựng xong các chùa Thanh Đàm và Chiêu Độ, có đến hơn 90 gian."* **Toàn Thư**, Bản Kỷ, quyển 11, trang 12b.

Tháng 7, ra lệnh các các cấp giải quyết các vụ kiện theo trình tự từ dưới lên, không được vượt cấp; chỉ có các vụ kiện lớn thì mới cho tâu thẳng lên. Ngày rằm tháng 7 lễ Vu Lan, tha tù nhẹ:

"Mùa thu, tháng 7, ngày 11 [15/8/1434], ra lệnh chỉ cho tướng hiệu vệ quân các đạo và các quan lộ, huyện, trấn, sách, xã rằng:

'Phép trị nước lấy hình pháp gọn nhẹ làm gốc. Trẫm thấy các quân nhân đều tâu báo vượt cấp, cấu kết nhau để đi kiện người, bỏ phế việc của dân, quấy rối triều đình, không gì tệ hơn. Từ nay, quân hay dân nếu có vụ kiện nhỏ thì tới chỗ xã quan của xã mình mà trình bày, xã quan không giải quyết được mới lên huyện, huyện không giải quyết được mới lần lượt lên lộ, lên phủ, phủ không không giải quyết được thì bấy giờ được tâu lên. Các vụ kiện ruộng đất cũng thế. Các quan xét xử phải giữ phép công bằng, không được nhận đút lót mà làm sai, để có người bị oan uổng. Các vụ kiện lớn thì mới cho tâu thẳng lên.'

Ngày 15 [19/8/1434], mở hội Vu Lan, tha cho 50 tên tù tội nhẹ, ban cho các sư tụng kinh 220 quan tiền." **Toàn Thư**, Bản Kỷ, quyển 11, trang 12b.

Tháng 8, quy định y phục cho Giám sinh Quốc tử giám và Sinh đồ các lộ; cho Giáo thụ Quốc tử giám và giáo chức đội mũ Cao Sơn:

"Tháng 8, cho các giám sinh Quốc tử giám và sinh đồ các lộ, huyện được mang mũ áo và cho Giáo thụ Quốc tử giám cùng giáo chức các lộ, huyện được được đội mũ cao sơn. Trước kia, Giáo thụ và Giám thư khố đầu đội mũ thái cổ, đến đây, cho đội mũ cao sơn. Định khoa thi Hương, thi Hội. Mở kỳ thi các quan lại, hạng nhất được bổ vào Quốc tử giám:

Ngày mồng 8 [10/9/1434], Định khoa thi chọn học trò.

Xuống chiếu rằng: Muốn có được nhân tài, trước hết phải chọn lựa kẻ sĩ, mà phép chọn lựa kẻ sĩ phải lấy thi cử làm đầu. Nhà nước ta từ thuở xưa loạn lạc, người anh tài như lá mùa thu, bậc tuấn kiện như sao buổi sớm. Thái Tổ ta buổi đầu dựng nước, mở mang nhà học, dùng cỗ Thái lao (8) để tế Khổng Tử, rất mực sùng Nho, trọng đạo. Nhưng vì nước mới dựng nên chưa kịp đặt khoa thi. Trẫm nối theo chí hướng người xưa, lo được nhân tài để thỏa lòng mong đợi. Nay định rõ thể lệ khoa thi, kỳ thi: Bắt đầu từ năm Thiệu Bình thứ 5 [1438], thi hương ở các đạo, năm thứ 6 [1439], thi hội ở sảnh đường tại kinh đô. Từ đấy về sau, cứ 3 năm một lần thi lớn, coi đó làm quy định lâu dài, người nào thi đỗ, đều được ban danh hiệu tiến sĩ xuất thân. Tất cả khoa mục của các kỳ thi quy định như sau:

Kỳ thứ nhất: 1 bài kinh nghĩa, Tứ thư mỗi sách một bài, mỗi bài đều 300 chữ trở lên.

Kỳ thứ hai: Chế, biếu, biểu.

Kỳ thứ 3: thi, phú.

Kỳ thứ 4: 1 bài văn sách từ 1000 chữ trở lên.

Thi lại viên, hỏi về ám tả. Những người đỗ hạng nhất được bổ vào Quốc tử giám, hạng nhì bổ làm sinh đồ và thuộc lại bên văn." **Toàn Thư**, Bản Kỷ, quyển 11, trang 13b.

Bấy giờ tình hình tại phương nam, chúa Chiêm Thành Bố Đề, rút quân về không còn gây hấn; nên viên Tư mã Nam đạo cũng cho đem quân về. Về phía tây, sai sứ sang giải hòa nội loạn tại Ai Lao:

"Ngày 18 [20/9/1434], Tư mã Nam đạo Lê Liệt đem quân về. Bố Đề thấy nước ta không có sự biến gì đã rút quân từ

trước. Liệt đến châu Hóa, định trở về, gặp lúc người Man ở châu Hóa là Đạo Thành bị Đạo Luận đánh, đến xin cứu viện. Liệt bèn đem quân đánh giúp, bắt được hơn nghìn người và vài chục con voi mang về.

Ngày 19 [21/9/1434], *sai quản hạt Lê Bạn sang sứ nước Ai Lao.*

Bàn nhà (9) Côn Cô nước Ai Lao bị kẻ bề tôi phản nghịch là Nữu Tại tấn công, sức chống không nổi, sai sứ sang xin cứu viện. Vua sai Bạn sang trước dụ bảo, giải hòa." **Toàn Thư**, Bản Kỷ, quyển 11, trang 14a.

Tháng 9, bổ dụng và cách chức các quan trong triều và ngoài lộ, như sau:

"Tháng 9, ngày mồng 4 [6/10/1434], *Lấy Ngự sử Bùi Cầm Hổ làm An phủ sứ trấn Lạng Sơn, lấy chuyển vận huyện Cổ Đằng* [huyện Hoằng Hóa, tỉnh Thanh Hoá] *Phan Thiên Tước làm Thị ngự sử.*

Lấy Chuyển vận sứ huyện Giáp Sơn là Lương Thiên Phúc làm Điện trung thị ngự sử, Giáo thụ Bắc Giang Hạ lộ là Nguyễn Chiêu Phủ làm Giám sát ngự sử, vì Chiêu Phủ dâng sớ có điều được chấp nhận.

Ngày 16 [13/10/1434] *Tổng quản lộ An Bang là Nguyễn Tông Từ và Đồng tổng quản Lê Dao bị biếm 3 tư* [3 bậc], *bãi chức."* **Toàn Thư**, Bản Kỷ, quyển 11, trang 16a.

Làm lễ tế cáo trời đất, thái miếu, về việc đúc xong 6 quả ấn;

"Ngày 16 [13/10/1434], *tấu cáo trời đất và thái miếu về việc đúc sáu quả ấn: Thuận thiên thừa vận chi bảo, Đại thiên hành hóa chi bảo, Sắc mệnh chi bảo, Chế cáo chi bảo, Ngự*

triều chi bảo, Ngự triều tiểu bảo." **Toàn Thư**, Bản Kỷ, quyển 11, trang 14a.

Bấy giờ thuyền buôn Java đến cống sản vật địa phương; triều đình cấm tư nhân buôn bán với người nước ngoài. Các lân bang như Ai Lao, Chiêm Thành đều mang lễ vật đến cống;

"*Ngày 16* [13/10/1434] *Thuyền buôn nước Trảo Oa* [Java] *vào cống lễ vật địa phương.*

Triều đình có lệnh cấm quan lại và dân chúng không được mua bán vụng trộm hàng hóa nước ngoài. Bấy giờ, có thuyền buôn Trảo Oa đến trấn Vân Đồn, bọn Tông Từ giữ việc xét ghi số hàng hóa trong thuyền, trước đã báo nguyên số rồi, sau lại gian lận đổi làm bản khác, mà bán trộm đi hơn 900 quan tiền, cùng với Lê Dao, mỗi người chiếm hơn 100 quan. Việc bị phát giác, nên cả hai đều bị trị tội.

Côn Cô [Vua] *nước Ai Lao sai bề tôi là Quan Long dâng voi và vàng bạc xin viện binh. Ra lệnh chỉ cho Thiếu úy Mường Mộc* (10) *là Xa Miên dẫn các man ở châu Nam Mã* (11) *đi cứu Côn Cô.*

Sứ Chiêm Thành mang thư và lễ vật sang cống để cầu hòa thân.

Đại tư đồ Lê Sát hỏi:

'Nước ngươi vào trộm đất ta, bắt bớ dân chúng ở châu Hóa là cớ làm sao?'

Trả lời:

'Vua nước tôi nghe tin Tiên đế băng hà, nay Hoàng đế lên ngôi, hai nước chưa trao đổi sứ thần, cũng chưa tin hẳn, nên sai tướng quân đến đầu địa giới hỏi thăm tin tức. Tướng

quân tự tiện làm trái lời dạy bảo, bắt trộm 6 người của châu Hóa đem về. Vua nước tôi giận lắm, xử tội tất cả những người vào cướp châu Hóa từ đại tướng trở xuống đều bị chặt chân, rồi đưa người bị bắt giao trả cho Tổng quản Hóa Châu, không dám xâm phạm đến'.

Triều đình biết là dối trá, nhưng vì họ biết sai người sang, cho nên khoan dung không xét hỏi nữa.

Bèn sai Chuyển vận Lê Thọ Lão, Khởi cư Thái Huệ Trù sang sứ Chiêm Thành." **Toàn Thư**, Bản Kỷ, quyển 11, trang 17a.

Tháng 10 [1/11-30/11/1434], bổ nhiệm các quan tại trấn và Quốc tử giám bác sĩ tại kinh đô:

"Lấy bọn Đồng tri Nam Sách hạ vệ Lê Thọ làm An Bang trấn vệ đồng tổng tri chư quân sự; Thẩm hình viện phó sứ Trình Tử Dục làm Tuyên phủ sứ thượng bạn trấn Thái Nguyên.

Lấy Thái tử thị giảng cũ là Nguyễn Tấn Tài làm Quốc tử giám bác sĩ." **Toàn Thư**, Bản Kỷ, quyển 11, trang 17b.

Nhà Minh vào tháng 5 [7/6-5/7/1434] đã sai Hành nhân Quách Tế, Chu Bật đến An Nam tế Vua Lê Thái Tổ; vào tháng này lại sai Thị lang Chương Xưởng sang phong Vua Quyền trông coi quốc sự, giống như chức tước của Vua cha:

*"**Ngày 11 tháng 10 năm Tuyên Đức thứ 9*** **[10/11/1434].** *Mệnh cho Lân, con trai quyền trông coi quốc sự nước An Nam Lê Lợi đã quá cố, được tiếp tục trông coi nước An Nam. Trước đây Lê Lợi bị bệnh mất, bọn Bồi thần Lê Sát đưa Lân lên tạm thời cai quản việc nước rồi xin mệnh triều đình. Đến nay Lân sai Bồi thần Nguyễn Tông Trụ, kỳ lão Đái Lương*

Bật dâng biểu xin mệnh. Thiên tử ra lệnh Thị lang Chương Xưởng, Hành nhân Hầu Tiến mang sắc đến dụ rằng:

"Trẫm trước kia nghĩ rằng quân dân An Nam các ngươi đều là con đỏ, sau khi hỏi han tình hình trong nước, bèn mệnh Lợi, cha ngươi, quyền giữ quốc sự trông coi dân chúng. Nay cha ngươi mất, đặc mệnh ngươi quyền trông coi quốc sự. Ngươi cần kính trọng đạo trời, lấy lòng thành thờ bề trên, lòng nhân vỗ về kẻ dưới; ngõ hầu giữ bờ cõi an ninh, hưởng lộc vị lâu dài. Khâm thử!"

Ban cho Xưởng tiền phí tổn đi đường; cho bọn Tông Trụ tiền giấy lệnh cùng về với Xưởng." (**Minh Thực Lục Quan hệ Trung Quốc Việt Nam**, tập 2, trang 234)

Tháng 11 [1/12-30/12/1434], phái đoàn Quách Tế đến điếu tế Vua Lê Thái Tổ một cách trọng thể tại điện Càn Đức; bèn thiết yến khoản đãi và sai bọn Quản lĩnh Lê Bính sang nhà Minh tạ ơn. Riêng bọn Chánh sứ Lê Vĩ, Nguyễn Truyền mua rất nhiều hàng từ Trung Quốc mang về để kiếm lời; triều đình muốn làm cho họ hổ thẹn; bèn sai người thu lấy hết đem phơi bày ở sân điện, rồi sau mới trả lại:

"Tháng 11, nhà Minh sai bọn hành nhân Quách Tế, Chu Bật, đi theo sứ báo tin buồn của ta là Lê Vĩ, sang điếu tế. Đến kinh sư; ngày mồng 4 [4/12/1434] làm lễ tế, cỗ tế đều mang từ đất Bắc sang, rất là thịnh soạn. Vua ra đón ở cửa Thừa Thiên, đưa bày lễ tế ở điện Càn Đức. Lễ vật có: 1 con lợn, 1 con dê, giấy tiền, cờ tiết, hương hoa cộng 80 bàn. Tế quan đứng bên tả, chủ tế đứng ổ bên hữu, không dâng rượu, đàn bà đứng sau màn cất tiếng khóc.

Ngày mồng 5 [5/12/1434], thiết yến bọn Tế ở Cần Chính đường.

Ngày mồng 7 [7/12/1434], bọn Đại tư đồ Sát lại thiết yến bọn Tế ở khách quán, bày các trò chơi để xem, theo lời yêu cầu của họ. Bọn sứ Minh Từ Vĩnh Đạt, Chương Xưởng, Quách Tế, trước sau mấy toán, ngoài lễ vật cống tiến, triều đình còn có quà tặng riêng cho từng người, họ đều từ chối không nhận. Nhưng họ lại cho người đi theo mang nhiều hàng hóa phương Bắc, tính giá rất cao, bắt ép triều đình phải mua.

Sai Quản lĩnh Lê Bính, Nội mật viện đồng tri Phan Ninh, Ngự tiền học sĩ cục Nguyễn Thiên Tích và Lê Cát Phủ theo Quách Tế sang nhà Minh tạ ơn việc sang điếu tế.

Ngày 22 [22/12/1434], Bấy giờ chánh sứ Lê Vĩ, Nguyễn Truyền, hai người mua rất nhiều hàng phương Bắc, đến 30 gánh. Triều đình ghét họ làm thói buôn bán, định làm cho họ phải hổ thẹn trong lòng; mới sai người thu lấy hết đem phơi bày ở sân điện, rồi sau mới trả lại. Việc này rồi thành lệ thường." **Toàn Thư**, Bản Kỷ, quyển 11, trang 17b.

Ngày 22 tháng 11 [22/12/1434] sinh nhật của Vua, lấy làm lễ Vạn Thọ Thánh Tiết. Lệnh giảm tô và thuế đinh; truy phong 2 đời ông, cha, của Đại tư đồ Lê Sát:

"Ngày 22 là ngày sinh của vua, lấy làm Kế Thiên thánh thọ tiết sau đổi là Vạn Thọ thánh tiết.

Giảm tô ruộng và thuế nhân đinh.

Truy phong 2 đời cho Đại tư đồ Lê Sát." **Toàn Thư**, Bản Kỷ, quyển 11, trang 18b.

Bấy giờ trời quá rét, mặt đất đóng băng, khiến sau này Vua Tự Đức phải than rằng "Lạ!":

"Rét quá, mặt đất đóng băng, cây cối trên núi héo chết.

Lời phê - Lạ!" **Cương Mục**, Chính Biên, quyển 16.

Trước kia vào tháng 9, Côn Cô, Vua nước Ai Lao xin viện binh, triều đình sai bọn Xa Miên mang quân cứu viện. Vào tháng 12, Xa Miên đến nơi, biết chuyện xảy ra, một Hoàng thân Ai Lao đã giết Côn Cô rồi lên làm Vua. Vua mới xin hàng, sai sứ theo Xa Miên mang voi và vàng đến cống, được tha tội. Vào ngày 8, con trai Đèo Cát Hãn tại vùng Lai Châu nối gót mẹ về hàng, được ban tước Quan phục hầu. Ngày 26, viên tù trưởng châu Nam Mã tại thượng nguồn sông Mã, trước đây thuộc đất Ai Lao, xin quy thuận rồi sai con vào chầu, cho làm Đại tri châu:

"*Tháng 12, ngày mồng 8* [7/1/1435], *người Ai Lao sang hàng, dâng 3 con voi. Khi quân của bọn Xa Miên và Hà An Lược sang tới nơi thì bọn Nữu Sách, Nữu Tại nước Ai Lao đã giết chúa nó là Côn Cô mà lập người họ của Côn Cô là Dụ Quần làm Bàn nhà* [Vua] *rồi sai sứ mang voi và vàng bạc sang ta xin hàng. Thế là bọn An Lược cùng đi với bọn ấy trở về. Triều đình xá tội cho chúng.*

Ngày mồng 8 [7/1/1435], *Con trai của Đèo Cát Hãn ở châu Phục Lễ* [Sơn La, Lai Châu] *là Mạnh Vượng về hàng. Sắc cho làm Nhập nội tư mã tri bản châu quân dân sự, tước Quan phục hầu.*

Ngày 26 [25/1/1435], *Cho Đạo Miện châu Nam Mã làm Đại tri châu tri quân dân sự bản châu, tước Minh tự. Trước đây, châu Nam Mã thuộc nước Ai Lao, sau vì mộ đức nghĩa nhà vua mà quy thuận. Đến đây, sai con vào chầu, xin nội phụ. Vua khen ngợi và trao cho chức đó, lại ban cho mũ, đai và một bộ thời phục."* **Toàn Thư**, Bản Kỷ, quyển 11, trang 19a.

Thời Vua Lê Lợi khởi nghĩa, Hoàng Khoan coi 2 đô Thiếp

Lãng, Như Tích thuộc châu Khâm theo; đến nay tỉnh Quảng Đông chiêu dụ vẫn không được, nên làm tờ tâu lên triều đình nhà Minh:

*"**Ngày 20 tháng 12 năm Tuyên Đức thứ 9** [19/1/1435]. Châu Khâm, Quảng Đông tâu:*

'Hai đô Thiếp Lãng, Như Tích tiếp giáp với huyện Vạn Ninh, Giao Chỉ. Trước đây nhân Lê Lợi phản nghịch, bọn người trong đô là Hoàng Khoan bị cưỡng bách, trợ giúp man khấu cướp tài sản của dân. Mới đây được ân mệnh chiêu phủ, bọn Khoan cam tâm nghe lời giặc không tuân theo.'

Thiên tử mệnh hành tại bộ Binh gửi văn thư cho Tam ty, Tuần Án Ngự sử Quảng Đông thẩm xét ước lượng để tiện nghi xử lý." (**Minh Thực Lục Quan hệ Trung Quốc Việt Nam**, tập 2, trang 236)

Chú thích:

1. Bình Nguyên: tên châu đời Lý Trần về sau, thời Lê, đổi thành châu Vị Xuyên, là đất các huyện Vị Xuyên, Hoàng Su Phì, Bắc Quang, tỉnh Hà Tuyên ngày nay.

2. Ngôn quan: hay gián quan, là các quan giữ chức trách can gián khuyên ngăn vua.

3. Mường Việt: tức là Việt Châu, nay là huyện Yên Châu, tỉnh Sơn La.

4. Mường Lự: tức là động Bình Lư, nay thuộc tỉnh Lào Cai.

5. Chùa Pháp Vân: Chùa này ở thôn Văn Giáp, huyện Thượng Phúc, nay là huyện Thường Tín, tỉnh Hà Tây.

6. Tên vua Lê Thái Tông xưng với Trung Quốc là Lân, nhưng tên thực là Nguyên Long.

7. Bồn Man: Theo Đào Duy Anh, Đ. N. V. N. Q. C. Đ. trang 157; Bồn Man thuộc Ai Lao, tại thượng nguồn sông Phố, sông Sâu, Hà Tĩnh.

8. Cỗ Thái lao: lễ lớn, dùng đủ tam sinh tức ba con vật để tế là: trâu, dê, lợn.

9. Bàn nhà: tức là "vua" phiêm âm tiếng Lào là "pha nhân"

10. Mường Mộc: nay là thuộc huyện Mộc Châu, tỉnh Sơn La.

11. Nam Mã: Vùng đất thượng lưu sông Mã, giáp đất Ai Lao.

89.
Vua Lê Thái Tông (2)

Nhân lễ tết Nguyên Đán, năm Thiệu Bình thứ 2, nhà Vua dẫn các quan bái yết Thái miếu, rồi thiết triều:

"Năm Ất Mão, Thiệu Bình thứ 2, tháng giêng, ngày mồng 1 [29/1/1435], *vua dẫn các quan tới bái yết Thái miếu. Khi về cung, mặc áo trắng coi chầu, nhạc nổi lên, quan hầu thét cảnh giới, các quan đều mặc cát phục trắng an ủi."* **Toàn Thư**, Bản Kỷ, Quyển 11, trang 20b.

Ngày mồng 3 tháng giêng, Vua Tuyên Tông mất, Vua Anh Tông lên ngôi; đến ngày 15 tháng 5, gửi chiếu dụ báo tin cho An Nam:

"Ngày mồng 3 [31/1/1435], *Tuyên Tông nhà Minh băng. Hoàng thái tử Kỳ Trấn lên ngôi, tức là Anh Tông, đổi niên hiệu là Chính Thống."* **Toàn Thư**, Bản Kỷ, Quyển 11, trang 20b.

"Ngày 15 tháng 5 năm Tuyên Đức thứ 10 [11/6/1435]. *Chiếu dụ Quốc vương An Nam*:

"Hoàng khảo ta dùng đức chí nhân để thống trị cơ nghiệp lớn, noi theo hiến chương, khôi phục hoằng dương chính hóa, làm cho quốc gia được vĩnh viễn hạnh phúc thái bình. Bất hạnh vào ngày mồng 3 tháng giêng năm nay về chầu trời, di mệnh ta nối đại thống, lên ngôi Hoàng đế vào ngày 10 [7/2/1435], *tuyên bố rằng năm sau là năm Chính Thống thứ*

nhất; mệnh đại xá thiên hạ, tất cả đều được đổi mới. Nay ban chiếu để hay biết." (**Minh Thực Lục Quan hệ Trung Quốc Việt Nam**, tập 3, trang 6)

Ngày mồng 4 [1/2/1435], Vua Ai Lao sai bề tôi đến cống:

"Vua Ai Lao là Dụ Quần sai bầy tôi là bọn San Mạc, Nại Mẫu đến dâng lễ cống: đồ uống rượu bằng vàng bạc và voi." **Cương Mục**, Chính Biên, quyển 16.

Ra lệnh cho quân các đạo, cùng Ngự tiền tại kinh đô thi tập võ nghệ; riêng duyệt thủy chiến tại sông Nhị Hà, Vua đích thân ngự xem:

"Ra lệnh cho quân các đạo đến những nơi gần gũi, thuận tiện trong đạo mình, chia quân tập trận; các quân ngự tiền thi tập võ nghệ ở điện đình.

Vua ngự đến Cảo Động xem các vệ quân năm đạo diễn tập đánh bộ, lại duyệt thủy chiến ở sông Nhị." **Toàn Thư**, Bản Kỷ, Quyển 11, trang 21b.

Các quan đặc trách về can gián thấy Vua ham chơi lười học, bèn liều chết dâng sớ khuyên 6 điều; Vua giận, nhưng cuối cùng tỏ vẻ phục thiện:

"Ngày 21 [18/2/1435], Ngôn quan là bọn Phan Thiên Tước, Lương Thiên Phúc, Nguyễn Chiêu Phủ dâng sớ nói:

"Tiên đế dầm mưa dãi gió, mình mang giáp trụ, lao thân khổ trí, hơn mười năm trời mới dẹp yên thiên hạ. Bệ hạ kế thừa cơ nghiệp đã có sẵn rồi, nên lưu ý tới học thuật, năng tìm nhân tài để lo trị nước thành công. Nay đại thần tiến cử Thiếu bảo hữu bật vào hầu giảng sách, bệ hạ đứng dậy bỏ đi không nghe, thế là một điều không nên. Tiên đế chọn người làm bảo mẫu, làm thầy để vâng mệnh dạy bảo trong cung,

bệ hạ khinh rẻ, mắng chửi mà không nghe, thế là hai điều không nên. Đến như thần phi, huệ phi là bậc dì, vào cung răn dạy, thì bệ hạ sai đóng cửa trước mà không cho vào, thế là ba điều không nên. Người quản lĩnh thị vệ thấy bệ hạ không đọc sách mà cầm cung bắn chim, có khi can ngăn, thì bệ hạ không nghe, lại lấy cung bắn người ấy, thế là bốn điều không nên. Tiên đế lựa chọn con em công thần sai vào hầu bệ hạ đọc sách thì bệ hạ đều xa lánh họ mà nô đùa với bọn hầu hạ gần gũi ở trong cung, thế là năm điều không nên. Người làm vua phải tìm người tài giỏi biết nói thẳng, hết lời can ngăn và những người có công lao mà thưởng họ, nay bệ hạ lại vui đùa với bọn hoạn quan nói rồi thưởng cho chúng, thế là sáu điều không nên. Thần chờ tội ở chức trách ăn nói, dám đâu không trình bày, xin bệ hạ trong khi coi chầu, hoặc tiếp xúc với các vị đại thần, hoặc nghe các quan tâu việc, phải ngay ngắn, trang nghiêm, lấy dung nghi cung kính của Thiên tử mà kính trọng bậc đại thần, úy lạo người có công, nghe lời nói thẳng, mở đường cho người nói thẳng để thấu hiểu tình hình bên dưới, thì lời khen "bậc đại hiếu biết nối chí kế nghiệp" không chỉ chuyên để khen Thành Vương, Thái Giáp (1) *mà thôi".*

Vua xem sớ giận lắm, vặn hỏi. Bọn tả hữu học Lê Cảnh Xước và hoạn quan Đinh Hối đi khắp nhà bọn Thiên Tước chất vấn, bắt nói tên người tố ra các việc nói trong sớ và trách mắng bọn họ. Thiên Tước trả lời:

"Những điều đó do Đồng tổng quản Bắc Giang hạ vệ Lê Lãnh nói với thần đấy. Bọn thần cốt sao yêu vua, làm hết chức trách mà thôi, dù chết cũng không sợ".

Bọn Cảnh Xước mới thôi.

Hôm sau, Thiên Tước vào chầu, tâu rằng:

"Ngu Thuấn là bậc thánh nhân mà Bá Ích còn lấy sự chơi bời lười biếng để khuyên răn, Đường Thái Tông là bậc vua hiền, mà Ngụy Trưng vẫn đem mười điều thấm dần (2) mà phòng giữ. Bọn thần tủi nhục giữ chức ăn nói, chỉ sợ nhà vua có lỗi lầm, nên hết lòng ngu dại khuyên can. Bệ hạ nhận cho thì dẫu kẻ kiếm củi, làm nghề, cũng đều trổ hết khả năng mà thánh đức của bệ hạ càng thêm ngời sáng vậy".

Vua nguôi giận bọn Thiên Tước lại giữ chức cũ." **Toàn Thư**, Bản Kỷ, Quyển 11, trang 21b.

Vào tháng 10 năm ngoái [10/11/1434] Vua Tuyên Tông sai bọn Chương Xưởng mang chiếu chỉ sang phong, vào tháng 2 năm nay [3/1435] đến nước ta:

"Tháng 2, nhà Minh sai Lễ bộ hữu thị lang Chương Xưởng, Hành nhân ty hành nhân Hầu Tấn đi theo Nguyễn Tông Trụ sang trao sắc mệnh cho vua quyền coi việc nước." **Toàn Thư**, Bản Kỷ, Quyển 11, trang 23b.

Nhân dịp nhà Vua được phong Quyền coi việc nước, bèn làm lễ tế cáo Thái miếu, và sai Sứ mang sản vật địa phương sang nhà Minh tạ ơn:

"Ngày Đinh Mùi mồng 5 [4/3/1435], sai Thiếu bảo Lê Quốc Hưng làm lễ tế tiên sư Khổng Tử, từ đấy về sau coi là thường lệ.

Ngày Mậu Thân [5/3/1435], tế xã tắc. Sai quản lĩnh Phan Tử Viết và đại phu Trình Nguyên Hy mang tờ biểu và phương vật đi theo bọn Xưởng sang tạ ơn nhà Minh.

Ngày mồng 8 [7/3/1435], làm lễ cáo Thái miếu vì có lệnh để vua quyền coi việc nước. Sai các quan đi tế khắp các thần kỳ trong nước có ghi trong tự điển (3)." **Toàn Thư**, Bản Kỷ, Quyển 11, trang 23b.

Cũng vào ngày mồng 8 tháng 2 [7/3/1435], định thuế ruộng đất các loại, quy định tên húy; phạt đày 2 viên Sứ thần can tội giao thiệp riêng với người nước ngoài, tức giận đánh lẫn nhau, làm nhục quốc thể:

"*Định các ngạch thuế ruộng đất, đầm ao, bãi dâu. Ban tên húy của quốc triều. Khi gặp chữ chính về miếu húy, ngự danh thì không được viết. Ai có họ tên trùng với các chữ húy thì phải đổi, như tên húy của Cung Từ quốc thái mẫu là Trần, cho nên đổi họ Trần thành Trình.*

Đày Thái Quân Thực ra châu xa, Nguyễn Tông Trụ ra châu gần. Hai người này khi vâng lệnh sang sứ nhà Minh, hữu ty làm giấy tờ, theo thứ tự trước sau, ghi Tông Trụ là bồi thần (4), *Quân Thực là kỳ lão. Quân Thực có ý bất bình. Khi đến nước Minh, chiếu theo thứ bậc để ban áo, thì áo của Quân Thực không có hoa văn kim tuyến, trong lòng hậm hực bảo người phương Bắc rằng:*

'Ta là quan tứ phẩm lại ở dưới Tông Trụ là làm sai'.

Đến khi dự yến, Thực không mặc áo được ban, mà mặc áo dệt kim tuyến của mình vào dự. Thực còn đem bản tâu do thừa chỉ Tham tri Nguyễn Trãi soạn ra mà chửi bới, lại chửi luôn cả Tham tri Đông đạo Đào Công Soạn, vì ông này đã cử Tông Trụ cùng đi với mình. Tông Trụ cũng giận dữ tranh cãi không ngớt, đến nỗi hai người đánh lộn lẫn nhau, Tông Trụ bị vỡ mặt, người đi theo can ngăn cũng không được. Hai người lại kiện nhau ở Hồng lô tự (5) *nói xấu lẫn nhau. Tông Trụ còn lén tới nhà viên nội quan của Bắc triều ở Long Châu* (6) *nhận lễ vật tặng, lại nói với viên quan đi tiễn của Long*

Châu là Lã Hồi về chuyện khi đi sứ Ai Lao nói vụng Tiên đế nghe gièm giết bậy. Hai người này đều vì tội đi sứ mà giao thiệp với người nước ngoài, tức giận mà đánh lẫn nhau, làm nhục cả quốc thể, đáng phải xử tử. Nhưng vì đã từng có công, nên tùy theo tội nặng hay nhẹ, đều xử tội đi đày. Tông Trụ lại đem nhiều tiền lụa sang mua hàng phương Bắc, vua ghét Trụ vi phạm lệnh cấm mà làm tiền, liền lấy hết hành trang chia cho các quan." **Toàn Thư**, Bản Kỷ, quyển 11, trang 23b.

Ngày mồng 6 tháng 3, đúc xong 6 ấn báu, đặt tên, và quy định trường hợp dùng:

"Tháng 3, ngày mồng 6 [4/4/1435], đúc xong ấn báu. Sai bọn Hữu bật Lê Văn Linh đến Thái miếu làm lễ tế cáo. Cả 6 ấn đều đúc bằng vàng bạc. Ấn "Thuận thiên thừa vận chi bảo" thì cất đi không dùng, chờ khi nào truyền ngôi mới dùng. Ấn "Đại thiên hành hóa chi bảo" thì dùng khi ban chiếu chế. Ấn "Sắc mệnh chi bảo" thì dùng khi có sắc dụ và hiệu lệnh thưởng phạt cùng các việc lớn. Ấn "Ngự tiền tiểu bảo" thì dùng khi có việc cơ mật. Nhưng chính sự thì vẫn dùng ấn bằng ngà, chưa dùng đến các ấn mới đúc." **Toàn Thư**, Bản Kỷ, quyển 11, trang 24b.

Trong tháng 3 [4/1435] các xứ Lạng sơn, Hải Dương bị dịch. Đặt quan Phòng ngự sứ để trông coi các Mường tại Ai Lao. Xứ La La Tư thuộc Vân Nam và Quang Châu thuộc phủ Quảng Nam tại phía đông Vân Nam đến cống:

"Dân các lộ Lạng Sơn, Nam Sách [Hải Dương] *đều bị bệnh dịch.*

Lấy Ngự tiền trung quân thiết đột Lê Đẳng làm Phòng ngự sứ coi việc quân dân các xứ Phọc La, Trình Song, Mường Dương thượng và hạ của Ai Lao; Lê Thiên làm phòng ngự sứ coi việc quân dân các châu Nam Mã, Tàm Thượng, Tàm Hạ (7) *huyện Lan Hòa. Bấy giờ các mường của Ai Lao, tuy ngoài mặt nói là quy thuận nước ta, nhưng vẫn giáo giở bất thường, nên triều đình phải đặt quan ở những nơi đó để trông coi.*

Người nước La La Tư Điện (8) *sang cống. Nước La La Tư ở phía bắc Ai Lễ, giáp với Vân Nam, ăn mặc theo tục Vân Nam, khi lạy tạ, đều tự nói tiếng nước họ.*

Người Quang Châu thuộc phủ Quảng Nam đến dâng ngựa." **Toàn Thư**, Bản Kỷ, quyển 11, trang 25b.

Vào tháng 7 năm trước [8/1434] bọn Sứ thần Lê Bính sang nhà Minh cảm ơn điếu tế Vua Lê Thái Tổ, tháng 3 này đến nơi được Vua Anh Tông ban quà:

"***Ngày 13 tháng 3 năm Tuyên Đức thứ 10*** **[11/4/1435].** *Nước An Nam sai bọn Bồi thần Lê Bính, Quốc vương Mãn Thứ Gia* (9) *Tây Lý Ma Linh Thứ sai em là Thứ Điện Bả Thứ, Trung thuận vương Cáp Mật* (10) *Bốc Đáp Thất Lý sai Sứ thần Linh Mi Tư đến cống lạc đà, ngựa, sản vật địa phương, khí mãnh. Ban cho các vật như lụa là, có phân biệt."* (**Minh Thực Lục Quan hệ Trung Quốc Việt Nam**, tập 3, trang 6)

Vào tháng 4 [5/1435], các Mường tại nước Ai Lao đến cống; lúa có sâu keo, bèn ra lệnh các quan địa phương cúng bái:

"*Mùa hạ, tháng 4, bọn Mường Qua* (11) *nước Ai Lao sang cống. Mường Tàm* (12) *dâng 1 con voi.*

Ra lệnh cho các quan lộ, huyện, xã rằng: Nếu thấy chỗ nào có sâu ăn hại mầm dâu thì phải cúng lễ để trừ hại cho dân." **Toàn Thư**, Bản Kỷ, quyển 11, trang 26b.

Tháng 5, lại lưu ý nghề nông hiện đúng mùa làm ruộng, phải thận trọng việc điều động sức dân:

"Ra lệnh chỉ cho tướng hiệu các đạo và các lộ, huyện, trấn rằng: Hiện đang mùa làm ruộng, các quan lộ, huyện, trấn không được khinh suất điều động sức dân." **Toàn Thư**, Bản Kỷ, quyển 11, trang 26b.

Tháng 6, ra lệnh quan quân thuộc 5 đạo trong nước lưu ý sửa chữa vũ khí. Ngoài ra nhà Vua vẫn tiếp tục vui đùa lười học; các quan đặc trách về can gián như Phan Thiên Tước lại phải khuyên can:

"Tháng 6, ngày mồng 4 [29/6/1435], *ra lệnh cho bọn tướng hiệu các vệ quân năm đạo đều phải sai người sửa chữa những chiến khí bị mối mọt hỏng nát.*

Vua hằng ngày vui đùa với bọn hầu cận ở trong cung, các đại thần muốn khuyên vua học, cùng nhau tâu lên xin cử sáu văn thần là bọn Hành khiển thừa chỉ Nguyễn Trãi, Trung thư thị lang Trình Thuấn Du... đi theo hai, ba đại thần chia phiên nhau vào hầu kinh diên. Vua sai Đinh Phúc trả lại tờ tâu không nhận. Vua yêu dùng hoạn quan Nguyễn Cung. Bọn Lê Sát xin giết đi, vua không nghe. Thế là bọn Sát cáo ốm không vào chầu.

Bọn Thiên Tước tâu rằng: "Bậc sinh trị (13) *không ai bằng Nghiêu Thuấn mà còn dùng Quân Trù, Thành Chiêu làm thầy. Các đế vương đời xưa, sở dĩ thánh đức ngày một tăng lên, chưa có bậc nào là không do học vấn. Huống chi bệ hạ đương lúc tuổi còn trẻ, chưa biết được mọi đạo trị nước xưa nay. Đại tư đồ Lê Sát chọn dùng nho thần vào hầu bên trên, là có ý muốn bệ hạ được như vua Nghiêu vua Thuấn mà thôi, sao bệ hạ coi nhẹ tông miếu xã tắc, không thấy lòng trung thành của họ, để cho họ lo buồn mà không vào chầu? Xin bệ hạ nghĩ đến ý ký thác của Tiên đế, thì thiên hạ được đội phúc mà bệ hạ được hưởng lộc thọ của bậc đại hiếu".* **Toàn Thư**, Bản Kỷ, quyển 11, trang 27a.

Tháng 7, người nước Ai Lao làm phản, bị dân địa phương đánh dẹp, rồi tâu cáo lên. Triều đình thưởng các quan làm việc lâu năm siêng năng, cùng kiểm tra khắp nước, bắt xét 53 người can tội tham ô:

"Mùa thu, tháng 7, ngày mồng 5 [29/7/1435], *nước Ai Lao lại làm phản, đánh vào Mường Viễn. Người Man họ Nữu nước ấy đánh bắt được 13 người, chém được 9 thủ cấp, cắt lấy tai đem dâng.*

Ngày mồng 7 [31/7/1435], *thưởng cho các quan làm việc lâu năm, siêng năng tài cán. Hạng nhất được thưởng 1 tư và 5 quan tiền, hạng nhì được thưởng 1 tư* [1 bậc].

Trước đây, vua đã sai người đi hỏi ngầm khắp nước, đến đây căn cứ vào lời tâu, bắt và xét hỏi những viên tham quan ô lại không giữ phép nước, gồm Tuyên úy các phiên trấn, tướng hiệu 5 đạo, các viên Tuyên phủ, Chuyển vận; Tuần sát các lộ, trấn, huyện, cộng là 53 người." **Toàn Thư**, Bản Kỷ, quyển 11, trang 28a.

Tháng 8, có sâu keo hại lúa. Đúc xong tượng vàng Vua cha và mẫu hậu, bèn rước vào thờ tại Thái Miếu. Sứ bộ Lê Bính từ Trung Quốc trở về nước, tâu rằng có 7 nhân viên bị dịch chết:

"Mùa thu, tháng 8, ngày [11 3/9/1435], *sét đánh vào thuyền của quân Tây đạo. Có sâu hại lúa.*

Ngày 22 [14/9/1435], *đúc xong tượng vàng của Thái Tổ và*

Quốc Thái mẫu, sai nhà sư làm phép điểm nhỡn (14) rồi rước vào Thái miếu để thờ.

Ngày 28 [20/9/1435], *Lê Bính và Nguyễn Thiên Tích vâng mệnh đi sứ phương Bắc trở về, tâu là phó sứ Phan Ninh, hành nhân Nguyễn Cát Phú và người đi theo, gồm 7 người bị bệnh dịch chết, nước Minh đều có điếu tế.*" **Toàn Thư**, Bản Kỷ, quyển 11, trang 28a.

Tháng 9, mở kỳ thi tại Vân Tập Đường để sát hạch những giáo chức và quân dân có học:

"*Bấy giờ các giáo quan phần nhiều không xứng đáng với chức vụ, lại hay chê bai nói xấu lẫn nhau. Việc này lên đến triều đình. Nhà vua sai các giáo chức ở Quốc Tử Giám và ở các lộ cùng với những người quân và dân có học vấn đều tập hợp để thi ở Vân Tập Đường, rồi căn cứ vào đấy sẽ xét kỹ để bổ dụng hoặc sa thải. Chân giáo chức nào khuyết sẽ lấy những người quân và dân đã thi đỗ mà bổ dụng vào.*" **Cương Mục**, Chính Biên, quyển 16.

Ngày 18 [9/10/1435], bàn về việc cấp đất công và miễn giảm thuế; Gián quan Phan Thiên Tước yêu cầu phải miễn cho người neo đơn chết vợ, chết chồng, cuối cùng được chấp thuận:

"*Bấy giờ bàn việc giảm nhẹ ngạch thuế khóa. Sắc sai: phàm đất bãi công ở sở tại đều chia cấp cho quân và dân làm sản nghiệp đời đời: quân thì 5 sào, dân thì 4 sào, đều được miễn thuế. Còn riêng hạng quan, quả* [chết vợ, chết chồng] *đều không được miễn. Phan Thiên Tước nói:*

'Chính sự của vương giả, đối với những người quan, quả, phải thương xót trước, nay ơn huệ chỉ nhuần thấm đến quân và dân, còn hạng quan, quả phải riêng chịu khô héo!

Thể thống chính sự há nên như vậy ư?'.

Do đấy, hạn người quan, quả cũng được miễn tô 3 sào." **Cương Mục**, Chính Biên, quyển 16

Tháng 10, bổ nhiệm quan đại thần tại các viện. Vua ngự xem 5 quân tập vượt sông; quan quân thuộc 5 đạo chuẩn bị 1 tháng lương, để tập luyện võ nghệ:

"Mùa đông, tháng 10, ngày mồng 6 [27/10/1435], *lấy Lê Cảnh Xước làm Nội mật viện sứ, vẫn hầu Kinh diên; Đào Công Soạn làm tri Thẩm hình viện sự; Nguyễn Văn Huyến làm tri Nội vật viện sự; Nguyễn Thúc Huệ làm Nội mật viện phó sứ; Hà Lật làm Hữu hình viện đại phu.*

Ngày 18 [8/11/1435], *vua ngự ra bến Đông* [sông Hồng] *phía đông thành xem năm quân thi vượt sông.*

Ngày 29 [19/11/1435], *ra lệnh chỉ cho các quan ngự tiền, các vệ quân và trấn quân năm đạo, cùng những người trong các sảnh, viện, cục, mỗi người đều phải mang lương ăn trong 1 tháng và các thứ chiến bào, đồ dùng, hạn đến ngày 15 tháng 11, phải tập hợp đầy đủ tại địa phận của mình để điểm danh và luyện tập võ nghệ."* **Toàn Thư**, Bản Kỷ, quyển 11, trang 31a.

Ngày mồng 1 tháng 11, có nhật thực, quan phụ trách Khâm thiên giám Bùi Thì Hanh biết trước, nhưng cho là hiện tượng thiên nhiên, không mê tín cứu chữa bằng hình thức như gõ mâm, nồi, v.v... như trước:

"Tháng 11, ngày Mậu Thìn, mồng 1 [20/11/1435], *có nhật thực, vì Bùi Thì Hanh đã mật tâu từ trước, nên không hộ cứu mặt trời."* **Toàn Thư**, Bản Kỷ, quyển 11, trang 31a.

Sứ Chiêm Thành đến nước ta, bị cật vấn về việc trước kia chiếm xứ Cổ Lũy [Quảng Ngãi] và không chịu nộp cống:

"Chiêm Thành sai sứ sang.

Ngày 24 [13/12/1435], sứ Chiêm từ biệt về nước. Ban cho vải lụa. Sau Lê Nhữ Lãm hỏi bọn họ rằng:

'Đồng ruộng các xứ Cổ Lũy [Quảng Ngãi] của nước Chiêm vốn là đất của ta, các ngươi nhân lúc nước ta nhiều biến cố, cướp lấy để tự vỗ béo mình, tới nay vẫn không nói đến trả lại. Lễ cống hàng năm lại không nộp là tại làm sao?'

Sứ Chiêm trả lời:

'Bọn thần muốn cho hai nước thân yêu nhau, còn để gõ cửa mà xin lửa. Song chúa nước thần già lẫn, không chịu tin ai. Thần xin triều đình cử sứ sang báo cho chúa nước tôi, nếu không thì dù bọn thần có nói cũng không có bằng chứng gì để làm tin cả'.

Nhữ Lãm nói:

'Triều đình há lại không có lấy một sứ thần hay sao? Nhưng nước ngươi không giữ lễ nước nhỏ thờ nước lớn, thì sứ thần đâu có thể khinh xuất mà đi được?'.

Bèn làm công văn đóng dấu của Thượng thư trao cho sứ Chiêm mang về." **Toàn Thư**, Bản Kỷ, quyển 11, trang 31b.

Triều đình mang đại quân đi đánh châu Ngọc Ma, tại vùng Cam Môn, Cam Cớt phía tây tỉnh Nghệ An, bắt sống Tù trưởng Cầm Quí. Xứ Mường Bồn giáp giới với Ngọc Ma sợ vạ lây, nên trước đó xin quy thuận:

"Mường Bồn Man sang cống các thứ ngà voi, sừng tê, bạc, vải. Mường Bồn giáp giới với đất của Cầm Quý, thấy Quý vô lễ, sợ vạ lây đến mình, cho nên quy thuận trước. Vua khen ngợi, sai đem áo kim tuyến về thưởng cho phụ đạo xứ ấy và ban lụa cho người đi sứ theo thứ bậc khác nhau.

Ngày 21 lấy Tư mã Tây đạo Lê Bôi làm Tổng quản; hữu bật Lê Văn Linh làm Tham đốc, đốc suất các vệ quân năm đạo và hai vạn trấn quân Nghệ An đi đánh tên phản nghịch Cầm Quý ở châu Ngọc Ma. Vua răn bảo phải nghiêm cấm tướng sĩ, vỗ yên nhân dân, tổng quản, đồng tổng quản, tổng tri nào trái lệnh thì bắt giam mà tâu xin xử tội. Từ vệ đồng tri trở xuống, người nào ra trận mà trái lệnh hoặc lùi lại thì cho chém trước tâu sau. Châu Ngọc Ma ở phía tây Nghệ An, phía đông Ai Lao. Cầm Quý chỉ có 1 vạn quân. Khi Thái Tổ khởi nghĩa, Quý đã từng đem quân sang giúp, được trao chức Thái úy. Ít lâu sau lại ngờ vực, hối hận tự đem quân về. Đến khi dẹp xong giặc Ngô, Quý rất hổ thẹn và lo sợ, nhưng lại cậy đất hiểm, đường xa, không chịu thuần phục. Quý là người tham lam, tàn bạo, cấm dân không được trồng trọt tranh với mình, xây dựng cung thất lớn, lấy đồng làm cột, vợ cả vợ lẽ phải kể hàng trăm, bắt dân đóng góp nặng, nói láo là để nộp cống, nhưng thực ra là vơ hết về mình. Thái Tổ định giết hắn, nhưng vì bấy giờ còn đương có việc, nên chưa rảnh tính đến. Tới đây, vua sai đi đánh, bắt Cầm Quý đóng củi đưa về kinh sư." **Toàn Thư**, Bản Kỷ, quyển 11, trang 31b.

Nhân Sứ nhà Minh sắp sang, bèn cử Đào Công Soạn kiêm chức Thượng thư bộ Lễ đặc trách việc tiếp đón:

"Lấy tri Thẩm hình viện sự Đào Công Soạn làm Thẩm hình viện sứ kiêm Lễ bộ thượng thư. Công Soạn rất am hiểu điển cũ và phong tục người Ngô. Bấy giờ sứ nhà Minh sắp sang, vua muốn Công Soạn giữ việc ứng tiếp, cho nên có lệnh này." **Toàn Thư**, Bản Kỷ, quyển 11, trang 33a.

Tháng chạp, Sứ thần nhà Minh bọn Chu Bật sang báo tin Vua Anh Tông lên ngôi. Bật là tên tham lam, lén nhận vàng và cho mang hàng ngàn gánh hàng hóa sang ép mua. Đến ngày 11, phái đoàn nước ta do Nguyễn Văn Huyến cầm đầu, theo Chu Bật sang Yên Kinh dâng biểu mừng:

"Tháng 12, sứ Minh là Chu Bật, Tạ Kinh sang báo việc vua Minh lên ngôi và việc gia tôn thái hoàng thái hậu. Bật vào đến địa giới, trước hết sai người tâu với vua mặc đồ cát phục (15) đón tiếp. Đến khi mở đọc chiếu thư, cũng không làm lễ cử ai, yến tiệc vui chơi như thường. Bọn Bật tham lam thô bỉ, trong bụng rất hám tiền của nhưng ngoài mặt làm ra vẻ liêm khiết, mỗi khi có tặng lễ vật vàng bạc, đều từ chối không nhận, nhưng lại nhìn những người đi theo nét mặt ngần ngại. Triều đình biết ý, mới đưa những người đi theo sang dự yến ở phòng khác, rồi nhân lúc rót rượu, ngầm lấy mấy nén vàng ấn vào lòng bọn Bật. Bật mừng rỡ khôn xiết. Bọn Bật lại mang nhiều hàng phương Bắc sang, đặt giá cao, ép triều đình phải mua. Đến khi về nước, phải bắt đến gần một nghìn dân phu khiêng gánh đồ cống vật và hành lý của bọn Bật.

Ngày 11 [30/12/1435], lấy tri nội mật viện là Nguyễn Văn Huyến, Điện trung thị ngự sử Lương Thiên Phúc, Quản lĩnh Lê Lung, Tả hình viện đại phu Đinh Lan, cùng đi với sứ phương Bắc là Chu Bật, đem biểu mừng vua Minh lên ngôi và hoàng thái hậu được gia tôn." **Toàn Thư**, Bản Kỷ, quyển 11, trang 33a.

Ngoài ra trong tháng chạp cho đào vét sông Đuống tại vùng Từ Sơn, Bắc Ninh và hoàn thành bản khắc gỗ bộ **Tứ Thư Đại Toàn**:

"Hạ lệnh cho vệ quân các đạo và năm quân Thiết đột vét sông Đông Ngàn (16).

*Ván khắc mới sách **Tứ Thư Đại Toàn** hoàn thành."* **Toàn**

Thư, Bản Kỷ, quyển 11, trang 33b.

Chú thích:

1. Thành Vương: là vua nhà Chu, Thái Giáp: là vua nhà Thương, được coi là những vua giỏi thời cổ của Trung Quốc.

2. Nguyên văn "thập tiệm". Nguỵ Trưng là hiền thần của Đường Thái Tông, dâng sớ xin vua đề phòng 10 điều lầm lỗi có thể thấm dần mà mắc phải.

3. Tự điển: danh sách các vị thần được triều đình chính thức phong tặng, được hưởng cúng tế.

4. Bồi thần: vốn là chức quan đại phu của chư hầu xưng với thiên tử. Ở đây Tông Trụ là quan đại phu triều Lê, đi cống nhà Minh, xưng với thiên tử nhà Minh.

5. Hồng lô tự của nhà Minh.

6. Long Châu là tên huyện thuộc phủ Thái Bình, tỉnh Quảng Tây, Trung Quốc.

7. Vùng đất thượng lưu sông Mã, thuộc tỉnh Thanh Hoá.

8. La La Tư: Theo **Nguyên Sử Loại Biên** thì La La Tư tuyên úy ti do nhà Nguyên thiết lập, thuộc lộ Vân Nam, đến đời Minh, thuộc vệ Vĩnh Xương.

9. Mãn Thứ Gia: Tức Melaka, một bang của Mã Lai.

10. Cáp Mật: Một bộ tộc nay thuộc tỉnh Tân Cương.

11. Mường Qua: Nước Lão Qua.

12. Mường Tàm: Tức Tàm Châu, vùng thượng lưu sông Mã nước Ai Lao.

13. Sinh trị: Nghĩa là sinh đã biết mọi việc, không cần

phải dạy bảo, từ này chỉ dùng cho các bậc thánh nhân.

14. Điểm nhỡn: Vẽ mắt tượng.

15. Cát phục: Y phục mặc lúc có việc vui, trái với tang phục.

16. Sông Đông Ngàn: Khúc sông Đuống chảy qua huyện Từ Sơn, tỉnh Bắc Ninh.

90.
Vua Lê Thái Tông (3)

Trước đây nhà Minh chỉ phong cho các Vua Lê Thái Tổ, Lê Thái Tông Quyền trông coi quốc sự; bấy giờ triều đình nước ta muốn nhà Vua được phong Vương như các triều đại trước; nên dùng Thượng thư bộ Lễ, Đào Công Soạn, người giỏi về ngoại giao, đảm nhiệm việc cầu phong:

"*Năm Thiệu Bình thứ 3, mùa xuân, tháng giêng* [2/1436], *bàn sai Thẩm hình viện sứ kiêm Lễ bộ thượng thư Đào Công Soạn và Nội mật viện phó sứ Nguyễn Thúc Huệ sang nhà Minh cầu phong.*" **Toàn Thư**, Bản Kỷ, quyển 11, trang 34a.

Mấy tháng sau Đào Công Soạn đến Yên Kinh, thu xếp xong điều kiện để được sách phong; rồi vội vã trở về nước mang vàng bạc sang cống vào tháng 6. Như vậy khi bọn Soạn đến Yên Kinh lần thứ nhất, có thể vào tháng 4; mới kịp trở về nước để đi chuyến thứ hai vào tháng 6. Nhưng văn bản **Minh Thực Lục** dưới đây ghi đến Yên Kinh vào tháng 6, ắt có sự lầm lẫn về thời gian:

"***Ngày 27 tháng 6 nhuần năm Chính Thống thứ nhất* [9/8/1436].** *Quyền trông coi quốc sự nước An Nam Lê Lân sai Bồi thần Đào Công Soạn đến dâng biểu, cống sản phẩm địa phương. Ban cho các vật như lụa.*" (**Minh Thực Lục Quan hệ Trung Quốc Việt Nam**, tập 3, trang 9).

Ngày mồng 6 tháng 6 sứ bộ Đào Công Soạn đem đồ cống sang Yên Kinh lần thứ hai, để dọn đường cho việc sách phong:

"Tháng 6, ngày mồng 6, sai bọn Thẩm hình viện sứ kiêm Lễ bộ thượng thư Đào Công Soạn và Nội mật viện phó sứ Nguyễn Công Cứ sang nhà Minh nộp cống hằng năm." **Toàn Thư**, Bản Kỷ, quyển 11, trang 34a.

Minh Thực Lục ghi vào ngày 12 tháng 9, sứ bộ Đào Công Soạn đến triều đình nhà Minh dâng biểu và cống vàng, bạc vv...:

*"**Ngày 12 tháng 9 năm Chính Thống thứ nhất** [21/10/1436] Nước An Nam sai Bồi thần bọn Đào Công Soạn dâng biểu cống vàng, bạc, sản vật...."* (**Minh Thực Lục Quan hệ Trung Quốc Việt Nam**, tập 3, trang 10).

Việc ngoại giao tiến triển tốt đẹp, nên vào cuối tháng 9 Vua Anh Tông sai Thị lang bộ binh Lý Úc làm chánh sứ, mang ấn phong cho Vua Thái Tông chức An Nam quốc vương:

*"**Ngày 28 tháng 9 năm Chính Thống thứ nhất** [6/11/1436]. Sai Hữu Thị lang bộ binh Lý Úc làm Chánh sứ, Thông chính sứ ty Tả Thông chính Lý Hanh làm Phó sứ mang ấn đến phong cho quyền trông coi quốc sự nước An Nam Lê Lân làm An Nam Quốc vương. Trước đây Tuyên Tông Hoàng đế mệnh Lê Lợi quyền trông coi quốc sự; sau khi Lợi mất, Lân nối chức, thờ triều đình rất cung kính. Thiên tử cho rằng con cháu nhà Trần không còn ai, chi bằng chính ngôi vị của Lân để thuận việc chiêu phủ kẻ dưới; quần thần bàn bạc đều cho là phải, nên mệnh bọn Úc đến phong tước và ban chiếu cho nước này rằng:*

"Trẫm chịu mệnh trời, coi sóc dân trong thiên hạ; mong

mọi nơi dưới cõi trời đất che chở đạt được an khang. Nước An Nam lãnh thổ kề cận; ngươi Lân, con của quyền trông coi quốc sự nước An Nam Lê Lợi kế thừa; lấy đức cần cù thận trọng thờ người trên, chăn sóc kẻ dưới, không lười biếng để làm hỏng sự nghiệp. Nay đặc phong ngươi làm An Nam Quốc vương, trao cho ấn chương để vĩnh viễn cai quản người trong nước; thể hiện sự đối xử chung một lòng nhân của Trẫm." (**Minh Thực Lục Quan hệ Trung Quốc Việt Nam**, tập 3, trang 11)

Ngoài ra vào ngày 11 tháng 11 năm trước [30/12/1435], có một phái đoàn khác là bọn sứ thần Lê Lung khởi trình sang nhà Minh dâng hương cho Vua Tuyên Tông mất và Vua Anh Tông lên ngôi; vào tháng 4 năm nay đến Yên Kinh:

"Ngày 22 tháng 4 năm Chính Thống thứ nhất [8/5/1436]. *Lê Lân* [vua Lê Thái Tông] *quyền coi quốc sự nước An Nam sai Sứ là bọn Lê Lung đến dâng hương, nhân vua Tuyên Tông Hoàng đế chầu trời.*

Mừng Thiên tử lên ngôi quí, Thánh Tổ mẫu lên Thái hoàng Thái hậu, Thánh mẫu lên Hoàng Thái hậu; các nước sai sứ đến dâng biểu, cống sản phẩm địa phương. Được ban yến cùng các vật như lụa." (**Minh Thực Lục Quan hệ Trung Quốc Việt Nam**, tập 3, trang 18).

Đầu năm Thiệu Bình thứ 4 [2/1437], sai quan Hành khiển Nguyễn Trãi cùng với hoạn quan Lương Đăng đốc suất tập luyện nhã nhạc, sắm nhạc khí; vì hai người ý kiến không thống nhất, nên xảy ra tranh chấp lớn:

"Năm Đinh Tỵ, Thiệu Bình thứ 4, mùa xuân, tháng giêng [5/2-6/3/1437] *Sai Hành khiển Nguyễn Trãi và Lỗ bộ ty giám Lương Đăng đốc suất làm loan giá, nhạc khí, dạy tập nhạc*

múa." **Toàn Thư**, Bản Kỷ, quyển 11, trang 35a.

Hành khiển Nguyễn Trãi dâng bản vẽ khánh đá, cùng lời khuyên muôn dân hài hòa là gốc của nhạc; nhà Vua tiếp nhận và cho làm khánh:

"Hành khiển Nguyễn Trãi dâng bản vẽ khánh đá và tâu rằng:

'Kể ra, đời loạn dùng [36a] *võ, thời bình chuộng văn. Nay đúng là lúc nên làm lễ nhạc. Song không có gốc thì không thể đứng vững, không có văn thì không không thể lưu hành. Hòa bình là gốc của nhạc, thanh âm là văn của nhạc. Thần vâng chiếu soạn nhạc, không dám không dốc hết tâm sức. Nhưng vì học thuật nông cạn, sợ rằng trong khoảng thanh luật, khó được hài hòa. Xin bệ hạ yêu nuôi muôn dân, để chốn xóm thôn không còn tiếng oán hận buồn than, như thế mới không mất cái gốc của nhạc'.*

Vua khen ngợi và tiếp nhận. Sai thợ đá huyện Giáp Sơn [huyện Kinh Môn, Hải Dương] *lấy đá ở núi Kính Chủ để làm.*" **Toàn Thư**, Bản Kỷ, quyển 11, trang 35b.

Đến tháng 5 [4/6-2/7/1437] Nguyễn Trãi xin từ chức hiệu đính nhã nhạc, vì bất đồng với Lương Đăng; nhưng Vua vẫn chấp nhận ý kiến của Lương Đăng:

"Tháng 5, Hành khiển Nguyễn Trãi tâu rằng:

'Mới rồi, bọn thần cùng với Lương Đăng hiệu định nhã nhạc, nhưng kiến giải của thần không giống với Lương Đăng, thần xin trả lại công việc được sai'.

Trước kia Thái Tổ sai Nguyễn Trãi định ra quy chế mũ áo, chưa kịp thi hành. Đến đây, Lương Đăng dâng sớ thư [38b] *đại ý nói:*

'Về lễ thì có lễ đại triều và lễ thường triều. Tế trời, cáo miếu, ngày thánh tiết [ngày sinh của vua], *ngày chính đán* [mồng một tết], *thì làm lễ đại triều, hoàng đế mặc áo cổn, đội mũ miện, lên ngồi ngai báu, trăm quan đều mặc triều phục đội mũ chầu. Còn những ngày mồng một, ngày rằm hàng tháng thì Hoàng đế mặc áo bào vàng, đội mũ xung thiên, ngồi ngai báu, trăm quan đều mặc công phục, đội mũ phác đầu. Lễ thường triều thì hoàng đế mặc áo bào vàng, đội mũ xung thiên, ngồi sập vàng, trăm quan mặc thường phục cổ tròn, đội mũ sa đen. Về nhạc thì có nhạc tế Giao, nhạc tế Miếu, nhạc tế Ngũ tự* (1), *nhạc cứu khi có nhật thực, nguyệt thực, nhạc đại triều, nhạc dùng trong cung, không thể dùng nhất loạt được. Về lỗ bộ đại giá, như xe kiệu thì có đại lộ, tượng lộ, mã lộ* (2), *có cửu long dư, thất long dư* (3), *có bộ liễn, có phi liễn* (4)*; về nghi trượng thì có kim qua, phủ, việt, chàng, phướn, tinh kỳ, mao tiết, chương phiến* (5), *long ngũ phượng. Số ngựa đóng vào xe và số đội ngũ theo hầu cũng đều có quy định cả, thần không thể chép hết được'.*

Thư ấy dâng lên, vua sai Lương Đăng định ra các quy chế. Đăng nhân đó dâng lên quy chế về mũ áo và nhạc khí. Đại để, quy chế do Đăng và Trãi định ra phần nhiều không hợp nhau, những chỗ bàn về số lượng, trọng lượng các nhạc khí có nhiều điều trái nhau, mà trình bày cũng khác nhau, cho nên Trãi xin thôi việc đó. Vua theo lời bàn của Đăng, rồi làm theo." **Toàn Thư**, Bản Kỷ, quyển 11, trang 35b.

Tháng 11 [28/11-26/12/1437], ban bố các nghi thức mới do hoạn quan Lương Đăng đặt ra; bị các quan đại thần như Nguyễn Trãi, Nguyễn Liễu cực lực phản đối. Riêng Nguyễn Liễu mạt sát Lương Đăng nặng lời, bị lưu đày:

"Ban bố các nghi thức mới định lại trong các dịp lễ thánh

tiết, chính đáng, sóc vọng, thường triều, đại yến.

Trước kia, vua sai Lương Đăng định các nghi thức đại triều, đến đây hoàn thành dâng lên. Vua bái yết Thái miếu, các quan mặc triều phục làm lễ theo nghi thức mới bắt đầu từ đây.

Bọn Hành khiển Nguyễn Trãi, Tham tri bạ tịch Nguyễn Truyền, Đào Công Soạn, Nguyễn Văn Huyến, Tham nghị Nguyễn Liễu dâng sớ tâu rằng:

'Muốn chế tác lễ nhạc, phải đợi có người rồi hãy làm, được như Chu Công thì sau mới không có lời chê trách. Nay sai kẻ hoạn quan Lương Đăng chuyên định ra lễ nhạc, chẳng nhục cho nước lắm sao! Vả lại, quy chế lễ nhạc của y là dối vua lừa dưới, không dựa vào đâu cả, như đánh trống là báo giờ ra chầu triều sớm, nay vua ra chầu rồi mới đánh. Theo quy chế xưa, khi vua ra, thì bên tả đánh chuông hoàng chung, rồi năm chuông bên hữu ứng theo, lúc vua vào đánh chuông chưng tân rồi năm chuông cũng ứng theo. Nay vua ra chầu, đánh 108 tiếng chuông, đó là số lần đếm tràng hạt của nhà sư. Nếu theo quy chế của nhà Minh, thì khi vua ngồi ở cửa Phụng Thiên phải có ngai báu, nay chỉ có một điện Hội Anh, lại chỉ có sập vàng, nếu di chuyển thì sợ không yên, đặt cả hai thứ cũng không được, thế là lễ nghi gì? Làm xe thì đằng trước có diềm, đằng sau mở cửa. Nay lại mở cửa đằng trước, quy chế xưa làm như thế hay sao?. Khi vua ra thì có hô thét, khi vào thì có thu dẹp, đó là quy định của nghi lễ. Nay quan coi cửa xướng tâu mọi việc xong, các quan lui ra, vua còn ngồi mà người thu dẹp đã la thét dọn dẹp là làm sao? Vả lại, Đăng là đứa hoạn quan, thần trộm lấy làm ngờ lắm".

Đăng tâu:

"Thần không có học thức, không biết quy chế cổ, các nghi thức nay đã làm, chỉ trông cả vào hiểu biết của thần mà thôi, còn ban hành hay không là quyền của bệ hạ, thần đâu dám chuyên quyền".

Nguyễn Liễu tâu rằng:

"Từ xưa đến nay chưa bao giờ có cảnh hoạn quan chuyên phá hoại thiên hạ như thế này".

Đinh Thắng từ trong bước ra, mắng rằng:

"Hoạn quan làm gì mà phá hoại thiên hạ? Nếu phá hoại thiên hạ thì chém đầu ngươi trước".

Cuối cùng phải giao Liễu cho hình quan xét hỏi. Án xử xong, tội đáng chém, nhưng được lệnh riêng, cho thích chữ vào mặt, đày ra châu xa." **Toàn Thư**, Bản Kỷ, quyển 11, trang 47b.

Năm ngoái vào ngày 28 tháng 9 [6/11/ 1436]. Vua Anh Tông sai Hữu Thị lang bộ binh Lý Úc làm Chánh sứ mang sắc ấn phong Vua Lê Thái Tông làm An Nam Quốc vương; ngày 13 tháng giêng đến nước ta. Mấy ngày sau nhà Vua sai sứ sang triều Minh tạ ơn, cùng làm lễ tấu cáo trước thái miếu:

"Ngày 13 [17/2/1437], nhà Minh sai chánh sứ là Binh bộ thượng thư Lý Úc, phó sứ là Thông chính ty hữu thông chính Lý Hanh mang chiếu sắc ấn vàng sang phong vua làm An Nam Quốc Vương (ấn nặng 100 lạng, núm hình con lạc đà, làm bằng vàng). Khi bọn Úc về nước, vua ban cho lễ vật rất hậu, nhưng bọn Úc từ chối không nhận.

Ngày 17 [21/2/1437], lấy Quản lĩnh quân Hùng tiệp là Thái Sĩ Minh làm chánh sứ; đồng tri Thẩm hình viện sự Hà Phủ và

Hữu hình viện đại phu Nguyễn Nhật Thăng làm phó sứ sang tạ ơn nhà Minh.

Làm lễ tấu cáo Thái miếu, vì nhà Minh sang phong. [35b] *Hạ lệnh cho các Hành khi Ban cho quan võ đội mũ cao sơn. Trước đây, quan võ đội mũ chiết xung, đến nay cho đội mũ cao sơn cũng như quan văn."* **Toàn Thư**, Bản Kỷ, quyển 11, trang 35a.

Vào cuối tháng giêng, triều đình ra lệnh cho 5 đạo làm sổ hộ tịch; cùng thi tuyển được 690 người làm thuộc lại cho các cơ quan trong triều và các đạo:

"Hạ lệnh cho các Hành khiển năm đạo làm sổ hộ tịch.

Thi viết chữ làm tính, lấy đỗ 690 người, bổ làm thuộc lại các nha môn trong ngoài.

Phép thi: Kỳ thứ nhất, thi viết ám tả cổ văn. Kỳ thứ hai, thi viết chữ chân, chữ thảo. Kỳ thứ ba, thi phép làm tính. Người dân và sinh đồ đều được vào thi, giám sinh và những người đã ở sổ quân thì không được thi.

Bấy giờ quan tể tướng đều là đại thần khai quốc, không thích Nho thuật, chuyên lấy việc sổ sách, giấy tờ và kiện tụng để xét thành tích của các quan, bọn lại thuộc phần nhiều chiều hót quan trên, cho nên quan trong ngoài có chức nào khuyết thì tiến cử để bổ dùng. Bọn hãnh tiến chán ghét học thuật, theo nghề đao bút (6). Giám sinh cũng muốn bỏ việc học hành mà xin vào làm lại, cho nên cấm không cho thi. Lần thi này, những kẻ luồn lọt, thỉnh thác có tới một nửa." **Toàn Thư**, Bản Kỷ, quyển 11, trang 35b.

Tháng 2 [7/3-5/4/1437], Vua đích thân tới đấu trường xem luyện tập võ nghệ. Cùng khảo xét võ nghệ các tướng hiệu; người nào dưới tiêu chuẩn bị giảm lương:

"Tháng 2, vua tới trường đua xem tập võ nghệ.

Khảo xét võ nghệ của các tướng hiệu. Phép khảo xét: bắn cung là một môn, ném tên là một môn, đánh mộc là một môn. Cả ba môn đều được thì cấp lương toàn phần, ai không được môn nào thì bị giảm lương, sau coi đó làm lệ thường." **Toàn Thư**, Bản Kỷ, quyển 11, trang 37a.

Bổ nhiệm các viên chức, trong đó có Lưu Bá Cung trước kia là Thông dịch viên của Thành sơn hầu Vương Thông, từng cung cấp tin tức mật cho Vua Lê Lợi, nay được đề bạt:

"Lấy Tả hình viện đại phu Đinh Lan làm An phủ phó sứ lộ Bắc Giang thượng. Đổi Đoàn Quốc Sĩ làm An phủ phó sứ lộ An Bang, lấy bọn nội thị Nguyễn Đình Trạc ba người làm Chuyển vận phó sứ, Vũ đội [36b] khách đội trưởng Lưu Bá Cung làm Tứ sương chỉ huy sứ.

Trước kia, Bá Cung làm thông sự cho Thành Sơn hầu Vương Thông. Năm Đinh Mùi (1427), Thái Tổ đóng bản doanh ở Bồ Đề, Vương Thông thường sai Bá Cung đi lại thông tin tức. Thái Tổ bảo Bá Cung rằng:

'Nếu Vương Thông quả rút quân về nước, ta sẽ phong ngươi tước hầu'.

Khi đất nước bình yên, được cất nhắc làm đội trưởng. Đến đây, các đại thần đều nhắc tới việc đó, cho nên có lệnh này." **Toàn Thư**, Bản Kỷ, quyển 11, trang 36a.

Tháng 3, trời hạn hán; ra lệnh cho các địa phương cầu mưa. Vào giữa tháng, có nguyệt thực, viên Thái sử biết trước, mật tâu lên:

"Hạn hán, hạ lệnh cho các lộ, huyện trong nước làm lễ

cầu mưa.

Ngày Ất Tỵ 15 tháng 3 [20/4/1437], có nguyệt thực. Thái sử Bùi Thì Hanh mật tâu nên ẩn đi, không hộ cứu." **Toàn Thư**, Bản Kỷ, quyển 11, trang 37b. Tư liệu phương Tây trong **Catalog of Lunar Eclipses** cũng ghi nhận rằng ngày 20/4/1437 có nguyệt thực.

Tháng 4, làm lễ cầu mưa. Vua muốn xem thơ văn của Hồ Quí Ly, Nguyễn Trãi dâng lên; khi làm lễ Thái miếu, bỏ hát chèo và nhạc dân gian:

"*Mùa hạ, tháng 4* [5/5-3/6/1437], *làm lễ cầu mưa ở cung Cảnh Linh.*

Vua muốn xem thủ chiếu và thơ văn của họ Hồ (7), *Nguyễn Trãi sưu tập được vài chục bài thơ, văn bằng quốc ngữ dâng lên.*

Vua yết Thái miếu bãi trò hát chèo, không tấu nhạc dâm nữa (8)." **Toàn Thư**, Bản Kỷ, quyển 11, trang 38a.

Đầu tháng 6 hạn hán vẫn tiếp tục, hạ lệnh cho các địa phương làm lễ cầu mưa. Đến ngày 12 kinh sư có mưa, Vua sai người đến các lộ xem có mưa không; hôm sau xuống chiếu giảm thuế, bớt hình phạt để yên lòng dân:

"*Tháng 6, hạn hán, có sâu hại lúa. Hạ lệnh cho các lộ, trấn làm lễ cầu mưa.*

Ngày Canh Ngọ 12 [14/7/1437], *kinh sư có mưa, các quan đều chúc mừng, vua sai người đi các lộ xem có mưa không.*

Ngày Tân Mùi 13 [15/7/1437], *xuống chiếu rằng: Mấy năm nay hạn hán sâu bọ xảy ra liên tiếp, tai dịch có luôn, phải bớt hình phạt, giảm thuế khóa, để yên lòng dân."* **Toàn Thư**, Bản Kỷ, quyển 11, trang 39b.

Lúc này Vua đã trưởng thành, tự xét đoán công việc; ghét Lê Sát chuyên quyền; bèn sai Trịnh Khả người đối kháng với Sát vào giữ cấm binh, đuổi những người thân cận của Sát ra khỏi triều đình. Rồi xuống chiếu bãi chức Lê Sát, bổ nhiệm trọng thần tại các đạo để củng cố quyền lực:

"Bấy giờ, vua đã lớn tuổi, xét đoán mọi việc đã sáng suốt, mà Lê Sát vẫn tham quyền cố vị nên vua càng ghét Sát, nhưng ngoài mặt vẫn tỏ vẻ bao dung. Sát không nhận ra điều đó.

Đến đây, vua cùng những người hầu cận bàn mưu cho rằng Lê Ê, Lê Hiệu là người thân thích của Sát, mà Trịnh Khả thì trước có hiềm khích với Sát, bèn cho bọn Ê ra ngoài rồi trao cấm binh cho Khả nắm giữ. Sát xin giữ Hiệu lại nói rằng:

'Nếu Khả được hầu trong cung thì sợ thần nguy mất'.

Vua trở vào cung. Ngày hôm sau, vua sai người báo cho Đinh Cảnh An:

'Đại tư đồ Sát cho thăng chức mà không nhận, ta muốn lấy Lê Văn An làm Hải Tây đạo đồng đô đốc tổng quản, mà Lê Sát ngăn trở'.

Đinh Cảnh An, Nguyễn Vĩnh Tích liền hặc tội rằng:

'Lê Sát quen thói chuyên quyền, tội ấy khó lòng dung thứ'.

Tờ tâu dâng lên, vua trao cho Hình quan xét hỏi. Sát bỏ mũ tâu rằng:

'Nay khép cho thần tội chuyên quyền, thế là tội của thần do Tiên đế mà có cả'.

Bấy giờ bọn Lê Văn Linh, Lê Ngân đều cứu gỡ cho Sát, nhưng vua không nghe.

Ngày Bính Tuất 28 [30/7/1437], bãi chức tước của Đại tư

đồ Lê Sát. Xuống chiếu rằng:

'Lê Sát chuyên quyền nắm giữ việc nước, ghen ghét bậc hiền tài, giết Nhân Chú để hòng ra oai, truất Trịnh Khả bắt người ta phục, bãi chức tước của Ư Đài khiến đình thần không còn ai dám nói, đuổi Cầm Hổ ra biên giới cho gián quan đều bịt miệng im hơi. Xét mọi việc làm của hắn đều không phải là phép tắc của kẻ làm tôi. Nay muốn khép nó vào hình luật để tỏ rõ phép nước, nhưng vì là viên cố mệnh đại thần, có công với xã tắc, nên đặc cách khoan tha, nhưng phải bãi chức tước'.

Cho Bùi Ư Đài được phục chức Đồng tri môn hạ tả ty sự, tước Trí tự, thành tri Tây [42a] *đạo quân dân bạ tịch như cũ. Đưa Tây đạo tham tri quân dân bạ tịch Đặng Đắc ra làm An phủ sứ trấn Lạng Sơn, ít lâu sau bắt hạ ngục.*

Lấy Phạm Bôi làm Đông đạo hành quân tổng quản: Lê Lý làm Nhập nội thiếu úy tham tri Tây đạo chư vệ quân sự. Tước bỏ chữ "Công thần" và chức tước của bọn Lê Văn Linh, giáng xuống làm Bộc xạ. Lấy Lê Thận làm Tư mã tri Bắc đạo chư vệ quân sự; Tham tri chính sự Lê Định làm Tư mã; Tham tri Nam đạo chư vệ quân sự Lê Lãng làm Tham tri Bắc đạo chư vệ quân sự; Lê Lan làm Bắc Giang Hạ vệ đồng tổng quản. Lấy Thiên ngưu vệ hành quân tổng quản quản lĩnh tả dực thánh quân kiêm Nghệ An lộ đại tổng quản Lê Chuyết làm Bảo chính công thần hành quân tổng quản tri Kim ngô vệ chư quân sự quản lĩnh [42b] *hữu dực thánh quân. Đưa Lê Ê ra làm Đồng tổng quản lộ Quy Hóa. Lấy Nhập nội tư khấu Bắc đạo hành quân đô tổng quản Lê Ngân làm Nhập nội đại đô đốc Quy Hóa trấn phiêu kỵ thượng tướng quân đặc tiến khai phủ nghi đồng Tam ty thượng trụ quốc, Quốc huyện thượng hầu."* **Toàn Thư**, Bản Kỷ, quyển 11, trang 40b.

Tháng 7, nhà Vua phế Nguyên phi Ngọc Dao, con gái Lê Sát, làm dân thường. Định xử chém Lê Sát, nhưng các quan như Bùi Cầm Hổ khuyên can, nên bắt tự tử tại nhà:

"Mùa thu, tháng 7, lấy Chiêu nghi Lê Nhật Lệ, con gái Đại đô đốc Lê Ngân, làm Huệ phi, phế Nguyên phi Ngọc Dao, con gái Lê Sát, làm thứ dân. Xuống chiếu rằng:

'Lê Sát tội không thể dung thứ, đáng phải chém để rao, nhưng trẫm tha không cho giết. Duy Đặng Đắc là kẻ bày mưu cho Sát, định hại xã tắc thì phải chém bêu đầu. Nguyễn Gia Nô vì biết chuyện lại không tố cáo thì phải đày ra châu xa. Còn [43a] *bọn Lê Văn Linh, Lê Lĩnh, Lê Thụ, Lê Ê, Lê Hiệu, đều phải xử phạt theo pháp luật, có ân xá cũng không được hưởng. Lê Bang vì là con rể của Sát, tự tiện ra vào nhà Sát, cho đày ra châu xa'.*

Lấy An phủ sứ lộ Lạng Sơn là Bùi Cầm Hổ làm Ngự sử trung thừa, vì Hổ trước đã hặc tội Lê Sát (9).

Cho Lê Sát được tự tử ở nhà.

Tờ chiếu viết:

'Lê Sát nay lại ngầm nuôi bọn võ sĩ, liều chết, mưu hại bậc trung thần lương tướng, mưu kế giảo quyệt, dấu tích gian phi mỗi ngày một lộ rõ, đáng phải chém đem rao'.

Lê Ngân và Bùi Cầm Hổ cùng tâu rằng:

'Tội Sát đáng chết, nhưng Sát từng là đại thần, nếu đem xác đi rao để làm nhục thì sợ rằng để tiếng chê cười cho đời sau'.

Bèn cho được chết ở nhà. Vợ con và điền sản nhà Sát đều bị tịch thu. Đem đồ đạc của cải nhà Sát ban cho các quan."
Toàn Thư, Bản Kỷ, quyển 11, trang 42b.

Vào tháng 8 thuyền buôn nước Tiêm La đến cống; riêng Ai Lao mang quân quấy phá vùng Sơn La, bị đánh đuổi:

"Tháng 8 [31/8-29/9/1437], *thuyền buôn nước Xiêm La sang cống.*

Bấy giờ, Ai Lao đem quân sang tranh châu Mã Giang [Sơn La] *và châu Mộc, Xa Tham đánh lại, chém được tù trưởng của chúng là bọn Man Nữu hơn 20 thủ cấp, bắt sống hơn 20 người giải về kinh sư. Ai Lao sai sứ sang xin lại. Vua tha cho về."* **Toàn Thư**, Bản Kỷ, quyển 11, trang 44a.

Sau khi Lê Sát bị thất sủng, Bùi Cầm Hổ người từng chống đối Sát được trở về triều giữ chức Ngự sử trung thừa; Cầm Hổ tiếp tục đàn hặc các quan lại thiếu khả năng hoặc lầm lỗi, như Lê Đổ, Lương Đăng:

"Lấy Ngự tiền cường nỗ hỏa đồng tri quân Lê Đổ làm Chính sự viện đồng tham nghị. Trung thừa Bùi Cầm Hổ tâu rằng:

'Chức Tham nghị quan hệ đến việc phụ chính, không phải là bậc [45b] *lão thành thì không được. Nay Lê Đổ là người nhiều lầm lỗi mà thăng lên chức ấy thì làm sao cho được?'*

Vua không nghe."

"Trung thừa Bùi Cầm Hổ tâu rằng:

'Bệ hạ lên ngôi tới nay, hay thay đổi phép cũ của Thái Tổ, như Lễ bộ ty đồng giám Lương Đăng, Tiên đế cho là người hơi hiểu biết, dùng làm Nội nhân phó chưởng, sau thấy hắn khúm núm, không thể gần gũi được, cho ra làm văn đội. Nay lại thấy hắn làm quan xin bệ hạ nghĩ lại". **Toàn Thư**, Bản Kỷ, quyển 11, trang 45a.

Vào tháng 9, có người dâng mũ đẹp, rồi xin người vào

làm tại cục chế tạo mũ; Vua định dùng 12 người. Nguyễn Vĩnh Tích và Bùi Cầm Hổ can ngăn; Vua không bằng lòng, giáng Bùi Cầm Hổ xuống 2 cấp:

"Tháng 9 [30/9/28/10/1437], người thợ Cao Liệt dâng hai chiếc mũ cỏ và lấy dân xin vào làm ở cục đó. Thị ngự sử Nguyễn Vĩnh Tích can rằng:

'Thời xưa, người làm vua không hề quý nghề đua lạ khoe khéo. Cho nên vua Thuấn đóng đồ sơn mà có đến 17 người can ngăn. Nay có người dâng mũ thì xin bệ hạ hãy nghĩ tới thời Tiên đế phải dãi gió dầm mưa, chưa bao giờ có thứ đó?'.

Khi bãi chầu vua đưa mũ cho đại thần và đài quan xem và hỏi họ:

'Cái mũ này có gì là lạ mà quan phải can?'

Vĩnh Tích trả lời:

'Thần muốn vua hơn cả Nghiêu Thuấn, cho nên can trước cái điều chưa manh nha đó thôi!". **Toàn Thư**, Bản Kỷ, quyển 11, trang 45b.

Tháng 10, đày tay chân thân tín của quyền thần Lê Sát; con Cầm Quí châu Ngọc Ma quy thuận triều đình, bắt nạp người em chống đối; Hoạn quan Lương Đăng dâng 5 kiểu xe, được thăng chức Đô giám:

"Mùa đông, tháng 10 [29/10-27/11/1437], đày bọn Lê Thảo ra châu xa. Bấy giờ bọn Lê Thảo, Lê Khản, Lê Khắc Hài đều là võ sĩ, là bọn thân tín của Lê Sát. Đến khi Sát bị tội, có người nói bọn chúng là thích khách của Sát, tra khảo thế nào chúng cũng không nhận. Hình quan cho là bọn Thảo nghe Lê Sát định giết Đại đô đốc Lê Ngân, tội đáng chém. Có chỉ đặc ân tha cho tội chết, bắt đày ra châu xa, tịch thu vợ con, điền sản.

Đạo Mộ ở châu Ngọc Ma [Cam Môn, Cam Cót thuộc Ai Lao] *bắt em hắn là bọn Đạo Muộn và hơn 50 thủ hạ giải về kinh sư. Muộn là em khác mẹ của Mộ, đều là con của Cầm Quý. Khi quan quân đánh Ngọc Ma, thì Mộ quy thuận triều đình, còn Muộn thì theo cha sang Ai Lao. Sau khi Quý bị giết, Mộ gọi Muộn về. Đến khi về, lại âm mưu giết Mộ, cho nên Mộ bắt đem nộp.* [47a]

Ngày Canh Ngọ 14 [11/11/1437], *năm kiểu xe lộ* (10) *làm xong. Cho Lễ bộ ty đồng giám Lương Đăng làm đô giám.*" **Toàn Thư**, Bản Kỷ, quyển 11, trang 46b.

Tháng 11 [28/11-26/12/1437], ban hành nghi thức mới lúc thiết triều. Sứ thần Xiêm La đến cống; Vua ra lệnh giảm thuế buôn và tặng quà Quốc vương cùng Vương phi nước này:

"*Ngày Bính Ngọ 20* [17/12/1437], *vua ra coi chầu! Khi ra, khi vào có vút roi dẹp đường. Vút roi dẹp đường bắt đầu từ đó.*

Ngày Mậu Thân 22 [19/12/1437] *là lễ tế Kế Thiên thánh tiết. Hôm ấy, buổi sáng vua bái yết Thái miếu, làm lễ 4 lạy. Khi về cung, Lễ bộ ty* (11) *bày nghi trượng ở Đan Trì. Vua mang triều phục, áo cổn, mũ miện, ngự ở điện Hội Anh. Đại đô đốc Lê Ngân dẫn các quan mặc triều phục, làm lễ dâng biểu chúc mừng. Vua mặc áo cổn, mũ miện, các quan mặc triều phục* [49a] *bắt đầu từ đây. Ban đại yến cho các quan, việc treo hoa dâng cỗ đều theo nghi lễ mới.*

Nước Xiêm La sai sứ là bọn Trai Cương Lạt sang cống. Vua đưa cho sắc thư bảo mang về và trừ cho phần thuế buôn giảm xuống bằng nửa phần năm trước, cứ 20 phần thu 1 phần, rồi thưởng cho rất hậu. Ngoài ra, về phần chúa nước ấy, cho 20 tấm lụa màu, 30 bộ bát sứ, phần của bà phi nước ấy là 5 tấm lụa màu, 3 bộ bát sứ, mỗi bộ 35 chiếc." **Toàn Thư**, Bản Kỷ, quyển 11, trang 48b.

Tháng chạp [27/12-25/1/1437], giết Nhập nội đại đô đốc Lê Ngân, tịch thu cả nhà. Giáng truất Huệ phi Lê Thị, con gái Lê Ngân:

"Có người cáo tỏ rằng nhà Lê Ngân thờ phật Quan Âm để cầu khẩn cho con gái là Huệ phi được vua yêu chiều. Bấy giờ nhà vua đang ngự ở cửa Đông trong thành, bèn sai thái giám Đỗ Đại đem 50 võ sĩ đến khám nhà Lê Ngân, soát thấy có pho tượng Phật để thờ, vàng, bạc và lụa màu. Nhà vua sai bắt nô tì của Lê Ngân để xét hỏi. Hôm sau, Lê Ngân vào chầu, bỏ mũ ra, tạ tội rằng:

'Tôi từ trẻ, theo đi khởi nghĩa Lam Sơn, may được trông thấy cảnh thanh bình; về già, vì dồn chứa nhọc nhằn vất vả đã lâu, nên sinh lắm bệnh. Thầy bói đoán rằng chỗ đất nhà tôi ở là ngôi chùa cổ đã hoang phế, nay sinh yêu ma làm cho động trệ, không yên, nên sùng mộ đạo Phật để cầu âm phúc. Chẳng ngờ nay bị người vợ lẽ mà tôi đã bỏ, cùng với Trần Thị, là vợ lẽ của Lê Sát ngày trước mà nhà vua ban cho nhà tôi (12) xui xiểm, kết hợp với tên đầy tớ gian ngoan, nhân dịp thêu dệt cho thành tội lỗi. Nếu được nhà vua soi xét định đoạt thì buông tha cho tôi về điền viên để được trót đời tàn rạc này'

Nhà vua chưa nguôi giận, giao Lê Ngân cho tòa pháp ti luận tội. Khi án đã thành, nhà vua cho phép Lê Ngân được chết, tịch thu cả nhà, phế Huệ phi Nhật Lệ, con gái Lê Ngân xuống làm Tu dung [cung phi loại thấp]. *Bà đồng (13) cũng bị đày đi châu xa."* **Cương Mục**, Chính Biên, quyển 17.

Vua ra lệnh người Trung Quốc ngụ cư phải mặc Việt

phục, đốc suất các đạo đào kênh, sửa sang chiến thuyền để chuẩn bị tập thủy trận:

"Ra lệnh cho người Minh phải mặc quần áo người Kinh người Việt và cắt tóc ngắn.

Đốc suất dân chúng năm đạo đào các kênh.

Ra lệnh cho các quan Đô tổng quản năm đạo sửa sang thuyền chiến, thuyền tuần tiễu và cờ xí cho nghiêm chỉnh, đầy đủ để tháng giêng năm sau diễn tập thủy trận." **Toàn Thư**, Bản Kỷ, quyển 11, trang 50a.

Chú thích:

1. Ngũ tự: theo Lễ kinh, thiên Nguyệt lệnh, thì Ngũ tự là năm lễ tế các thần Hộ (cửa), Táo (bếp) Trung lựu (giữa nhà), Môn (cửa lớn), Hành (đường đi).

2. Đại lộ: xe lớn, tượng lộ: xe trang sức bằng ngà voi; mã lộ: xe ngựa.

3. Cửu long dư: kiệu chín rồng; thất long dư: kiệu bảy rồng.

4. Bộ liễn: xe đi thong thả, phi liễn: xe đi nhanh.

5. Tinh kỳ, mao tiết: là các loại cờ. Chương phiến: loại quạt lớn làm bằng lông chim.

6. Đao bút: chỉ bọn thư lại chuyên nắm giấy tờ sổ sách, nguy hiểm như người cầm đao.

7. Họ Hồ: Tức Hồ Quý Ly, Hồ Quý Ly có nhiều thơ văn bằng chữ Nôm, nhưng hiện nay chưa tìm lại được.

8. Dâm nhạc: Đối lập với nhã nhạc, ở đây chỉ các làn điệu

dân gian.

9. Bùi Cầm Hổ trước làm quan ngự sử, mâu thuẫn với Lê Sát, bị đổi ra làm An phủ sứ trấn Lạng Sơn. Xem sự việc năm Thiệu Bình thứ 1 (1434), tháng 9.

10. Năm kiểu xe lộ: 5 loại xe lớn gồm Ngọc lộ (xe nạm ngọc), Kim lộ (xe trang sức bằng vàng), Tượng lộ (xe trang sức bằng ngà voi), Cách lộ (xe bọc da), Mộc lộ (xe đóng gỗ). Xe của vua và hoàng hậu, cung phi, có quy chế sẵn; các xe ấy đều gọi chung là "lộ".

11. Lỗ bộ ty: cơ quan chuyên trông coi về nghi trượng của Vua.

12. Trần thị vợ lẽ của Lê Sát cùng gia quyến đều bị sung công làm nô tì khi Lê Sát phải tội, do đó nàng bị nhà vua chia phát cho nhà Lê Ngân.

13. Bà đồng: người phụ trách việc thờ cúng tại nhà Lê Ngân.

91.
Vua Lê Thái Tông (4)

Vào các tháng giêng và tháng 5 năm Thiệu Bình thứ 5 [1438], Vua cho đào kênh tại các tỉnh Ninh Bình, Thanh Hoá, Nghệ An. Cũng trong tháng 5, giáng người anh trưởng là Quận vương Tư Tề làm thường dân:

"*Năm Mậu Ngọ, Thiệu Bình thứ 5* [1438], *(Minh Chính Thống năm thứ 3). Mùa xuân, tháng giêng* [26/1-23/2/1438], *sai dân chúng 4 đạo đào kênh ở Trường Yên* [Ninh Bình], *Thanh Hoá, Nghệ An.*

Mùa hạ, tháng 5 [24/5-21/6/1438], *sai văn thần đốc thúc quân dân đào các kênh ở lộ Thanh Hoá.*

Giáng quận vương Tư Tề xuống làm thứ nhân." **Toàn Thư**, Bản Kỷ, quyển 11, trang 50b.

Bấy giờ trong nước có nhiều thiên tai; nhà Vua xuống chiếu tự trách tội mình, đại xá cho thiên hạ và cầu lời nói thẳng:

"*Ngày 27* [19/6/1438], *vì có nhiều tai dị, xuống chiếu rằng:*

'Mấy năm nay, hạn hán, sâu bệnh liên tiếp xảy ra, tai dị luôn luôn xuất hiện. Khoảng tháng 4, tháng 5 năm nay, nhiều lần sét đánh vào vườn cây trước cửa Thái miếu ở Lam Kinh. Cứ nghiệm xét việc xảy ra tai họa, nhất định là có duyên do trong đó. Có phải do trẫm không lo sửa đức để mọi việc bê trễ hay là do quan tể phụ bất tài xếp đặt không điều hòa? Hay

là dùng người không đúng, để người tốt kẻ xấu lẫn lộn? Hay là hối lộ công khai mà việc hình ngục có nhiều oan trái? Hay là làm nhiều công trình thổ mộc để sức dân mỏi mệt? Hay là thuế khóa nặng nề mà dân túng thiếu? Trẫm tự trách tội mình, đại xá cho thiên hạ. Tất cả các đại thần, các quan văn võ các ngươi nên chỉ ra những lầm lỗi kể trên, cứ thẳng thắn nói hết, đừng kiêng nể gì. Nếu có điều gì tiếp thu được, nhất định sẽ khen thưởng cất nhắc, dẫu có ngu đần vu khoát, cũng không bắt tội. Ngõ hầu có thể lay chuyển lòng trời, chấm dứt được tai biến, để nước nhà mãi mãi hưởng phúc lớn vô cùng vậy". **Toàn Thư**, Bản Kỷ, quyển 11, trang 50b.

Vào tháng 10, sai bọn Thẩm hình viện phó sứ Nguyễn Đình Lịch sang triều Minh nạp cống:

"*Mùa đông, tháng 10, ngày 13* [31/10/1438], *sai Thẩm hình viện phó sứ Nguyễn Đình Lịch, Thiêm tri Nội mật viện sự Trình Hiển, Thị ngự sử Nguyên Thiên Tích sang nhà Minh nộp cống hàng năm.*" **Toàn Thư**, Bản Kỷ, quyển 11, trang 51b.

Về phía nhà Minh vào tháng 6 năm Chính Thống thứ 3 [22/6-21/7/1438], sai bọn Cấp sự trung Thang Đỉnh sang nước ta phản đối việc Thổ quan châu Hạ Tư Lang [Lạng Sơn] là Nông Nguyên Hồng và những người tại biên giới mang quân sang đánh phá các châu Tư Lăng, An Bình tại phủ Thái Bình, Quảng Tây; đòi hỏi phải trả hết người, trâu bò, súc vật và đất đai đã xâm chiếm. **Toàn Thư** chép vào tháng chạp, phái đoàn này đến nước ta:

"***Ngày 4 tháng 6 năm Chính Thống thứ 3*** [25/6/1438]. *Sai Cấp sự trung Thang Đỉnh, Hành nhân Cao Dần đi sứ An Nam, mang sắc dụ Quốc vương Lê Lân rằng:*

'Trẫm nối ngôi trời, thống ngự vạn phương, thể theo lòng

trời mưu đồ sự yên tĩnh.

Mới đây Thủ thần Quảng Tây tâu rằng Thổ quan Hạ Tư Lang nước ngươi là Nông Nguyên Hồng đánh giết người châu An Bình, bắt trai gái hơn 220 người, cướp đốt trâu dê phòng ốc, chiếm thôn động gồm 220 nhà. Lại tâu người biên giới thuộc nước ngươi mang đám đông cướp phá thôn Ky Châu, thuộc Tư Lăng; bắt trai gái hơn 40 người, cướp đốt trâu dê phòng ốc; điều này há lại ngươi chưa nghe? Hoặc hiệu lệnh của ngươi không được những kẻ tại đó thi hành?

Nay sai sứ hiểu dụ ngươi, lệnh Nông Nguyên Hồng và Đầu mục nơi biên giới phải mang trả đủ người, trâu bò. súc vật, đất đai đã xâm chiếm; rồi tâu lên đầy đủ thì được tha cho tội trước. Từ nay trở về sau, cung kính tuân theo lễ pháp, mỗi bên giữ cương giới của mình; nếu không tuân tất sẽ trị tội. Ngươi đừng che chở cho chúng, khiến bản thân ngươi vướng vào lầm lỗi." (**Minh Thực Lục Quan hệ Trung Quốc Việt Nam**, tập 3, trang 13)

"*Tháng 12* [17/12/1438-14/1/1439], *nhà Minh sai Cấp Sự trung Thang Đỉnh, hành nhân Cao Dần sang nói về việc địa phương.*" **Toàn Thư**, Bản Kỷ, quyển 11, trang 51b.

Vào cuối tháng 12, triều đình ta cử Trung quân đồng tri Lê Bá Kỳ và Trung thừa Bùi Cầm Hổ sang Minh tâu đầu đuôi việc xảy ra tại phủ Thái Bình; tháng 4 năm sau [13/5/1439] đến kinh đô Bắc Kinh. Phái đoàn ta tố cáo rằng trước đó Thổ quan châu An Bình, bọn Tri châu Lý Hạc, Triệu Nhân Chính đánh chiếm lãnh thổ châu Tư Lang, giết và cướp người cùng súc vật; do đó Nông Nguyên Hồng, Thổ quan châu Tư Lang mới đánh phục thù; tuy nhiên vẫn hứa trả lại súc vật và đất đã chiếm cứ:

"Ngày 20 [5/1/1439], sai Trung quân đồng tri Lê Bá Kỳ và Trung thừa Bùi Cầm Hổ sang Minh tâu việc địa phương Thái Bình (1)." **Toàn Thư**, Bản Kỷ, quyển 11, trang 51b

"Ngày 1 tháng 4 năm Chính Thống thứ 4 **[13/5/1439].** *Quốc vương An Nam Lê Lân sai bọn Bồi thần Lê Bá Kỳ dâng biểu, cống sản vật địa phương và tạ tội. Trước đây bọn Thổ quan châu Tư Lang nước này tên là Nông Nguyên Hồng đánh châu An Bình, Tư Lăng thuộc phủ Thái Bình; chiếm 2 động, 21 thôn. Triều đình sai bọn Cấp sự trung Thang Đỉnh đến hiểu dụ Lân. Lân bèn sai bọn Bá Kỳ đến tạ tội và dâng biểu rằng:*

'Ngưỡng trông Thánh Thiên tử đối xử chung một lòng nhân, xa gần không phân biệt. Thần từ khi nhận triều mệnh đến nay, chỉ lo giữ lãnh thổ yên dân để đáp ứng lòng Thánh Thiên tử; nào dám quanh co che dấu để Nguyên Hồng làm lụy đến sinh linh một nước. Nay tuân lệnh xin trả lại súc vật cùng đất đai đã chiếm cứ, lại giới sức Nguyên Hồng thay lòng sửa đổi, không gây nên tội để lụy đến thần. Kính xin Thánh Thiên tử rủ lòng khoan thứ. Kính cẩn dâng biểu cùng cống 100 lạng vàng 200 lạng bạch kim, 100 cân trầm hương; lụa quyên địa phương, giáng chân hương, tuyến hương, ngà voi, quạt ngà, mỗi thứ vài trăm. Thần run sợ vô cùng, đợi sự trừng phạt.'

Lại sai bọn Bồi thần Bùi Cầm Hổ dâng tấu rằng:

'Trước đó Nông Nguyên Hồng nói rằng mấy lần bị Thổ quan châu An Bình, như Tri châu Lý Hạc, Triệu Nhân Chính đánh chiếm lãnh thổ châu Tư Lang, giết và cướp người cùng súc vật. Thần cho rằng dân Man nơi biên giới thù giết nhau là chuyện thường, mà lời của Nguyên Hồng cũng không tin hết được, nên không dám tậu lên để làm phiền Thánh Thiên

tử. Chỉ răn đe Nguyên Hồng không kết oán gây sự, lại gửi văn thư cho ty Bố chánh Quảng Tây xin ngăn cấm bọn Hạc. Gần đây lại được Sứ thần đến hiểu dụ việc nêu trên; thần run sợ không biết làm sao, chỉ nghĩ rằng dưới cõi trời này không đất nào là không của Thiên tử, không dân nào là không của Thiên tử, dân Tư Lang cũng là con đỏ của triều đình vậy; mà bọn Hạc xâm nhiễu không được yên ổn, Thiên tử nơi cửu trùng làm sao biết được! Thần không làm được gì, chỉ biết kêu van để xin Thánh minh cúi xuống soi xét.'

Thiên tử cho rằng người xa xôi biết hối hận, không truy xét sự sai trái. Việc tâu rằng Lý Hạc cướp phá, lệnh các quan Tổng binh tại Quảng Tây thẩm xét rồi tâu lên." (**Minh Thực Lục Quan hệ Trung Quốc Việt Nam**, tập 3, trang 17)

Vua Anh Tông nhà Minh phúc thư, hứa sẽ cho điều tra việc Thổ quan châu An Bình trước đó gây hấn:

"***Ngày 10 tháng 4 năm Chính Thống thứ 4*** **[22/5/1439].** *Sắc dụ Quốc vương An Nam Lê Lân rằng:*

'Nhận được lời tâu Vương cho câu lưu cha con Nông Nguyên Hồng để thẩm vấn cùng đem những thứ chiếm đoạt trả lại, thấy được là vua biết theo lễ giữ pháp luật. Lại tâu việc Thổ quan châu An Bình, Tri châu Triệu Nhân Chính đánh chiếm đất đai, cướp đoạt người và súc vật; đã ra lệnh quan Tổng binh An viễn hầu Liễu Đoàn cùng Tam ty Quảng Tây tra khám minh bạch rồi tâu lên đầy đủ để định đoạt. Từ nay Vương nên nghiêm sức những người giữ biên thùy lo giữ cương giới, đừng buông tuồng gây hấn, sẽ rước lấy mối họa." (**Minh Thực Lục Quan hệ Trung Quốc Việt Nam**, tập 3, trang 19)

Việc điều tra tiếp tục đến năm Chính Thống thứ 7 [1442],

phía Minh lại sai Cấp sự trung Thang Đỉnh đến hỏi, Nông Nguyên Hồng tố ngược lại rằng bị Tri châu An Bình Nhân Chính chiếm đất, cướp người. Bộ Binh nhà Minh muốn đưa Nguyên Hồng đến chỗ tranh chấp đối chất; nhưng rồi sự việc không chép thêm, chắc rằng phía Đại Việt không chấp nhận:

"***Ngày 4 tháng 8 năm Chính Thống thứ 7*** **[7/9/1442].** *Trước đây Thổ quan châu An Bình Quảng Tây Triệu Nhân Chính tâu rằng bị Thổ quan châu Tư Lang Giao Chỉ Nông Nguyên Hồng xâm chiếm đất đai; giết cùng cướp người và súc vật. Sai bọn Cấp sự trung Thang Đỉnh đến Giao Chỉ hỏi lý do. Nguyên Hồng xưng ngược lại rằng bị Nhân Chính chiếm đất, cướp người. Bộ Binh tâu xin sắc dụ quan Tổng binh Quảng Tây Liễu Đoàn điều tra kẻ nào thực, kẻ nào dối. Nên sắc dụ nước An Nam cho người đưa Nguyên Hồng đến ngay chỗ tranh chấp để hội khám và xét hỏi. Thiên tử chấp nhận.*" (**Minh Thực Lục Quan hệ Trung Quốc Việt Nam**, tập 3, trang 30)

Tháng giêng năm Thiệu Bình thứ 6 [15/1-13/2/1439], bộ tộc Cầm Man (2) đem người Ai Lao vào cướp nơi biên giới; nhà vua tự làm tướng đi đánh dẹp:

"*Kỷ Mùi, Thiệu Bình năm thứ 6* [1439], (Minh Chính Thống năm thứ 4). Mùa xuân, tháng giêng, vua thân đi đánh các châu Phục Lễ. Bọn man họ Cầm nhiễu hại dân biên giới, vua sai tướng đi hỏi tội chúng. Ai Lao tin nghe bọn man họ Cầm là Cương Nương, sai tên Nữu Hoa của chúng dẫn hơn 3 vạn binh tướng sang giúp, lấn cướp các châu Phục Lễ. [52a] *Vua thân hành dẫn 6 quân đi đánh.*" **Toàn Thư**, Bản Kỷ, quyển 11, trang 51b

Tháng 3 [14/4-12/5/1439] ra quy định thống nhất về tiền đồng, vải, lụa và giấy:

"Tháng 3, ra lệnh quy định số đồng của 1 tiền, kích thước dài nhắn của vải lụa và quy cách của tờ giấy viết. Hễ tiền đồng thì 60 đồng là 1 tiền, lụa lĩnh thì mỗi tấm dài 30 thước, rộng 1 thước 5 tấc trở lên, vải gai nhỏ mỗi tấm dài 24 thước, rộng 1 thước 3 tấc trở lên, vải tơ chuối thì mỗi tấm dài 24 thước, vải bông thô mỗi tấm dài 22 thước, giấy thì tính 100 tờ." **Toàn Thư**, Bản Kỷ, quyển 11, trang 52a.

Tháng 10 [7/11-5/12/1439], Hoàng tử Nghi Dân sinh; tháng 11 [6/12/1439-4/1/1440] ra lệnh đại xá, đổi niên hiệu Đại Bảo vào năm sau:

"Mùa đông, tháng 10, hoàng tử Nghi Dân sinh.

Tháng 11, đại xá, đổi niên hiệu. Lấy tháng giêng năm sau làm Đại Bảo năm thứ 1. Đại xá thiên hạ. Những người 70 tuổi trở lên được thưởng tước 1 tư và cho ăn tiệc." **Toàn Thư**, Bản Kỷ, quyển 11, trang 52b.

Ngày mồng một tháng giêng năm Canh Thân [1440] đổi niên hiệu là Đại Bảo. Tiếp đến trong tháng nhà Vua đích thân mang quân đánh viên thổ tù phản nghịch Hà Tông Lại, đến ngày 20 chém được tên này. Ngày 21, lập con trưởng Nghi Dân làm Hoàng thái tử:

"Canh thân, Đại Bảo năm thứ 1, (Minh Chính Thống năm thứ 5). Mùa Xuân, tháng giêng, ngày mồng 1 [3/2/1440], *đổi niên hiệu.*

Vua đích thân đi đánh tên phản nghịch Hà Tông Lai ở huyện Thu Vật [huyện Yên Bình, Yên Bái], *thuộc Tuyên Quang.*

Ngày 19 [21/2/1440], bắt được Tông Mậu, con Tông Lai.

Ngày 20 [22/2/1440], chém được Hà Tông Lai rồi đem quân về. Dâng tù cáo thắng lợi ở Thái miếu.

Ngày 21 [23/2/1440], lập con trưởng là Nghi Dân làm Hoàng thái tử." **Toàn Thư**, Bản Kỷ, quyển 11, trang 52b.

Vào tháng 2, phía biên giới đông bắc bấy giờ thuộc tỉnh Quảng Đông; viên Tuần vũ nhà Minh tâu về triều rằng thời Tuyên Đức năm đầu [1426], tức giai đoạn Vua Lê Lợi kháng Minh, Thổ tù Hoàng Khoan theo Vua Lê, mang dân và đất quy phụ, nay xin kêu gọi trở về:

"***Ngày 29 tháng 2 năm Chính Thống thứ 5*** **[1/4/1440].** *Tuần vũ Quảng Đông Giám sát Ngự sử Chu Giám tâu rằng:*

'Dân châu Khâm bọn Hoàng Khoan làm phản theo An Nam; chiêu phủ năm này qua năm khác nhưng không phục. Xin sắc mệnh cho quan Đại thần tại triều đình bàn bạc gửi văn thư hứa miễn thuế lương thực nếu trở về với nghề nhiệp cũ; ngoài ra xin cử một Đô Chỉ huy thanh liêm được việc đến trấn thủ tại châu Khâm.

Thiên tử mệnh số thuế bọn Khoan thiếu, hãy ngưng lại không thu. Còn ra sắc dụ cho Tam ty Quảng Đông rằng:

'Con người ta không ai là không thích an lạc ghét khổ sở; bọn Khoan đều do các quan lại quận huyện tham bạo ngược đãi, bất đắc dĩ phải tìm kế tự toàn. Trẫm từ khi lên ngôi đến nay, lấy sự dưỡng dân làm chính sách; các ngươi là những người được tuyển chọn cẩn thận, hãy thể theo y trẫm, lấy lòng trung phủ dụ còn có thể cảm hóa được loài vật như cá, lợn huống gì là con người! Các ngươi mỗi người hãy cử quan cao cấp một viên, cùng với Tuần vũ, Án sát, Ngự sử thân đến

chiêu dụ; chỉ dùng những lời tử tế cảm hóa, bọn chúng nhớ ơn vui lòng khâm phục, khiến dân được yên. Lại ban một đạo sắc dụ bọn Khoan, giao các ngươi đưa đi. Khâm châu là nơi quan trọng, hãy bàn bạc chọn trong đám Đô Chỉ huy một tay lão thành thanh liêm, được việc đến trấn thủ; không được phép sinh sự." (**Minh Thực Lục Quan hệ Trung Quốc Việt Nam**, tập 3, trang 23)

Quan lại tại Quảng Đông tìm mọi cách chiêu dụ, nhưng Hoàng Khoan quyết không trở về. Nhà Minh khảo sách địa lý, cho rằng trong giai đoạn Tuyên Đức năm đầu [1426] An Nam đã chiếm số lớn đất châu Khâm, bộ binh đề nghị khi nào sứ giả An Nam đến, sẽ yêu cầu trả lại:

*"**Ngày 15 tháng 10 năm Chính Thống thứ 5** [9/11/1440]. Dân châu Khâm, Quảng Đông là bọn Hoàng Khoan từ năm đầu Tuyên Đức [1426] dụ dỗ cư dân hơn 290 hộ cùng ruộng đất, hiến cho An Nam. Trước đây đã sắc cho Tuần phủ, Án sát, Ngự sử cùng các quan tại Tam ty mang sắc phủ dụ, nhưng bọn Khoan không tuân. Khảo xét chí thư về châu này, từ khi Hán Mã Viện bình định xong, lấy Đồng Trụ làm giới hạn phía tây nam, Phân Mao Lãnh giới hạn phía tây bắc; trong vòng giới hạn đó từ thời Hán Vũ đế đến nay đều lệ thuộc châu Khâm. Nay trong vòng Phân Mao Lãnh hơn hơn 300 dặm, trong vòng Đồng Trụ hơn 200 dặm đều do An Nam xâm lấn. Nếu như ban sắc dụ Vương An Nam trả lại đất đã xâm lấn, thì không cần phải gọi dân về, vì đã được trả lại!*

Bộ Binh bàn định như sau:

"Nên đợi đến ngày nước An Nam sai sứ triều cống sẽ ban sắc cho Quốc vương nước này trả lại đất đã xâm lấn. Vẫn hiểu dụ bọn Khoan rằng nếu tình nguyện đem gia đình trở về

sẽ được tha tội. Sắc cho lực lượng phòng thủ, không được xâm nhiễu gây hấn nơi biên giới."

Được Thiên tử chấp thuận." (**Minh Thực Lục Quan hệ Trung Quốc Việt Nam**, tập 3, trang 24)

Vào tháng 3 năm sau, nhân Sứ thần An Nam Lê Quyến đến cống, Vua Anh Tông nhà Minh gửi sắc cho Vua Lê Thái Tông đòi phần đất Hoàng Khoan đã giao cho nước ta, bảo đất này thuộc 2 đô Thiếp Lãng, Như Tích; nhưng phía ta không đáp ứng. Mãi cho đến năm Gia Tĩnh thứ 20 [29/4/1541] Mạc Đăng Dung đem đất này nhượng cho nhà Minh:

"***Ngày 8 tháng 3 năm Chính Thống thứ 7*** **[18/4/1442]**

Sứ thần An Nam Lê Quyến từ giã bệ rồng. Mệnh ban cho Quốc vương Lê Lân sắc; cùng ban mũ dạ, khăn đội đầu, y phục dệt kim. Sắc như sau:

"Trẫm phụng mệnh trời, coi dân bốn cõi, hải nội hải ngoại đều là con đỏ của triều đình, muốn mọi nơi được an sinh lạc nghiệp, không trái với tính trời. Tiên Hoàng đế nước ta, thể theo bụng Hoàng thiên, dẹp bỏ việc binh, thương xót dân, muốn thiên hạ được nghỉ ngơi, nên đã mệnh cha ngươi quyền coi việc quốc sự, cai trị dân một phương. Ta theo chí của người đời trước, phong ngươi làm An Nam Quốc vương để kế thừa cha ngươi, đó cũng thể theo đạo trời, với lòng nhân thương người vậy.

Năm trước Hoàng Kim Quảng, người châu Khâm, phủ Liêm Châu, Quảng Đông bị người nước ngươi dụ dỗ, ngu muội làm điều sai quấy xưng hai đô Thiếp Lãng, Như Tích xưa thuộc An Nam. Lấy lời sàm mê hoặc cha ngươi, nên cha ngươi cho lập vệ đặt quân tại thôn Nha Cát. Bắt ép 281 hộ phải theo, xâm chiếm cương vực, dụ hiếp nhân dân, việc này do người dưới tại nước ngươi làm, cha con ngươi không biết được.

Phàm 281 hộ, chẳng đáng gây thiệt hại nơi này, để có ích nơi khác; nhưng trọng tín nghĩa không thể dối trời; sắc đến sai bọn Hoàng Khoan 281 hộ, giao cho châu Khâm quản lý. Tội trạng cũng tha không hỏi đến, vệ đã lập hãy bỏ đi như cũ, để thể hiện đạo kính trời thờ nước lớn, ngươi sẽ được hưởng phúc mãi mãi. Khâm thử!" (**Minh Thực Lục Quan hệ Trung Quốc Việt Nam**, tập 3, trang 24)

Vào tháng 3, Vua mang quân đánh thổ quan Nghiễm làm phản tại trấn Gia Hưng thuộc vùng Hòa Bình, Sơn La ngày nay; đến tháng 5 viên thổ quan dâng đồ cống, nên mang quân trở về. Tháng 6, phong cho Ngô Thị Ngọc Giao, mẹ Vua Lê Thánh Tông triều đại sau, làm Tiệp dư:

"*Tháng 3* [2/4-30/4/1440], *vua thân đi đánh viên thổ quan phản nghịch tên là Nghiễm ở châu Thuận Mỗi, trấn Gia Hưng* [Hòa Bình, Sơn La]. *Tuyển tráng đinh bổ sung quân ngũ. Làm sổ hộ tịch.*

Mùa hạ, tháng 5, ngày 15 [14/6/1440], *vua đem quân từ châu Thuận Mỗi trở về, vì tên Nghiễm dâng trâu và voi* [53b] *xin hàng, và vì đương mưa nắng dữ.*

Tháng 6 [29/6/27/7/1440], *sách phong Ngô thị làm Tiệp dư, được ở cung Khánh Phương, tức Quang thục Hoàng thái hậu sau này"***Toàn Thư**, Bản Kỷ, quyển 11, trang 53a.

Vào tháng 3 năm Đại Bảo thứ 2 [23/3-20/4/1441] nhà Vua lai mang quân đánh Thổ quan Nghiễm, bắt sống các con, cuối cùng Nghiễm ra hàng:

"*Tháng 3, vua đi lại đánh tên phản nghịch Nghiễm ở châu*

Thuận Mỗi, bắt sống viên tướng Ai Lao là Đạo Mông cùng vợ con nó ở động La (3), lại bắt được con của tên Nghiễm là Sinh Tượng và Chàng Đồng. Nghiễm kế cùng ra hàng. Vua bèn đem quân về, dâng tù báo thắng trận ở Thái Miếu." **Toàn Thư**, Bản Kỷ, quyển 11, trang 53a.

Năm ngoái phong Nghi Dân làm Thái tử; năm nay Vua không bằng lòng mẹ Nghi Dân, nên giáng bà xuống làm dân thường; cũng vì việc này Nghi Dân bị mất chức Thái tử:

"Giáng Dương Thị Bí xuống làm thứ nhân.

Trước đây, Dương Thị Bí sinh con là Nghi Dân. Vua lập làm Thái tử. Dương Thị Bí cậy thế, càng lăng loàn kiêu căng. Vua vẫn nín nhịn bao dong, giáng xuống làm Chiêu nghi, muốn cho thị sửa bỏ lỗi lầm. Nhưng Dương Thị Bí lại càng hằn học trong lòng, không kiêng nể gì nữa. Vua cho là Dương Thị Bí đã cố tình như vậy, thì con thị đẻ ra chưa chắc đã là người khá, mới giáng xuống làm người đàn bà thường, rồi xuống chiếu nói cho thiên hạ biết là ngôi Thái tử chưa định." **Toàn Thư**, Bản Kỷ, quyển 11, trang 53b.

Tháng 5 Hoàng tử Bang Cơ tức Vua Lê Nhân Tông sinh. Ra lệnh tuyển con gái đẹp; rồi đến tháng 8 cho tuyển chọn tại sân điện:

"Mùa hạ, tháng 5, ngày Giáp Tuất mồng 9 [28/5/1441], *hoàng tử Bang Cơ Sinh. Ra lệnh chỉ tuyển con gái đẹp ở các huyện.*

Mùa thu, tháng 8 [17/8-14/9/1441], *tuyển chọn con gái đẹp ở sân điện. Bắt giam hạng đàn bà ngỗ nghịch, đó là làm theo kế của Nguyễn Thị Lộ* [Thị Lộ là vợ của Nguyễn Trãi]." **Toàn Thư**, Bản Kỷ, quyển 11, trang 54a.

Tháng 10, sai sứ sang nhà Minh nạp cống. Tháng 11, lập Hoàng tử Bang Cơ mới sinh 5 tháng làm Hoàng thái tử; phong Hoàng thái tử Nghi Dân làm Lạng sơn vương:

"*Mùa đông, tháng 10* [15/10-13/11/1441], *sai sứ sang nhà Minh: Nội mật viện phó sứ Nguyễn Nhật Thiêm, Tri nội mật viện phó sứ Nguyễn Hữu Quang, Thiêm tri Thẩm hình viện Đào Mạnh Cung sang nộp cống hằng năm. Lê Thận sang xin mũ áo.* [54b]

Tháng 11, ngày 16 [29/11/1441], *lập Hoàng tử Bang cơ làm Hoàng thái tử.*

Xuống chiếu rằng: "Đặt Thái tử để vững gốc rễ, lập con đích để chính danh phận. Đó là mưu xa của xã tắc, kế lớn của quốc gia. Hoàng tử Bang Cơ thể chất vàng ngọc, tư thái anh minh, vừa có uy vọng của một bậc quân vương, lại đúng danh phận là con đích tôn quý. Vậy sai Nhập nội đại đô đốc Lê Liệt mang sắc mệnh lập làm Hoàng thái tử.

Hoàng thái tử Nghi Dân phong làm Lạng Sơn Vương, hoàng tử Khắc Xương phong làm Tân Bình Vương." **Toàn Thư**, Bản Kỷ, quyển 11, trang 54a.

Vua Chiêm Thành, Chiêm Bà Đích Lại trị vì trong thời gian dài khoảng 40 năm, đến nay mất; người cháu là Ma Ha Bí Cai lên thay:

"***Ngày 14 tháng 6 năm Chính Thống thứ 6*** [2/7/1441]. *Quốc vương Chiêm Thành Chiêm Bà Đích Lại mất; cháu là Ma Ha Bí Cai lãnh di mệnh lên thay. Bèn sai người cháu của Vương là bọn Thuật Đề Côn dâng biểu, triều cống sản phẩm địa phương cùng xin được nối ngôi.*" (**Minh Thực Lục Quan hệ Trung Quốc Việt Nam**, tập 3, trang 25)

Tháng giêng năm Đại Bảo thứ 3 cho xây cung điện mới; tháng 2 bọn Sứ thần Nguyễn Điền đến Bắc Kinh tiến cống; tháng 3 mở kỳ thi Hội đầu tiên dưới triều Lê, xây bia, lấy 33 Tiến sĩ; trong đó có sử gia Ngô Sĩ Liên:

"*Nhâm Tuất, Đại Bảo năm thứ 3* [2/1442], *(Minh Chính Thống năm thứ 7). Mùa xuân, tháng giêng* [11/2-11/3/1442], *làm cung điện mới.*" **Toàn Thư**, Bản Kỷ, quyển 11, trang 55a.

"***Ngày 11 tháng 2 năm Chính Thống thứ 7*** **[22/3/1442].** *Quốc vương An Nam Lê Lân sai bọn Bồi thần Nguyễn Điền dâng biểu, triều cống các vật như vàng, bạc, khí mãnh. Ban yến, cùng ban cho các vật như lụa thải* (4), *có sai biệt.*" (**Minh Thực Lục Quan hệ Trung Quốc Việt Nam**, tập 3, trang 27)

"*Tháng 3* [11/4-9/5/1442], *tổ chức thi hội cho sĩ nhân trong nước. Cho bọn Nguyễn Trực, Nguyễn Như Đổ, Lương Như Hộc 3 người đỗ tiến sĩ cập đệ* (5); *bọn Trần Văn Huy 7 người đỗ tiến sĩ xuất thân* (5); *bọn Ngô Sĩ Liên 23 người đỗ đồng tiến sĩ xuất thân* (5). *Lại sai soạn văn bia, dựng bia ghi tên các tiến sĩ. Bia tiến sĩ bắt đầu có từ đây.*" **Toàn Thư**, Bản Kỷ, quyển 11, trang 55a.

Tháng 4, bọn phản loạn Vi Lang Sa từ Vân Nam chạy trốn sang biên giới, bị nước Đại Việt bắt trả cho nhà Minh; vào tháng 7 Hoàng tử Tư Thành, tức Vua Lê Thánh Tông sinh:

"***Ngày 12 tháng 4 năm Chính Thống thứ 7*** **[21/5/1442].** *Bọn Tổng đốc quân vụ Vân Nam,Thượng thư bộ Binh kiêm Đại lý tự khanh Vương Tập tâu:*

"Chúng thần sai bọn Chỉ huy sứ Vạn Thành, vệ Lâm An, Vân Nam dẹp bọn phản loạn Vi Lang La; đánh tan trại giặc, bắt vợ con họ hàng mấy người. Lang La chạy trốn sang An

Nam; bị Quốc vương Lê Lân sai lính bắt cho vào cũi giải đến doanh trại tại thành, rồi cho hành quyết. Dư đảng 4000 người tuân theo sự chiêu dụ, trở về với nghiệp cũ." (**Minh Thực Lục Quan hệ Trung Quốc Việt Nam**, tập 3, trang 30)

"*Mùa thu, tháng 7, ngày 20 [25/8/1442], Hoàng tử Tư Thành sinh.*" **Toàn Thư**, Bản Kỷ, quyển 11, trang 55a.

Tháng 8, vua đến thăm vườn vải tại huyện Gia Bình, Bắc Ninh; đêm đó có Nguyễn Thị Lộ vợ bé quan Thừa chỉ Nguyễn Trãi hầu hạ; rồi nhà Vua chết đột ngột. Đình thần cho rằng Thị Lộ giết vua, nên Nguyễn Trãi bị can tội tru di 3 họ; triều đình bèn lập Thái tử Bang Cơ mới 2 tuổi lên ngôi, miếu hiệu là Nhân Tông:

"*Tháng 8, ngày mồng 4 [7/9/1442], vua về đến vườn Vải huyện Gia Định (6), bỗng bị bạo bệnh rồi băng. Trước đây, vua thích vợ của Thừa chỉ Nguyễn Trãi là Nguyễn Thị Lộ, người rất đẹp, văn chương rất hay, gọi vào cung phong làm Lễ nghi học sĩ, ngày đêm hầu bên cạnh. Đến khi đi tuần miền đông, xa giá về tới vườn Vải, xã Đại Lại, ven sông Thiên Đức, vua thức suốt đêm với Nguyễn Thị Lộ rồi băng, các quan bí mật đưa về.*

Ngày mồng 6 [9/9/1442] về tới kinh, nửa đêm đem vào cung rồi mới phát táng. Mọi người đều nói là Nguyễn Thị Lộ giết vua.

Ngày 12 [15/9/1442], đại thần là bọn Trịnh Khả, Nguyễn Xí, Lê Thụ nhận di mệnh cùng với bọn Lê Liệt, Lê Bôi tôn Hoàng thái tử Bang Cơ lên ngôi. Lúc ấy, vua mới 2 tuổi. Lấy năm sau làm Thái Hòa năm thứ 1.

Ngày 16 [19/9/1442], giết Hành khiển Nguyễn Trãi và vợ là Nguyễn Thị Lộ, bắt tội đến ba họ. Trước đây, Nguyễn Thị Lộ ra vào cung cấm, Thái Tông trông thấy rất ưa, liền cợt nhả với thị. Đến đây, vua đi tuần về miền đông, đến chơi nhà Trãi rồi bị bạo bệnh mà mất, cho nên Trãi bị tội ấy.

Tháng 9, ngày 9 [12/10/1442], giết bọn hoạn quan Đinh Phúc, Đinh Thắng, vì khi Nguyễn Trãi sắp bị hành hình có nói là hối không nghe lời của Thắng và Phúc." **Toàn Thư**, Bản Kỷ, quyển 11, trang 55b.

Trong tháng 10 [3/11-1/12/1442], cử 4 phái đoàn sang Trung Quốc với các nhiệm vụ: tạ ơn ban cho y phục; nêu ý kiến về việc nhà Minh đòi đất tại châu Khâm; báo tang Vua Thái Tông mất, cầu phong cho Vua Nhân Tông. Đến tháng chạp, phái đoàn Nguyễn Thúc Huệ đến Bắc Kinh:

"Mùa đông, tháng 10, sai sứ sang nhà Minh: Hải Tây đạo đồng tri Nguyễn Thúc Huệ và Thẩm hình viện thiêm tri Đỗ Thì Việp sang tạ ơn cho áo mũ. Thị ngự sử Triệu Thái tâu việc địa phương Khâm Châu. Bọn Tham tri Nguyễn Đình Lịch, Phạm Du sang báo tang. Tham tri Lê Truyền, Đô sự Nguyễn Văn Kiệt, Ngự tiền học sinh cục trưởng Nguyễn Hữu Phu sang cầu phong." **Toàn Thư**, Bản Kỷ, quyển 11, trang 56b.

***"Ngày 19 tháng 12 năm Chính Thống thứ 7** [19/1/1443]. Nước An Nam sai bọn Bồi thần Nguyễn Thúc Huệ đến triều cống sản phẩm địa phương. Ban yến cùng các phẩm vật như lụa, có phân biệt."* (**Minh Thực Lục Quan hệ Trung Quốc Việt Nam**, tập 3, trang 31)

Vào ngày 16 tháng 10 [18/11/1442], an táng Vua Lê Thái Tông tại Hựu Lăng, Lam Sơn, Thanh Hoá, bên cạnh lăng Vua Lê Thái Tổ; sai Hàn lâm viện Nguyễn Thiên Tích soạn văn bia:

"Sai hàn Lâm viện thị độc học sĩ kiêm tri ngự tiền học sinh

cục cận thị chi hậu Nguyễn Thiên Tích soạn bài văn bia Hựu Lăng.

Ngày 16 [18/11/1442], *táng Đại Hành Hoàng đế phía bên tả Vĩnh Lăng ở Lam Sơn gọi là Hựu Lăng. Dâng tôn hiệu là Kế Thiên Thể Đạo Hiển Đức Thánh Công Khâm Minh Văn Tư Anh Duệ Triết Chiêu Hiến Kiến Trung Văn Hoàng Đế, miếu hiệu là Thái Tông.*" **Toàn Thư**, Bản Kỷ, quyển 11, trang 56b.

Chú thích:

1. Thái Bình: Sự việc xảy ra tại các châu An Bình, Tư Lăng thuộc phủ Thái Bình, Quảng Tây.

2. Cầm Man: Theo **Hưng Hóa lục** của Hoàng Trọng Chính, thì các châu Phù Yên [Sơn La], Sơn La [Sơn La], Tuần Giáo [Sơn La] và Mai Sơn [Sơn La], hồi đầu Lê, đều là các động, giáp giới với Ai Lao và liền với châu Phục Lễ. Họ Cầm nối đời làm phụ đạo; có lẽ Cầm Man ở đó.

3. Động La: Tức Mường La, ở Sơn La.

4. Lụa thải: hàng tơ lụa 5 sắc.

5. Tiến sĩ cập đệ, xuất thân, đồng xuất thân: Sách Tống sử chép: Tống Chân Tông định điều lệ thi tiến sĩ, chia người đỗ làm 5 bậc: Bậc nhất, bậc nhì là cập đệ; bậc ba là xuất thân; bậc bốn, bậc năm là đồng xuất thân.

6. Vườn vải huyện Gia Định: Nguyên Văn là Lệ Chi Viên. Huyện Gia Định, sau là huyện Gia Bình, tỉnh Bắc Ninh.

92.
Vua Lê Nhân Tông [1443-1459] (1)

Vua Nhân Tông tên húy Bang Cơ, con thứ ba của Thái Tông, mẹ là Tuyên Từ hoàng thái hậu Nguyễn Thị Anh, người làng Bố Vệ, huyện Đông Sơn, Thanh Hoá. Vua sinh ngày mồng 9 tháng 6 năm Tân Dậu Đại Bảo thứ 2 [27/6/1441]; ngày 16 tháng 11 [29/11/1441] lập làm Hoàng thái tử. Ngày 12 tháng 8 năm Đại Bảo thứ 3 [15/9/1442], đại thần là bọn Trịnh Khả, Nguyễn Xí, Lê Thụ nhận di mệnh cùng với bọn Lê Liệt, Lê Bôi tôn lên ngôi, lúc ấy Vua mới 2 tuổi; lấy năm sau làm Thái Hòa năm thứ 1.

Mở đầu kỷ nguyên Thái Hòa năm thứ nhất [1443], bấy giờ vua lên mới 3 tuổi, nên Thái hậu Nguyễn Thị Anh coi chính sự, quyết đoán việc nước. Xuống chiếu cầu lời nói thẳng, để sửa chữa những chỗ thiếu sót:

"Mùa xuân, tháng giêng, ngày mồng 8 [7/2/1443], giờ Dậu [15-17 giờ], có sao sa ở phương nam. Bấy giờ vua mới ba tuổi, nên Thái hậu buông rèm coi chính sự nắm quyền đoán việc nước.

Tháng 2, ngày mồng 2 [3/3/1443], xuống chiếu rằng:

'Mới rồi trời hiện điềm tai biến như sao sa, động đất. Trẫm rất lo sợ, suy nghĩ nguyên nhân tai biến, không biết bởi đâu. Có phải vì trẫm mới cầm quyền, chưa biết giảm nhẹ

lao dịch thuế khóa, có điều không lợi cho dân không? Hay là phụ quốc đại thần điều hòa trái lẽ nên khí âm dương không hài hòa mà đến thế chăng? Hay là việc ngục tụng không công bằng, hối lộ công khai, xử án còn nhiều oan uổng mà đến nỗi thế chăng? Hay là chức thú lệnh chưa được người giỏi, làm bừa trái phép, nhiễu hại dân chúng mà đến nỗi thế chăng? Hay là bọn cung nữ oán hờn chưa thả chúng ra nên hại tới hòa khí mà đến nỗi thế chăng? Có phải là bọn gièm pha âm mưu xảo quyệt, để công thần chịu oan khuất chưa được rửa oan mà đến nỗi thế chăng? Hay là vì bày việc thổ mộc, xây dựng cung điện chăng? Kẻ tiểu nhân được tiến dùng, còn người quân tử phải lui ẩn chăng? Đường nói năng bịt kín mà ơn trên bị che lấp chăng? Bọn phi tần lộng hành mà cửa sau bỏ ngỏ chăng? Lệnh cho khắp quan lại, quân dân, đều phải hết lòng bày tỏ những điều có thể xoay được lòng trời, dập hết tai biến, hãy thẳng thắn nói ra, chớ nên ẩn dấu, để giúp trẫm sửa những điều thiếu sót". **Toàn Thư**, Bản Kỷ, quyển 11, trang 58a.

Vào tháng 10 năm ngoái [3/11-1/12/1442] sứ bộ Lê Truyền sang nhà Minh cống và xin sách phong. Sứ bộ đến Bắc Kinh vào tháng giêng năm nay [31/1-1/3/1443], lưu lại trong vòng 4 tháng; đến tháng 5 [29/5-26/6/1443] Vua Anh Tông nhà Minh sai các Sứ thần Tống Kiệt, Tiết Khiêm mang sắc phong Vua Nhân Tông làm An Nam Quốc vương. Đến ngày 25 tháng 11 [16/12/1443], đến nước ta làm lễ sắc phong; rồi hôm sau, ngày 26 triều đình sai sứ bộ Trình Dục sang nhà Minh tạ ơn:

"***Ngày 19 tháng giêng năm Chính Thống thứ 8*** **[18/2/1443]**. *Lê Tuấn, con Quốc vương An Nam Lê Lân, sai bọn Bồi thần Lê Truyền đến triều cống vàng, bạc, khí mãnh,* *sản phẩm địa phương. Ban cho các vật như lụa là, có phân biệt.*" (**Minh Thực Lục Quan hệ Trung Quốc Việt Nam**, tập 3, trang 3)

"***Ngày 20 tháng 4 năm Chính Thống thứ 8*** [19/5/1443]. *Lê Tuấn, con dòng vợ lớn của cố Quốc vương An Nam Lê Lân, sai bọn Bồi thần Lê Truyền mang tấu biểu của người trong nước xin phong cho Tuấn cùng cống các sản phẩm địa phương. Ban yến cùng lụa là, y phục và các vật khác.*" (**Minh Thực Lục Quan hệ Trung Quốc Việt Nam**, tập 3, trang 32)

"***Ngày 20 tháng 5 năm Chính Thống thứ 8*** [17/6/1443]. *Sai Quang lộc Tự thiếu khanh Tống Kiệt, Binh khoa Cấp sự trung Tiết Khiêm làm Chánh Phó sứ cầm phù tiết (1) sách phong Tuấn* [vua Lê Nhân Tông], *con cố Quốc vương Lê Lân rằng:*

"*Cha ngươi từ khi được sắc phong đến nay, đội ơn tiên triều, chăm lo chức cống, Trẫm đã từng khen. Mới đây nhận cáo tang, thực đáng thương tiếc. Nay đặc cách phong ngươi làm Quốc vương An Nam, để thờ phụng tổ tông, cai trị người trong nước. Ngươi cần theo điều thiện, tu đức, tin dùng những người kỳ cựu, thân cận người hiền lương, kính cẩn thờ nước lớn, dùng lòng nhân để bao bọc kẻ dưới, không kiêu mạn, để cơ đồ được bền vững, đáp ứng mệnh lớn của triều đình. Lại ban chiếu dụ người trong nuớc đồng lòng phụ giúp Tuấn bảo vệ lãnh thổ; vĩnh viễn hưởng phúc thái bình.*" (**Minh Thực Lục Quan hệ Trung Quốc Việt Nam**, tập 3, trang 33)

"*Ngày 25 tháng 11* [16/12/1443], *nhà Minh sai Chánh sứ Quang lộc tự thiếu khanh Tống Kiệt, Phó sứ là Binh khoa đô cấp sự trung Tiết Khiêm sang phong Vua làm An Nam Quốc vương,"* **Toàn Thư**, Bản Kỷ, quyển 11, trang 59b.

"Ngày 26 [17/12/1443], sai Tham tri bạ tịch Trình Dục, Nội mật viện chánh chưởng Trình Thanh, Hàn lâm viện trực học sĩ Nguyễn Khắc Hiếu sang nhà Minh tạ ơn việc sách phong." **Toàn Thư**, Bản Kỷ, quyển 11, trang 59b.

Cũng vào dịp tháng 10 [3/11-1/12/1442] năm ngoái, phái bộ Nguyễn Thúc Huệ sang tạ ơn về việc ban cho Vua áo mũ; vào tháng 3 năm nay đến Bắc Kinh, đều được đón tiếp:

"Ngày 8 tháng 3 năm Chính Thống thứ 8 **[7/4/1443].** *Quốc vương An Nam sai bọn Bồi thần Nguyễn Thúc Huệ cống sản phẩm địa phương. Ban cho lụa, đoạn (2), y phục, bạc nén, hài, vớ; có phân biệt."* (**Minh Thực Lục Quan hệ Trung Quốc Việt Nam**, tập 3, trang 31)

Lại còn phái bộ Nguyễn Đình Lịch, cũng khởi hành tại nước ta từ tháng 10 năm ngoái [3/11-1/12/1442], sang nhà Minh cáo tang; đến tháng 3 chuẩn bị trở về nước:

"Ngày 25 tháng 3 năm Chính Thống thứ 8 24/4/1443. *Bọn Sứ thần An Nam Nguyễn Đình Lịch trở về nước. Ban cho lụa thải, đoạn, quyên và tiền giấy, có sai biệt."* (**Minh Thực Lục Quan hệ Trung Quốc Việt Nam**, tập 3, trang 32)

Tại trong nước, vào tháng 3, ban bố tên húy của Vua và Thái hậu; tháng 6, lấy mồng 9 ngày sinh của Vua, làm ngày Hiến thiên khánh tiết:

"Tháng 3, ngày 16 [15/4/1443], *ban bố hai chữ húy. Tên vua là Cơ, tên húy của Hoàng thái hậu là Anh, cùng miếu húy gồm 7 chữ.*

Tháng 6, lấy ngày sinh [27/6/1441] *làm Hiến Thiên thánh tiết."* **Toàn Thư**, Bản Kỷ, quyển 11, trang 59a.

Sau khi phái bộ Nguyễn Đình Lịch cáo tang; vào tháng 11 nhà Minh sai Chánh sứ Trình Cảnh sang điếu tế Vua Thái Tông. Đến ngày 16 cùng tháng, triều đình sai bọn Ngự Sử Hà Phủ sang nhà Minh tạ ơn; vào tháng 4 năm sau đến nơi, được đãi yến và ban cấp vải vóc:

"*Tháng 11, nhà Minh sai chánh sứ Hành nhân ty hành nhân Trình Cảnh sang tế.*

Ngày 16 [7/12/1443], *sai bọn Ngự sử trung thừa là Hà Phủ, Hàn lâm viện tri chế cáo Nguyễn Như Đỗ, Ngự tiền học sinh cục trưởng Lương Như Hộc sang tạ ơn nhà Minh sang tế.*" **Toàn Thư**, Bản Kỷ, quyển 11, trang 59b.

"***Ngày 29 tháng 4 năm Chính Thống thứ 9*** **[16/5/1444].** *Quốc vương An Nam Lê Tuấn sai bọn Bồi thần Hà Phủ đến triều cống vàng, bạc, khí mãnh, phương vật. Mệnh đãi yến, cùng ban lụa là, có phân biệt.*" (**Minh Thực Lục Quan hệ Trung Quốc Việt Nam**, tập 3, trang 36)

Vào tháng giêng năm Thái Hòa thứ 2 [20/1-18/2/1444], cho tuyển thêm lính, chọn người có học bổ làm thuộc lại, lập sổ hộ tịch:

"*Giáp Tý, Thái Hòa năm thứ 2 (Minh Chính Thống năm thứ 9). Mùa xuân, tháng giêng* [2/1444], *tuyển tráng đinh bổ vào quân ngũ.*

Thi chọn sĩ nhân bổ làm thuộc lại các ty.

Làm sổ hộ tịch.." **Toàn Thư**, Bản Kỷ, quyển 11, trang 59b.

Sứ bộ Trình Dục khởi hành từ năm trước [7/12/1443] sang nhà Minh tạ ơn sắc phong; vào tháng 5 năm nay đến kinh đô nhà Minh:

"***Ngày 5 tháng 5 năm Chính Thống thứ 9*** **[22/5/1444].**

Quốc vương An Nam Lê Tuấn sai bọn Bồi thần Trình Dục đến triều cống vàng, bạc, khí mãnh, cùng sản vật địa phương." (**Minh Thực Lục Quan hệ Trung Quốc Việt Nam**, tập 3, trang 36)

Cũng vào tháng 5 năm nay [18/5-15/6/1444], Vua Chiêm Thành Ma Ha Bí Cai mang quân đánh phá châu Hóa [Thừa Thiên]. Mong giành hậu thuẫn, trước đó Vua Chiêm sai sứ sang nhà Minh ngỏ ý muốn đánh An Nam để khôi phục đất đai trước kia bị xâm lấn; nhưng Vua Minh không bằng lòng, cho rằng đó không phải là điều phúc cho Chiêm Thành:

"***Ngày 8 tháng 5 năm Chính Thống thứ 8*** **[5/6/1443].** *Sắc dụ Quốc vương Chiêm Thành Ma Ha Bí Cai rằng:*

'Trước đây triều đình Vương được ban tế lễ, Vương được phong tước, bèn sai cháu là Dương Lạc Thôi dâng biểu và cống những sản phẩm địa phương tạ ân; thấy được lòng thành kính cẩn, mệnh quan ban thưởng và cho trở về. Từ nay về sau Vương nên kính trời, thờ nước lớn, che chở người dưới, theo ý cùng đối đãi chung một lòng nhân của Trẫm.

Lời tấu của Vương muốn khôi phục đất đai bị An Nam xâm lấn, nhưng từ hai đời trước cha ông Vương không đòi lại, là có lý do nào đó. Nay Vương mới lên ngôi nên lấy sự hòa mục với lân bang và giữ gìn cương vực làm đầu; hai bên tranh giành không phải là điều phúc cho người trong nước. Trẫm lấy những điều ân, tín, an bình để khuyên các nước; Vương hãy suy xét, cư xử thế theo ý Trẫm.'

Mệnh Dương Lạc Thôi mang lụa là, ngựa tốt thể theo lời xin để ban cho Vương cùng Vương phi." (**Minh Thực Lục Quan hệ Trung Quốc Việt Nam**, tập 3, trang 32)

"Mùa hạ, tháng 5 [18/5-15/6/1444], chúa Chiêm Thành là

Bí Cai vào cướp thành châu Hóa, cướp bắt nhân dân. Sai Nhập nội kiểm hiệu thái bảo Lê Bôi và Tổng quản Lê Khả đem 10 vạn quân đi đánh." **Toàn Thư**, Bản Kỷ, quyển 11, trang 60a.

Vào tháng 11 [10/12/1444-7/1/1445], sai sứ sang nhà Minh. Sứ bộ thứ nhất, lo nạp cống hàng năm; đến kinh đô Bắc Kinh vào ngày 23 tháng 4 [29/5/1445]. Sứ bộ thứ 2, do Tham tri Nguyễn Lan dẫn đầu, với nhiệm vụ biện bạch vùng đất tranh chấp tại biên giới tỉnh Quảng Ninh. Nguyên trước kia vào năm Chính Thống thứ 7 [18/4/1442] Vua Anh Tông gửi sắc thư đòi đất 2 đô Thiếp Lãng, Như Tích thuộc châu Khâm mà trước đó Hoàng Khoan đã giao cho nước ta. Nhưng phía ta không đáp ứng, mãi cho đến năm Gia Tĩnh thứ 20 [29/4/1541] Mạc Đăng Dung mới đem đất này nhượng cho nhà Minh:

"*Tháng 11* [10/12/1444-7/1/1445], *sai sứ sang nhà Minh. Tả thị lang Đào Công Soạn, Ngự tiền chấn lôi quân chỉ huy Lê Tạo nộp cống hằng năm. Đông đạo tham tri Nguyễn Lan tâu việc địa phương Khâm Châu."* **Toàn Thư**, Bản Kỷ, quyển 11, trang 60a.

"***Ngày 23 tháng 4 năm Chính Thống thứ 10*** **[29/5/1445].** *Quốc vương An Nam Lê Tuấn sai Bồi thần là bọn Đào Công Soạn đến triều cống vàng, bạc, khí mãnh; cùng các vật như tê giác, ngà voi, trầm hương. Đãi yến, ban lụa ỷ, y phục lụa thêu vàng, có phân biệt."* (**Minh Thực Lục Quan hệ Trung Quốc Việt Nam**, tập 3, trang 38)

Tháng giêng năm Thái Hòa thứ 3 [7/2-8/3/1445], đốc suất quân lính đào kênh tại Thanh Hoá:

"*Ất Sửu, Thái Hòa năm thứ 3, (Minh Chính Thống năm thứ 10). Mùa xuân, tháng giêng, sai các văn thần đốc suất quân lính các xứ trong nước đào kênh ở lộ Thanh Hoá.”* **Toàn Thư**, Bản Kỷ, quyển 11, trang 60a.

Tháng 4 [7/5-5/6/1445], Chiêm Thành vào cướp phá tại châu Hóa, Thừa Thiên, vào ngày 25 tháng 6 [29/7/1445] sai Lê Thận và Nguyễn Xí đi đánh. Trong tháng 6 [5/7-2/8/1445], phong Hoàng đệ Tư Thành, tức Vua Thánh Tông sau này, làm Bình nguyên vương:

“Mùa hạ, tháng 4, Chiêm Thành vào cướp thành An Dung của châu Hóa.

Tháng 6, phong hoàng đệ Tư Thành làm Bình Nguyên Vương.

Ngày 25, sai bọn nhập nội kiểm hiệu tư đồ bình chương sự Lê Thận, Nhập nội đô đốc Lê Xí đi đánh Chiêm Thành.” **Toàn Thư**, Bản Kỷ, quyển 11, trang 60a.

Tháng 10 [31/10-28/11/1445], quan Nhập nội Đô đốc Lê Xí sắp đi đánh Chiêm Thành thì bị cách chức:

“Nhà vua còn nhỏ tuổi, hoàng thái hậu coi giữ triều chính, cất nhắc những người thân thích họ hàng lên làm việc. Vì thấy Lê Xí không ăn cánh với mình, nên ghét bỏ ông. Bấy giờ có việc đi đánh Chiêm Thành, Xí đã vâng lĩnh mạng lệnh nhưng chưa đi, bị kẻ quyền thần tố cáo, buộc vào tội chết. Triều đình cho rằng Xí là bậc kỳ cựu, có công lao, đáng nên chiếu cố theo bát nghị [8 điều đáng bàn để được ân xá] *trong luật, vì vậy mới cho Xí được miễn chức, về nhà.”* **Cương Mục**, Chính Biên quyển 17.

Tháng chạp [29/12/1445-26/1/1446], sai quan Bình chương sự Lê Khả đi đánh Chiêm Thành:

“Tháng 12, sai Bình chương sự Lê Khả đem quân đi đánh

Chiêm Thành." **Toàn Thư**, Bản Kỷ, quyển 11, trang 61a.

Đây là cuộc hành quân lớn, vào ngày 22 tháng giêng năm Thái Hòa thứ 4 [17/2/1446] quân ta xuất phát 60 vạn quân, đi đánh:

"*Bính Dần, Thái Hòa năm thứ 4* [1446], *(Minh Chính Thống năm thứ 11). Mùa xuân, tháng giêng, đúng kỳ hội quân lớn, chọn người khoẻ mạnh đi đánh Chiêm Thành. Sai dân phu vận chuyển lương thực tới chứa ở huyện Hà Hoa* (3). *Ngày 22, sai bọn nhập* [61b] *nội đô đốc bình chương Lê Thụ, Lê Khả, Nhập nội thiếu phó tham dự triều chính Lê Khắc Phục đem hơn 60 vạn quân đi đánh Chiêm Thành. Vua thấy chúa Chiêm Thành là Bí Cai nhiều lần dốc quân cả nước vào cướp, cho nên sai đi đánh."* **Toàn Thư**, Bản Kỷ, quyển 11, trang 61a.

Vì hai nước Chiêm Thành và Đại Việt cùng liên lạc ngoại giao với nhà Minh; bởi vậy nhằm chuẩn bị dư luận, trước lúc đánh Chiêm Thành triều đình ta sai sứ bộ Trình Chân sang triều Minh tố cáo Chiêm Thành thường mang quân sang quấy phá. Cũng nhân dịp này, cử phái bộ Nguyễn Thúc Huệ trình bày việc tranh chấp giữa châu Tư Lang, Lạng Sơn và châu An Bình, Long Châu từ thời Vua Lê Thái Tông:

"*Tháng 2, ngày mồng 8* [5/3/1446], *sai sứ nhà Minh: Hải Tây đạo tham tri bạ tịch Nguyễn Thúc Huệ sang tâu việc địa phương Long Châu. Đồng tri Thẩm hình viện sự Trình Chân và Chuyển vận sứ huyện Thanh Oai Nguyễn Đình Mỹ sang tâu việc Chiêm Thành."* **Toàn Thư**, Bản Kỷ, quyển 11, trang 61b.

Sử nhà Minh xác nhận ngày 3/7/1446 phái bộ Nguyễn Thúc Huệ đến triều đình:

"Ngày 10 tháng 6 năm Chính Thống thứ 11 [3/7/1446]. *Quốc vương An Nam Lê Tuấn sai bọn Bồi thần Nguyễn Thúc Huệ đến triều đình tâu việc và cống sản vật địa phương. Ban yến cùng các vật như y phục bằng lụa có sai biệt."* (**Minh Thực Lục Quan hệ Trung Quốc Việt Nam**, tập 3, trang 38)

Riêng về Chiêm Thành, thời cuộc biến chuyển từng ngày, vào ngày 20/3/1446 quân ta chiếm Quảng Nam, Quảng Ngãi; ngày 20/5/1446 chiếm thành Chà Bàn, bắt sống Vua Chiêm Ma Ha Bí Cai, rồi cho người cháu là Ma Ha Quý Lai lên thay. Sau khi mọi việc đã rồi, Vua Minh vẫn chưa nhận được tin Ma Ha Bí Cai bị bắt; nên phản ứng chậm chạp hơn, bèn đem việc Sứ thần Trình Chân tâu rằng Chiêm Thành khinh nhờn Vua Đại Việt nhỏ tuổi thường mang quân đánh phá, rồi khuyên Chiêm Thành không nên gây hấn. Xét ra sứ bộ Trình Chân đã thu được thắng lợi ngoại giao, vì đã gây dấu ấn trong lòng Vua Minh về thành tích bất hảo của Ma Ha Bí Cai; nên sau khi biết tin y bị quân ta bắt sống, Vua Minh cũng không lên tiếng phản đối:

"Ngày 23 [20/3/1446], *các quân của bọn Lê Thụ đến các xứ Ly Giang* [Quảng Nam](4), *Đa Lang* (5), *Cổ Lũy* [Quảng Ngãi], *mở thông đường thủy, dựng đắp thành lũy để đánh nhau với giặc, phá tan giặc, thừa thắng đánh thẳng đến cửa biển Thi Nại* [Qui Nhơn] (6).

Mùa hạ, tháng 4, ngày 25 [20/5/1446], *các quân của bọn Lê Thụ tiến công thành Chà Bàn* [Qui Nhơn] *(7) phá tan quân giặc,* [62a] *bắt được chúa nó là Bí Cai và các phi tần, bộ thuộc, ngựa voi vũ khí, cùng các hàng tướng rồi đem quân về.*

Cháu thúc bá của vua Chiêm cũ Bố Đề là Ma Ha Quý Lai

đã đầu hàng từ trước, nay sai bề tôi là bọn Chế Cữu, Ma Thúc, Bà Bị sang chầu, dâng biểu xưng thần, xin cho lập làm vua.” **Toàn Thư**, Bản Kỷ, quyển 11, trang 61b.

***“Ngày 27 tháng 6 năm Chính Thống thứ 11* [20/7/1446].** *Sắc dụ Quốc vương Chiêm Thành Ma Ha Bí Cai rằng:*

“Gần đây Lê Tuấn Quốc vương An Nam sai Bồi thần bọn Trình Chân triều cống. Khi đến kinh đô tâu rằng Vương khinh lờn [Vương nước họ] *nhỏ tuổi mồ côi, nên mang quân xâm lăng 4 châu Thăng, Hoa, Tư, Nghĩa; nay lại đánh vây Hóa Châu mấy lần; giết cướp người, súc vật, của cải. Vương và nước An Nam đều nhận triều mệnh, được phong đất đã lâu, cương vực hai bên đều có định giới, sao lại hưng binh gây oán, trái với ý nghĩa hòa mục giữa lân bang! Người xưa nói rằng:”Người quân tử không vì lý do nuôi dưỡng người, để hại kẻ khác.” Vương từ nay hãy nghiền ngẫm ý này, giữ đúng lễ và bổn phận, nghiêm sức các Đầu mục giữ vững biên cương, nhưng không xâm nhiễu đất đai lân quốc, gây hoạn cho sinh linh rồi tự rước lấy họa. Đạo trời làm thiện gặp phước, làm ác gặp điều dữ; đó là lẽ thường, Vương tuân theo lời Trẫm.”*

Lại dụ Quốc vương An Nam Lê Tuấn cũng nên cho phòng bị nghiêm hơn, nhưng chớ ôm lòng báo thù, để hai bên được yên ổn, thể hiện ý cùng đối xử chung một lòng nhân của Trẫm.” (**Minh Thực Lục Quan hệ Trung Quốc Việt Nam**, tập 3, trang 41)

Tháng 6, đem Vua Chiêm Thành ra trước Thái Miếu làm lễ dâng tù. Tháng 9, lại sang sứ sang nhà Minh trình bày thêm việc năm ngoái Chiêm Thành vào cướp nước, nên phải mang quân đi đánh:

"Tháng 6 [24/6-23/7/1446], *đem chúa Chiêm Thành Bí Cai làm lễ dâng tù cáo thắng trận ở Thái miếu. Đại xá thiên hạ. Giữ chúa Chiêm Thành Bí Cai và ba người phi tần ở kinh sư. Sai sứ đi tìm những người Chiêm ở kinh thành từ trước trao cho tả hữu của vua Chiêm và các hàng tướng nước Chiêm cho về nước.*

Mùa thu, tháng 9, ngày 19 [9/10/1446], *sai Hải Tây tham tri bạ tịch Nguyễn Tông Nhân và Chính sự viện Đồng tham nghị Trịnh Hoẳng Nghị sang nhà Minh báo tin Chiêm Thành vào cướp năm trước."* **Toàn Thư**, Bản Kỷ, quyển 11, trang 62a.

Năm Thái Hòa thứ 5 [1447], Sứ thần Nguyễn Tông Nhân đến triều đình nhà Minh, được đãi yến 2 lần với Sứ thần các nước Java [Indonesia] và Triều Tiên:

"Ngày 15 tháng 12 năm Chính Thống thứ 11 [1/1/1447]. *Quốc vương An Nam Lê Tuấn sai Bồi thần Nguyễn Tông* [Nhân], *Quốc vương Trảo Oa* [Java] *sai Bồi thần Trần Ma Vật cống sản vật địa phương. Đãi yến, ban cho y phục bằng lụa có sai biệt."* (**Minh Thực Lục Quan hệ Trung Quốc Việt Nam**, tập 3, trang 43)

"Ngày 20 tháng 3 năm Chính Thống thứ 12 [5/4/1447]. *Quốc vương An Nam Lê Tuấn sai Bồi thần Nguyễn Tông* [Nhân],*; Quốc vương Triều Tiên Lý Đào sai bọn Bồi thần Lý Nhương dâng biểu; cống vàng, bạc, khí mãnh, trầm hương, ngà voi và các loại sản phẩm địa phương. Đãi yến, cùng ban cho các vật như lụa, y phục thêu vàng có phân biệt."* (**Minh Thực Lục Quan hệ Trung Quốc Việt Nam**, tập 3, trang 44)

Tháng 7 [12/8-9/9/1447], nhà Vua xuống chiếu cho các quan, tìm cách làm những điều có lợi cho dân. Riêng Vua

Chiêm Thành Ma Ha Quý Lai do nước Đại Việt lập, sai sứ tâu lên triều Minh, được Vua Anh Tông chấp nhận, phong làm Quốc vương:

"Mùa thu, tháng 7, xuống chiếu rằng:

'Nhận lỗi trách mình, duy bậc chí thành [62b] *mới có thể làm được; trừ tai cứu nạn, thực điều nhân chính phải đặt lên hàng đầu. Trẫm từ khi lên ngôi đến nay, thiên tai xảy ra luôn, dân chúng rất đói kém. Mới rồi, đã hạ lệnh cho các nha môn trình bày những điều có thể làm lợi cho quân dân để chọn lựa thi hành, nay lại thi hành, lệnh cho thải bớt các cung nữ bị giam cấm. Các đạo làm bản tâu trình bày những việc đau khổ của dân trong hạt".* **Toàn Thư**, Bản Kỷ, quyển 11, trang 62a.

"*Ngày 9 tháng 7 năm Chính Thống thứ 12* **[20/8/1447].** *Cháu của cố Quốc vương Chiêm Thành Chiêm Ba Đích Lại là Ma Ha Quý Lai sai bọn Sứ thần Bô Sa Phạ Chiêm Trì tâu rằng:*

"Khi tiên Vương thần ốm bệnh, đã phong thần làm Thế tử, muốn cho nối ngôi. Lúc bấy giờ thần tuổi còn nhỏ, chưa có thể trị nước được, nên nhường cho người cậu là Ma Ha Bí Cai. Sau đó Ma ha Bí Cai mấy lần mang binh đánh nước An Nam; Quốc vương An Nam sai tướng đến các xứ Cựu Châu [Quảng Ngãi], *Cổ Lũy* [Quảng Ngãi] *bắt giết trăm họ gần hết, Ma Ha Bí Cai cũng bị bắt. Thần dân trong nước cho rằng thần là cháu của tiên Vương, từ xưa đã có di mệnh, nên xin thần lên thay thế để coi việc nước. Thần từ chối, bị ép ba bốn lần đành phải làm việc tại phủ thần, riêng Vương vị thì không dám tự chuyên, cúi xin Thiên tử giáng chiếu rõ ràng để an ủi lòng ước vọng của kẻ xa xôi."*

Thiên tử chấp nhận lời thỉnh cầu, sai Cấp sự trung Trần Nghi làm Chánh sứ, Hành nhân Tiết Cán làm Phó sứ, mang phù tiết sách phong Ma Ha Quý Lai làm Quốc vương Chiêm Thành. Ban sắc dụ phải cẩn thận giữ tiết bề tôi, chăm lo chức cống, khéo vỗ về người trong nước, hòa mục với lân bang, ngõ hầu vĩnh viễn hưởng phúc trạch, cùng vui thái bình. Ban cho Ma Ha Quý Lai cùng Vương phi các vật như nhung dệt kim thêu hoa, gấm, trử (8), lụa là. Lại chiếu dụ Đầu mục lớn nhỏ, người trong nước lo phụ trợ Quốc vương." (**Minh Thực Lục Quan hệ Trung Quốc Việt Nam**, tập 3, trang 45)

Về việc rắc rối biên giới phía Bắc xảy ra từ mấy năm trước; tại châu Khâm, Hoàng Khoan mang 2 đô Thiếp Lãng, Như Tích sáp nhập vào nước ta; châu Quang Lang, Lạng Sơn tranh chấp với châu An Bình, Long Châu. Phía nhà Minh ra sức đòi hỏi, nhưng ta không nhượng bộ, nên tiếp tục sai sứ sang tranh luận:

"Tháng 9, ngày 29 [7/11/1447], sai sứ sang nhà Minh: Ngự sử trung thừa Hà Phủ làm chánh sứ, Thẩm hình viện đồng tri Đinh Lan làm phó sứ sang nộp cống hàng năm và tâu việc địa phương Khâm Châu. Điện trung thị ngự sử Trình Ngự làm phó sứ sang tâu việc địa phương Long Châu." **Toàn Thư**, Bản Kỷ, quyển 11, trang 62b.

Chú thích:

1. Phù tiết: Ngày xưa đi sứ cầm ấn tín của vua để làm tin, gọi là phù tiết.

2. Đoạn: một loại lụa, có thứ đoạn hoa có thứ đoạn trơn.

3. Huyện Hà Hoa: sau đổi ra huyện Kỳ Hoa, gồm đất hai

huyện Kỳ Anh và Cẩm Xuyên, tỉnh Hà Tĩnh hiện nay.

4. Ly Giang: cũng gọi là Lê Giang, tên huyện thời thuộc Minh và đời Lê, đến đầu đời Nguyễn đổi thành Lễ Dương, nay là đất huyện Thăng Bình, tỉnh Quảng Nam

5. Đa Lang: chưa rõ ở đâu.

6. Thi Nại: tức cửa biển Quy Nhơn, tỉnh Bình Định.

7. Chà Bàn: tức thành Vijaya, kinh đô nước Chiêm Thành thời xưa, nay còn dấu vết ở tỉnh Bình Định.

8. Trử: hàng tơ gai, mặc mùa hè.

93.
Vua Lê Nhân Tông (2)

Tháng 2 năm Thái Hòa thứ 6 [5/3-2/4/1448]. Đèo Mạnh Vượng, tri châu Phục Lễ vùng Lai Châu có tội. Triều đình bắt Mạnh Vượng tự tử, rồi trao chức Chiêu thảo sứ cho em Vượng:

"*Tháng 2, Tư không châu Phục Lễ Đèo Mạnh Vượng có tội, cho tự tử. Sai nhập nội tư mã Lê Ê đem 5.000 quân hộ tống người em thứ của Mạnh Vượng, cho làm chiêu thảo sứ tri châu Phục Lễ, thay trông coi dân chúng của Mạnh Vượng và tịch thu gia sản của Mạnh Vượng.*

Mạnh Vượng vốn tính hung bạo, lòng người không theo, lại ngầm sai người đánh thuốc độc giết hại bộ đảng của mình, bộ đảng [63b] ai cũng thù oán. Đến đây, nghe quan quân đến, họ tranh nhau giết hai đứa con của hắn, bắt giam cả vợ cả, vợ lẽ, nô tì, lấy hết vàng bạc của cải của hắn đem nộp tại cửa quân. Nhưng Lê Ê khéo biết an ủi vỗ về, không mảy may chạm đến, tình hình lại yên ổn như cũ, người trong châu rất vui lòng." **Toàn Thư**, Bản Kỷ, quyển 11, trang 63a.

Lúc này triều đình nghe tin đồn không chính xác rằng nhà Minh sẽ sai quan hội khám vùng biên giới châu Khâm; bèn cử một phái đoàn hùng hậu đến biên giới, nhưng không gặp ai. Sau đó sửa sai bằng cách yêu cầu thẳng nhà Minh cử người đến hội khám, được Vua Anh Tông chấp nhận:

"*Biên giới miền đông ngoa truyền rằng nhà Minh sai sứ*

sang hội khám biên giới. Vua sai Đông đạo tham tri Trình Dục đi dò xét hư thực trở về tâu báo. Dục đến biên giới không hề điều tra, chỉ tin nghe lời người đi đường đã về tâu ngay là có quan hai ty khâm sai của phương Bắc và quan Tổng binh trấn thủ Quảng Đông đem binh mã tới rất đông. Vua sai Tư khấu Lê Khắc Phục, Tả hữu nạp ngôn Nguyễn Mộng Tuân, Nguyễn Văn Phú, hữu ty thị lang Đào Công Soạn, Trung thừa Hà Lật cùng bọn Tây đạo tham tri, Đồng tri Nguyễn Thúc Huệ, Nguyễn Lan, Bùi Cầm Hổ, Trình Dục [64a], *Thẩm hình viện phó sứ Trịnh Mân, Nội mật viện tham tri Lê Văn đi hội khám. Lại sai hạ Nam Sách phủ đồng tri Lê Thiệt đem hơn 1 vạn 2 nghìn quân hợp đồng với các quan của trấn An Bang đề phòng biên giới. Ban tiền cho từng người theo thứ bậc khác nhau; lại bắt các quan lộ, trấn, huyện và dân phu thuộc Đông đạo phải đóng góp đầy đủ tiền gạo, trâu dê, gà vịt ngan ngỗng, rượu thịt các thứ để đợi khao quân phương Bắc. Cả miền đông do vậy đều xao động. Đến lúc tới biên giới, ở lại cả tuần, cả tháng, dò xét tin tức thì im ắng như tờ. Bọn họ liền đem tiền của mua hàng phương Bắc chở nặng mang về, nói thác là quan khâm sai nhà Minh lại có việc khác không đến. Đài quan (1) là bọn Hà Lật thì vào cánh với nhau không nói một câu. Triều đình cũng không có ai hỏi đến tội đó."* **Toàn Thư**, Bản Kỷ, quyển 11, trang 63b.

"***Ngày 15 tháng 5 năm Chính Thống thứ 13*** **[15/6/1448].** *Dụ Quốc vương nước An Nam Lê Tuấn rằng:*

... Lại tâu xin triều đình sai mệnh quan đến thực địa khám tình hình đất đai tại châu Khâm, Quảng Đông. Chấp thuận lời tâu của Vương, đã ra lệnh Tuần án, Ngự sử, cùng Tam ty Quảng đông cử người đến thực địa khám. Vương nên sai Đại Đầu mục đến biên giới, để hai bên phối hợp cộng đồng xử trí,

nhằm hai bên đều tiện lợi, chấm dứt phân tranh. Vương hãy tuân theo." (**Minh Thực Lục Quan hệ Trung Quốc Việt Nam**, tập 3, trang 47)

Nhà Vua cùng Thái hậu đến Lam Kinh bái yết lăng miếu; dân chúng theo tục quê ca múa đón tiếp. Vào đầu tháng 3, tại hành dinh Lam Kinh, ban yến tiệc cùng tiền bạc cho các quan tùy tòng và quan địa phương:

"Ngày Giáp Tuất [22/3/1448], *vua ngự về Lam Kinh, Thái hậu và các vương đều đi theo.*

Sai Đại tư đồ Lê Thận và Đô áp nha [64b] *Lê Bí ở lại giữ Kinh sư.*

Dân Thanh Hoá thấy xa giá đến, trai gái đem nhau đến hát rí ren (2) ở hành tại. Tục hát rí ren này, một bên con trai, một bên con gái dắt tay nhau ca hát, có lúc tréo chân tréo cổ nhau gọi là cầm hoa, kết hoa, trông rất là xấu. Đài quan Đồng Hanh Phát bẩm với Thái úy Khả rằng:

'Đấy là thói dâm tục xấu, không để nhảm nhí trước xa giá'.

Khả lập tức sai cấm hẳn. Ngày Nhâm Ngọ [30/3/1448], *vua tới Lam Kinh, bái yết lăng miếu."*

"Tháng 3, ngày mồng 1 [3/4/1448] *ban yến cho các quan ở hành tại bên sông. Ban bạc cho các quan theo hầu từ nhị phẩm trở lên theo thứ bậc khác nhau. Còn các quan từ tam phẩm trở xuống và các quan ở Lam Kinh cùng các loại quân sĩ đi hộ giá thì ban tiền theo thứ bậc khác nhau. Bấy giờ, vua mới ngự đi lần đầu cho nên có việc ban tiền bạc đó."* **Toàn Thư**, Bản Kỷ, quyển 11, trang 64a.

Bấy giờ tại biên giới Lạng Sơn và trấn Tư Minh dân

chúng thường vụng trộm qua lại buôn bán, viên Tham nghị Quảng Tây xin nghiêm khắc cấm đoán; Vua nhà Minh chấp nhận cho bàn bạc thi hành:

"***Ngày 4 tháng 2 năm Chính Thống thứ 13* [8/3/1448].**
Tả Tham nghị Quảng Tây Chân Hoàn tâu:

'Châu An Long thuộc trấn Tư Minh (3), *tiếp giáp với Giao Chỉ. Tuy có lính canh giữ nhưng từ lâu không có quan đôn đốc, nên không khỏi sinh ra lười biếng. Thổ dân ham lợi vặt, bí mật theo đường nhỏ qua lại buôn bán; thực có thể gây ra mối lo nơi biên giới.*

Xin cử một viên chỉ huy trí dõng công chính, xét thăng chức, mệnh đôn đốc cấm đoán để cửa ải nơi biên giới được đề phòng nghiêm cẩn, địa phương được an ninh.'

Thiên tử mệnh bộ Binh bàn để thi hành." (**Minh Thực Lục Quan hệ Trung Quốc Việt Nam**, tập 3, trang 46)

Vào tháng 3 [3/4-2/5/1448], bộ tộc Bồn Man (4) nước Ai Lao mang vàng, bạc, voi sang cống, được tặng quà đáp lễ:

"*Bồn Man cho người sang cống sừng tê, vàng bạc và con voi ba ngà* [65a]. *Khi đi qua Nghệ An, được lệnh để con voi ấy ở lại quân phủ* (5). *Ban cho sứ thần Bồn Man một bộ áo dài bằng đoạn màu hồng, 10 tấm lụa, 5 sọt đồ sứ rồi cho về.*" **Toàn Thư**, Bản Kỷ, quyển 11, trang 64b.

Ngự sử đàn hạch việc 125 vụ án tồn đọng trong vòng 15 năm [1432-1447], đại thần bàn bạc các cơ quan chia nhau giải quyết, trừng phạt những kẻ cố tình chậm trễ:

"*Đài quan* [Ngự sử] *là bọn Hà Lật, Đồng Hanh Phát hặc tâu rằng:*

'Án kiện ứ đọng nhiều, việc này ở các quan có trách nhiệm,

bọn thần không biết được'.

Bọn Thẩm hình lang trung phu Trình Mân, Nguyễn Văn Kiệt, Lê Bá Viễn đều cúi đầu tạ tội. Riêng Giám sát ngũ hình Trình Duy Nhất kiếm lời bào chữa mãi không thôi. Vua không trả lời. Sai bọn Hà Lật đến Ngũ hành viện điều tra, thì từ năm Nhâm Tý [1432] đến năm Đinh Mão [1447] còn đọng tới 125 án.

Các đại thần bàn nhau đem chia những án kiện đọng lại ấy cho quan năm đạo, đài quan và ngũ hình cấp tốc xét xử, không được để ứ đọng lâu ngày có hại cho dân. Hơn nữa, việc hình ngục quá nhiều, hình quan sức [65b] không làm xuể, xin xét giảm tội cho họ. Biếm Lang trung Nguyễn văn Kiệt, Đại phu Lê Bá Viễn mỗi người đều 1 tư, mỗi người phải phạt 50 roi." **Toàn Thư**, Bản Kỷ, quyển 11, trang 65a.

Vào tháng 4 [3/5-31/5/1448], ra lệnh quân dân không được chiếm đất công. Cựu Đô đốc Lê Xí năm Thái Hòa thứ 3 [1445] bị cách chức, nay được làm Thiếu bảo:

"Mùa hạ, tháng 4, cấm viên quan và quân dân không được chiếm ruộng công để đào ao, làm vườn tược nhà cửa

Lấy cựu Đô đốc Lê Xí làm Thiếu bảo tri quân dân sự, Đồng tri Lê Lư làm Tuyên úy đại sứ châu Phục lễ." **Toàn Thư**, Bản Kỷ, quyển 11, trang 65b.

Sứ thần Chiêm Thành đến cống, bèn mở yến tiệc khoản đãi. Cho Vua cũ Chiêm Thành Ma Ha Bí Cai hiện bị giam tại nước ta được tham dự và ban cho áo mũ y phục. Riêng Vua Anh Tông nhà Minh khuyên Vua nước ta nên làm ơn bỏ oán, tha cho Bí Cai trở về nước; nhưng không thấy văn thư phía ta đáp ứng:

"Bọn Nguyễn Hữa Quang từ Chiêm Thành trở về. Sứ thần Chiêm Thành là bọn Bân Đối Thêm, Chiêm Thấp mang quốc thư và lễ vật cống cùng đi theo bọn Hữu Quang sang ta.

Ban yến ở Sứ quán, sai Tư khấu Lê Khắc Phục chủ trì. Ban mũ đai, y phục cho chúa cũ của Chiêm Thành là Bí Cai và cho y dự yến. Đến khi sứ Chiêm về, ban cho chánh sứ, phó sứ mỗi người một chiếc áo, 3 tấm lụa, thông sự và hành nhân mỗi người 2 tấm lụa:19 người đi theo cho chung 19 tấm lụa, nhân tiện sai mang luôn thư vua ban [66b] về nước." **Toàn Thư**, Bản Kỷ, quyển 11, trang 66a.

*"**Ngày 15 tháng 5 năm Chính Thống thứ 13** [15/6/1448].*

.... Lúc này An Nam và Chiêm Thành đánh phá lẫn nhau, Tuấn thường sai tướng xâm lược đất đai Chiêm Thành đến cửa Châu [Cựu?] *Cảng, giết dân, bắt Quốc vương Ma Ha Bí Cai đem về nước. Thiên tử đã sai sứ sang lập cháu Vương cũ là Ma Ha Quý Lai làm Vương để trông coi việc nước. Nên đã dụ Tuấn rằng nên làm ơn bỏ oán, sai người đưa Ma Ha Bí Cai trở về. Đừng kết oán khiến di hại đến sinh linh."* (**Minh Thực Lục Quan hệ Trung Quốc Việt Nam**, tập 3, trang 47)

Ra lệnh giảm biên chế quân Ngự tiền bảo vệ hoàng cung; vì thiên tai, dân nghèo, cung cấp không đủ. Ra chỉ dụ cho các quan văn võ trong triều và các địa phương, phải giữ liêm khiết, chăm lo việc công; để dân chúng được yên ổn:

"Ra lệnh chỉ cho Quản lĩnh ngự tiền vũ đội rằng:

'Bọn các ngươi từ thời Thái Tổ đến nay giữ phận túc trực đã lâu, không được ngó tới cửa nhà. Nay thiên hạ vô sự, nên chia thành ba phiên thay nhau túc trực để được về viếng thăm cha mẹ'.

Vì các đại thần xét thấy liền mấy năm hạn hán, sâu lúa, quan thì túng, dân thì nghèo, mà số vệ sĩ tăng nhiều, lương cấp không đủ, nên có lệnh này.

Ra lệnh chỉ cho các quan văn võ trong ngoài rằng:

'Nhà nước đã có quy định lương bổng để giữ liêm khiết, lại có ban bố phép tắc để theo đó mà làm. Nay bọn các ngươi không chịu giữ phép, khi làm việc công thì mượn tiếng việc công để lo chạy việc tư, khi xét kiện tụng thì lo nhận hối lộ mà bẻ cong phép nước, khiến những người đi đường ai cũng than oán. Xé mối hệ hại này hẳn [67b] *không phải là việc nhỏ. Nay các ngươi phải gột rửa lòng mình, giữ thân liêm khiết, gắng gỏi việc công, yêu thương quân nhân, khiến chúng dần dần được yên nghiệp, thì các ngươi cũng được yên nghiệp. Nếu vẫn mê muội không chừa, bị người cáo giác, hoặc dò xét được thực trạng sẽ bị trị nặng hơn luật thường 2 bậc. Quan trên và đồng liêu không biết khuyên răn, thì khi việc bị phát giác, cũng bị trị tội theo luật và cắt phần lương bổng".* **Toàn Thư**, Bản Kỷ, quyển 11, trang 66a.

Thời Vua Lê Thái Tông năm Thiệu Bình thứ 5 [1438] xảy ra việc tranh chấp đất đai giữa châu An Bình thuộc Long Châu, Quảng Tây và châu Tư Lang, Lạng Sơn. Phái đoàn hai nước qua lại tranh luận mấy lần nhưng chưa giải quyết xong; đến tháng 5 năm nay có được giải pháp cuối cùng, phía ta đem thôn Cung cùng 11 thôn trả lại cho Long Châu; phía Trung Quốc đem thôn Bôn cùng 6 thôn trả cho Hạ Tư Lang. Ngoài ra triều đình ta còn đòi đất bị mất tại châu Quảng Nguyên, Cao Bằng; Vua nhà Minh hứa cho điều tra và giải quyết công bằng:

"***Ngày 15 tháng 5 năm Chính Thống thứ 13*** **[15/6/1448].**

Dụ Quốc vương nước An Nam Lê Tuấn rằng:

"Nhận được tờ tâu xưng rằng đã sai Đầu mục Lê Khắc Phục ước hẹn hội họp với Tam ty (6) Quảng Tây; bắt con trai các Thổ quan Triệu Nam Tuấn, Nùng Kính đến các nơi tranh chấp để xác minh lời cung; đem thôn Cung cùng 11 thôn trả lại cho Long Châu; đem thôn Bôn cùng 6 thôn trả cho Hạ Tư Lang; lại giới hạn số người phòng thủ tại biên giới. Nhân đó có thể thấy tấm lòng tôn kính triều đình của Vương; nhưng chỉ lo những người dưới canh giữ biên giới, đã lâu ngày tháng quen thói lộng hành, chỉ vụ lợi riêng, không biết đến đại thể, gây sự xâm nhiễu. Vương nên nghiêm sức các Đầu mục từ nay phải cẩn trọng giữ pháp độ, nếu xâm vượt sẽ chịu tội nặng, lại liên lụy đến đức tốt của Vương.

Vương xưng các động thôn thuộc châu Quảng Nguyên cùng Thạch Áo, Yêm Bố; tuy đã được Tam ty xác minh, nhưng chưa giao hoàn trở lại. Bộ sở quan đã tra xét, nhưng chưa nhận được lời tâu của tỉnh Quảng Tây. Đã gửi văn thư cho tra khám lại rồi tâu lên; Trẫm sẽ phân xử hết sức công bình....(**Minh Thực Lục Quan hệ Trung Quốc Việt Nam**, tập 3, trang 47)

Tháng 6 [1/7-30/7/1448], hạn hán lâu, xuống chiếu cho các quan trai giới cầu mưa tại chùa Báo Ân trong cung. Lại rước tượng Phật từ chùa Pháp Vân (7) đưa đến chùa tại kinh thành để cầu đảo; hạ lệnh các quan tâu bày duyên do hạn hán:

"Xuống chiếu cho các quan văn võ phải trai giới đến chùa Báo Ân ở cung Cảnh Linh làm lễ Cầu mưa. Vua đích thân tới vái xin.

Sai Thái úy Lê Khả đến xã Cổ Châu rước tượng Phật

Pháp Vân về chùa Báo Thiên ở kinh thành. Xuống chiếu cho các nhà sư tụng kinh cầu đảo. Vua và hoàng thái hậu cùng đến làm lễ. Ban cho các nhà sư 10 tấm lĩnh và vóc, 20 quan tiền mới.

Ngày hôm ấy, tha 24 tù nhân tội còn ngờ.

Xuống chiếu cho các quan kinh diên, tham nghị, đài quan, hàn lâm, trung thư tâu bày về duyên do dẫn tới hạn hán." **Toàn Thư**, Bản Kỷ, quyển 11, trang 68a.

Tháng 7 [31/7-28/8/1448], miền tây bắc nhiều núi rừng gặp hạn hán lâu, nên bị đói to; bèn mở kho thóc cho vay:

"Mùa thu, tháng 7, ba trấn Tuyên Quang, Quy Hóa [Yên Bái, Lào Cai], *Gia Hưng* [Phú Thọ], *các lộ Đà Giang đói to. Tri Tây đạo Nguyễn Phú tâu rằng:*

'Các trấn lộ Tuyên Quang, Quy Hóa, Gia Hưng ở miền núi rừng hẻo lánh, ruộng đất sỏi đá xơ xác, lại thêm liền năm bị hạn hán, sâu bọ, dân chúng rất đói. Xin lấy thóc kho công cho dân vay, may ra dân được hồi sinh'.

Bèn xuống chiếu phát thóc các kho trong xứ cho dân vay, [69b] *đợi khi được mùa thì trả lại cho nhà nước."* **Toàn Thư**, Bản Kỷ, quyển 11, trang 69a.

Châu Qui Hợp, Ai Lao, tại phía tây huyện Hương Khê, Hà Tĩnh, cống voi; bèn ban cho đồ sứ, y phục:

"Châu Quy Hợp dâng 2 con voi. Ban cho y phục, lụa tấm, đồ sứ... Trước kia, Quy Hợp vốn gọi là Tồn Bồn Man, phụ thuộc Ai Lao. Từ khi Thái Tổ dựng nước mới sang tiến cống. Đến đây, lại dâng voi, xuống chiếu đổi thành châu Quy Hợp." **Toàn Thư**, Bản Kỷ, quyển 11, trang 69b.

Tháng 8 [29/8-27/9/1448], mở kỳ thi Hội:

"Tổ chức thi hội cho sĩ nhân trong nước, lấy đỗ 8 người.

Đến khi thi đình, vua thân ra đề văn sách, hỏi về lễ nhạc, hình, chính. Cho Nguyễn Nghiêu Tư đỗ trạng nguyên, Trịnh Thiết Trường đỗ bảng nhãn, Chu Thiêm Uy đỗ thám hoa lang, bọn Nguyễn Mậu 12 người đỗ tiến sĩ, bọn Đoàn Nhân Công 13 người phụ bảng." **Toàn Thư**, Bản Kỷ, quyển 11, trang 72b.

Theo lời tâu của quan Tư khấu Lê Khắc Phục bắt các khảo quan uống máu tuyên thệ, nhưng tệ trạng tham ô vẫn không chấm dứt:

"Bấy giờ, Tư khấu Lê Khắc Phục muốn cấm các khảo quan tư túi, tâu xin bắt họ phải uống máu ăn thề. Các khảo quan phải thề bắt đầu từ đó. Nhưng thói tư túi vẫn không thể nào hết được."

Tháng 9 [28/9-27/10/1448] cho xây miếu điện tại Lam Kinh, Thanh Hoá. Các đại thần nhận thấy khai quốc công thần Đô đốc Lê Ngân bị tội chết oan dưới thời Vua Lê Thái Tông, nên xin cho con là Lê Tông Nho làm Đại đội trưởng Báo ứng quân:

"Tháng 9, xuống chiếu sai Thái úy Lê Khả đốc suất các cục Bách tác xây dựng miếu điện ở Lam Kinh. [73b].

Lấy Lê Nho Tông, con Lê Ngân, làm Đại đội trưởng Bảo ứng quân. Ngân vì có công to khai quốc, chết không đáng tội, con là Lê Tông Nho bị vùi dập trong quân ngũ đã lâu, các đại thần thương xót, cho nên có lệnh này." **Toàn Thư**, Bản Kỷ, quyển 11, trang 73a.

Tháng 10 [28/10-25/11/1448], nội bộ Chiêm Thành tranh chấp, khiến một số người xin tị nạn tại nước ta:

"Người Chiêm Thành là Phan Mỗ dẫn hơn 340 đàn ông đàn bà sang hàng, xuống chiếu chia cho ở các đạo." **Toàn Thư**, Bản Kỷ, quyển 11, trang 74a.

Tháng 11 [26/11-25/12/1448], vài bộ tộc thiểu số tại vùng Tuyên Quang, Cao Bằng chống mệnh không chịu nạp thuế; bị quan Tổng quản trấn sở tại đánh dẹp:

"Bọn Nông Thế Ôn ở châu Bảo Lạc [Cao Bằng], *Dương Thắng Kim ở sách Thám Già, Nguyễn Châu Quốc ở mường An Phú thuộc trấn Tuyên Quang có tội bị giết. Trước đó, bọn Ôn, Kim cậy đất hiểm, không chịu nộp phú dịch. Đến đây lại ngầm cùng với bọn Châu Quốc đem quân chống mệnh. Phụ đạo mường An Phú là Nguyễn Doãn Tô cáo giác chuyện đó. Sai Tổng quản Lê Luân đem quân bản trấn đánh bắt bọn chúng, bắt được bọn Ôn, Kim giải về chém bêu đầu ngoài chợ kinh đô."* **Toàn Thư**, Bản Kỷ, quyển 11, trang 74b.

Quan Nhập nội đô đốc Lê Chích, công đầu trong việc giúp Vua Lê Lợi đánh Trà Lân, lược định Nghệ An, rồi trẩy ra Tây đô; lại giúp các Vua sau trấn thủ Hóa Châu, đánh Chiêm Thành; đến nay mất đặt tên thụy là Trinh Vũ:

"Tháng 12 [26/12-23/1/1449] *Nhập nội Đô đốc đình thượng hầu là Lê Chích chết. Hồi mới khởi nghĩa, Lê Chích dâng sách lược bàn đánh lấy Trà Long* [Trà Lân, Nghệ An] *trước. Lê Thái Tổ nghe theo. Do đó, hạ được Trà Long, hàng được Ngọc Ma (8), vây được thành Nghệ An, lược định được Tân Bình và Thuận Hóa, thu nạp được vài vạn quân, quay cờ trẩy ra Tây Đô, chia quân đi lấy các đất đai khác. Người ta đều phục Lê Chích là người nhìn xa được sự việc và bày mưu được đúng sát. Khoảng niên hiệu Thiệu Bình (1434-1439), Lê Chích, vào trấn thủ Hóa Châu, Chiêm Thành hai lần vào*

lấn cướp, ông đánh phá được. Oai danh của ông lừng lẫy cả cõi nam. Về sau, vì có công đi đánh Chiêm Thành, ông được thăng Nhập nội đô đốc. Đến đây, ông mất, tặng phong là Nhập nội tư không Bình chương sự, đặt tên thụy là Trinh Vũ." **Cương Mục**, Chính Biên, quyển 18.

Tháng giêng năm Thái Hòa thứ 7 [24/1-22/2/1449] cho múa nhạc **Bình Ngô Phá Trận**, diễn tả chiến thắng quân Minh đầy anh dũng hào hùng, khiến khán giả cảm động phát khóc:

"Kỷ Tỵ, Thái Hòa năm thứ 7, (Minh Chính Thống năm thứ 14). Mùa xuân, tháng giêng, ban yến cho các quan. Múa nhạc "Bình Ngô phá trận".

Trước kia, Thái Tổ dùng võ công bình định thiên hạ. Thái Tông tưởng nhớ công lao tiền bối, sáng tác điệu vũ "Bình Ngô". Đến đây, vua nghĩ tới công sáng nghiệp gian lao, không quên công đức tổ tiên, cho nên lại cho múa điệu ấy, công hầu có người xúc động phát khóc." **Toàn Thư**, Bản Kỷ, quyển 11, trang 76a.

Tháng 2 [23/2-23/3/1449], miếu điện tại Lam Kinh, Thanh Hoá làm xong. Cho đào lại sông Bình Lỗ, tức sông Cà Lồ, Hà Nội:

"Tháng 2, miếu điện ở Lam Kinh làm xong. Sai Hàn lâm thị độc Hoàng Thanh thay Nguyễn Lãm làm lễ tấu cáo. Vì Lãm trước đó có tội với Thái Tổ.

Sai Tư khấu Lê Khắc Phục đem người các cục Bách tác, quân vệ Thiên Quan, Tứ sương và quân dân trấn Thái Nguyên đào lại sông Bình Lỗ từ Lãnh Canh [Đáp Cầu, Bắc Ninh], *đến cầu Phù Lỗ* [huyện Sóc Sơn, Hà Nội] *dài 2.5000 trượng thông với Bình Than để tiện việc đi lại trong trấn Thái*

Nguyên." **Toàn Thư**, Bản Kỷ, quyển 11, trang 76b.

Tháng 3 [24/3-21/4/1449], em Vua Chiêm Thành là Ma Ha Quý Do, bỏ tù anh rồi tự lên ngôi. Sau đó sai sứ sang Đại Việt dâng biểu cống, bị khước từ:

"Tháng 3, người Chiêm Thành là Quý Do bỏ tù chúa nó là Quý Lai, tự lập làm vua, sai bề tôi là bọn Giáo Nhĩ Mỗ, Bàn Thoa [77b] sang dâng cống vật. Vua xem tờ biểu, khước từ nói:

'Tôi giết vua, em giết anh là tội đại ác xưa nay, trẫm không nhận đồ dâng'

Sai trả hết cả. Rồi sai Đồng tri hữu tri sự Nguyễn Hữu Quang, Điện trung thị ngự sử Trình Ngự mang thư sang dụ rằng:

'Sự thực của các ngươi như thế nào thì phải sang trình bày cho rõ". **Toàn Thư**, Bản Kỷ, quyển 11, trang 77a.

Tháng 4 [22/4-21/5/1449], khai quốc công thần Lê Lễ, người giúp Vua Lê Lợi thoát hiểm thời khởi nghĩa Lam Sơn mất, thọ 82 tuổi. Tháng này hạn hán lớn, Vua xuống chiếu tự trách mình:

"Mùa hạ, tháng 4, khôi phục tước Tự Hiệu hầu và chức. Nhập nội thị trung cho Thái tử thiếu bảo Lê Lễ.

Hôm ấy, Lễ chết. Lễ suốt đời làm gia thần cho Thái Tổ, rất được tin dùng, sớm tối hầu chầu, không lúc nào rời bên cạnh, dốc lòng trung trinh, có sức hơn người. Khi Thái Tổ khởi nghĩa, vợ cả vợ lẽ bị hoạn nạn mà vua phá vòng vây, thoát khỏi nguy hiểm, phần nhiều là công của Lễ. Thái Tổ thường khen ông và từng nói:

'Nếu dồn mọi công lao lại thì ngôi tể tướng chẳng ngươi

còn ai? Trẫm có tiếc gì với [78a] ngươi, chỉ vì tài của ngươi không xứng mà thôi'.

Đến khi sắp băng, khóc bảo Lễ rằng:

'Nếu trẫm không còn thì còn ai biết khanh nữa, sợ từ đây về sau bị giáng truất mà thôi!'

Sau bị Nguyễn Thị Lộ gièm, phải giáng làm Thái tử thiếu bảo, đúng như Thái Tổ đã nói. Đến đây, ốm nặng, được khôi phục chức cũ. Ngày mồng 4 [25/4/1449] thì chết, thọ 82 tuổi. Được truy tặng Hương hầu, tên thụy là Trung Tiết."

"Tháng ấy bị hạn. Vua thân đến cung Cảnh Linh làm lễ cầu mưa. Sai Tham tri Bùi Cầm Hổ, Lễ bộ lang trung Nguyễn Cảnh đi cầu đảo ở núi Tản Viên và Tam Đảo đều không ứng nghiệm. Ngày Quý Mùi, vua xuống chiếu tự trách mình. Tờ chiếu viết:

'Trẫm gặp phải gia biến, bên trong thì mẫu hậu coi chầu, bên ngoài thì đại thần giúp việc, mà liền năm đại hạn, lúa má mất mùa, dân chúng buồn than. Nghĩ kỹ tội ấy, hẳn có nguyên do. Có phải do trẫm không biết dốc niềm thành kính để được hưởng lòng trời, không biết lo tròn đạo hiếu để thờ phụng tông miếu, không ban ân huệ cho khắp muôn dân nên đến nỗi thế [79a] chăng? Có phải trẫm không biết sử dụng nhân tài, những kẻ được dùng đều là loại hèn kém mà đến nỗi thế chăng? Có phải do nạn hối lộ công khai, tệ phi tần lộng hành mà đến nỗi thế chăng? Hay là do trẫm không dè dặt tiêu dùng, thường lạm tiêu bừa, để hại của dân mà đến nỗi thế chăng? Hay là các đại thần giúp việc chưa trọn đạo điều hòa âm dương mà đến nỗi thế chăng? Hay là các tướng soái phiên thần không biết yêu thương quân dân, quen thói đục khoét mà đến nỗi thế chăng? Có phải vì các thú lệnh

không biết vỗ nuôi nhân dân, chỉ lo bòn vét mà đến nỗi thế chăng? Hay là quan coi hình ngục không giữ công bằng, chỉ lo xử nặng, kẻ nào đút lót thì tha, để oán khí bốc lên mà đến nỗi thế chăng? Có phải các quan thừa hành chỉ chuộng hư văn, để ân trạch của vua bị tắc lại ở trên, tình của kẻ dưới không thấu lên trên được mà đến nỗi thế chăng? Hay là các nhà quyền quý cậy thế ra oai để dân mọn [79b] bị hại mà đến nỗi thế chăng? Có phải vì chọn lựa người hiền, cất nhắc người sót chưa được thi hành, để thói cầu cạnh chạy chọt ngày một tệ hại mà đến nỗi thế chăng? Hay là do chủ tướng đảo lộn quân công, lấy không làm có, làm hại đạo công mà đến nỗi thế chăng? Có phải vì chưa thi hành đầy đủ nhân chính, để dân chúng vẫn còn nhiều người thất nghiệp mà đến nỗi thế chăng? Hay là do đầm cá hoang khô, ngạch thuế chưa giảm, dân phải nộp nhiều mà đến nỗi thế chăng? Có phải vì con cháu các bậc công thần cố cựu chưa được bổ dùng hết để đền đáp công lao họ mà đến nỗi thế chăng? Tất cả tội lỗi trên chồng chất lại, đã làm tổn thương hòa khí, nếu không xét lời dạy sửa lỗi lầm, làm tròn đạo tu dưỡng mình thì làm sao trên có thể lay chuyển được lòng trời, dưới có thể cứu vớt được nạn dân?". **Toàn Thư**, Bản Kỷ, quyển 11, trang 77b.

Tháng 7 [20/7-17/8/1449], sứ thần Chiêm Thành đến, triều đình sai quan hạch hỏi việc nước này thường thay đổi ngôi Vua. Sứ thần trả lời không được, bèn sai bọn Thượng thư Trình Dục mang thư sang quở trách Chiêm Thành:

"Sứ thần Chiêm Thành là bọn Bô Sa Phá Tham Tốt cùng đi với Nguyễn Hữu Quang sang ta. Vua sai Tư khấu Lê Khắc Phục, Nạp ngôn Nguyễn Mộng Tuân vặn hỏi sứ Chiêm Thành về tội giết vua. Sứ Chiêm Thành không trả lời được, chỉ lạy tạ mà thôi. Sai Thượng thư Trình Dục, Hàn lâm trực học sĩ

Trịnh Kiên đi sứ Chiêm Thành, mang thư sang dụ và đòi lại người nước ta trước ở Chiêm Thành. Bức thư đại ý là:

'Đã có nước là có vua [83b] tôi. Đó là đạo cương thường. Người Chiêm Thành các ngươi cớ sao lại vi phạm luân thường đến như thế? trước kia, Vương Đề chết, các ngươi đã không chịu lập con của Đề mà lập Bí Cai làm vua, rồi bọn ngươi lại không biết dẫn dắt vua mình đi theo chính đạo, kính thờ nước lớn, để đến nỗi bại vong. các ngươi đã xin lập Quý Lai làm vua, chưa quay xong gót đã lại phế đi và lập Quý Do. Các ngươi là bọn phản phúc bất trung, xem vua như con cờ, thế là đạo gì vậy?". **Toàn Thư**, Bản Kỷ, quyển 11, trang 83a.

Tháng 8 [18/8-16/9/1449], Hoàng thái hậu ra chỉ dụ các quan đại thần họp bàn những việc nên làm hiện nay, để không còn những tệ xấu:

"Tháng 8, Hoàng thái hậu viết chỉ dụ bọn đại thần rằng:

'Từ khi quả nhân coi chính sự đến nay, thấy rõ lòng trung quân ái quốc của các đại thần đã hết sức phò tá giúp rập. Bên trong sửa sang trị nước, bên ngoài đánh dẹp di địch, để giữ yên thiên hạ. Quả nhân sớm khuya suy nghĩ có cách nào báo đền công lao ấy. Nhưng vì tài hèn đức bạc, thẹn mình không được giỏi bằng các Thái hậu họ Mã, họ Đặng và bà Tuyên Nhân (9) ngày xưa, để làm trọn đạo ưu đãi đại thần. Nay sẽ [84a] sai triều sĩ hợp bàn những việc nên làm hiện nay, để thành khuôn phép hay của một đời, cho không còn những tệ xấu nữa.

Các khanh hãy cùng nhau thể theo ý ấy để trọn đạo làm tôi, bảo toàn tiết tháo sau trước, đừng để chỉ riêng các ông Cao, Quỳ, Tắc, Tiết, Y, Phó, Chu, Thiệu (10) đời xưa được ca ngợi mà thôi. Như thế, chẳng tốt đẹp biết bao!". **Toàn Thư**,

Bản Kỷ, quyển 11, trang 83b.

Vào tháng này Vua Anh Tông nhà Minh mang quân đi đánh Mông Cổ, bị bắt tại đồn Thổ Mộc, huyện Hoài Lai, Hà Bắc; sau đó người em lên ngôi, niên hiệu là Cảnh Thái:

"Vua Anh Tông nhà Minh căm giận giặc phương Bắc là Dã Tiên [tên quan Thái sư Mông Cổ] *vào cướp, theo lời bàn của Vương Chấn, một bề tôi của vua, thân hành đi đánh. Ngày 17 tháng 7* [5/8/1449], *ngự giá đi đến Đại Đồng* [phủ Đại Đồng, Sơn Tây] *rồi đem quân về. Ngày 16 tháng 8* [2/9/1449], *ngự giá đi đến Thổ Mộc* [Huyện Hoài Lai, Hà Bắc] *bị giặc phương Bắc bắt được. Ngày 17, tin Anh Tông đi tuần phương Bắc bị giặc bắt được báo về, kinh sư rất kinh hãi. Ngày 18, Hoàng thái hậu sai em Anh Tông là* [85a] *Thành Vương Kỳ Ngục quyền nắm việc nước. Ngày 20* [6/9/1449], *Hoàng thái hậu bàn lập Hoàng trưởng tử Kiến Nhu làm hoàng thái tử, bấy giờ mới 2 tuổi, vẫn sai Thành Vương phụ chính. Tháng 9, ngày mồng 6* [22/9/1449], *Thành Vương nhà Minh lên ngôi, tôn Anh Tông làm Thái thượng hoàng ở xa, đổi niên hiệu năm sau thành Cảnh Thái năm thứ 1."* **Toàn Thư**, Bản Kỷ, quyển 11, trang 84b.

Tháng 11 [15/11-14/12/1449], con trai Đô đốc Lê Khuyển chỉ huy cấm binh có tội. Thái hậu cho rằng cấm binh là chỗ dựa của Vua, bèn tha cho người con; việc làm tỏ ra trái pháp luật, khiến dân không hài lòng:

"Lê Quán Chi, con trai Đại đô đốc Lê Khuyển đang đêm tụ tập đánh giết người ở giữa chợ. Việc bị phát giác, Quán Chi phải hạ ngục, cung xưng dây dưa tới hơn 10 người là con cái nội quan và các quan chức khác. Án sắp xong, Thái hậu thấy Khuyển là bậc đại thần, chỉ huy cấm binh, là chỗ dựa của

vua. Nếu giết con Khuyển, sợ Khuyển đau lòng, liền làm trái luật pháp, tha cho hắn, chỉ lấy tiền bồi thường trả cho người chết thôi. Gián quan Lê Lâm ngậm miệng không dám nói, để đến nỗi trẻ con ở chợ nắm tay mà nói:

'Tiếc ta không được làm quan đài thôi!'". **Toàn Thư**, Bản Kỷ, quyển 11, trang 85b.

Ban hành bổ sung luật ruộng đất, công nhận quyền sở hữu của tư nhân:

"Bổ sung chương điền sản gồm 14 điều vào bộ hình luật. Trước kia, Thái Tổ định thực hiện phép quân điền, cho nên lược bỏ chương điền sản. Đến đây lại bổ sung vào." **Toàn Thư**, Bản Kỷ, quyển 11, trang 86a.

Theo "**Hình luật chí**" trong **Lịch triều hiến chương** của Phan Huy Chú, thì khoảng năm Thái Hòa (1443-1453) có bổ sung thêm chương "Điền sản" gồm mười bốn điều:

"Điều thứ 1 - Khi chồng chết, mà vợ trước có con, vợ sau không con thì điền sản của nhà chồng chia làm ba phần: con người vợ trước được hai phần; bản thân người vợ sau được một phần để ăn gầy [ăn dưỡng lão]. *Người vợ sau nếu chết đi hay cải giá thì điền sản lại phải truy hoàn. Kẻ nào vi phạm sẽ phải phạt 50 roi.*

Điều thứ 2 - Người con có vợ rồi, khi chết mà vô tự [không con nối dõi] *thì điền sản của người con đó trừ khi cha mẹ hãy còn, sẽ để cha mẹ quản lý, bằng không sẽ chia đều làm hai phần: một phần để lại ở bản tông* [họ nội] *dùng vào việc hương hỏa thờ cúng; một phần chia cho người vợ để ăn gầy đến trọn đời. Nếu người vợ đi cải giá thì phải truy hoàn. Kẻ nào vi phạm, sẽ phải phạt 50 roi.*

Điều thứ 3 - Người vợ chết đi mà không có con, thì điền sản của bản thân người vợ ấy chia làm ba phần: một phần trả về gia đình nhà người vợ ấy nhận lấy mà quản lý; hai phần để cho người chồng ăn gầy đến trọn đời. Khi người chồng chết đi thì hai phần điền sản ấy lại phải truy hoàn cho bà con bên họ người vợ. Kẻ nào vi phạm sẽ bị phạt 50 roi.

Điều thứ 4 - Chồng đã chết, con còn bé, người mẹ đi cải giá mà lén lút bán điền sản của con thì phạt 50 roi; truy lại số tiền đã bán ấy trả lại cho chủ mua, còn ruộng trả về cho người con. Nếu người chồng sau đứng tên con của người chồng trước mà lén lút bán tài sản ấy thì phạt 60 trượng. Kẻ tri tình [biết rõ sự tình] *mà còn cứ mua thì phạt 80 trượng, và mất cả số tiền đã mua.*

Điều thứ 5 - Khi cha mẹ hãy còn, mà con trai con gái bán vụng trộm điền sản thì con trai phải phạt 60 trượng, con gái 50 roi. Truy số tiền đã bán trả lại chủ mua, còn điền sản hoàn lại cha mẹ.

Điều thứ 6 - Ông bà, cha mẹ đều chết cả, con cháu hãy còn nhỏ bé, thế mà người họ đồng tông tự tiện đem bán điền sản của các người con cháu ấy thì phải phạt 60 trượng.

Điều thứ 7 - Dưỡng tử có đủ giấy tờ làm con nuôi hẳn hoi và trong giấy tờ nói rõ là sẽ chia cho điền sản, thì khi chia điền sản, được phép chiếu theo đầu con mà quân phân, nhưng phải kém một phần để tỏ ra có khác với con đẻ. Kẻ nào vi phạm sẽ phạt 50 roi.

Điều thứ 8 - Kẻ đã làm con nuôi họ khác, khi thấy có số ruộng tuyệt tự của người họ mình mà lại cầu xin chia cho suất mình thì phải chịu kém người họ đồng tông một nửa phần. Kẻ nào vi phạm sẽ phạt 60 trượng.

Điều thứ 9 - Bán vụng trộm điền thổ của người khác, từ 10 mẫu trở lên phải khép vào tội đồ. Kẻ tri tình mà vẫn cứ mua thì phải phạt 80 trượng.

Điều thứ 10 - Ruộng đất đã cầm đợ rồi, sau không xin chuộc lại theo số tiền đã đợ ấy mà lại đem bán đợ hay bán đứt cho người khác thì phạt 50 roi, truy lấy số tiền trả lại cho chủ mua đợ.

Điều thứ 11 - Bán đợ ruộng đất, muốn chuộc mà không cho chuộc mà ngược lại, không muốn chuộc mà cưỡng ép bắt chuộc, đều phạt 80 trượng. Nếu để quá kỳ hạn rồi, chủ bán mới cưỡng ép đòi chuộc thì cũng phải tội như thế (kỳ hạn, nghĩa là ruộng mùa, lấy tháng 3 làm kỳ hạn; ruộng chiêm, lấy tháng 9 làm kỳ hạn).

Điều thứ 12 - Kẻ nào tranh chiếm ruộng đất của người ta rồi bán chạy cho người khác thì phạt 50 roi.

Điều thứ 13 - Nô tì bán vụng trộm ruộng đất của người gia trưởng thì phạt 90 trượng, thích chữ vào mặt, đày đi châu gần. Ruộng đất, hoàn lại người chủ. Kẻ tri tình mà cứ mua thì phạt 50 roi, truy lại số tiền đã mua bán ấy nộp vào quan.

Điều thứ 14 - Con trai đã từ 16 tuổi và con gái đã từ 20 tuổi trở lên, ruộng đất của phần mình bị người trong họ hay người ngoài cày cấy hoặc cư trú đã quá kỳ hạn rồi mới tranh nhận (kỳ hạn nghĩa là người trong họ thì 30 năm, người ngoài thì 20 năm) thì phạt 80 trượng và mất hẳn ruộng đất ấy. Nếu vì cớ gặp cơn binh lửa hoặc phiêu bạt rồi sau mới về thì không câu nệ theo lệ luật này."

Chú thích:

1. Đài quan: các quan ở Ngự sử đài chuyên việc xét lỗi lầm của các quan lại.

2. Rí ren: nguyên văn là chữ Nôm cũng có thể đọc là "lí len" là một hình thức múa hát dân gian ở vùng Thanh Hoá thời đó.

3. Tư Minh: phủ trị Tư Minh xưa, tại huyện Ninh Minh hiện nay, vị trí cách ải Nam Quan khoảng 30km.

4. Bồn Man: Theo Đào Duy Anh, Đ. N. V. N. Q. C. Đ. trang 157; Bồn Man thuộc Ai Lao, tại thượng nguồn sông Phố, sông Sâu, Hà Tĩnh.

5. Quân phủ: trị sở của quân đội một phủ. Phủ ở đây có nghĩa như "doanh"

6. Tam ty gồm Đô ty, ty Bố chánh, ty Án sát.

7. Pháp Vân: tên chùa, tức chùa Dâu ở huyện Thuận Thành tỉnh Bắc Ninh.

8. Ngọc Ma: thuộc phủ Trấn Định trấn Nghệ An; nay là đất Cam Môn, Cam Cớt, thuộc Ai Lao.

9. Thái hậu họ Mã: là hoàng hậu của Hán Minh Đế, tính cần kiệm, hay đọc sách, bàn luận chính sự rất sáng suốt. Thượng Đế lên ngôi phong làm Hoàng thái hậu.

Thái hậu họ Đặng là hoàng hậu của Hán Hòa Đế, Thượng Đế còn bé lên ngôi, buông rèm coi chính sự. Thượng Đế chết, lập An Đế, vẫn trông coi chính sự, chọn dùng người giỏi.

Bà Tuyên Nhân: bà hoàng hậu của Tống Anh Tông. Triết Tông còn bé lên ngôi, bà buông rèm coi chính sự 9 năm, được coi là Nghiêu Thuấn trong giới phụ nữ.

10. Cao: là Cao Dao, danh thần của Ngu Thuấn.

Quỳ: là quan coi nhạc của Ngu Thuấn.

Tắc: quan coi việc làm ruộng của Thuấn.

Tiết:: hiền thần của vua Thuấn, thủy tổ nhà Thương.

Y: tức Y Doãn.

Phó: tức Phó Duyệt.

Chu: tức Chu Công Đán.

Thiệu: tức Thiệu Công Thích.

94.
Vua Lê Nhân Tông (3)

Vào năm ngoái Thái Hòa thứ 7 [1449], tại Chiêm Thành Ma Ha Quý Do dành ngôi của người anh là Ma Ha Quý Lai, nên bị vua Lê Nhân Tông nước ta gửi thư trách. Vốn ôm lòng oán hận, lại muốn tránh tội cướp ngôi; Quí Do mạo tên là Quí Lai, sai sứ sang nhà Minh tố cáo Đại Việt mấy lần xâm hại, bắt người nước này kể cả nam lẫn nữ đến 33.500. Trong chiếu thư gửi Vua Lê Nhân Tông vào năm nay, tức Thái Hòa thứ 8 [1450], Vua nhà Minh nêu việc này lên, để phản đối:

"*Ngày 22 tháng 3 năm Cảnh Thái thứ nhất* [3/5/1450]. *Sắc dụ Quốc vương An Nam Lê Tuấn*:

'Trẫm nhận mệnh trời chúa tể Hoa Di, đối xử chung một lòng nhân, không phân biệt xa gần. Vì rằng đạo trời có phép tắc, không dám trái nghịch; đạo hết sức công bằng, không chút tơ tóc sai lệch. Phàm yên phận theo lẽ phải được khuyến khích bằng phúc thiện; nếu cậy mạnh hiếp yếu, trừng phạt sẽ đến nơi bằng họa hoạn.

Mới đây nước Chiêm Thành tố cáo Vương mấy lần xâm hại, bắt người nước này kể cả nam lẫn nữ đến 33.500; lại dạy bảo Chiêm Thành không thuận theo đạo trời, chỉ theo điều lợi mà thôi. Có thể lừa Chiêm Thành, nhưng đối với trời thì lừa sao được!

Những điều tố cáo Vương như vậy, đúng hay sai Trẫm

không đáng tin hết. Khi sắc đến, Vương hãy yên phận giữ lễ, hòa mục với lân bang; việc trước nếu đã xảy ra thì sửa đổi, nếu không xảy ra thì cố gắng làm tốt thêm. Nếu quả có bắt số người Chiêm Thành kể trên, nên trả tất cả về nước, khiến mọi người đều an sinh lạc nghiệp; ngõ hầu trên thì thuận với đạo trời, dưới thì thuận lòng người; hai điều vẹn toàn, vĩnh viễn hưởng phúc thái bình.

Nay nhân Sứ giả Chiêm Thành về nước, bèn trao sắc này, đợi khi Sứ giả Vương tới nước này, sẽ nhận sắc mang về cho Vương. Vương nhớ tuân theo mệnh của Trẫm, chớ quên!'

Lại dụ Quốc vương Chiêm Thành Ma Ha Qui Lai:

'Nhận được lời tâu của Vương rằng Quốc vương An Nam mấy lần sai quân đến xâm lăng, cướp 33.500 người, lại dạy Vương đừng thuận theo đạo trời, đừng kính trọng triều đình, việc gì có lợi thì làm. Thật sự chống trời, chống lẽ phải không gì lớn hơn! Nhưng Vương vẫn giữ vững tiết bề tôi, không bị mê hoặc bởi lời dụ dỗ, vẫn đến triều cống như cũ; Thấy rõ Vương trung thành, biết thuận theo lẽ phải. Phàm lẽ phải tức đạo trời, người xưa nói:"Thuận với trời thì thịnh vượng, nghịch với trời thì tiêu vong"; kết quả đúng như vậy, không mảy may xê dịch!

Khi sắc đến, Vương càng thêm thuận đạo trời hơn, để bảo tồn sự thịnh vương. Riêng sắc dụ Vương nước An Nam, lệnh cho Sứ thần của Vương mang về, đợi Sứ An Nam đến Chiêm Thành thì trao cho họ và cũng luôn thể để Vương biết qua." ....(**Minh Thực Lục Quan hệ Trung Quốc Việt Nam**, tập 3, trang 53)

Tháng 7 [8/1450], viên Chánh sứ nhà Minh viếng thăm Vua Anh Tông đang bị giam, cảm động làm thơ kể lể nỗi niềm; sau đó Mông Cổ thả Vua Minh về nước:

"Mùa thu, tháng 7, nhà Minh sai Lý Thực làm chánh sứ đi cùng sứ giả của giặc Bắc lên phương Bắc. Ngày 15 [22/8/1450], bọn Thực ra mắt Anh Tông, rỏ nước mắt khóc, làm lễ lạy xong, thấy chỗ của Anh Tông lều bằng da, màn bằng vải, trải chiếu xuống đất mà ngủ, bèn tâu rằng:

'Nay bệ hạ ăn mặc kham khổ quá'.

Rồi hết lời kể tội Vương Chấn, nói là vì bệ hạ tin yêu hắn quá, đến nỗi phải chịu tai họa khi tuần thú ra ngoài. Anh Tông nói:

'Trẫm nay có hối cũng không kịp nữa.'

Thực làm một bài thơ tức sự rằng:

'Trùng chỉnh y quan bái thượng hoàng,

Ngẫu văn thiên ngữ trọng thê lương.

Tinh chiên sung phúc phi thiên lộc.

Thảo dã vi quân dị đế hương.

Thủy tín gian thần di quốc bính,

Chung giao Hồ lỗ [87b] bạn thiên thường.

Chỉ kim thiên sứ thông hòa hiếu,

Thúy kiễu nam tuyền tỉnh Kiến Chương.'

(Lạy sửa cân đai lạy thượng hoàng,

Chợt nghe lời dạy nặng đau thương.

Tanh hôi đầy bụng đâu thiên lộc (1),

Thảo dã làm vua khác đế hương (2).

Mới biết gian thần xoay thế nước,

Cho loài Hồ lỗ chống cương thường.

Sứ trời nay tới thông hòa hảo,

Xe thúy về nam viếng Kiến Chương (3).

Bấy giờ tù trưởng giặc Bắc là Dã Tiên sai đầu mục dẫn 500 quân kỵ đưa Anh Tông về Yên Kinh. Các quan đón ở cửa An Định. Anh Tông từ cửa Đông An đi vào. Vua Cảnh Thái ra lạy đón, nhún nhường một hồi lâu, rồi đưa Anh Tông đến Nam Cung. Các quan vào yết kiến rồi lui ra." **Toàn Thư**, Bản Kỷ, quyển 11, trang 87a.

Tháng 10 [4/11-3/12/1450] phái bộ Hà Lật sang nhà Minh nạp cống; đến tháng 6 năm sau đến nơi; được dự yến, ban tiền lụa:

"Mùa đông, tháng 10, sai Tây đạo tham tri Hà Lật làm chánh sứ; Hàn lâm viện trực học sĩ Nguyễn Như Đỗ và Quốc tử giám trợ giáo Đồng Hanh Phát làm phó sứ, sang nhà Minh nộp cống hàng năm." **Toàn Thư**, Bản Kỷ, quyển 11, trang 87b.

"Ngày 1 tháng 6 năm Cảnh Thái thứ 2 **[29/6/1451].** *Quốc vương An Nam Lê Tuấn sai Bồi thần cống vàng, bạc, khí mãnh cùng sản vật địa phương. Ban yến, cùng các vật như tiền giấy, lụa, có sai biệt."* ....(**Minh Thực Lục Quan hệ Trung Quốc Việt Nam**, tập 3, trang 55)

Sau khi Vua Anh Tông bị Mông Cổ bắt, vào ngày 6 tháng 9 [22/9/1449], Thành Vương nhà Minh lên ngôi, tức Vua Cảnh Đế. Đến tháng 6 năm Thái Hoà thứ 9 [1451] mới sai sứ báo tin cho nước ta:

"Ngày 21 tháng 6 năm Cảnh Thái thứ 2 **[19/7/1451].** *Chiếu dụ Quốc vương An Nam:*

'Trẫm là con thứ hai của Tuyên Tông Chương hoàng đế,

nhận tôn hiệu tại kinh sư. Mới đây nhân bọn giặc xâm phạm biên giới, đại huynh Hoàng đế thân chinh mang sáu quân (4) đi hỏi tội, sắc dụ Trẫm ở lại kinh đô giữ nước. Không ngờ xa giá nhà vua bị giặc đánh và bị bắt. Mẹ ta Hoàng Thái hậu đáp ứng nguyện vọng của thần dân, lệnh Trẫm đích thân bàn định cùng Hoàng thân, Công, Hầu, Bá, quần thần văn võ tại triều, cùng kỳ lão quân dân, Sứ thần các Di bốn phương. Nghĩ rằng ngôi vị Thiên tử không thể để trống lâu, tất cả đồng lời xin sớm ra quyết định lớn. Hoàng Thái hậu bèn mệnh Trẫm làm vua thiên hạ. Lúc này có Sứ thần từ nước giặc trở về, cũng truyền báo chiếu chỉ của đại huynh rằng lễ nghi tông miếu không thể bỏ trống; em Trẫm là Thành vương, tuổi đã lớn lại hiền, nên lệnh kế chức để lo liệu việc tế tự.

Tuy Trẫm từ chối mấy lần nhưng không được chấp nhận, nên vào ngày 6 tháng 9 năm Chính Thống thứ 14 [22/9/1449] lên ngôi Hoàng đế, đại xá thiên hạ và sai sứ đến nước giặc tôn nguyên Hoàng đế làm Thái thượng hoàng, và định năm sau đặt niên hiệu Cảnh Thái năm thứ nhất. Vào tháng 8 năm nay giặc đưa Thái thượng hoàng về kinh đô, Thượng hoàng vẫn ra lệnh Trẫm phụng thừa lễ giao miếu và coi việc nước như cũ. Lại khen rằng ta làm tốt trong việc bảo vệ biên cương, giữ gìn hòa bình trong phép trị nước." (**Minh Thực Lục Quan hệ Trung Quốc Việt Nam**, tập 3, trang 55)

Ngày 26 tháng 7 [2/8/1451], Thái hậu nghe lời gièm giết cha con Tể tướng Lê Khả, cha con Tư khấu Lê Khắc Phục, khiến riềng mối triều đình trở nên suy nhược:

"Giết Thái úy Lê Khả và con là Quát luôn với Tư khấu Lê Khắc Phục và con là Bá Nhai. Lê Khả, khi làm tể tướng, đảm nhiệm lấy việc giúp vua sửa đổi điều lỗi và tiếp nhận những lời khuyên can, nhưng Khả sử dụng pháp lệnh một cách quá

nghiêm khắc, không hề nể nang hay khoan gượm gì cả. Do đấy, triều đình ai cũng len lét sợ Khả. Có kẻ gièm pha với thái hậu rằng Lê Khả cùng với cha con Khắc Phục ngầm kết vây cánh bè đảng. Thái hậu tin lời, bèn giết luôn cha con Lê Khả và cả cha con Khắc Phục." **Cương Mục**, Chính Biên, quyển 18.

Sứ thần nhà Minh do Hành nhân Biên Vĩnh làm Chánh sứ sang báo tin Vua Cảnh Tông lên ngôi. Phái đoàn khởi hành từ tháng 6, đến nước ta vào tháng 10; đến ngày 18 cùng tháng [11/11/1451] triều đình nước ta sai sứ bộ Trình Chân sang mừng lên ngôi:

"Mùa đông, tháng 10, nhà Minh sai chánh sứ là Hành nhân ty hành nhân Biên Vĩnh, phó sứ là tiến sĩ Trịnh Huệ sang báo tin lên ngôi. Trước đây, Minh Anh Tông đi đánh phương Bắc đã bị Dã Tiên bắt được, [88b] *em là Thành Vương Kỳ Ngục coi việc nước rồi tự lập làm vua, đổi niên hiệu là Cảnh Thái, cho nên sai bọn Biên Vĩnh sang báo.*

Ngày 18, sai Đồng tri Đông đạo Trình Chân, Trung thu hoàng môn thị lang Nguyễn Đình Mỹ, Thẩm hình viện đồng tri Phùng Văn Đạt sang nhà Minh mừng vua Minh lên ngôi." **Toàn Thư**, Bản Kỷ, quyển 11, trang 88b.

Năm Thái Hòa thứ 10 [1452], vào tháng 6 sứ bộ Trình Chân tới kinh đô nhà Minh, được ban yến, tặng tiền lụa; sau đó cho bái yết đền thờ Khổng Tử:

"Ngày 16 tháng 6 năm Cảnh Thái thứ 3 [2/7/1452]**.** *Quốc vương An Nam Lê Tuấn sai Bồi thần Trình Chân đến dâng biểu, triều cống các vật như vàng bạc khí mãnh. Ban yến cùng ban cho y phục dệt kim, lụa thải (5), đoạn (6), quyên (7) và tiền giấy có sai biệt."* **(Minh Thực Lục Quan hệ Trung**

Quốc Việt Nam, tập 3, trang 57)

"***Ngày 19 tháng 6 năm Cảnh Thái thứ 3*** [5/7/1452]. *Bồi thần nước An Nam Trình Chân xin được bái yết Tiên sư Khổng Tử tại Quốc Tử Giám. Thiên tử chấp thuận.*" (**Minh Thực Lục Quan hệ Trung Quốc Việt Nam**, tập 3, trang 57)

Nhân Vua Cảnh Tông lập Hoàng thái tử, tháng 6 sai bọn Sứ thần Trần Kim sang báo tin; ngày 15 tháng 10 [25/11/1452] thì đến nước ta. Vào ngày 23 cùng tháng [3/12/1452] triều đình cử 2 sứ bộ sang nhà Minh; một sứ bộ do Chánh sứ Phạm Du cầm đầu, mừng lập Hoàng thái tử; sứ bộ thứ hai dưới quyền Chánh sứ Lê Thượng, tạ ơn việc ban vóc lụa:

"***Ngày 20 tháng 6 năm Cảnh Thái thứ 3*** [6/7/1452]. *Nhân sách lập Hoàng Thái tử, sai Lang trung Trần Độn thuộc bộ Lại ty Kê Huân, Lang trung Trần Kim thuộc bộ Hình ty Hồ Quảng làm Chánh sứ; Ty chính Hành nhân Lý Khoan, Hành nhân Quách Trung Nam làm Phó sứ, mang chiếu chỉ đến hiểu dụ hai nước Triều Tiên và An Nam. Ban cho mỗi nơi 1 bộ y phục dệt kim, 500 quan tiền giấy.*" (**Minh Thực Lục Quan hệ Trung Quốc Việt Nam**, tập 3, trang 57)

"*Mùa đông, tháng 10, ngày 15, nhà Minh sai chánh sứ là Hình bộ lang trung Trần Kim, phó sứ là Hành nhân ty hành nhân Quách Trọng Nam sang báo tin lập Hoàng thái tử và ban vóc lụa.*

Ngày 23, sai sứ sang nhà Minh. Chánh sứ Thẩm hình viện Phạm Du, phó sứ Hàn lâm viện trực học sĩ Nguyễn Bá Ký và Lễ bộ viên ngoại lang Chu Xa sang mừng việc lập Hoàng thái tử. Chánh sứ Chấn lôi quân chỉ huy Lê Thượng, phó sứ thị ngự sử Lê Chuyên sang tạ ơn ban vóc lụa. [89b]" **Toàn Thư**, Bản Kỷ, quyển 11, trang 89a.

Như phần trên đã trình bày, vào năm Thái Hòa thứ 7 [1449] Ma Ha Quý Do giành ngôi của người anh là Ma Ha Quý Lai; bị triều đình Đại Việt khiển trách nặng nề. Đến nay mới báo tin cho nhà Minh rằng Quí Lai chết, Quí Do lên thay; chứng tỏ Vua Chiêm Thành, Quí Do, lừa dối trắng trợn:

"***Ngày 1 tháng 7 năm Cảnh Thái thứ 3*** [17/7/1752]. *Mệnh Cấp sự trung Phan Bản Ngu, Hành nhân Biên Vĩnh làm Chánh Phó sứ đến điếu tế cố Quốc vương Chiêm Thành Ma Ha Quý Lai, lại phong cho người em là Ma Ha Quý Do làm Quốc vương Chiêm Thành. Chiếu rằng:*

"Trẫm ứng mệnh trời, chủ tể Hoa Di, phong các chư hầu xa gần như một; đó là đại điển của quốc gia, hiến ước của tổ tông đã có sẵn.

Huống nước Chiêm thành ở nơi góc biển chân trời xa xôi, để sai khiến dân này há lẽ không có người quân trưởng! Vì vậy Quốc vương Ma Ha Quý Lai được thế tập phong tước, kính trời thờ nước lớn, trước sau một lòng thành, cai trị nhân dân, chăm lo chức cống; nay mất cần có kẻ thừa kế. Người em Ma Ha Quý Do tính vốn trung thuần, dân trong nước hướng theo, nay đặc cách phong làm Quốc vương Chiêm Thành, kế thừa làm chủ nước. Phàm dân chúng tước vị lớn nhỏ trong nước, ngày đêm lo tận tâm khuông phò, không được lấn người trên, giữ tấm lòng trung thuận để hưởng phúc thái bình mãi." (**Minh Thực Lục Quan hệ Trung Quốc Việt Nam**, tập 3, trang 57)

Ngày 21 tháng 2 năm Thái Hòa thứ 11 [30/3/1453], mở kỳ thi Hội:

"Quý Dậu, Thái Hòa năm thứ 11, (Minh Cảnh Thái năm

thứ 4). Mùa xuân, tháng 2, ngày 21, đại xá. Tổ chức thi hội cho sĩ nhân trong nước. Cho bọn Vũ Bá Triệt đỗ tiến sĩ cập đệ." **Toàn Thư**, Bản Kỷ, quyển 11, trang 89 a.

Tháng 10 năm ngoái, sứ bộ Đại Việt sang mừng lập Hoàng thái tử; tháng 5 năm nay đến kinh đô nhà Minh. Cũng nhân tiện trình bày việc Vua Chiêm Thành Ma Ha Quý Do vu cáo; Vua Minh nghe được, bèn đem lời an ủi:

"***Ngày 4 tháng 5 năm Cảnh Thái thứ 4* [10/6/1453].** *Quốc vương An Nam Lê Tuấn sai Bồi thần Lê Thượng sang mừng lập Hoàng Thái tử; cống vàng, bạc, khí mãnh và sản vật địa phương. Ban yến cùng lụa, tiền giấy có sai biệt."* (**Minh Thực Lục Quan hệ Trung Quốc Việt Nam**, tập 3, trang 59)

"***Ngày 25 tháng 5 năm Cảnh Thái thứ 4* [1/7 /1453].** *Sắc dụ Quốc vương An Nam Lê Tuấn:*

'Mới đây nhận được lời tâu của Quốc vương xác định lời nước Chiêm Thành trước đây nói rằng Vương đòi voi có hoa văn rồi mang quân đến xâm lấn, mọi việc đều không đúng sự thực. Đủ thấy nước Vương biết lễ nghĩa. Từ nay trở về sau Vương hãy làm cho lân quốc tin tưởng hơn, khéo giữ gìn biên giới, yên ổn nhân dân. Đừng để sự nghi ngờ trước đây gây hiềm khích, rồi đi đến chỗ gây hấn." (**Minh Thực Lục Quan hệ Trung Quốc Việt Nam**, tập 3, trang 59)

Tháng 11 [12/1453], sai bọn Sứ thần Nguyễn Nguyên Kiều sang nhà Minh tiến cống:

"Mùa đông, tháng 11, vua sai bọn bồi thần Nguyễn Nguyên Kiều, Nguyễn Đán, Trần Hoãn Huy sang nhà Minh nộp cống hàng năm." **Toàn Thư**, Bản Kỷ, quyển 11, trang 89 b.

Ngày 21 tháng 11 [20/12/1453] Vua đích thân coi chính sự,

đổi niên hiệu năm sau là Diên Ninh thứ nhất, ra lệnh ân xá và cấp tuất. Tuy nhiên sách **Quang Thuận Trung Hưng Ký** vẫn cho rằng bấy giờ Thái hậu chuyên quyền, triều đình tham ô thối nát, cảnh tượng đầy suy đốn:

"Ngày 21, vua bắt đầu đích thân coi chính sự, đổi niên hiệu, đại xá. Từ tháng giêng năm sau đổi là Diên Ninh năm thứ 1. Các điều lệnh ân xá có: tăng chức 1 bậc cho các công thần Lê Lễ, Lê Bị, Lê Triện. Cấp một trăm mẫu quan điền cho bọn Lê Sát, Lê Ngân, Lê Khả, Lê Khiêm, Trịnh Khắc Phục, đồng thời cứu giúp cứu giúp những kẻ không vợ, góa chồng, mồ côi, cô đơn và biểu dương những người chồng nghĩa khí, người vợ trinh tiết." **Toàn Thư**, Bản Kỷ, quyển 11, trang 89 b.

*"Nội dung tập **Quang Thuận trung hưng ký** này đại ý nói: Lê Nhân Tông bấy giờ còn bé, thái hậu Nguyễn Thị cầm quyền, triều thần hầu hết là vô học, bất tài, tham ô, thối nát, hối lộ công khai, văn giáo mịt mờ bế tắc, làm cho dân tình xao xuyến, đường sá nôn nao, trình bày một cảnh tượng đầy suy đốn!"* **Cương Mục**, Chính Biên, quyển 18.

Tháng giêng năm Diên Ninh thứ nhất [2/1454], cho đúc tiền mới, tuyển trai trẻ khỏe mạnh bổ sung quân, làm sổ hộ tịch:

"Giáp Tuất, Diên Ninh năm thứ 1, (Minh Cảnh Thái năm thứ 5). Mùa xuân, tháng giêng, đúc tiền Diên Ninh. Tuyển tráng đinh bổ sung quân [90a] ngũ và thải người già. Làm sổ hộ tịch." **Toàn Thư**, Bản Kỷ, quyển 11, trang 89 b.

Vào tháng 11 năm ngoái sứ bộ Nguyễn Kiều sang cống nhà Minh, tháng 3 năm nay đến kinh đô; được ban yến, y phục và lụa. Tháng 8 trở về nước, nhận sắc và các loại lụa, đưa về cho Vua; lại được hộ tống ra khỏi biên giới:

*“**Ngày 26 tháng 3 năm Cảnh Thái thứ 5** [23/4/1454]. Quốc vương An Nam Lê Tuấn sai Bồi thần Nguyễn Kiều đến dâng biểu, cống vàng, bạc, khí mãnh, và các sản phẩm địa phương. Được đãi yến, cùng ban cho lụa và các vật.”* (**Minh Thực Lục Quan hệ Trung Quốc Việt Nam**, tập 3, trang 60)

*“**Ngày 4 tháng 8 năm Cảnh Thái thứ 5** [27/8/1454]. Quốc vương An Nam Lê Tuấn sai Bồi thần Nguyễn Kiều đến triều cống sản phẩm địa phương. Đãi yến, ban cho lụa nõn trong ngoài và y phục lụa trử. Lại mệnh mang sắc, cùng lụa đưa về cho vua. Sắc như sau:*

“Vương trông coi bờ cõi phía nam xa xôi, giữ tròn lễ nghĩa, từ lâu trọn chức bề tôi; Trẫm rất vui lòng. Nhân Sứ thần về nước; Trẫm gửi lời khuyến khích Vương càng kiên định tấm lòng thuận trời, thờ nước lớn để đời đời được tốt đẹp. Ban cho 4 tấm lụa bạch; các loại lụa dệt kim, trử, thải, quyên, ty, mỗi loại 10 tấm. Mệnh các nơi đi qua mang quân hộ tống bọn Kiều đến biên giới.” (**Minh Thực Lục Quan hệ Trung Quốc Việt Nam**, tập 3, trang 61)

Năm Diên Ninh thứ 2 [1455], sai Phan Phù Tiên soạn bộ **Đại Việt Sử Ký**. Phù Tiên người làng Đông Ngạc, huyện Từ Liêm, Hà Nội; đỗ Minh Kinh khoa Kỷ Dậu [1429] thời Vua Lê Thái Tổ niên hiệu Thuận Thiên thứ 2:

*“Ất Hợi, Diên Ninh năm thứ 2, (Minh Cảnh Thái năm thứ 6). Sai Phan Phu Tiên soạn bộ **Đại Việt sử ký**, từ thời Trần Thái Tông đến khi người Minh về nước.”* **Toàn Thư**, Bản Kỷ, quyển 11, trang 90a.

Ngày mồng 3 tháng giêng năm Diên Ninh thứ 3 [8/2/1456] mở đại yến linh đình, có Lạng sơn vương Nghi Dân tham dự:

"Bính Tý, Diên Ninh năm thứ 3, (Minh Cảnh Thái năm thứ 7). Mùa xuân, tháng giêng, ngày mồng 3, ban đại yến cho các quan, Lạng Sơn Vương Nghi Dân dự yến." **Toàn Thư**, Bản Kỷ, quyển 11, trang 90a.

Ngày mồng 5 tháng 2 [10/3/1456] ban cho đầu mục châu Qui Hợp là Cầm Công làm Trấn viễn thượng tướng quân:

"Tháng 2, ngày mồng 5, ban cho bọn đầu mục Mường Bồn [Qui Hợp, Ai Lao] *áo và lụa theo thứ bậc khác nhau. Vì đầu mục Mường Bồn* [91a] *là Lang Tra hồi tháng giêng đem cống lễ vật. Ra lệnh chỉ cho phụ đạo Lệnh Châu Cầm Công làm Trấn viễn thượng tướng quân. Sai Viên ngoại lang Trình Dao đem chiếu chỉ đến dụ và ban thưởng cho chiếc áo đoạn màu hồng dệt hoa kim tuyến, mũ cao sơn, đai thếp bạc, yên ngựa, ghế dựa, án thư."* **Toàn Thư**, Bản Kỷ, quyển 11, trang 90b.

Trong tháng 2 nhà vua đi Lam Kinh, Thanh Hoá; bái yết lăng tẩm, dùng bọn Lê Hiêu và Lê Lựu ở lại trông coi thành trì Đông Kinh:

"Ra lệnh chỉ cho bọn Nhập nội tư đồ bình chương sự Lê Hiêu, Nhập nội đô đốc bình chương sự Lê Lựu trông coi các việc giữ vững thành trì, ngày đêm nghiêm ngặt, tuần phòng trong ngoài theo đúng phép.

Ngày Đinh Mùi mồng 8 [13/3/1456], *vua ngự về Lam Kinh, ngày Quý Sửu* [19/3/1456] *tới Lam Kinh. Đêm ấy mưa đá. Ngày 15* [20/3/1456], *vua đích thân dẫn trăm quan bái yết Sơ lăng và ra lệnh chỉ cho quan coi lăng ở Lam Sơn rằng:*

"Mọi việc ở đền thờ cần phải thành kính, tinh khiết như ngả cây, chặt tre, kiếm củi... tế tẩm miếu dùng 4 trâu, đánh trống đồng, [91b] *quân lính reo hò hưởng ứng. Về nhạc, võ*

*thì múa điệu "**Bình Ngô phá trận**", văn thì múa điệu "**Chư hầu lai triều**" (8). Đại tư đồ Lê Bí đến tế miếu Chiêu Hiếu Vương và Trung Dũng Vương (9), dùng 3 trâu. thượng thư lệnh Lê Khang đến tế miếu Hoẳng Hựu Đại Vương (10), dùng 3 trâu.'*

Ngày 21 [26/3/1456], ban yến cho các quan hộ giá, các quan nhận chức ở ngoài và các quan trí sĩ ở hành điện Lam Kinh, thưởng tiền theo thứ bậc khác nhau. Ngày hôm sau, ra lệnh chỉ cho các đại thần bàn định đặt tên hiệu cho các miếu điện ở sơn lăng Lam Sơn. Chánh điện gọi là điện Quang Đức, điện Sùng Hiếu, hậu điện gọi là Diễn Khánh. Lại sai quân phủ Thanh Hoá làm tẩm cung thờ Thái hoàng thái phi ở phía tây điện lăng Lam Sơn. Ngày 30 [4/4/1456], vua từ Tây Kinh về đến kinh sư." **Toàn Thư**, Bản Kỷ, quyển 11, trang 91a.

Trước kia vào tháng 5 năm Thái Hòa thứ 6 [6/1448] có tranh chấp đất đai giữa châu An Bình phủ Thái Bình và Hạ Tư Lang thuộc trấn Thái Nguyên, đã giải quyết xong. Nay lại xảy ra tranh chấp mới, triều đình ta sai quan đến biên giới gặp Tam ty nhà Minh để hội khám, nhưng họ không tới:

"Tháng 3, ngày mồng 2 [6/4/1456], sai bọn Nhập nội đô đốc bình chương sự Lê Ê đi công cán lên địa giới trấn Thái Nguyên. Cùng đi có Nhập nội đại hành khiển tri tam quán sự nhập thị kinh diên Đào Công Soạn, Tây đạo hành khiển Nguyễn Hữu Quang, Bắc đạo hành khiển Lê Cảnh Huy, Thẩm hình viện sứ Trình Chân, Nội mật viện đồng tri Lê Hoài Chi. Khi lên đến địa giới Thái Nguyên, quan Tam ty nhà Minh không tới, lại trở về. Bấy giờ, Thái Nguyên giáp giới với châu phủ Thái Bình, tỉnh Quảng Tây, Đầu mục trấn đó là Nông Kính và Đàm Khoan bắt giết người, cướp trâu bò, gia súc lẫn của nhau rồi vượt sang chiếm đất ta, cho

nên có lệnh này." **Toàn Thư**, Bản Kỷ, quyển 11, trang 92a.

Ngày mồng 8 tháng 5 [10/6/1456] Tù trưởng các dân thiểu số đến cống, được ban tiền:

"Ngày mồng 8, bọn Tuyên úy Mường Mộc [Mộc Châu, Sơn La] *là Xa La, Kinh lược sứ châu Thuận Mỗi là Đạo Xa, Tri châu Việt Châu* [Yên Châu, Sơn La] *là Đạo La, Quan sát sứ châu Ngọc Ma* [Cam Môn, Cam Cớt, Ai Lao] *là Cầm Kha sang dâng sản vật địa phương, đều được ban tiền theo thứ bậc khác nhau."* **Toàn Thư**, Bản Kỷ, quyển 11, trang 92b.

Ngày 25 tháng 10 [22/11/1456], sai sứ bộ Lê Văn Lão sang nhà Minh nạp cống:

"Mùa đông, tháng 10, ngày 25 sai các bồi thần Lê Văn Lão, Nguyễn Đình Mỹ, Nguyễn Cư Đạo, Đặng Huệ Đạt [có sách chép là Liên], *sang nhà Minh nộp hằng năm và tạ ơn ban áo mũ."* **Toàn Thư**, Bản Kỷ, quyển 11, trang 94b.

Vào đầu năm Diên Ninh thứ 4 [1457], tại Trung Quốc xảy ra vụ phế lập. Bấy giờ Vua Cảnh Đế ốm, các quan nhà Minh bèn đem Vua cũ, Anh Tông, lên ngôi lần thứ hai, niên hiệu là Thiên Thuận. Phế Vua Cảnh Tông làm Thành vương, rồi mấy ngày sau Vua này mất:

"Đinh Sửu, Diên Ninh năm thứ 4, (Minh Thiên Thuận năm thứ 1). Mùa xuân, tháng giêng, vua Cảnh Thái nhà Minh ốm, bọn bầy tôi Vũ Thanh hầu Thạch Hanh, cùng với Chưởng binh đô đốc Trương Nghê [Nghê là con Trương Phụ], *Tả đô ngự sử Dương* [95a] *Thiên, Phó đô ngự sử Từ Hữu Trinh đón Thượng hoàng Anh Tông trở lại lên ngôi, đổi niên hiệu là Thiên Thuận.*

Tháng 2, ngày mồng 1 [24/2/1457], *nhà Minh phế vua Cảnh*

Thái là Thành Vương như cũ, cho về ở Tây cung. Tháng ấy, ngày 19 [14/3/1457], *Thành Vương mất. Ban lụa hồng cho các phi tần như Đường Thị, bắt phải tự tử để chôn theo Thành Vương.*" **Toàn Thư**, Bản Kỷ, quyển 11, trang 94b.

Đến tháng 9 nhà Minh sai sứ sang nước ta báo tin Vua Anh Tông trở lại ngôi. Tháng sau, triều đình sai sứ bộ Lê Hy Cát sang mừng lên ngôi và lập Hoàng thái tử mới:

"*Tháng 9, ngày 26* [14/10/1457], *nhà Minh sai chánh sứ là Thượng bảo tự khanh kiêm Hàn lâm viện thị độc Hoàng Gián, phó sứ là Thái bộc tự thừa Trâu Doãn Long sang báo tin Anh Tông trở lại ngôi, tin lập Hoàng thái tử và ban cho vóc lụa.*

Mùa đông, tháng 10, ngày 14 [31/10/1457], *vua sai chánh sứ là Nam đạo hành khiển tả nạp ngôn tri* [95b] *quân dân bạ tịch Lê Hy Cát, các phó sứ là bọn Hàn lâm viện thị giảng Trịnh Thiết Trường, Trung thư khởi cư xá nhân Nguyễn Thiên Tích, Giám sát ngự sử Trần Xác sang nhà Minh mừng việc lên ngôi và lập Hoàng thái tử, cùng tạ ơn ban vóc lụa* [Lê Hy Cát người Lam Sơn, huyện Lương Giang]." **Toàn Thư**, Bản Kỷ, quyển 11, trang 95a.

Vào tháng 10 năm ngoái sứ bộ Lê Văn Lão sang nhà Minh nạp cống hàng năm; đến tháng 3 năm nay đến Bắc Kinh, được ban yến và thưởng lụa. Lê Văn Lão dâng biểu xin áo Long Cổn cho Vua nhưng không được chấp thuận; riêng việc đổi hương liệu lấy dược phẩm mang về, thì không cản trở. Vào ngày 15 tháng 6 [6/7/1457] khi phái bộ trở về, Vua Anh Tông gửi chiếu thư cho Vua nước ta; phàn nàn việc người trong nước thường sang lấy trộm ngọc trai tại vùng biển Quảng Đông, yêu cầu chỉnh đốn chấm dứt việc này:

"*Ngày 28 tháng 3 năm Thiên Thuận thứ nhất* **[21/4/1457].** *Sứ thần nước An Nam bọn Lê Văn Lão dâng biểu, triều cống vàng, bạc, khí mãnh cùng sản vật địa phương. Ban yến cùng các vật như lụa nõn trong ngoài.*" (**Minh Thực Lục Quan hệ Trung Quốc Việt Nam**, tập 3, trang 62)

"*Ngày 2 tháng 6 năm Thiên Thuận thứ nhất* **[23/6/1457].** *Quốc vương An Nam Lê Tuấn tâu:*

"Được triều đình phong Vương hơn mười năm, thần kính cẩn đảm nhiệm chức phận bề tôi. Xin được triều đình ban cho áo Long Cổn, như lệ ban cho Quốc vương Triều Tiên. Thiên tử không chấp thuận." (**Minh Thực Lục Quan hệ Trung Quốc Việt Nam**, tập 3, trang 63)

"*Ngày 2 tháng 6 năm Thiên Thuận thứ nhất* **[23/6/1457].** *Bồi thần nước An Nam Lê Văn Lão tâu rằng:*

'Kinh Thư, kinh Thi bồi dưỡng lòng người; thuốc và châm cứu giúp kéo dài tuổi thọ. Nước thần từ trước đến nay nhờ vào thư tịch và thuốc thang Trung Quốc để biết rõ đạo lý và kéo dài cuộc sống. Nay xin theo tập tục xưa lấy hương liệu là những sản phẩm trong nước có sẵn, đổi lấy những vật thiếu để mang về nước.'

Được chấp thuận." (**Minh Thực Lục Quan hệ Trung Quốc Việt Nam**, tập 3, trang 63)

"*Ngày 15 tháng 6 năm Thiên Thuận thứ nhất* **[6/7/1457].** *Sứ thần nước An Nam Lê Văn Lão từ giã bệ rồng; Thiên tử ban cho Quốc vương Lê Tuấn lụa ỷ nạm vàng, lụa quyên mỗi thứ 20 tấm, 4 tấm gấm, mệnh Văn Lão mang về. Lại ban sắc dụ Tuấn như sau:*

"Trẫm cho rằng không phải vì thân thiết mà che dấu sự

sai trái, thưởng và phạt phải đích đáng. Vương kính cẩn trong việc triều cống, thực đáng khen, nhưng có lỗi không thể không cho biết. Mới đây quan trấn thủ Quảng Đông tâu rằng người nước ngươi thường sử dụng thuyền có 3 cột buồm, qua lại hồ ngọc trai tại Quảng Đông để ăn trộm. Có lúc sử dụng 2 chiếc thuyền, có lúc 3 chiếc, có lúc lên đến 150 chiếc, không một ngày nào không. Bắt được 4 tên trong bọn chúng, khai là Phạm Viện, Trình Lưu, Vũ Vũ, Phan Cánh đều là dân nước ngươi; thuộc các huyện Nam Sách [tỉnh Hải Dương], *Hạ Lộ, Hầu Sơn. Đây tuy là việc nhỏ nhưng tổn thương đến đại thể. Nếu bảo rằng ngươi cố tình thì trái với đạo làm tôi; bảo rằng ngươi không biết, tức không tròn đạo giữ nước. Khi sắc đến, ngươi nên tự chỉnh đốn để bỏ sự sai trái, nếu còn chấp mê sẽ biến thành đại họa."* (**Minh Thực Lục Quan hệ Trung Quốc Việt Nam**, tập 3, trang 63)

Tân Quốc vương Chiêm Thành Bàn La Duyệt sai sứ sang tâu với triều đình nhà Minh rằng người anh bà con là Quốc vương Ma Ha Quý Do mất, nên được nối ngôi; Vua Anh Tông bèn phong Bàn La Duyệt tước Quốc vương:

"***Ngày mồng 1 tháng 4 năm Thiên Thuận thứ 1*** **[24/4/1457]**. *Chiếu dụ Quốc vương Chiêm Thành*:

'Trẫm là Đế Vương đứng đầu thiên hạ, đối xử chung một lòng nhân, việc phong tước cho các phiên bang thể theo chế độ nối dõi tông đường. Nước Chiêm Thành các ngươi đời đời làm phiên thần nơi ven biển, việc truyền ngôi không thể để trống. Bởi vậy sau khi Quốc vương Ma Ha Quý Do mất, người nối dõi Bàn La Duyệt vừa là bà con thân, hiền đức, nhân tâm hướng theo; nên đặc cách sai sứ Cấp sự trung Giang Đồng, Phó sứ Hành Nhân Lưu Diễn mang sắc phong làm Quốc vương Chiêm Thành. Dân chúng nơi xa gần, ngày

đêm hãy phụ trợ, nhằm tuân theo lễ phận, đừng trái nghịch. Hãy kiên định lòng trung thuận lâu dài, để vĩnh viễn hưởng phước thái bình; nên ban chiếu này để mọi người hay biết.'

Lại ban sắc dụ Bàn La Duyệt rằng:

"Các Vương đời trước tại nước ngươi đều cung kính giữ nước, đến đời anh ngươi nối chức, sự nghiệp tốt đẹp, nhưng chỉ được mấy năm thì mất. Cáo phó từ xa tới, khiến lòng Trẫm quyến luyến. Ngươi Bàn La Duyệt là em của Vương xưa, biết sai Sứ mang sản vật địa phương tiến cống và xin mệnh triều đình. Xét ngươi là người thân tộc, lại hiền đức, bèn chấp thuận cho nối dõi. Đặc cách sai Sứ mang chiếu phong ngươi làm Quốc vương Chiêm Thành, cùng ban cho các loại lụa. Ngươi phải tận tụy với phận bề tôi, vỗ về yên ổn dân trong nước, để tiếp tục làm sáng đức. Khâm thử." (**Minh Thực Lục Quan hệ Trung Quốc Việt Nam**, tập 3, trang 62)

Năm Diên Ninh thứ 5 [1458], mở kỳ thi Hội:

"Mậu Dần, Diên Ninh năm thứ 5, (Minh Thiên Thuận năm thứ 2). Thi hội cho các sĩ nhân trong nước. Cho bọn Nguyễn Văn Nễ đỗ tiến sĩ xuất thân." **Toàn Thư**, Bản Kỷ, quyển 11, trang 95b.

Năm ngoái triều đình ta cử 2 sứ bộ sang nhà Minh; nhóm Lê Hy Cát mừng lên ngôi và lập Hoàng thái tử; Lê Văn Lão sang nạp cống hàng năm. Sứ bộ Lê Hy Cát được dự yến và tặng quà vào ngày 6 tháng 2; sứ bộ Lê Văn Lão cũng được ban yến và tặng quà vào ngày 15 tháng 4. Ngày sứ bộ khởi hành về nước Vua Anh Tông gửi chiếu dụ khen ngợi cùng tặng quà cho Vua Nhân Tông:

"Ngày 6 tháng 2 năm Thiên Thuận Thứ 2 **[19/2/1458].** *Quốc vương An Nam Lê Tuấn sai bọn Bồi thần Lê Hy Cát,*

Trung sơn vương nước Lưu Cầu Thương Cung Cữu sai bọn Sứ thần Ngô Thị Kham Tiện, Quốc vương Triều Tiên Lý Tầm sai bọn Bồi thần Lý Đăng Khuê..... triều cống ngựa cùng sản vật địa phương. Ban yến cùng ban lụa nõn trong ngoài có sai biệt." (**Minh Thực Lục Quan hệ Trung Quốc Việt Nam**, tập 3, trang 64)

"***Ngày 15 tháng 4 năm Thiên Thuận thứ 2*** [27/5/1458]. *Quốc vương Triều Tiên Lý Mâu, Quốc vương An Nam Lê Tuấn sai Bồi thần đến triều cống sản vật địa phương, vàng, bạc, khí mãnh. Ban yến cùng các vật như lụa."* (**Minh Thực Lục Quan hệ Trung Quốc Việt Nam**, tập 3, trang 64)

"***Ngày 22 tháng 5 năm Thiên Thuận thứ 2*** [2/7/1458]. *Sắc dụ Quốc vương An Nam Lê Tuấn rằng:*

'Vương trấn thủ phiên bang phía nam xa xôi, thực lòng cung kính, từ lâu triều cống không khuyết. Mới đây nhân dịp Trẫm trở lại ngôi báu, bèn sai Bồi thần dâng biểu mừng, và cống vàng, bạc, khí mãnh cùng sản vật địa phương; tấm lòng tận tụy thành kính đáng khen. Lúc Sứ giả Vương trở về bèn ban cho lụa nõn trong ngoài, lụa đoạn để đáp lại tấm lòng thành. Vương hãy kiên định hơn lòng kính trời, thờ nước lớn, để bảo vệ nước và đáp ứng lòng Trẫm." (**Minh Thực Lục Quan hệ Trung Quốc Việt Nam**, tập 3, trang 65)

Vào ngày mồng 3 tháng 10 năm Diên Ninh thứ 6 [28/10/1459], Lạng sơn vương Nghi Dân cùng đồng đảng ban đêm trèo tường vào cung cấm, giết Vua và Hoàng thái hậu; rồi cướp ngôi. Đến ngày 21 tháng 10 năm Quang Thuận thứ nhất thời Vua Lê Thánh Tông [3/11/1460] làm lễ chiêu hồn, tôn miếu hiệu là Nhân Tông:

"*Kỷ Mão, Diên Ninh năm thứ 6, (Minh Thiên Thuận năm*

thứ 3). Mùa đông, tháng 10, ngày mồng 3, Lạng Sơn Vương Nghi Dân đang đêm bắc thang, chia làm ba đường, trèo thành cửa Đông, lẻn vào cung cấm. Vua và Tuyên Từ hoàng thái hậu đều bị hại. Trước kia, Dương Thị Bí là mẹ Nghi Dân có tội với Thái Tông, nên Nghi Dân không được lập, mới ngầm chuốc mưu gian, nhòm ngó ngôi báu, cùng bọn đồ đảng Phạm Đồn, [96a] *Phan Ban, Trần Lăng, xướng xuất bọn vô lại gồm hơn trăm đứa, lợi dụng đêm tối, bắc thang trèo thành, lẻn vào cung cấm. Thế là vua bị hại. Hôm sau, Hoàng thái hậu cũng bị hại. Nội nhân thị thái hậu phó chưởng Đào Biểu chết. Bấy giờ, Lê Đắc Ninh là Đô chỉ huy giữ cấm binh đương phiên trực, đã không chịu dẫn quân ra trước ngăn giữ, lại đem giúp kẻ phản nghịch. Cho nên Nghi Dân mới tiếm đoạt được ngôi báu, mà các quan văn võ phải nuốt hận ngậm đau, trăm họ bốn phương như mất cha mất mẹ.*

Đến năm Quang Thuận thứ 1, mùa đông, tháng 10, ngày 21 [3/11/1460], *làm lễ chiêu hồn và táng vua vào Mục Lăng ở Lam Sơn, miếu hiệu là Nhân Tông, dâng tôn hiệu là Khâm Văn Nhân Hiếu Tuyên Minh Thông Duệ Tuyên Hoàng Đế."* **Toàn Thư**, Bản Kỷ, quyển 11, trang 96a.

Sử thần Phan Phù Tiên, người đương thời, có lời bàn rằng Vua tuy lên ngôi thuở ấu thơ, nhưng được các đại thần đồng lòng phò tá, nên trị vì 17 năm đất nước thái bình, đáng là vị Vua nhân từ:

"Nhân Tông lên nối ngôi vào tuổi ấu thơ, bên trong có mẫu hậu buông rèm [96b] *trông coi chính sự, bên ngoài các đại thần đồng lòng phò tá trị nước, cho nên trong khoảng 17 năm, thiên hạ thái bình, an cư lạc nghiệp, xứng đáng là vua nhân từ. Đến lúc cuối đời bị lũ vô lại Đồn, Ban xướng xuất, khiến Lệ Đức hầu Nghi Dân đang đêm bắc thang trèo thành,*

lẻn vào cung cấm, vua và Tuyên Từ hoàng thái hậu đều bị hại. Thương thay!. **Toàn Thư**, Bản Kỷ, quyển 11, trang 96a.

Bài văn bia **Mục Lăng** ghi sự nghiệp Vua Nhân Tông, do Nguyễn Bá Kỳ soạn như sau:

"Vua thần sắc anh tuấn, dáng điệu đường hoàng. Mỗi khi tan chầu, tự đến Kinh diên nghe giảng, mặt trời lặn mới thôi. Khi đã tự mình trông coi chính sự thì lễ tế thần linh, truy thờ tông miếu. Đối với Thái hậu dốc lòng hiếu thảo, đối với anh em trọn nghĩa yêu thương. Hòa thuận với họ hàng, kính lễ với đại thần, tôn sùng đạo Nho, xét những lời thiển cận, nhận những lời can trung, chăm nom chính sự, thận trọng thưởng phạt, coi trọng nghề nông, chú ý nền gốc, [99a] hết lòng thương dân, không thích xây dựng, không mê săn bắn, không gần thanh sắc, không ham tiền của, hậu với người bạc với mình, trong ấm ngoài êm.

Vua răn cấm tướng ngoài biên không được gây hấn khích. Đến khi Chiêm Thành hai lần vào cướp châu Hóa thì sai tướng đem quân đi đánh, bắt được chúa nó là Bí Cai. Nước lớn sợ uy, nước nhỏ mến đức. Mọi điều chính sự đều theo điển chương phép tắc cũ đã có sẵn, sai đình thần nghị bàn cho thích đáng rồi sau mới thi hành. Cho nên chính trị hay, giáo hóa tốt ban khắp ra bốn biển, sinh linh mến đức, đời được thái bình. Ngày băng thình lình, trăm họ như mất cha mất mẹ.

Ôi tư chất của vua như vậy mà gặp phải tai biến như vậy, thì chẳng phải là trời đất rộng lớn dường ấy mà loài người vẫn còn có chỗ đáng tiếc đó sao?". **Toàn Thư**, Bản Kỷ, quyển 11, trang 98b.

Riêng soạn thời Lê Thánh Tông cho rằng Thái hậu

chuyên quyền, tin dùng người họ ngoại, giết các đại thần như Trịnh Khả; chốn cung cấm không đề phòng, giặc nửa đêm trèo tường như vào chỗ không người, khiến Vua và Thái hậu đều bị hại:

*"Lại xét bài **Trung hưng ký** năm Quang Thuận viết: Nhân Tông mới lên hai tuổi đã sớm nối ngôi vua, Thái hậu Nguyễn Thị là gà mái gáy sớm, Đô đốc Lê Khuyển như thỏ khôn giữ mệnh. Vua đàn bà mắt quáng buông rèm ngồi chốn thâm khuê, bọn họ ngoại lòng tham, khoác lác hoành hành khắp cõi, kẻ thân yêu nắm quyền vị, nạn hối lộ được công khai. Việc văn giáo lặng lẽ như băng hàn người hiền từ phải bó cánh. Bậc túc nho như Lý Tử Tấn, Trình Thuấn Du thì đẩy vào chỗ nhàn, phường dốt đặc ồn [97a] ào như ong đàn nổi dậy, như chó chuột nhe răng. Tể thần như Lê Sủng, Lê Sát thì ngu si không phân biệt sáu loại súc vật, Chưởng binh Lê Điện, Lê Luyện, thì mù tịt, chẳng sao hiểu được bốn mùa một năm. Bậc lương thần như Trịnh Khả, Khắc Phục thì kèn cựa mà giết đi, người tài sĩ như Nguyễn Mộng Tuân thì đẩy vào vòng tai họa. Oan uổng không chỉ kêu xin, mọi việc thảy đều đổ nát. Văn giai như Công Soạn tuổi gần tám mươi, tể thần như Lê Ê không biết một chữ. Bọn trẻ không biết nghĩ, làm bậy ngông cuồng, người già chẳng chết đi, trở thành mối họa. Bán quan mua kiện, ưa giàu ghét nghèo. Hiền tài là rường cột của triều đình mà sạch không như quét đất. Văn chương là khí vận của nhà nước mà im ắng tựa cỏ khô. Bọn xiểm nịnh được tin dùng, kẻ đao bút được tiến cử. Hành khiển Nguyễn Hữu Quang, Nội mật Lê Hoàn Chi, hoạn quan chừng năm sáu bọn mà không một người đóng cửa cho nghiêm; cấm vệ Lê Đắc Ninh, chỉ huy Lê Hoằng [98b] Dục, vệ sĩ đến tám chín lũ*

mà không một ai mang mộc che đỡ. Lòng người sôi động, đường sá xôn xao. Họ ngoại như Văn Lão, Xương Lê, lòng như quỷ quái, vị không như Trần Lựu, Đỗ Tư ai chẳng cười chê? Cửa ngõ thì sơ sài, tay không cũng phá nổi. Thế là nó dẫn quân cú vọ cáo cầy, ngầm nuôi mưu kế cướp ngôi phản nghịch. Bọn tặc thần Phạm Đồn, Phan Ban, Trần Lăng, Ngô Trang và phương chó lợn hơn 300 đứa, nửa đêm dám cả gan bắc thang trèo tường lẻn vào như là vào chỗ không người. Vua và Hoàng thái hậu đều bị hại, thương thay!." **Toàn Thư**, Bản Kỷ, quyển 11, trang 96b.

Lạng sơn vương Nghi Dân cướp ngôi được 4 hôm, vào ngày 7 tháng 10 [1/11/1459] tự lập lên làm Vua niên hiệu là Thiên Hưng năm thứ nhất; ban ơn cho các quan bằng cách thăng 1 bậc, và ra chiếu văn đại xá:

"*Ngày mồng 7, Lạng Sơn Vương Nghi Dân tự lập, lên ngôi Hoàng đế, đại xá, đổi niên hiệu là Thiên Hưng. (Từ mồng 3 tháng 10 trở về trước là Diên Ninh năm thứ 6, từ mồng 7 trở về sau là Thiên Hưng năm thứ 1 của Nghi Dân). Ban ân rộng rãi cho các quan văn võ trong ngoài mỗi người 1 tư* [bậc].

Bài văn đại xá viết rằng:

'*Trẫm là con trưởng của Thái Tông Văn Hoàng Đế,* [98a] *trước đây đã được giữ ngôi chính ở Đông cung* (11). *Chẳng may Tiên đế đi tuần miền đông, bỗng băng ở bên ngoài. Nguyễn Thái hậu muốn giữ vững quyền vị, ngầm sai nội quan Tạ Thanh dựng Bang Cơ làm vua, bắt trẫm làm phiên vương. Sau Tạ Thanh tiết lộ việc ấy, lây đến cả Thái úy Trịnh Khả và Tư không Trịnh Khắc Phục, Thái hậu bắt giết cả đi để diệt hết người nói ra. Cho nên từ đó đến giờ, hạn hán sâu bệnh liên tiếp xảy ra, tai dị luôn luôn xuất hiện, đói kém tràn lan, trăm họ cùng khốn. Diên Ninh* [Vua Nhân Tông] *tự biết mình không phải là con của tiên đế, hơn nữa lòng người ly tán, nên ngày mồng 3, tháng 10 năm nay* [28/10/1459], *đã ra lệnh cho trẫm lên thay ngôi báu. Trẫm nhờ người trông xuống, tổ tông phù hộ, cùng các vương, đại thần, các quan văn võ trong ngoài đồng lòng suy tôn, xin trẫm nên nối đại thống, hai ba lần khuyên mời, trẫm bất đắc dĩ đã lên ngôi vào ngày mồng 7, tháng 10 năm nay* [1/11/1459] [98b] *đổi niên hiệu là Thiên Hưng*". **Toàn Thư**, Bản Kỷ, quyển 11, trang 97b.

Trong tháng 10, Lạng sơn vương Nghi Dân cử 2 sứ bộ sang nhà Minh. Sứ bộ thứ nhất nạp cống hàng năm, cùng hứa ngăn chặn những kẻ mò ngọc trai tại vùng biển Quảng Đông, thể theo lời phàn nàn của Minh Anh Tông trong chiếu thư ngày 15 tháng 6 năm ngoái [6/7/1457]. Sứ bộ thứ hai, khởi hành vào ngày 20 [14/11/1459], sang cầu phong cho Nghi Dân:

"Tháng ấy, Nghi Dân sai bọn Lê Cảnh Huy, Nguyễn Như Đỗ, Hoàng Thanh, Nguyễn Nghiêu Tư sang nhà Minh nộp cống hằng năm và xin bỏ việc mò ngọc trai.

Ngày 20, lại sai bọn Trần Phong, Lương Như Hộc, Trần Bá Linh sang nhà Minh cầu phong." **Toàn Thư**, Bản Kỷ, quyển 11, trang 98a.

Chú thích:

1 Thiên lộc: lộc trời, thiên tử hưởng lộc trời. Câu này ý nói Anh Tông phải ăn thứ tanh hôi không phải lộc trời.

2 Đế hương: quê hương vua. Câu này ý nói Anh Tông bị giam ở miền thảo dã, không phải đất nước mình.

3 Kiến Chương: vốn là tên cung điện của Hán Vũ Đế. Ở đây chỉ cung điện của vua Minh.

4. Sáu quân tức lục quân. Theo Chu lễ Vương có 6 quân, đại quốc có 3 quân, thứ quốc có 2 quân, tiểu quốc có 1 quân. Vậy 6 quân chỉ quân của Thiên tử.

5. Thải: hàng tơ lụa 5 sắc

6. Đoạn: một loại lụa, có thứ đoạn hoa, có thứ đoạn trơn

7. Quyên: Lụa mộc, lụa sống.

8."**Chư hầu lai triều**" nghĩa là "chư hầu đến chầu".

9. Chiêu Hiếu Vương là tước hiệu truy phong cho Lê Học, anh ruột Lê Lợi. Trung Dũng Vương là tước hiệu truy phong cho Lê Thạch, con Lê Lợi.

10. Hoằng Hựu Đại Vương: tức Lê Trừ, anh thứ hai Lê Lợi.

11. Đông cung: Tức Thái tử.

BẢNG TRA CỨU

Chú thích: Dấu gạch ngang (-) thể hiện các trang liên tiếp

MỤC LỤC TẬP BA

Nhân Ảnh

2023

Liên lạc tác giả:
Email: thao. b. ho@gmail. com

Liên lạc Nhà xuất bản
Nhân Ảnh
E. mail: han. le3359@gmail. com
(408) 722-5626